ಸೂರಾಲು ತಂತ್ರಿ

ನಿಷ್ಕಾಮ

ಸಿಂಧೂ ಕಣಿವೆಯ ಪ್ರಾಚೀನ ಸಂಧಿಗಳಲ್ಲಿ ಕೌತುಕದ ಚೆಲಿಪಿಲಿ

sawanna
www.sawannabooks.com

Nishkaama: A Collection of three mythological stories written by **Sooralu Tantri.**

Published by: Sawanna Enterprises, No.57, 1st floor, Puttanna Road, Basavanagudi, Bangalore-560 004

ಲೇಖಕರು: ಸೂರಾಲು ದೇವಿಪ್ರಸಾದ ತಂತ್ರಿ

ಮುಖಪುಟ ವಿನ್ಯಾಸ: ಪ್ರದೀಪ್ ಬತ್ತೇರಿ

ಪುಟ ವಿನ್ಯಾಸ: ಶ್ರೀಮತಿ ಸವಿತಾ ಶಾಂತಪ್ರಿಯ, ಉಡುಪಿ

ಪುಟಗಳು: 172

ಮೊದಲನೆ ಮುದ್ರಣ: ನವೆಂಬರ್ 2018

ಮುದ್ರಕರು:

ಇಮೇಜಸ್ ಪ್ರಿಂಟ್ ಸರ್ವಿಸಸ್

ಬೆಂಗಳೂರು – 560 004

ಪ್ರಕಾಶಕರು:

ಸಾವಣ್ಣ ಎಂಟರ್‌ಪ್ರೈಸಸ್

ನಂ. 57, 1ನೇ ಮಹಡಿ, ಪುಟ್ಟಣ್ಣ ರಸ್ತೆ, ಬಸವನಗುಡಿ, ಬೆಂಗಳೂರು - 560 004

Ph: +91 80 2660 7011, (0) 90363 12786

e-mail: info@sawannabooks.com

www.sawannabooks.com

ISBN 978-93-82348-79-5

ಅರ್ಪಣೆ

ಅನ್ನ ಹಾಕಿ ಬದುಕು ಕಟ್ಟಿಕೊಟ್ಟ **ತಾಯಿ ಶಾರದೆಗೂ**

ಹೊಯ್ದಾಟದ ಬದುಕಿಗೆ ಸ್ಥಿರತೆಯ ಊರುಗೋಲಾದ **ಆಚಾರ್ಯ ಶಂಕರರಿಗೂ**

ಮೊದಲ ತೊದಲ ನುಡಿಯ ಅರ್ಪಣೆ...

ಆಳಕ್ಕಿಳಿಯುವ ಪೂರ್ವದಲ್ಲಿ...

ವಿಷಮ ಕೃತ್ರಿಮ ಬದುಕಿನೊಳಗೆ ಸಹಜ ಕೌತುಕದಿಂದ ಮಥಿಸಿ ಮುದವಾಗಿಸಿ ಹದವಾಗಿಸಿದ ಕೃತಿಯಿದು ನಿಷ್ಕಾಮ. ಬಾಲ್ಯದಿಂದಲೂ ಬೆರಗು ಕಣ್ಣಿನಿಂದ ಪೌರಾಣಿಕ ದೊರಗಿನ ವಿಸ್ತಾರಗಳನ್ನು ನಿಬ್ಬೆರಗಾಗಿ ಈಕ್ಷಿಸುವ ಕಾಲಕ್ಕೆ ಮನದೊಳಗೆ ಅದ್ಭುತ ಕಾಲ್ಪನಿಕ ಲೋಕವೇ ಇಳಿದು ಕುಣಿದಿತ್ತು. ಆ ಭಾವಕ್ಕೆ ಹೆತ್ತವ್ವೆಯ ಕಥೆಗಳು, ತೀರ್ಥರೂಪರ ಸರಳಸಂಸ್ಕಾರ ಇವೆಲ್ಲ ನೀರುಣಿಸಿದಂತಾಗಿತ್ತು. ನಂತರದ ಅಂತರದಲ್ಲಿ ಯಾವುದೋ ಬಿಸುಪಿನ ಅಲೆಗೆ ನಮ್ಮ ಚರಿತ್ರೆಗಳೆಲ್ಲ ಹಾರಿಹೋದಂತೆ. ಅಸೀಮ ಸಮಗ್ರತೆಗೇ ಗೊಡ್ಡೆಂಬ ಬಿರುದು ಅಂಟಿಕೊಂಡು ಮೂಲವಸ್ತುಗಳೆಲ್ಲ ನಲುಗಿದಂತೆ ಕಂಡದ್ದು ಸತ್ಯ.

ಏಕೆ ಹೀಗೆ? ಸರಿಸುಮಾರು ಹತ್ತು ಸಹಸ್ರ ವರ್ಷಗಳಿಂದಲೂ ಮೀರಿ ಭರತ ಭೂಮಿಯ ಆಯಾ ಕಾಲಘಟ್ಟದ ಘಟನಾವಳಿಗಳನ್ನು ಭಾಷಾಸಂಪನ್ನತೆಯಿಂದಲೂ ಹಾಗೂ ಭಾಷೆಯ, ಸಂಸ್ಕೃತಿಯ ನಿರಂತರ ಬಾಳ್ವಿಕೆಯ ದೃಷ್ಟಿಯಿಂದಲೂ ಆಯಾ ಘಟನೆಗಳನ್ನು ಸ್ಮೃತಿರೂಪಕ್ಕೆ ಇಳಿಸಿ ಸಂರಕ್ಷಿಸಿ ಇಡುವ ಮಹತ್ಕಾರ್ಯಕ್ಕೆ ವ್ಯಾಸರೇ ಮೊದಲಾದವರು ಮಹಿಮಾಸಂಪನ್ನರು ಕಾರಣರಾಗುತ್ತಾರೆ. ಇದಕ್ಕೂ ಪೂರ್ವದಲ್ಲಿ ನಮ್ಮ ಋಷಿಪರಿಷತ್ತು ಕಂಡುಹಿಡಿದ ಪರಮಸತ್ಯಗಳನ್ನು ಇದೇ ಶ್ರುತಿಸ್ಮೃತಿಯ ಆಧಾರದಲ್ಲಿ ಮುಂಬರುವ ದಿನಗಳ ಅಧ್ಯಯನದೃಷ್ಟಿಯಿಂದ ಸಂರಕ್ಷಿಸಿ ಇಡಲಾಗಿತ್ತು. ನಂತರದ ಕಾಳಿದಾಸಾದಿ ಸರ್ವರೂ ಈ ಸಾಂಸ್ಕೃತಿಕ ನಡಾವಳಿಗೆ ಸಾಕ್ಷಿಯಾಗಿ ನಿಂತು ಶತ ಶತಮಾನಗಳಷ್ಟು ಕಾಲ ವೈಭವದಿಂದ ಪ್ರಜ್ಞಾನ ಘನಶ್ರೀಮಂತಿಕೆಯಿಂದ ಮೆರೆದಿತ್ತು ಭಾರತೀಯ ಸಾಹಿತ್ಯಪರಂಪರೆ. ನಂತರದ ದಿನಗಳಲ್ಲಾದ ಭಾಷಾಸವಕಳಿ ಹಾಗು ಸಾಂಸ್ಕೃತಿಕ ಆಘಾತಗಳಿಂದಾಗಿ ಈ ಸಂರಕ್ಷಿಸಲ್ಪಟ್ಟ ಅಧ್ಯಯನವಸ್ತುಗಳು ಕಾಲ ಬದಲಾದಂತೆ ಮೇಲ್ಮೊಗದ ಪರಿಶೀಲನೆಗಳನ್ನು ಕಾಣದೆ ನಿಂತಲ್ಲೇ ನಿಂತ ನೀರಂತೆ ನಮ್ಮ ವೈಚಾರಿಕ ದೃಷ್ಟಿಕೋನಗಳ ನಿಲುಮೆಗೆ ಕಂಡದ್ದು ಸನಾತನ ಸಾಹಿತ್ಯಪರಂಪರೆಯ ದೌರ್ಭಾಗ್ಯ.

ಈ ನಿಟ್ಟಿನಲ್ಲಿ ಜಾಲತಾಣಗಳಲ್ಲಿ ಮೊದಮೊದಲು ಒಂದೊಂದೇ ಪೌರಾಣಿಕ ಹಿನ್ನೆಲೆಯ ಪಾತ್ರಗಳನ್ನು ಆಬಾಲವೃದ್ಧರೂ ವಿಮರ್ಶಿಸುವ ತೆರದಲ್ಲಿ ಓದುಗನೊಂದಿಗೆ ಸಂಭಾಷಿಸುವ ರೀತಿಯ ಸಹಜಶೈಲಿಯಲ್ಲಿ ಬರೆಯುತ್ತಾ ಬಂದೆ. ಆದಕ್ಕೆ ಸಿಕ್ಕ ಅದ್ಭುತ ಪ್ರೋತ್ಸಾಹವೇ ಈ ಕೃತಿಯ ಅನಾವರಣಕ್ಕೆ ಸಾಕ್ಷಿಯಾಗಿದೆ. ನಳ ಹಾಗು ನಿಷಧದ ಕಲ್ಪನೆಯನ್ನು ಮನದೊಳಗೆ ಬಿತ್ತಿದ್ದಕ್ಕೆ ನೂರಾರು ಸ್ನೇಹಿತರ ಅಭಿಮಾನ ಪ್ರಾಪ್ತವಾಯಿತು. ಇದು ಕ್ರುದ್ಧಕಾಶಿನೀ ಎಂಬ ದುರಂತದ ಕಥೆಗೂ ನಾಂದಿಯಾಯಿತು. ಆಗ ಹುಟ್ಟಿದ್ದು ಸಾವಿರಾರು ಸ್ನೇಹಿತರ ಆಕ್ಕರೆ. ಇದೇ ಅಕ್ಕರೆಯೇ ಮೃತಮಾಧವ ಎಂಬ ವಿಶಿಷ್ಟ ಕಲ್ಪನೆಗೆ ಅಡಿಗಲ್ಲಾಯಿತು.

ಮಿತ್ರರೂ ಹಿತೈಷಿಗಳೂ ಈ ಮೂರೂ ಕಥಾನಕಗಳನ್ನು ಕೇವಲ ಜಾಲತಾಣಕ್ಕಾಗಿಯೇ ಬಳಸದೆ ಇದನ್ನೊಂದು ಕೃತಿಯನ್ನಾಗಿಸಬೇಕೆಂದು ಒಕ್ಕೊರಲಿನಿಂದ ಆಗ್ರಹಪಡಿಸಿದಾಗ 'ನಿಷ್ಕಾಮ' ಎಂಬ ಈ ಹೊತ್ತಗೆ ಮನದೊಳಗೆ ಉದಯಿಸಿತು. ಈ ಕೃತಿಯ ರೂಪುರೇಷೆಗಳಿಗಾಗಿ ತನ್ನ ಅಮೂಲ್ಯಸಮಯವನ್ನು ಧಾರೆಯೆರೆದು ತನ್ನದೇ ಕೃತಿಯೆಂಬಂತೆ ಅಭಿಮಾನವಿಟ್ಟು ಬೆನ್ನುಡಿಯ ಚಂದದ ತಿಲಕಕೊಟ್ಟು ಕೃತಿಯ ಸೌಂದರ್ಯ ವರ್ಧಿಸಿದ ಹೃದಯವಂತ ಸ್ನೇಹಿತ ಅಹೋರಾತ್ರರಿಗೆ ಅಂತಃಕರಣದ ಮುಡಿ ಬಾಗಿದೆ.

ಇನ್ನು ಆಪ್ತಸ್ನೇಹಿತರಾದ ಅಭಿನಂದನ ಭಟ್ ಮೃಗವಧೆ ಇವರ ವಿಸ್ತಾರವಿಮರ್ಶೆ ಈ ಕೃತಿಯ ಮೌಲ್ಯ ವರ್ಧಿಸಿದೆ. ಜೊತೆಗೆ ಸ್ನೇಹಕ್ಕೊಂದು ಬೆರಗು ತಂದುಕೊಟ್ಟ ಆದ್ಭುತವ್ಯಕ್ತಿ, ಬರಹಗಾರ, ಚಿತ್ರಕಲಾವಿದ ಶಿವರಾಜ ಉಡುಪ, ಕಟ್ಟೆಹಕ್ಲು ಇವರು ಮೃತಮಾಧವ ಕಥಾನಕಕ್ಕಾಗಿಯೇ ಚಿತ್ರಿಸಿದ ದ್ವಾರಕೆಯ ರೇಖಾಚಿತ್ರ-ಇದು ಮುಳುಗುವ ಸಂಸ್ಕೃತಿಯನ್ನೇ ಪ್ರತಿಬಿಂಬಿಸುತ್ತದೆ. ಹಾಗೆ ಈ ಹೊತ್ತಗೆಯ ಸಂಪೂರ್ಣ ಜವಾಬ್ದಾರಿ ಹೊತ್ತ ಜಮೀಲ್ ಸಾವಣ್ಣ ದಂಪತಿಗಳಿಗೂ, ಅಕ್ಷರಕ್ಕೊಂದು ಅಂದವಿಟ್ಟು ಪುಟವಿನ್ಯಾಸ ಮಾಡಿದ ಸಹೋದರಿ ಸವಿತಾ ಶಾಂತಪ್ರಿಯ, ಅಂದವಾದ ಮುಖಪುಟ ವಿನ್ಯಾಸಗೈದ ಪ್ರದೀಪ್ ಬತ್ತೇರಿ ಇವರೆಲ್ಲರಿಗೂ ಮನದಾಳದ ಪ್ರಣಾಮಗಳು.

ಈ ನಿಷ್ಕಾಮದ ಮನೋಕಾಮನೆಗಳು ಇಲ್ಲಿಗೇ ಮುಗಿಯುವುದಿಲ್ಲ. ಪ್ರಾಚೀನ ಹೂರಣಗಳನ್ನು ಹುಡುಕಿ ಮತ್ತೂ ಹದವಾಗಿಸಿ ಓದುಗರ ಕೈಲಿಡುತ್ತಲೇ ನಿರಂತರ ಸಾಗುತ್ತೇನೆ. ಕನ್ನಡ ಸಾರಸ್ವತಿಯ ಒಲುಮೆಯೊಂದಿಗೆ.

ವಂದನೆಗಳು

- ಸೂರಾಲು ದೇವಿಪ್ರಸಾದ ತಂತ್ರಿ

ಪರಿವಿಡಿ

ಮೃತಮಾಧವ

ಮೃತಮಾಧವ

ಇದು ನನ್ನ ಬಹಳ ದಿನಗಳ ಕನಸು...

ಮುರಾರಿ ಅಂತ್ಯವನ್ನು ನಾನೇ ಸ್ವತಃ ಅನುಭವಿಸಿ ಬರೆಯಬೇಕೆಂಬುದು. ಯಾಕೆ ಈ ಹೆಸರಿಟ್ಟೆ? ಹೇಳುತ್ತೇನೆ ಮುಂದೆ.

ಬರೀ ನೋವಿನ ಕಥೆಯಲ್ಲ ಇದು... ರಾಧಾಕೃಷ್ಣರ ಪ್ರಣಯ... ಅರ್ಜುನಮಾಧವನ ಸ್ನೇಹಸಾಂಗತ್ಯ... ಯಶೋದೆ ದೇವಕಿಯರ ಮಮಕಾರ... ಅದ್ಭುತ ದ್ವಾರಾವತಿ ನಗರದ ಪರಿಚಯ... ಬರೀ ದುರಂತವೆಂದು ಅಳುಮೊಗ ಮಾಡಿ ಕೂರುವ ಅಗತ್ಯವಿಲ್ಲ... ಖಂಡಿತ ನಿಮ್ಮನ್ನು ರಂಜಿಸಲು ಪ್ರಯತ್ನಿಸುತ್ತೇನೆ...

ಕೃಷ್ಣನ ಕೊಳಲಾಗಿ, ನವಿಲುಗರಿಯ ಬಣ್ಣವಾಗಿ, ಮಾಧವನ ನಗುವಿನ ಮಿಂಚಾಗಿ ಬರೆಯಲು ಪ್ರಯತ್ನಿಸುತ್ತೇನೆ. ಆದರೆ ದುರಂತದಿಂದಲೇ ಪ್ರಾರಂಭಿಸಿ ದುರಂತದಲ್ಲೇ ಮುಗಿಸಬೇಕಾದುದು ಕಥಾನ್ಯಾಯೇನ ನನ್ನ ಕರ್ತವ್ಯ.

ಒಂದು ವಿಚಾರ, ನಾನೆಷ್ಟೇ ಬರೆದರೂ ಕೆ.ಎಸ್.ನಾರಾಯಣಾಚಾರ್ಯ ಎಂಬ ಕಾವ್ಯರ್ಷಿಯ... ದೇವುಡೂ ಎಂಬ ಬ್ರಹ್ಮರ್ಷಿಯ ಪಾದದ ಧೂಳಿಗೂ ಸಮವಾಗಲಾರೆ ಎಂಬ ಸತ್ಯ ಅರಿವಿದೆ ನನಗೆ...

ಏನು ಬರೆದರೂ ಎಷ್ಟು ಬರೆದರೂ ಕೆ.ಎಸ್.ನಾರಾಯಣಾಚಾರ್ಯ ಎಂಬ ಸಾಹಿತ್ಯದ ಮೇರುಪರ್ವತದ ಮುಂದೆ ಹರಿದಾಡುವ ಮರಿ ಚಿಟ್ಟೆ ನಾನು...

ಎಲ್ಲೂ ಹೋಲಿಕೆಯಾಗದಂತೆ ಬರೆಯುವುದೇ ನನಗಿರುವ ಸವಾಲು...

ನೋಡೋಣ ನನ್ನೊಂದಿಗೆ ಮಾಧವ ಇರುವವರೆಗೆ ಚಿಂತೆ ಏನು...?

ಸರ್ವರಿಗೂ ಆದರದ ಪ್ರಣಾಮಗಳೊಂದಿಗೆ ವಿಶ್ವಮೋಹನ ದ್ವಾರಕಾಧೀಶ ಮಾಧವನ ಸಾವಿನ ಮನೆಗೆ ಸ್ವಾಗತಿಸುತ್ತಿದ್ದೇನೆ...

***

ಸಮುದ್ರತೀರದ ಬಿಸಿಗಾಳಿ ಆರ್ದ್ರವಾಗಿ ಬೀಸುತ್ತಿತ್ತು. ಗಾಳಿಯಲ್ಲೆಲ್ಲಾ ಬರೀ ಹಸಿ ರಕ್ತದ್ದೇ ವಾಸನೆ. ಅರೆಗಪ್ಪು ಬಣ್ಣದ ನಡುವಯಸ್ಸು ದಾಟಿದ ಮುಖ ನೆರಿಗೆಗಟ್ಟಿದ ಚರ್ಮ ತೆಳುವಾಗಿ ಸುಕ್ಕುಗಟ್ಟಲು ಪ್ರಾರಂಭಿಸಿದ ವ್ಯಕ್ತಿಯೋರ್ವ ಮರಳುರಾಶಿಯಲ್ಲಿ ಎತ್ತಿ ಎತ್ತಿ ಕಾಲು ಹಾಕುತ್ತಾ ಕ್ರಮಿಸುತ್ತಿದ್ದ. ಕಾಲಡಿಯಲ್ಲಿ ಹೆಜ್ಜೆಗೊಂದು ಹೆಣಗಳು. ನೋಡುತ್ತಾ ನೋಡುತ್ತಾ ಪದ ಕ್ರಮಿಸುತ್ತಿತ್ತು. ಆಗಲೂ ಆ ಭೀಷಣ ಸ್ಥಿತಿಯಲ್ಲೂ ತುಟಿಯಂಚಿನಲ್ಲಿ ಮಾತ್ರ ಎಂದಿನ ಮೋಹಕ ನಗುವೇ. ಆಹಾ! ಆತನೇ ಚೆಲುವ ಮಾಧವ!!

ಕಣ್ಣು ಕೆಂಪಾಗಿತ್ತು, ನವಿಲುಗರಿ ಬಾಡಿತ್ತು, ಕೊಳಲು ಮುರಿದಿತ್ತು, ಪೀತವಸನಗಳೆಲ್ಲಾ ರಕ್ತದ ಕಲೆಯಿಂದ ಕಪ್ಪಾಗಿ ಹೋಗಿದ್ದವು.

ನಡೆಯುತ್ತಿದ್ದಾನೆ... ಎಲ್ಲಿಗೆ...? ಆತನಿಗೇ ಗೊತ್ತಿಲ್ಲ...

ಜಗದ ನಡೆಗೇ ಕಾರಣೀಭೂತನಾದ ದೇವನೊಬ್ಬ ಅಂಧನಂತೆ ಹೆಜ್ಜೆಹಾಕುತ್ತಿದ್ದ! ಆಗ ನಿಧಾನಕ್ಕೆ ತನ್ನ ಮೈಯಿಂದ ಬೆಳಕೊಂದು ಹರಿದು ಹೋದಂತೆ ಸಣ್ಣಗೆ ಮಿಂಚು ಹೊಡೆದಂತೆ ಭಾಸವಾಗಿ ನಿಂತು ಬಿಟ್ಟ ಕೃಷ್ಣ. ನೋಡಿದರೇ ಬೆಳಕೊಂದು ತನ್ನನ್ನು ಬಿಟ್ಟು ದೂರ ಸಾಗುತ್ತಿತ್ತು!

ಅದೇ ವಿಶ್ವನ್ನಾರಾಯಣ ತತ್ವದ ಸ್ವರೂಪಜ್ಯೋತಿ.

ಹಹಾ... ಹಹಹಾ... ನಿಜ... ಇಂದು ಈ ನಗು ಮಾಯವಾಗುತ್ತಿದೆ... ಈ ಜಗಮೆಚ್ಚಿದ ಮಾಧವ ಇನ್ನೇನು ಸಾಯಲಿದ್ದಾನೆ...!!

ಅಲ್ಲಾ ಸತ್ತಾಯಿತು. ಈಗ ಹೆಜ್ಜೆಹಾಕುತ್ತಿರುವುದು ಯಾರು?

ಅವನೇ ಮೃತಮಾಧವ...

ಇತ್ತ ದ್ವಾರಾವತಿಯ ಅಂತಃಪುರದ ರೋದನ ಮುಗಿಲುಮುಟ್ಟಿ ಮೋಡಗಳ ಕಣ್ಣಲ್ಲೂ ನೀರು ಜಿನುಗುತ್ತಿತ್ತು!!

'ಕೃಷ್ಣಾ... ಪರಮಾತ್ಮಾ... ನಮ್ಮನ್ನು ರಕ್ಷಿಸುವವರು ಯಾರು?' 'ಒಡೆಯಾ ಗೆಳೆಯಾ ಬಾರೋ ಕೃಷ್ಣಾ' ಎಂಬ ಆರ್ತನಾದ ದೂರ ದೂ...ರದ ಪ್ರಭಾಸತೀರದಲ್ಲಿ ಹೆಣಗಳ ರಾಶಿಯಲ್ಲಿ ಹೆಜ್ಜೆಹಾಕುತಿದ್ದ ಮಾಧವನಿಗೂ ಕೇಳಿತ್ತು. ಆದರೆ ಜಗದ ಸಮಸ್ತ ಸ್ತ್ರೀಯರ ಕಣ್ಣೀರು ಒರೆಸಿದ ಮಾಧವ ಈಗ ನೀರ್ಮೋಹಿಯಾಗಿ ಕಿವಿ ಕೇಳದಂತೆ ಭಾರದ ಹೆಜ್ಜೆ ಹಾಕುತ್ತಿದ್ದ... ಕಾರಣ ಆತನ ಹೆಜ್ಜೆಯೀಗ ತದ್ವಿಷ್ಣೋಃಪರಮಂ ಪದಂ... ಅಲ್ಲ...

ಆತ ಈಗ ಜಗಮಾಧವನಲ್ಲ... ಮೃತಮಾಧವನಾಗಿದ್ದ...!!!

ಸಾಯುತ್ತಿರುವ ಮಾನವನಾಗಿದ್ದ...!!!

ಬಿಸಿಲು ನೆತ್ತಿ ಸುಡುತ್ತಿತ್ತು, ಕಾಲಿಗೆ ಮರಳು ಸುಡುತ್ತಿತ್ತು, ನಡೆಯುತ್ತಿದ್ದ ಮಾಧವ. ಅದು ಪಿಂಡಾರ! ಸಮುದ್ರ ತಟದ ಉದ್ದದ ಮರಳಿನ ರಾಶಿಯಲ್ಲಿ ಈಶಾನ್ಯದ ದ್ವಾರಾವತಿಯ ಗಡಿಯತ್ತ ಸಾಗುತ್ತಿದ್ದ ಶ್ರೀಹರಿ... ಏದುಸಿರು ಕಾಡುತ್ತಿತ್ತು! ಈ ತನಕ ಜೊತೆಯಾಗಿದ್ದ ಮಂದಹಾಸ ಮರೆಯಾಗಿತ್ತು! ಮಾನವಜೀವಿಯ ದಾರುಣ ದುಃಖ ಮಾಧವನಿಗೂ ಅರಿವಾಗತೊಡಗಿತ್ತು! ದುಃಖವೂ ಉಮ್ಮಳಿಸಿ ಬರಲು ಒಮ್ಮೆ ಅತ್ತುಬಿಡಲೇ? ಅಂದುಕೊಂಡ ಮುರಾರಿ.

ಹಹಾ... ನನ್ನ ತಾಯಿಯೂ ನೋಡಿರಲಾರಳು ನನ್ನ ಅಳು...! ಈಗೇಕೆ ಅಳಲೀ ಎಂದುಕೊಂಡು ಕಣ್ಣೊರೆಸಿ ಸಾಗುವ ಕಾಲಕ್ಕೆ ಅಲ್ಲಲ್ಲಿ ಅಡ್ಡಾದಿಡ್ಡಿಯಾಗಿ ರಕ್ತ ಚೆಲ್ಲಿಕೊಂಡು ಬಿದ್ದಿದ್ದ ಹೆಣಗಳ ರಾಶಿಯಲ್ಲೀ ಒಂದು ಶವ ಕೈಯನ್ನು ನೇರ ಮೇಲಕ್ಕೆತ್ತಿಕೊಂಡು ಬಿದ್ದಿತ್ತು! ನೆಟ್ಟಗೆ ಮೇಲ್ಮುಖವಾಗಿತ್ತು ರಕ್ತಸಿಕ್ತ ಕೈ...!!

ಧಾವಿಸುವ ಧಾವಂತದಲ್ಲಿ ಮಾಧವ ಕಣ್ಮುಚ್ಚಿ ಸಾಗುತ್ತಿದ್ದ. ಇಲ್ಲ ಅಳಲಾರೆ! ಈ ಜನ್ಮದಲ್ಲಿ ಈ ತನಕ ಅಳದಿದ್ದವ ಇನ್ನೇನು ಮುಗಿದು ಹೋಗುವ ಕೆಲವೇ ಕ್ಷಣಗಳಲ್ಲಿ ಅಳುವುದೇ? ಛೇ! ಇಲ್ಲ ಎಂದುಕೊಂಡು ನಡೆಯುತ್ತಿದ್ದಾಗ ಅರಿವಿಲ್ಲದೇ ಕಾಲಿಗೆ ಕೈಯೆತ್ತಿ ಮಲಗಿದ್ದ ಶವದ ಕೈ ತಾಗಿ ಮುಗ್ಗರಿಸಿದ ಮಾಧವ! ಅಷ್ಟೇ!!

ಆ ಶವದ ಮುಖ ನೋಡಿದ್ದೇ ತಡ ಕ್ಷೀರಸಾಗರಶಯನನ ಕಣ್ಣಲ್ಲಿ ದುಃಖಸಾಗರದ ಕಟ್ಟೊಡೆಯಿತು. 'ಹಾ ಮಗನೇ! ಸಾಂಬಾ! ಜಾಂಬವತಿಯ ಮುದ್ದು ಮುಖವನ್ನೇ ಅಚ್ಚೊತ್ತಿ ಹುಟ್ಟಿ ಇಡೀ ದ್ವಾರಾವತಿಯ ಬೀದಿಬೀದಿಗಳಲ್ಲಿ ನನ್ನ ಕೈ ಹಿಡಿದು ತಿರುಗಿದ್ದ ಮಗನೇ! ಇದೇನು ಗತಿ? ಅಯ್ಯೋ!' ಸಾಂಬ ಭೀಭತ್ಸವಾಗಿ ಮಡಿದು ಮಲಗಿದ್ದ!

ಹೋಗುತ್ತಿದ್ದ ತಂದೆಯನ್ನು ಒಂದು ಕ್ಷಣ ತಡೆದು ನಿಲ್ಲಿಸಿತ್ತು ಶವದ ಕೈಯೆಂಬ ಸನ್ನಿವೇಶ. ಅಯ್ಯೋ ಸೋಮನಾಥಾ ಇದೆಂಥಾ ಪರೀಕ್ಷೆ ನನಗೆ?

ಅತ್ತ ಕಡೆ ರುಕ್ಮಿಣೀಪ್ರೇಮ ದಾಂಪತ್ಯದ ಪ್ರತೀಕವಾದ ತನ್ನ ಮಗ ಪ್ರದ್ಯುಮ್ನ ತಲೆಯೊಡೆದುಕೊಂಡು ಬಿದ್ದಿದ್ದ. ಈ ಕಡೆ ಮೊಮ್ಮಗನಾದ ಅನಿರುದ್ಧನ ಶವ ಝುರ್ಝುರಿತವಾಗಿ ಬಿದ್ದಿತ್ತು. ತಂಗಿ ಸುಭದ್ರೆಯ ಹಸುಗೂಸು ಅಭಿಮನ್ಯು ರಣರಂಗದಲ್ಲಿ ಮಡಿದು ಬಿದ್ದಿದ್ದಾಗ ನಕ್ಕು ತಂಗಿಯನ್ನು ಸಂತೈಸಿದ ಪ್ರಾಯಶ್ಚಿತ್ತವೇ ಇದು ಹರನೇ. ಅಯ್ಯೋ... ಇದೇನು ಮೊಮ್ಮಗನೇ ಅನಿರುದ್ಧಾ! ಹಾ! ಕಣ್ಣೀರು ತಡೆಯಲಾಗುತ್ತಿಲ್ಲ ಮಾಧವನಿಗೆ!

ಅಪ್ಪಾ ! ಭಾವಾ! ಅರ್ಜುನಾ ಬಾರೋ! ಅಂದು ಹೇಳಿದ ಗೀತೆಯ ಒಂದೆರಡು ಶ್ಲೋಕ ನೆನಪಿಸೋ ಗೆಳೆಯಾ!

ಮರೆತುಹೋದಂತಿದೆ! ಮಮ ಪ್ರಾಣಾಹಿ ಪಾಂಡವರೆಂದೇ ತಿಳಿದೆನಲ್ಲಾ!

ಈಗೇಕೆ ನನ್ನ ಮಗು ಮೊಮ್ಮಗುವಿನ ಶವ ನೋಡಿ ಅಳುತ್ತಿದ್ದೇನೆ! ಕಲೀ ಅಣಕವಾಡುತ್ತಿದ್ದೀಯಾ! ಹಹಹಾ...!!

ಸರಿ, ಎದ್ದ ಮಾಧವ.

ಮಡಿದ ಮಗನ ಕೈಯಿಂದ ತನ್ನ ಕಾಲವಸ್ತ್ರವನ್ನು ಬಿಡಿಸಿಕೊಳ್ಳುತ್ತಾ ಎದ್ದು ತಿರುಗಿಯೂ ನೋಡದೇ ನಡೆದೇ ಬಿಟ್ಟ ನಿರ್ವಿಕಾರೀ! ಆದರೆ ಸತ್ತ ಸಾಂಬನ ಶವದ ಬಿಟ್ಟ ನಿಸ್ತೇಜ ಕಣ್ಣುಗಳು ಮಾತ್ರ ಮಾಧವನ ಬೆನ್ನನ್ನೇ ನೋಡಿ ನಕ್ಕಂತೆ ಭಾಸವಾಯಿತು ಶರಧಿಗೆ!

ಈ ಭಾವೋದ್ವೇಗದ ಹಸಿದಾರುಣ ಸ್ಥಿತಿಗೆ ಸಮುದ್ರರಾಜ ಅತ್ತು ಕಣ್ಣೀರಿಟ್ಟ! ಆ ಕಣ್ಣೀರಿಗೇ ನೀರೆಲ್ಲಾ ಉಪ್ಪುಪ್ಪಾದಂತೆ ಭಾಸವಾಯಿತು!

ಆದರೆ ಆ ಉದ್ವೇಗ ಶಾಂತವಾಗಲೇ ಇಲ್ಲ ಶರಧಿಗೆ! ನೋಡನೋಡುತ್ತಾ ಶರಧಿಯ ಹೊಟ್ಟೆಯೊಳಗೆ ಏನೋ ತಳಮಳ, ತಲ್ಲಣ! ಬಾನಲ್ಲಿ ಕಪ್ಪು ಕಪ್ಪಾದ ರಕ್ಕಸ ಮೋಡಗಳು ಸುರುಳಿ ಸುರುಳಿಯಾಗಿ ದಟ್ಟೈಸಿದ್ದವು! ಭೋ ಎಂದು ಬಿರುಗಾಳಿ ಬೀಸಲು ತೊಡಗಿತು! ಶರಧಿಯಲೆಗಳು ನಾಲಗೆ ಚಾಚಿ ದಡದ ಮೇಲೆ ಬಿದ್ದಿದ್ದ ಶವಗಳ ರಕ್ತಪಾನ ಮಾಡಲು ಬಯಸುತ್ತಿದ್ದಾವೋ ಎಂಬ ಭಾವ ಬರುತ್ತಿತ್ತು! ಪ್ರಕೃತಿಯ ಈ ಬದಲಾವಣೆ ಮಾಧವನ ಗಮನಕ್ಕೂ ಬಂದು ಗರಬಡಿದವನಂತೆ ನಿಂತು ಬಿಟ್ಟ!

ನೀನೂ ನನ್ನ ಸ್ನೇಹ ತ್ಯಜಿಸುತ್ತಿದ್ದೀಯಾ ಶರಧಿಯೇ?

ಹೂಂ... ಗೊತ್ತಾಯಿತು ಬಿಡು...

ಈಗ ನಿಮ್ಮನ್ನು ಆಳುವವ ಕಲಿ!

ಆತ ಹೇಳಿದಂತೆ ಕೇಳಬೇಕಾದುದು ನಿಯಮ ತಾನೇ...?

ಆತಂಕಮಡುಕಟ್ಟಿತು ಮಾಧವನ ಮೊಗದಲ್ಲಿ...!!

ದಾರೂ...!!!

ಓ ದಾರುಕನೇ ಎಲ್ಲಿಗೆ ಹೋದಿಯಪ್ಪಾ...?

ಅನ್ಯಾಯವಾಗಿ ದ್ವಾರಾವತಿಯ ಸ್ತ್ರೀಸಂಕುಲ ಋಷಿಸಂಕುಲ ನಾಶವಾಗುತ್ತೆ ಕಣೋ...!!!

ಬೇಗ ಬಾರೋ ಸಾರಥಿಯೇ...

ಕೈ ಕೈ ಹಿಸುಕಿದ ಪರಮಾತ್ಮ...!!

ಈ ವಿನಾಶವನ್ನು ಮೊದಲೇ ಗ್ರಹಿಸಿದ್ದ ಮಾಧವ ತನ್ನ ಪ್ರಿಯ ಸಾರಥಿ ದಾರುಕನನ್ನು ಹಸ್ತಿನೆಗೆ ಕಳುಹಿದ್ದ... ಆದಷ್ಟು ಬೇಗ ಅರ್ಜುನನನ್ನು ಕರೆದು ತಾ ಎಂದು ಆಜ್ಞಾಪಿಸಿ ತಾನು ಕಡಲತೀರದಲ್ಲಿ ನಡೆದು ಹೊರಟಿದ್ದ...

ಸರಿ, ಸೋಮನಾಥನೇ ನಾನು ಹೊರಟೆ...ಇನ್ನುಳಿದ್ದದ್ದು ನಿನ್ನಿಚ್ಛೆ...!!

ಎಂದ ಮಾಧವ ಪ್ರಭಾಸದ ಈಶಾನ್ಯಕ್ಕೆ ಮುಖಮಾಡಿ ದ್ವಾರಕೆಯ ಗಡಿಯತ್ತ ಸಾಗಿದ...

ಸಮತಟ್ಟು ಮರಳುಪ್ರದೇಶ ದಾಟಿ ಸ್ವಲ್ಪ ಏರು ಗುಡ್ಡಗಾಡಿನ ಪ್ರದೇಶ ಕಂಡಿತು. ಎತ್ತರವೇರಿ ಒಮ್ಮೆ ಬಂದ ದಾರಿಯತ್ತ ತಿರುಗಿ ಸಿಂಹಾವಲೋಕನ ಮಾಡುತ್ತಾ ನಿಂತ ಮಾಧವ...! ಇಡೀ ಪಿಂಡಾರದ ಶರಧಿತೀರದ ಉದ್ದದ ಮರಳು ರಾಶಿಯಲ್ಲಿ ರಾಶಿರಾಶಿಯಾಗಿ ಬಿದ್ದಿದ್ದ ಲಕ್ಷಾಂತರ ಯಾದವಶವಗಳನ್ನು ಕಂಡ ಮಾಧವ ನಕ್ಕ!

ಇಡೀ ದ್ವಾಪರ ಯುಗದ ಯುಗಾಂತ್ಯ ಕಂಡಂತಾಯಿತು ನರಹರಿಗೆ! ಆದರೆ ಕಲಿಯುಗದ ಯುಗಾದಿಯ ಸಂಭ್ರಮ ಮಾತ್ರ ಮರೀಚಿಕೆಯಾಗಿತ್ತು! ಯಾವುದು ಜಾತಿ...? ಯಾವುದು ಕುಲ...? ಯಾವುದು ಸಾಮ್ರಾಜ್ಯ...? ಹಹಾ... ಬರೀ ಭ್ರಮೆ...! ಸಾವೊಂದೇ ಜಾತಿ! ವಿನಾಶದ ಅಂತ್ಯವೇ ಸತ್ಯ! ಮತ್ತೆಲ್ಲ ಹುಚ್ಚು ಅಷ್ಟೇ.

ಸಾಮಾಜಿಕವಾಗಿ ಎರಡನೇ ದರ್ಜೆಯ ಕುಲವಾಗಿ ಆತ್ಮಸ್ಥೈರ್ಯ ಕಳೆದುಕೊಂಡು ಎಲ್ಲೋ ಭಿಕಾರಿಗಳಂತೆ ಹರಿದುಹಂಚಿ ಹೋಗಿದ್ದ ಈ ಯಾದವ ಕುಲವನ್ನು ತನ್ನ ಕುಲವೆಂದು ಅಭಿಮಾನದಿಂದ ಒಂದುಗೂಡಿಸಿ ಸಾಮ್ರಾಜ್ಯ ಕಟ್ಟಿದೆ...!! ಸ್ವಾಭಿಮಾನ ತುಂಬಿದೆ! ಆದರೆ ಈಗ ಆಗಿದ್ದೇನು...? ಇಡೀ ಕುಲದ ಅವಸಾನ...!!!

ಹಸ್ತಿನೆಯಲ್ಲಿ ಉತ್ತರೆಯ ಗರ್ಭಪಿಂಡ ಒಂದಾದರೂ ಉಳಿಯಿತು...!!

ಪಾಂಡವರೂ ಉಳಿದರು...!!

ನಾನಲ್ಲಿ ಅವರಿಗೆಲ್ಲ ಹೊದಿಕೆಯ ರಕ್ಷಣೆಯಾಗಿದ್ದೆ!

ಇಲ್ಲಿ?

ಯಾದವಕುಲದ ಒಂದು ಹುಳವೂ ಉಳಿದ... ಉಳಿಯುವ ಲಕ್ಷಣ ಇಲ್ಲ...!!

ಸರಿ...!! ಅದೇಕೋ ಸಮುದ್ರ ರಾಜ ಬಹಳ ಅವಸರಿಸುತ್ತಿದ್ದಾನೆ...!!

ಅಯ್ಯಾ ಸ್ವಲ್ಪ ಸೈರಿಸಿಕೋ ಮಹನೀಯಾ...

ಗರ್ಗ್ಯಾಚಾರ್ಯರು ಹಾಗೂ ಮಿತ್ರ ಪಾರ್ಥ ಇವರುಗಳು ದಾರುಕನೊಡಗೂಡಿ ಬರುವವರೆಗೂ ಸ್ವಲ್ಪ ತಾಳಪ್ಪಾ!

ಈ ಮಡಿದ ಯಾದವರಿಗೊಂದು ಅಂತ್ಯಕ್ರಿಯೆ ಮಾಡುವುದಕ್ಕಾದರೂ ಅವಕಾಶ ನೀಡುವೆಯಾ ಗೆಳೆಯಾ!

ಅಸಹಾಯಕನಾಗಿ ಬೇಡಿದ ಮಾಧವ ಶರಧಿರಾಜನಲ್ಲಿ.

ಅದೇಕೋ ಸಮುದ್ರರಾಜ ಮೂತಿ ತಿರುಗಿಸಿ ಕೂತಂತಾಯಿತು ಮಾಧವನಿಗೆ!

ನಕ್ಕ ಮಾಧವ...

ಅಯ್ಯಾ ಶರಧಿಯೇ...

ಅಂದು ನಾನು ಕಾಲಿಟ್ಟೊಡನೇ ಮಧ್ಯದಲ್ಲಿ ದಾರಿಬಿಟ್ಟು ಸ್ವರ್ಣಲಂಕೆಗೆ ಹೋಗಲು ಅನುವುಮಾಡಿ ಕೈ ಕಟ್ಟಿ ವಿಧೇಯನಾಗಿ ನನ್ನ ಮುಂದೆ ನಿಂತ ಶರಧಿಯರಸ ನೀನೇ ಹೌದೇ??

ಹೂಂ ಕಾಲ...ಹಹಹಾ...!

ಇದು ಕಲಿಯ ಕಾಲ...!

ಕಲಿ ಬಂದಾಯಿತು... !

ನನ್ನ ದ್ವಾಪರ ಸತ್ತಾಯಿತು...!

ದ್ವಾರಕೆಯೂ ಸಾಯಲು ಹೊರಟಿದೆ...!

ಸರೀ ನಾನೂ ಸಾಯಬೇಕಿದೆ ಈಗ...!

ಈ ನರಳಾಟದ ಮನುಜಶರೀರಕ್ಕೆ ಒಂದು ಗತಿ ಕಾಣಿಸಬೇಕಾಗಿದೆ...!

ಎಲ್ಲಿದೆ ನನ್ನ ಸಾವು...!

ನೈನಂ ಭಿಂದಂತಿ ಫಕ್ಕನೆ ನೆನಪಾಗಿ ಆ ಹೃದಯವಿದ್ರಾವಕ ನೋವಿನಲ್ಲೂ ಮಂದಹಾಸಬೀರಿದ ಮಾಧವ.

ಇತ್ತ ಪ್ರಭಾಸದ ಗಡಿಯ ಅರೆಮಲೆನಾಡಿನ ಸ್ಥಳ... ಸಮುದ್ರವೂ ಕಾಡೂ ಸಂಗಮಿಸಿದ ಸ್ಥಳವದು. ಏದುಸಿರು ಬಿಡುತ್ತಾ ಆ ಏರು ಪ್ರದೇಶವನ್ನು ಏರುವ ಕಾಲಕ್ಕೇ ಕಾಡಿನ ಮರಗಳ ತುದಿಗಳಲ್ಲಿ ಅದೇನೋ ಕೋಲಾಹಲ! ಸಾವಿರಾರು ಮಂಗಗಳು ಕಿಚಕಿಚ ಎನ್ನುತ್ತಾ ಹೆಂಡ ಕುಡಿದವುಗಳಂತೆ ಕುಣಿಯುತ್ತಿದ್ದವು ಬರುತ್ತಿದ್ದ ಮಾಧವನನ್ನು ನೋಡಿ!

ಅರೇ ಇವುಗಳಿಗೇನಾಯಿತು!? ನನ್ನ ಮೇಲೇಕೆ ಈ ಪರಿಯ ಕೋಪ? ತನ್ನನ್ನೇ ಹರಿದು ಮುಕ್ಕುವಂತೆ ನೋಡುತ್ತಿದ್ದ ಮಂಗಗಳನ್ನು ನೋಡಿ ದಿಗ್ಭ್ರಮೆಗೊಂಡು ನಿಂತ ಮಾಧವ!

ಝುಂ... ಎಂದಿತು ಮೈ...!

ಓ ಹೀಗೋ...?

ವಾಲೀ...

ಓಹ್... ಈ ವಾನರಗಳೆಲ್ಲಾ ಒಟ್ಟಾಗಿ ನನ್ನನ್ನು ತಿನ್ನಲು ನೋಡುವಂತಿದೇ...

ಅಂದು ಇದೇ ವಾನರ ಸೈನ್ಯ ನನ್ನ ಮುಂದೆ ಟೊಂಕಕಟ್ಟಿ ಕೂತು ನನ್ನ ಆಜ್ಞೆಯನ್ನು ಶಿರದಲ್ಲಿ ಹೊತ್ತು ತಿರುಗಿತ್ತು...

ಈಗ ಇವುಗಳೆಲ್ಲಾ ನನ್ನನ್ನು ಅಟ್ಟಿಸಿಕೊಂಡು ಬರುವಂತಿದೆ...

ಓಡಲೇ...?

ಗದರಲೇ...?

ಕಲ್ಲು ಹೊಡೆದು ಅಟ್ಟಿ ಬಿಡಲೇ...?

ಮನುಷ್ಯರು ಮಾಡುವ ಚೇಷ್ಟೆಗಳನ್ನೂ ಯೋಚಿಸುವಂಥಾ ಕಾಲ ಬಂತೇ ನನಗೇ?

ತನಗೇ ತಾನೇ ಪ್ರಶ್ನಿಸಿಕೊಂಡು ನಕ್ಕ ಮಾಧವ.. ಸರಿ ಸರೀ ಈ ಮಂಗಗಳ ವಿಚಾರ ಬದಿಗಿಟ್ಟು ಆದಷ್ಟು ದೂರ ದೂರ ದೂ...ರ ಈ ಪಿಂಡಾರದ ಕ್ಷೇತ್ರದಿಂದ ಗಮಿಸಿಬಿಡುತ್ತೇನೆ...

ಅರ್ಜುನನೊಬ್ಬ ಬೇಗ ಬಂದಿದ್ದರೇ...

ಆಹ್...

ನಡೆದು ನಡೆದು ಕಾಲು ನೋಯುತ್ತಿದೆ...

ಗಂಟು ಬಾತಿದೆ...

ಬಾಯಾರಿ ಗಂಟಲೊಣಗಿದೆ...

ಇಲ್ಲ... ಆಗುವುದಿಲ್ಲ ನಡೆಯಲು...

ಸ್ವಲ್ಪ ಎಲ್ಲಾದರೂ ಕೂರಲೇ...?

ಚೈತನ್ಯದ ಚಿಲುಮೆಯಾಗಿ ಇಡೀ ಭಾರತವರ್ಷವನ್ನೇ ತನ್ನ ಕಾಲುಗಳಿಂದ ಗಮಿಸಿ ಸಮಗ್ರ ಭರತಭೂಮಿಯ ಮಣ್ಣನ್ನೇ ಪವಿತ್ರವಾಗಿಸಿದ್ದ ಮಾಧವನ ಕಾಲುಗಳು ಈಗ ದಣಿದಿದ್ದವು ಮಿತ್ರರೇ..

ಅಳುತ್ತಿದ್ದವು ಪಾದಗಳು! ಓಹ್! ಇದೇನು ವಿಚಿತ್ರವಾಗಿದೆ ಈ ಕಾಡು. ದಟ್ಟ ಕಾಡೂ ಅಲ್ಲ. ಬರೀ ಪೊದೆ ಮುಳ್ಳುಕಂಟಿಗಳ ಬಂಜರು ಭೂಮಿಯೂ ಅಲ್ಲ. ಹಸಿರೂ ಕಾಡೂ ಪೊದೆಗಳೂ ಅಲ್ಲಲ್ಲಿ ಬಯಲೂ ಕಾಣುತ್ತಿದೆ. ಮಣ್ಣೆಲ್ಲಾ ಒಂದು ರೀತಿ ಜೌಗಿನಂತೆ... ಅಂಟಂಟು.

ಸರೀ ಇಲ್ಲೆಲ್ಲಾದರೂ ವಿಶ್ರಮಿಸಲೇ ಬೇಕು.

ಆ...!!! ಇದೇನು ಯಾವ ವೃಕ್ಷವಿದು?

ಅಶ್ವತ್ಥಂ ಪ್ರಾಹುರವ್ಯಯಂ ಎಂದ ವೃಕ್ಷಪ್ರೇಮಿ ಮಾಧವನಿಗಿಂದು ಮರಗಳ ಪರಿಚಯವೂ ಮರೆತು ಹೋಯಿತೇ? ಹೂಂ... ವಿಧಿ...!

ಯಾವುದಾದರೇನು? ವಿಶಾಲವಾಗಿದೆ... ಎತ್ತರದಲ್ಲಿದೆ... ಯಾರೋ ಪುಣ್ಯಾತ್ಮರು ಬುಡದಲ್ಲಿ ವಿಶ್ರಾಂತಿಗಾಗಿ ಕಟ್ಟೆಯನ್ನೂ ಕಟ್ಟಿಸಿಟ್ಟಿದ್ದಾರಲ್ಲಾ...! ಅಲ್ಲೇ ಹೋಗಿ ಕೂತೋ ಮಲಗಿಯೋ ತುಸು ವಿಶ್ರಮಿಸುತ್ತೇನೆ. ಸಾಧ್ಯವೇ ಇಲ್ಲ. ಕಾಲುಗಳೇಕೋ ವಿಪರೀತ ನೋಯುತ್ತಿವೆ... ಆಹ್! ಎಂದುಕೊಂಡ ಪರಮಾತ್ಮ ಆ ಮಹಾವೃಕ್ಷದ ಮೂಲದಲ್ಲಿರುವ ಸೋಪಾನದಲ್ಲಿ ಅಲ್ಲೇ ಬೆನ್ನು ದೀರ್ಘವಾಗಿಸಿ ಒರಗಿ ಕಾಲುಗಳನ್ನು ನೀಳವಾಗಿ ಚಾಚಿ ಒಮ್ಮೆ ದೀರ್ಘವಾದ ಉಸಿರನ್ನು ಹೊರಚೆಲ್ಲಿದ. ಆಹಾ...!!

ಆ ಕಟ್ಟಿರುವ ಕಟ್ಟೆಯ ಸೋಪಾನಗಳ ಸುತ್ತಲೂ ಕುರುಚಲು ಪೊದೆಗಳು ದಟ್ಟವಾಗಿ ಹಬ್ಬಿದ್ದವು. ಮಂದವಾಗಿ ತಂಗಾಳಿಯೂ ಬೀಸುತ್ತಿತ್ತು. ಮಸಣದ ಉರಿ ಒಡಲೇರಿ ದಣಿದ ಮಾಧವನಿಗೆ ಅದೇಕೋ ಆ ಸಂದರ್ಭ ಬಹಳ ಆಪ್ಯಾಯಮಾನವಾಗಿತ್ತು. ಅಬ್ಬಾ...!

ಅಯ್ಯೋ ಇದೇನು ನನ್ನ ಕಾಲುಗಳನ್ನು ಕಲಿಪುರುಷ ಜಗಿದಂತಿದೆ... ಯಾರಾದರೂ ನನ್ನ ಕಾಲುಗಳಿಗೆ ಪಾದಕ್ಕೆ ಎಣ್ಣೆಸವರಿ ತಿಕ್ಕಿದ್ದರೇ... ಹಹಹಾ ನಕ್ಕ ಪರಮಾತ್ಮ...

ಕಣ್ಣೆದುರಿಗೇ ಮಾತೆ ಯಶೋದೆ ಕೈಯಲ್ಲಿ ಬೆತ್ತ ಹಿಡಿದು ಅಟ್ಟಿಸಿಕೊಂಡು ಬಂದ ಸಂದರ್ಭ ನೆನಪಾಯಿತು...

ಲಾಲಾ... ನಿಲ್ಲೋ ಮಗನೇ... ಎಣ್ಣೆ ಹಚ್ಚಿಬಿಟ್ಟು ಈಗ ಸ್ನಾನ ಮಾಡಿಸುತ್ತೇನೆಂದರೇ... ಇಡೀ ಗೋಕುಲದ ಬೀದಿಬೀದಿಗಳಲ್ಲಿ ಓಡುತ್ತಾ ಕೈಗೇ ಸಿಗದೆ ತಪ್ಪಿಸಿಕೊಳ್ಳುತ್ತೀಯಾ ತುಂಟಾ...! ಇರು ಕೈಗೆ ಸಿಗು ನೀನು...!! ಬಾರೋ ಮರೀ... ಚಿನ್ನೂ ಆಗೊಲ್ಲ ಬಂಗಾರೂ...!! ಈ ತಾಯಿಗೆ ಅದೆಷ್ಟು ಕಷ್ಟ ಕೊಡುತ್ತೀಯೋ ಮಗನೇ...

ಎಂದು ಯಶೋಮತೀ ಅಲವತ್ತುಕೊಂಡು ನಸು ಮಮತೆಯಲ್ಲಿ ತುಸು ಗದರುವ ಸನ್ನಿವೇಶ ನೆನಪಾಗಿ ನಕ್ಕ ಮಾಧವನ ಕಣ್ಣಲ್ಲಿ ಚಿರಕ್ಕೆಂದು ಕಣ್ಣೀರು ಜಿನುಗಿತು...

ಹಹಾ ಅಮ್ಮಾ... ಈಗ ನಿನ್ನ ಮಗ ಎಲ್ಲೂ ಓಡುವುದಿಲ್ಲ ತಾಯೀ... ಓಡಿ ಓಡಿ ದಣಿವಾಗಿ ಬಿದ್ದಿದ್ದೇನೆ ನೋಡು... ಓ ಜನನೀ ಒಮ್ಮೆ ಎಣ್ಣೆ ಹಚ್ಚಿ ಸ್ನಾನ ಮಾಡಿಸೇ... ಮೈಯೆಲ್ಲಾ ಚೇಳು ಕುಟುಕಿದಂತಿದೆ ಮಾತೇ... ಬಾರೇ ತಾಯೀ...

ಮಗುವಿನಂತೆ ಅತ್ತ ಮಾಧವ... ಎತ್ತೆತ್ತಲೋ ವೇದನೆಯಿಂದ ಜೋಲಾಡುತ್ತಿತ್ತು ಪರಮಾತ್ಮನ ಮನ...

ಅದು ಶ್ರೀಕೃಷ್ಣನ ದ್ವಾರಕೆ... ರುಕ್ಮಿಣಿಯ ಅಂತಃಪುರ... ಪರಮಾತ್ಮನನ್ನು ಚಿನ್ನದ ಮಣೆಯ ಮೇಲೆ ಕೂರಿಸಿ ಲವಂಗ ಲವಂಚ ಏಲಕ್ಕಿ ಮುಂತಾದ ಸುಗಂಧದ್ರವ್ಯಗಳನ್ನು ಹಾಕಿ ಕುದಿಸಿದ ಎಣ್ಣೆಯನ್ನು ಬಂಗಾರದ ಬಟ್ಟಲಲ್ಲಿ ಹಾಕಿ ತನ್ನ ಎರಡೂ ಕೈಗಳಲ್ಲಿ ಭಗವಂತನ ಕೈ ಕಾಲುಗಳಿಗೆ ಎಣ್ಣೆ ಹಾಕಿ ಅಕ್ಕರೆಯಿಂದ ತಿಕ್ಕಿ ನಸುನಗುತ್ತಾ ತನ್ನೆರಡೂ ಕೈಗಳಿಂದ ಪರಮಾತ್ಮನ ಮುಖ ಸುಳಿದು ಲಟಕ್ ಚಟಕ್ ಎಂದು ಲಟಲಟನೆ ನೆಟ್ಟಿಗೆ ತೆಗೆಯುತ್ತಾ ಬೆರಳು ಮಡಚಿ ತುಂಟನಗು ಬೀರಿ ಮಾಧವನರಸಿ ರುಕ್ಮಿಣಿಯು ಮುರಾರಿಯ ಗಲ್ಲ ಹಿಂಡುವ ಕಾಲಕ್ಕೇ...

ದಡದಡದಡ ಭಾರವಾದ ಪಾದಗಳಿಂದ ಶಬ್ದ ಮಾಡುತ್ತಾ ಬಿಸಿಯುಸಿರು ಬುಸಬುಸನೆ ಹೊರಚೆಲ್ಲಿ ಸಿಟ್ಟಲ್ಲಿ ಕೆಂಪಾದ ತನ್ನ ಮುದ್ದುಮುಖವನ್ನು ಕೊಂಕಾಗಿಸಿ ಇನ್ನೇನು ಕಟ್ಟೊಡೆದರೆ ಕೊಚ್ಚಿಯೇ ಹೋಗಬೇಕು ಎಂಬ ಭಾವ ಬರುತ್ತಿರುವ ತುಂಬಿದ ಕಣ್ಣಾಲಿಗಳನ್ನು ತೋರಿ ಅವಡುಗಚ್ಚುತ್ತಾ ಬಂದು ಮಾಧವನ ಇದಿರು ನಿಂತಳು ಭಾಮಾ...! ಪಟ್ಟದರಸಿ ಸತ್ಯಭಾಮೆ...!!

'ನೋಡೀ... ನಿಮಗೆ ನಾನು ಬೇಡ ತಾನೇ...? ದಿನವೂ ಇವಳೇ ಎಣ್ಣೆ ಹಚ್ಚಬೇಕೇ...? ಬೇಡ ಬಿಡಿ. ನೀವಿಲ್ಲೇ ಇರಿ. ಮಾತನಾಡಲಾರೆ. ಮೋಸ ನೀವು...' ಎಂದು ಉದ್ವೇಗದಿಂದ ಬಿಕ್ಕಳಿಸಿ ಅಳುತ್ತಾ ಭಾಮೆ ಹೇಳುವಾಗ... ಉಗುಳು ನುಂಗಿ ಪೆಚ್ಚಾದ ಮಾಧವ...

'ರಾಣೀ... ಮುದ್ದೂ... ಹಾಗಲ್ಲ ಬಂಗಾರೀ... ಹೇಗೂ ಈಚೆ ಕಡೆಗೆ ಬಂದೆನಾ... ಅಷ್ಟರಲ್ಲಿ ಈ ರುಕ್ಮಿಣಿ ಒತ್ತಾಯ ಮಾಡಿ ಕೂಡಿಸಿ ಎಣ್ಣೆ ಹಚ್ಚಿಯೇ ಬಿಟ್ಟಳು ಕಣೇ... ಹೋಗಲಿ ಬಿಡು ಚಿನ್ನಾ... ಅದಕ್ಯಾಕೆ ಅಷ್ಟು ಕೋಪ ಗಿಣೀ...! ಇರು... ಸ್ನಾನ ಮಾಡಿ ಅಲ್ಲಿಗೇ ಬರುತ್ತೇನೆ... ರಕ್ತಚಂದನ, ಅಗರುಗಂಧ, ಪನ್ನೀರುಗಳನ್ನೆಲ್ಲಾ ನೀನೇ ನಿನ್ನ ಕೈಯಾರೆ ಹಚ್ಚುವಿಯಂತೆ... ಅಳಬಾರ್ದು ಮುದ್ದಿನ ಮಡದೀ...' ಎಂದು ಸಂತೈಸುವ ಕಾಲಕ್ಕೆ ಪರಮಾತ್ಮ ಹೈರಾಣಾಗಿದ್ದ...!!! ಈ ಸನ್ನಿವೇಶ ಎಣಿಸಿ ಬಿಕ್ಕಿ ಬಿಕ್ಕಿದ ಮಾಧವ...!!

ಹಾ...ಓ ನನ್ನ ನಲ್ಲೆಯರೇ... ಯಾರಾದರೂ ಒಬ್ಬರಾದರೂ ಬನ್ನಿ. ಕಾಲು ಸುಡುತ್ತಿದೆ. ಪಾದ ಮರಗಟ್ಟಿದೆ. ಬೆನ್ನು ತುಂಡಾದಂತಿದೆ. ಕೈಕಾಲೆಲ್ಲಾ ಇನ್ನೇನು ಕಳಚಿ ಬಿದ್ದೇ ಹೋಗುವಂತಿದೆ. ಓ ಭಾಮಾ..ರುಕ್ಕೂ.. ಜಾಂಬವತೀ... ಓ ಮಡದಿಯರೇ... ಯಾರಾದರೂ ಬರಬಾರದೇ...? ಈಗ ಬಂದು ಎಣ್ಣೆ ಹಚ್ಚಿದ್ದರೇ... ಓಹ್... ಇದೆಂಥಾ ಕಾಲನ ಕಟು ಪ್ರತಿಕ್ರಿಯೆ ನನಗೆ! ಅಂದು ಬೇಡವೆಂದರೂ ಎಣ್ಣೆ ಹಚ್ಚಿ ಪ್ರೀತಿ ತೋರಲು ಸಾವಿರಾರು ಜನರಿದ್ದರು!

ಇಂದು?

ಕಾಲದ ಕರೆಗೆ ನನ್ನ ಕಾಲೇನು...? ಯಾರ ಕಾಲಾದರೂ ಅಷ್ಟೇ... ಕಾಲವಾಗಲೇಬೇಕು...!

ಎನ್ನುತ್ತಾ ಅಬ್ಬಾ ಇದೆಂತಹಾ ನೋವು ಆಯಾಸ! ಸ್ವಲ್ಪ ಇಲ್ಲೇ ಒರಗುತ್ತೇನೆಂದು ಎಣಿಸಿದ ಮಾಧವ ಬೆನ್ನನ್ನು ಅಂಗಾತವಾಗಿಸಿ ಮಲಗಿ ಎಡಕಾಲು ಅರ್ಧಮಡಿಚಿ ಅದರ ಮೇಲೆ ತನ್ನ ಬಲಗಾಲನ್ನು ಹೇರಿ ಪಾದಕುಣಿಸುತ್ತಾ ಮಲಗಿ ಯೋಚಿಸುವ ಕಾಲದಲ್ಲಿ!

ಅದೇ ನೇರ ಇಪ್ಪತ್ತು ಹೆಜ್ಜೆ ದೂರದಿಂದ ಸಿಡಿಲಿನಂತೆ ನುಗ್ಗಿ ಬಂತೊಂದು ಬಾಣ! ಬಂದದ್ದೇ ನೇರ ಹೊಕ್ಕಿತು ಮಾಧವನ ಬಲಕಾಲಿಗೆ! ಆ ಶರಾಘಾತಕ್ಕೆ ಮಾಧವನ ಬಲಗಾಲ ಹೆಬ್ಬೆರಳು ಸಿಡಿದು ಚೂರಾಯಿತು. ಅಮ್ಮಾ...!

ಹೃದಯವಿದ್ರಾವಕ ಆಕ್ರಂದನವೊಂದು ಹೊರಟಿತು ಪರಮಾತ್ಮನ ಬಾಯಲ್ಲಿ....!!

ಅಯ್ಯೋ...ಹಾ...!!!

ಅಷ್ಟೇ! ಶರಧಿ ಹತ್ತಾಳೆತ್ತರಕ್ಕೆ ಜಿಗಿಯಿತು! ಯಮುನೆ ಕಾಳಿಂದಿಯರು ಹರಿವನ್ನೇ ಮರೆತು ಸ್ತಬ್ಧವಾದರು! ನಂದಗೋಕುಲಕ್ಕೆ ಸಿಡಿಲು ಬಡಿದಂತಾಯಿತು! ಗೋವರ್ಧನಗಿರಿಯೇ ಅಲ್ಲಾಡಿ ಬುಡಬುಡನೆ ಅದರುತ್ತಾ ಬಂಡೆಗಳೆಲ್ಲಾ ಉದುರಲು ಶುರುವಾಯಿತು! ದ್ವಾರಕೆಗೆ ಖಗ್ರಾಸಗ್ರಹಣದಂತೇ ಹಗಲಿನಲ್ಲೂ ಅಂಧಕಾರ ಕವಿದು ಕತ್ತಲಾಯಿತು! ದ್ವಾರಕೆಯ ಬೀದಿಬೀದಿಗಳೆಲ್ಲಾ ಹೆಂಗಳೆಯರ ಚೀರಾಟ ರೋದನ ಗಗನ ಮುಟ್ಟಿತು... ಕೃಷ್ಣಾ....!!! ಬೆಚ್ಚಿಬಿತ್ತು ಕಾನನ. ಶಾಂತವಾಗಿ ಪ್ರಶಾಂತಿಗಳಂತೆ ತೂಗಿ ನಿದ್ರಿಸುತ್ತಿದ್ದ ಅರಣ್ಯದ ಮಿಕಮೃಗ ಬಾನಾಡಿಗಳೆಲ್ಲಾ ಎದ್ದು ಬಿದ್ದು ತಡಬಡಿಸಿಹೋದವು.

ಕಾರಣ. ಜಗನ್ನಿಯಾಮಕನ ಬಾಯಿಂದ ಹೊರಹೊಮ್ಮಿದ ಅಮ್ಮಾ... ಎಂಬ ಮಾನವತೆಯ ಮೊದಲ ಪದ...!!

ಜಗತ್ತಿನ ತಾಯಿ ಎಂಬ ಶಬ್ದದೊಳಗೆ ಯಾವೆಲ್ಲಾ ಸ್ತ್ರೀಕೋಟಿಗಳು ಸೇರಲ್ಪಡುತ್ತಾವೋ ಆ ಎಲ್ಲಾ ಮಮತೆಯ ಹೃದಯಗಳು ತಲ್ಲಣಿಸಿ ತಳಮಳಿಸಿಹೋದವು...!!

ಎರಡೂ ಕೈಯಲ್ಲಿ ತನ್ನ ಪಾದವನ್ನು ಒತ್ತಿಹಿಡಿದು ಛಿಲ್ಲನೆ ಚಿಮ್ಮುತ್ತಿದ್ದ ರಕ್ತವನ್ನು ತಡೆಯಲಾರದೇ ಹಾಗೇ ಪಾದ ಭೇದಿಸಿದ ಬಾಣಮೂಲವನ್ನೂ ಕೀಳಲಾಗದೇ ಒದ್ದಾಡಿದ ಮಾಧವ...!!

ಛಂಗನೆ ಪೊದೆಯ ಹಿಂದಿನಿಂದ ಕುಪ್ಪಳಿಸಿ ಹಾರಿ ಬಂತೊಂದು ಜೀವ...

ಬಗಲಿನಲ್ಲಿ ಬಿದಿರು ಬಾಗಿಸಿ ಬಳ್ಳಿಯಿಂದ ಬಿಗಿದ ಬಿಲ್ಲು... ಸಣ್ಣ ಪ್ರಮಾಣದ ಬತ್ತಳಿಕೆಯಲ್ಲಿ ಬರೀ ತೆಳುವಾಗಿದ್ದು ಗಟ್ಟಿಯಾಗಿ ಚೂಪಾಗಿರುವ ಖದಿರ ಮರದಿಂದ (ಕಾಚ್... ಖದಿರ... ಕಚ್ಚ್...) ಮಾಡಿದ ಕೆಂಪಾದ ಉದ್ದುದ್ದ ಕಡ್ಡಿಗಳು...

ತುದಿಯಲ್ಲಿರುವ ಲೋಹದ ಮೊಗುತಿಗೆ ಹಸಿರು ಬಣ್ಣದ ಲೇಪವಿತ್ತು...!!!

ಉಟ್ಟದ್ದು ಜಿಂಕೆ ಚರ್ಮ... ಎದೆಯ ಮೇಲೆ ಪ್ರಾಣಿಪಕ್ಷಿಗಳ ಉಗುರಿನ ಹಾರ... ತಲೆಯ ಮೇಲೊಂದು ಮರಕುಟಿಗನ ಗರಿ... ದೈತ್ಯದೇಹ... ಮುಖ ಖಡ್ಗಮೃಗದಂತೆ ಗಂಟು ಗಂಟು...!!! ಬಾಹು ಕಟಿ ನಡು ತೋಳು ತೊಡೆಗಳೆಲ್ಲಾ ಆನೆಯದ್ದೋ ಎಂಬ ಭಾವ ಬರುತ್ತಿರುವಂತೆ... ಒಟ್ಟಿನಲ್ಲಿ ಭೀಷಣ ಕಾಯವೊಂದು ನೆಗೆದು ಹಾರಿ ಓಡೋಡಿಬಂದು ಶ್ರೀಕೃಷ್ಣಪಾದಮೂಲದಲ್ಲಿ ಧೊಪ್ಪನೆ ಬಿದ್ದಿತು...

'ಒಡೆಯಾ... ಅಯ್ಯೋ ನನ್ನ ದೇವ್ರೇ...'

ಗಳಗಳನೆ ಅಳಲು ಪ್ರಾರಂಭಿಸಿದ ಕಾಡುಕಿರಾತ...

'ಒಡೆಯರೇ... ತಪ್ ತಪಾಯ್ತು ದಣೀ... ಅಯ್ಯೋ ಎಂಥಾ ಕೆಲಸ ಮಾಡಿಬಿಟ್ಟೆ...'

ಎಂದವನೇ ಮಾಧವನ ಕಾಲಿನೆದುರು ಅಡ್ಡಬಿದ್ದು ನಮಿಸಿ ಹೊರಳಾಡಿದ ಬೇಡ...

ಇತ್ತ ನೋವು ಚರಮಸೀಮೆ ಮುಟ್ಟಿತ್ತು ಮಾಧವನಲ್ಲಿ...

ಬಾಣದ ಅಂಚಿಗೆ ಸವರಿದ್ದ ವಿಷ ರಕ್ತದೊಳಗೆ ಬೆರೆತು ಮೈಯೆಲ್ಲಾ ಸಹಿಸಲಸಾಧ್ಯ ಉರಿಯೆದ್ದಿತ್ತು... ನೋವನ್ನೂ ಭರಿಸಲಾಗದೇ ಬಾಣವನ್ನೂ ಕೀಳಲಾಗದೆ ಮಾಧವ ಒದ್ದಾಡುತ್ತಿದ್ದ.

'ಒಡೆಯಾ ಇರಿ... ನೋವಾಗುತ್ತಿದ್ದೆಯೇ...? ಈ ಕ್ಷಣ ಕಿತ್ತು ಬಿಸಾಡುತ್ತೇನೆ ಅಂಬನ್ನು...! ನಾವು ಕೆಳಜಾತಿಯವರು ದಣೀ... ನಿಮ್ಮನ್ನು ಮುಟ್ಟಬಹುದೇ ದೇವ್ರೇ...?'

ಮುಗ್ಧನಾಗಿ ವ್ಯಾಧ ಕೇಳುವಾಗ ಆ ನೋವಿನಲ್ಲೂ ಮಾಧವನ ಕಣ್ಣಂಚಿನಲ್ಲಿ ಮಿಂಚು... ತುಟಿಯಂಚಿನಲ್ಲಿ ನಗುವೊಂದು ಹರಿದು ಸರಿದು ಹೋಯಿತು... ಹಾಲು ಕುಡಿಯುವಾಗ ಪೂತನಿಯ ಜಾತಿ ಕೇಳಲಿಲ್ಲ... ಬೆವರಿನಲ್ಲೇ ನೆನೆದು ಉಪ್ಪುಪ್ಪಾದ ಅವಲಕ್ಕಿಯನ್ನು ಭಾಮೆಯೂ ತಾನೂ ಜಗಳವಾಡಿಕೊಂಡು ಸವಿಯುವಾಗ ಸುಧಾಮನ ಜಾತಿ ಅಂತಸ್ತು ನೋಡದವನಿಗೆ ಸಾವಿನಲ್ಲಿ ಜಾತಿಯೇ?

ಪದ್ಭ್ಯಾಂ ಶೂದ್ರೋ ಅಜಾಯತ... ಹಹಾ... ಈ ವಾಕ್ಯಕ್ಕೆ ಸರಿಯಾದ ವಿಮರ್ಶೆ ಇಂದು... ನಕ್ಕ ಮಾಧವ...

'ಮಗೂ ಈ ನೋವನ್ನು ತಾಳೆನಾರೆಪ್ಪಾ... ಏನಾದರೂ ಮಾಡಿ ಮಾಡಿ ಈ ನೆಟ್ಟ ಬಾಣವೊಂದನ್ನು ಕೀಳಲಾರೆಯಾ. ವ್ಯಾಧನೇ...?'

ಮುಖ ಕಿವುಚಿ ರಕ್ತಕಾರುವ ಕಾಲನ್ನು ಒತ್ತಿ ಹಿಡಿದು ಬೇಡನಲ್ಲಿ ಬೇಡಿದ ಮಾಧವ...

'ಅಯ್ಯೋ ದೇವಾ... ಬಂದೇ ದಣೀ... ಬಂದೆ ಒಡೆಯಾ... ಇಗೋ ಇಗೋ ಎಲ್ಲಿ ಕಣ್ಮುಚ್ಚಿ ನನ್ನ ದೇವ್ರೇ ಒಂದೇ ಕ್ಷಣ' ಎನ್ನುತ್ತಾ ರಭಸದಿಂದ ಬೇಡ ನೆಟ್ಟ ಬಾಣವನ್ನು ಕಿತ್ತಾಗ ಮತ್ತಷ್ಟು ಹಾರಿದ ರಕ್ತಕ್ಕೆ ಪರಮಾತ್ಮ ಬಸವಳಿದು ಅಲ್ಲೇ ಕಿರಾತನ ತೊಡೆಯ ಮೇಲೆ ಒರಗಿದ...

ಗಳಗಳನೆ ಅತ್ತ ಬೇಡ...

'ಅಯ್ಯೋ ನಾನೆಂಥಾ ಕಡುಪಾಪಿ... ಇನ್ನೆಂಥಾ ನೀಚನಿರಬೇಕು... ದೇವರಿಗೇ ದ್ರೋಹಮಾಡಿದ ದುರುಳ ನಾನು... ದೇವರ ಕಣ್ಣಲ್ಲಿ ರಕ್ತ ಹರಿಸಿದ ರಾಕ್ಷಸ ನಾನು... ದೇವ್ರೇ ಕೊಂದು ಬಿಡಿ ನನ್ನ... ನಾನು ಬದುಕಿರಲೇ ಬಾರದು' ಎಂದೆಲ್ಲಾ ಬಡಬಡಿಸುತ್ತಿದ್ದ ಬೇಡ...

ಇತ್ತ ಮಾಧವ... 'ಓ ವ್ಯಾಧನೇ ಸ್ವಲ್ಪ ನೀರು ಕುಡಿಸುತ್ತೀಯಾ ಮಗೂ. ಬಹಳ ದಾಹವಾಗುತ್ತಿದೆ ಕಣೋ' ಎಂದ.

ಬೇಡನ ಕರುಳೇ ಕಿವುಚಿಹೋಯಿತು... ಆ ಯಾಚನೆಗೆ...

ಕೂಡಲೇ ಸೊಂಟಕ್ಕೆ ಕಟ್ಟಿಕೊಂಡಿದ್ದ ಚರ್ಮದ ಚೀಲ ತೆಗೆದು ಬಿಡಿಸಿ ಅದರಲ್ಲಿದ್ದ ನೀರನ್ನು ಪರಮಾತ್ಮನ ಬಾಯಿಗೆ ಸುರಿದು ಮುಖದ ಮೇಲೆ ನಾಲ್ಕು ಹನಿ ಸಿಂಪಡಿಸಿದಾಗ...

'ಆಹಾ... ಮರೀ ನಿನ್ನ ಹೆಸರೇನಪ್ಪಾ' ಎಂದು ಕೇಳಿದ ಮಾಧವ...

'ಒಡೆಯಾ ನಮ್ದೆಲ್ಲ ಏನೆಸ್ರು ಹೇಳಿ ಒಡೆಯಾ. ಕರಿತಾರೆ ಜರು ಜರಿ ಜರ ಅಂತೆಲ್ಲಾ... ಒಬ್ಬೊಬ್ರು ಒಂದೊಂದ್ ಥರ... ಒಡೆಯಾ...'

ಜರಾ... ಹಹಹಹಹಾ... ಮುಪ್ಪರಿಯದ ಮಾಧವಗೆ ಮುಪ್ಪಿನಿಂದ ಸಾವು... ಎಲ್ಲರಂತೆ ಮುಪ್ಪಡರಿಯಲ್ಲ...!! ಮುಪ್ಪೆಂಬ ಹೆಸರಿಟ್ಟುಕೊಂಡ ವ್ಯಾಧನಿಂದ ಅವಿನಾಶಿ ಮಾಧವಗೆ ಸಾವು... ಈ ಜಗತ್ತೇ ಮುಪ್ಪಿನಿಂದ ಸಾಯುವುದಾರೆ ನಾನು ಮುಪ್ಪೇ ಅರಿಯದೆ ಜರಾ ಎಂದು ಹೆಸರಿಸಿಕೊಂಡ ವ್ಯಾಧನಿಂದ ಮುಪ್ಪಾಗಿ ಸಾಯುತ್ತಿದ್ದೇನೆ... ಹಹಾ...

***

ಈಗ ಈ ಕಥಾನಕ ತಿರುವು ಪಡೆಯುವ ಸಮಯ... ಹೇಗೆ...? ಎಲ್ಲಿ...? ಎಂಬುದೆಲ್ಲಾ ಓದುತ್ತಾ ತಮಗೇ ಅರಿವಾಗುತ್ತದೆ... ಮಿತ್ರರೇ... ಶ್ರೀಕೃಷ್ಣ ಹೇಗೆ ಜನಾನುರಾಗಿಯೋ ಸರ್ವರಿಗೂ ವಂದ್ಯ ಹೇಗೋ ಹಾಗೇ ಕೆಲವೊಂದಿಷ್ಟು ಅಪವಾದಗಳಿಗೂ ಪಾತ್ರನೇ ಹೌದು...! ಇದರಲ್ಲಿ ರಾಧಾಕೃಷ್ಣರ ಪ್ರಣಯ... ಹದಿನಾರು ಸಾವಿರ ಮಡದಿಯರ ವಿಚಾರ... ಕರ್ಣನಲ್ಲಿ ನಡೆಸಿದ ವ್ಯವಹಾರ... ದ್ವಾರಕೆಯ ನಿರ್ಮಾಣದ ಉದ್ದೇಶ... ಹೀಗೆ ಕೆಲವೊಂದು ವಿಚಾರಗಳಲ್ಲಿ ಮಾಧವನ ಮೇಲೊಂದಿಷ್ಟು ವಿಚಾರಪ್ರಪಂಚದ ಕುಹಕವಿದೆ...! ಇಲ್ಲಿ ಈ ಎಲ್ಲಾ ಕುಹಕಗಳಿಗೆ ಸ್ವತಃ ಮಾಧವನ ಬಾಯಲ್ಲೇ ಉತ್ತರ ಬರಲಿದೆ ಸ್ವಗತದ ಮೂಲಕ...!

ಮಾಧವನ ಮೇಲಿರುವ ಅಪವಾದ ಗಳಿಗೊಂದು ಇತ್ಯರ್ಥ ಮಾಡಲು ನನ್ನಿಂದ ಸಾಧ್ಯವೇ ಎಂದು ಯೋಚಿಸಿ ಬರೆಯಲು ಪ್ರಯತ್ನಿಸುತ್ತೇನೆ...

ಈಗ ಮಾಧವನತ್ತ ನಮ್ಮ ಚಿತ್ತ...

***

'ಓ ಜರನೇ ಯಾಕಪ್ಪಾ ಗೋಳಾಡುತ್ತಿರುವೆ...? ಇಷ್ಟಕ್ಕೂ ನೀನು ಮಾಡಿದ ಅಪರಾಧವೇನು ಹೇಳು...?'

'ದೇವ್ರೇ ಈ ಪೊದೆಯಿಂದ ಆಚೆಗೆ ಬಾಣ ಹೂಡಿ ನಿಂತಿದ್ದೆ...! ಪೊದೆಗಿಡಗಳು ಚಲಿಸಿದಂತಾಗಿ ಮೊಲವೋ ಜಿಂಕೆಯೋ ಇರಬೇಕೆಂದು ಬಗೆದು ಎಳೆದು ಹೊಡೆದೆ ಜೀಯಾ... ಅದು ನಿಮ್ಮ ಕಾಲೇ ಎಂಬ ವಿಚಾರ ಗೊತ್ತಾಗಲಿಲ್ಲ ದಣೀ... ನನ್ನನ್ನು ಕ್ಷಮಿಸಿ ದೊರೇ...' ಅಳುತ್ತಾ ಬೇಡ ಗೋಳಾಡಿದ. 'ಇರಿ ಇರಿ ದೇವ್ರೇ...' ಎಂದವನೇ ಛಂಗನೆ ಹಾರಿ ಎಲ್ಲೋ ಅದೃಶ್ಯನಾದ. ಎರಡು ಮೂರುಕ್ಷಣದಲ್ಲಿ ಕೈತುಂಬಾ ಹತ್ತಾರು ಬಗೆಯ ಸೊಪ್ಪುಗಳನ್ನು ಬೇರು ಗಡ್ಡೆಗಳನ್ನೂ ಹುಡುಕಿ ತಂದಿದ್ದ.

'ದೇವ್ರೇ ಅರೆಘಳಿಗೆ ಸಾವರಿಸಿಕೊಳ್ಳಿ... ಈ ವಿಷಹರ ಬೇರುಗಳನ್ನು ಅರೆದು ಹಚ್ಚುತ್ತೇನೆ... ಉರಿಯ ಶಮನಕ್ಕಾಗಿ ಸೊಪ್ಪರೆದು ಇಡೀ ಕಾಲಿಗೆ ಹಚ್ಚಿ ನಂತರ ಈ ಬೇರನ್ನು ಅರೆದು ಕುಡಿಸಿದರೆ ಹೆಚ್ಚೆಂದರೆ ನಾಲ್ಕಾರು ಘಳಿಗೆ ದೊರೆ... ಸಂಜೆಯೊಳಗಾಗಿ ಎಂದಿನಂತಾಗುತ್ತೀರಿ ತಾವು' ಎಂದವನೇ ಸೊಪ್ಪರೆಯಲು ಪ್ರಾರಂಭಿಸಿದ.

ಮಾಧವನ ಮೈಯೆಲ್ಲ ಕಡು ಹಸಿರಾಗಲು ಪ್ರಾರಂಭವಾಯಿತು... ಮೈ ಮುಟ್ಟಿ ನೋಡಿದರೆ ನಿಗಿನಿಗಿ ಕೆಂಡದಂತೆ ಸುಡುತ್ತಿತ್ತು...

ಇಷ್ಟಾಗಿಯೂ ವ್ಯಾಧನ ಮಾತು ಕೇಳಿ ನಗು ಬಂತು ಮಾಧವನಿಗೆ...

'ಮರೀ, ಯಾರು ಯಾರಿಗೆ ವಿಷಹರ ಬೇರು ಕುಡಿಸುತ್ತೀಯೋ? ಗಾಂಧಾರಿ ಒಡಲುರಿಗೆ ಯಾವ ಔಷಧಿ ಇದೆ ಹೇಳು? ಕಂಸಾದಿ ದುಷ್ಟಕೂಟ ಶಿಶುಪಾಲಾದಿ ಶತ್ರುಕೂಟ... ಸುಯೋಧನಾದಿ ಮೂರ್ಖಕೂಟ... ಕರ್ಣಾದಿಗಳ ಹೊಟ್ಟೆಯೊಳಗಿನ ನಂಜು... ನನ್ನ ಕಡೆಗಿರುವ ಇವರೆಲ್ಲರ ವಿಷ ಇಳಿಸಲು ಸಾಧ್ಯವೇ ಮಗೂ... ಇವರೆಲ್ಲರೂ ವಿಷ ಕಕ್ಕಿ ಮುಂದೆ ನಡೆದರು... ಈಗ ಆ ವಿಷ ನನ್ನ ಜೀವ ಹಿಂಡಿದೆ ಮರೀ.

ವ್ಯಾಧನೇ ನಿನ್ನ ಹೆಸರಿನ ಮತ್ತೊಬ್ಬ ನನ್ನನ್ನು ಕೊಲ್ಲಲು ಹತ್ತಾರು ಬಾರಿ ಬಂದ... ಆದರೆ ಅವನ ಪ್ರಯತ್ನಕ್ಕೆ ಕೊನೆಗೆ ಅವನೇ ಬಲಿಯಾದ... ಆದರೆ ಆ ಜರಾಸಂಧನಿಗೊಲಿಯದ ಪ್ರಶಸ್ತಿ ಈ ಜರನಿಗೆ ಸಂದಿತು ಕಂದಾ... ಭಲೇ...

ಎಷ್ಟು ಜನರೋ ನನ್ನ ಸಾವಿನ ಕನಸು ಕಂಡವರು... ಸಹಸ್ರ ಸಹಸ್ರ ಮಂದಿ ನನ್ನ ಸಾವಿಗಾಗಿ ಹಗಲಿರುಳೂ ಒದ್ದಾಡಿದರೆ ನೀನು ಮಾತ್ರ ಒಂದೇ ಬಾಣದಲ್ಲಿ ಈ ಮಾಧವನ ಅಂತಿಮ ನುಡಿ ಬರೆಸಿಬಿಟ್ಟೆ ಕಣೋ... ಭಲೇ...'

'ಅಯ್ಯೋ ದಣೀ ಒಡೆಯಾ ಹಾಗೆನ್ನದಿರಿ... ನಿಮ್ಮನ್ನು ನಾನು ಕೊಲ್ಲುವುದೇ...? ಇಲ್ಲ ದೇವ್ರೇ ಸರ್ವಥಾ ಅಪರಾಧವಾಯಿತು... ದಮ್ಮಯ್ಯ ನನ್ನ ಮನ್ನಿಸು ಭೂಮಿಯ ಮೇಲಿನ ಕಾಣುವ ದೇವ್ರೇ...'

ಸೊಪ್ಪು ಅರೆದು ಹಚ್ಚಿ ಬಳ್ಳಿಗಳಿಂದ ಇಡೀ ಪಾದವನ್ನು ಕಟ್ಟಿದ್ದ ವ್ಯಾಧ... ಆದರೂ ಆ ಪಾದ ಈ ಎಲ್ಲಾ ಔಷಧಿಗಳಿಗೆ ಒಂಚೂರೂ ಸ್ಪಂದಿಸದೇ ಬಿದಿಗೆಯ ಚಂದ್ರಮನಂತೆ ಬಿರಿಯುತ್ತಿತ್ತು. ಅದು ಬಿರಿದಾಗಲೆಲ್ಲಾ ಮಾಧವ ನೋವಿನ ಸೆಳೆತದಿಂದ ನಂಜಿನ ಕ್ಷಾರಗುಣಗಳಿಂದ ಒದ್ದಾಡಿ ನರಳಿ ಬಸವಳಿದು ಬಿಟ್ಟಿದ್ದ.

ಇತ್ತ ಈ ವ್ಯಾಧನಿಗೋ ಬಹಳ ಆಶ್ಚರ್ಯ... ಬರೀ ಕಾಲು ಬೆರಳಿಗೆ ಹೊಡೆದ ಬಾಣಕ್ಕೆ ಜೀವ ಹೋಗುವುದೆಂದರೇನು? ಹಚ್ಚಿದ ಕುಡಿಸಿದ ಔಷಧಿಗಳು ಯಾವುವೂ ಸ್ವಲ್ಪವೂ ಕೆಲಸ ಮಾಡುವುದಿಲ್ಲ ಎಂದರೆ ಏನರ್ಥ?

ಈ ಬೇಡನ ಗೊಂದಲ ಮಾಧವನಿಗೆ ಅರಿವಾಗಿ ನಸುನಕ್ಕ ಮಾಧವ! ಕಾಲಿಗೆ ಹೊಡೆದ ಬಾಣ ಪರಿಕಿಸುತ್ತಾ...

'ಮರೀ... ಈ ಬಾಣ ಎಲ್ಲಿ ಸಿಕ್ಕಿತೋ ಕಂದಾ...?' ಎಂದು ಕೇಳಿದ.

'ದಣೀ ಅದು ಇಲ್ಲೇ ಹತ್ತಿರದ ಪ್ರಭಾಸ ದ್ವಾರಕೆ ವೃಂದಾವನಗಳು ಕೂಡುವ ಗಡಿ ಅರೆ ಬಂಜರು ಪ್ರದೇಶ ಇದೆಯಲ್ಲಾ ಒಡೆಯಾ... ಅಲ್ಲಿಯದು... ಅಲ್ಲಿ ಈ ಕೆಂಪಾದ ಖದಿರ ಮರಗಳು ಬಹಳ ಬೆಳೆಯುತ್ತವೆ... ಆ ಮರ ಬಹಳ ಗಟ್ಟಿ ದಣೀ... ಸೀಸದಂತೆ... ಅದಕ್ಕಾಗಿ ಆ ಮರದ ಕಡ್ಡಿಗಳನ್ನು ಬಾಣಕ್ಕಾಗಿ ಈ ಪ್ರದೇಶದ ಜನರೆಲ್ಲ ಬಳಸುತ್ತಾರೆ ಒಡೆಯಾ..

***

ಖದಿರ ಮರಕ್ಕೆ ಭಾರತದ ಬೇರೆ ಬೇರೆ ಕಚ್-ಕಾಚ್ ಎಂದೆಲ್ಲಾ ಸಂಬೋಧಿಸ ಲಾಗುತ್ತದೆ. ನಾನೀಗ ಹೇಳುತ್ತಿರುವ ಗುಜರಾತಿನ ಮಾಧವನ ಅಂತ್ಯದ ಸ್ಥಳಕ್ಕೆ ಹಾಗೂ ಆ ಪರಿಧಿಗೆ ಕಚ್ಛ್ ಎಂಬ ಹೆಸರಿದೆ. ಚೋದ್ಯವೆಂದರೆ ಇಂದಿಗೂ ಆ ಪ್ರದೇಶಗಳಲ್ಲಿ ಹುಡುಕಿದರೆ ಹೆಚ್ಚು ಕಾಣಸಿಗುವುದು ಖದಿರ ವೃಕ್ಷವೇ...

ಹೀಗೊಂದು ವಿಚಾರ ಮನದೊಳಗೆ ತಾಳೆಯಾದಾಗ ನಮ್ಮ ಪುರಾತನ ಕೃತಿಗಳಿಗೂ ಪ್ರದೇಶಗಳಿಗೂ ಇರುವ ಸಂಬಂಧ ನೆನೆದು ಹೃದಯ ಭಾರವಾಯಿತು. ಆದರೆ ಇದ್ಯಾವುದನ್ನೂ ಅಧ್ಯಯನ ಮಾಡದೆ ದ್ವಾರಕೆಯೇ ಸುಳ್ಳು... ಶ್ರೀಕೃಷ್ಣ ಹುಟ್ಟಿದ್ದೇ ಸುಳ್ಳೆನ್ನುವವರಿಗೆ ಏನು ಹೇಳಬೇಕು ಹೇಳಿ...? ಇನ್ನೂ ಹೀಗಿರುವ ಅನೇಕ ವಾಸ್ತವದ ವಿಚಾರಗಳಿಗೆ ಮಾಧವನನ್ನು ಬಳಸಿಕೊಳ್ಳುತ್ತೇನೆ ನಾನು...

***

ಇತ್ತ ನಕ್ಕ ಮುರಾರೀ... 'ಮರೀ ಈ ಬಾಣದ ತುದಿಗೆ ಕಟ್ಟಿರುವ ಚೂಪಾದ ಲೋಹದ ಚೂರು ಈ ಪ್ರದೇಶದ್ದಲ್ಲವಲ್ಲ...! ಎಲ್ಲಿ ಸಿಕ್ಕಿತೋ ಮಗೂ ಇದೂ...?'

'ದೇವ್ರೇ ಸಮುದ್ರತೀರದಲ್ಲಿ ಆಡುತ್ತಿದ್ದ ಮಕ್ಕಳು ತಂದು ಕೊಟ್ಟರು ಒಡೆಯಾ...'

ಹಹಾ... ಭಲೇ ದೂರ್ವಾಸ... ಲೋಹದ ಒನಕೆ... ಗಾಂಧಾರಿಯ ನಂಜುಗಣ್ಣಿನ ಶಾಪ... ತ್ರೇತೆಯ ಮಂಗ ವಾಲಿಯ ಅಸಹಾಯಕತೆ... ಇವೆಲ್ಲಾ ಒಟ್ಟಾಗಿಸಿ ಈ ಮಾಧವನ ಅವತಾರ ಮುಗಿಸಲು ಅವಸರವೇ ಕಲೀ...?

ಅಳುತ್ತಿದ್ದ ವ್ಯಾಧ ಜರನನ್ನು ಸಮಾಧಾನ ಪಡಿಸಿದ ಮಾಧವ. ಮಗೂ ನೀನು ಕಾರಕ ಮಾತ್ರ ಕಣೋ...ಇದಕ್ಕೆ ಸೂತ್ರ ನಾನೇ... ನೆನಪುಮಾಡಿಕೋ... ಯಾರು ಹೇಳು ನೀನು ಎಂದು ಬೇಡನ ತಲೆ ನೇವರಿಸಿದ ದೇವ... ಕಣ್ಕಟ್ಟಿದಂತಾಗಿ ಅಲ್ಲೆ ಬೀಳಲು ಹೊರಟ ಬೇಡನನ್ನು ಹಾಗೇ ಆಲಂಗಿಸಿದ ಮಾಧವ...

'ವಾಲೀ... ನೆನಪಾಯಿತೇನೋ? ಅಂದು ನೀನು ಕೇಳಿದ ಪ್ರಶ್ನೆ ಜ್ಞಾಪಿಸಿಕೋ. ರಾಮಚಂದ್ರ... ಜಗ ಕಾಯುವ ದೇವ ನೀನು. ಬೆಂಗಡೆಯಲ್ಲಿ ನಿಂತು ನನಗರಿವಾಗದಂತೆ ಬಾಣ ಪ್ರಯೋಗಿಸಿ ನನ್ನನ್ನು ಕೊಲ್ಲುವ ಅಗತ್ಯವೇನಿತ್ತು... ದೇವನಿಗೂ ಈ ಮೋಸದ ಹಂಗೇಕೆ...? ಎಂದು ಕೇಳಿದಾಗ ಅಂದಿನ ರಾಮನಾಗಿ ಒಂದು ಮಾತನ್ನು ಹೇಳಿದ್ದೆ ಇಂದ್ರಾಂಶಕನೇ... ನೆನಪು ಮಾಡಿಕೋ... ವಾಲೀ ಮುಂದೊಂದು ದಿನ ನಾನೂ ಹೀಗೇ ಅರಿವಾಗದೇ ಬಾಣ ಹೊಡೆಸಿಕೊಳ್ಳಬೇಕಾಗಿದೆ... ಅಂದು ಒಂದು ಯುಗದ ಅಂತ್ಯವಾಗಲಿದೆ ವಾಲೀ... ಆ ಕೆಲಸ ನೀನೇ ಮಾಡಲಿದ್ದೀಯಾ... ಆಗ ನಿನ್ನ ಕೈಯಲ್ಲಿ ಸಾಯುವವ ಸ್ವತಃ ನಾನೇ... ನಂತರ ನಿನ್ನ ಭುವಿಯ ಮೇಲಿನ ಜನ್ಮಗಳ ಪರದೆ ಕಳಚಿ ನೇರ ಜ್ಯೋತಿರ್ಲೋಕಕ್ಕೆ ಮರಳಬಹುದು ನೀನು... ಎಂದಿದ್ದೆ ನಾನು ನೆನಪಾಯಿತೇ ಬೇಡನೇ...'

ಗಡಗಡಿಸಿ ಗಳಗಳನೆ ಅತ್ತು ಬೆಪ್ಪಾದ ಬೇಡ...

'ದೇವಾ... ಇದೇನಿದು...ಹೀಗೆ ವಿಕಾರವಾಗಿ ಸಾಯುವುದಾದರೆ ಹುಟ್ಟಿದ್ದು ಯಾಕೆ...? ಈ ಅವತಾರ ಯಾಕೆ...? ಈ ದೇವನೆಂಬ ಹೆಸರೇಕೆ ದೇವ್ರೇ...?'

ನಗುತ್ತಾನೆ ಮಾಧವ...

'ಮಗೂ ಹೇಗೂ ಸಾವು ಸನಿಹದಲ್ಲಿದೆ ನನಗೆ... ಅದು ಬರುವ ಒಳಗಾಗಿ ಹಲವು ಜನರನ್ನು ಮಾತಾಡಿಸಿ ಹೋಗಬೇಕು ನನಗೆ... ಮೊದಲು ನಿನ್ನಲ್ಲೇ ಮಾತನಾಡುತ್ತೇನೆ ಕಂದಾ... ಇಗೋ ನಿನ್ನ ತೊಡೆಯ ಮೇಲೆ ಒರಗಿದ್ದೇನೆ... ಆಹಾ... ಈ ನವಿಲುಗರಿಯ ಬೀಸಣಿಗೆಯ ಗಾಳಿ ಅದೆಷ್ಟು ಹಿತವೋ ಬೇಡನೇ... ಬಹಳ ಸಂತೋಷವಾಯಿತು ಕಣೋ... ಜರಾ... ಈ ದೇವನೆಂಬ ಹೆಸರಿನ ಹಂಗೇಕೆ...? ಎಂದು ಕೇಳಿದೆಯಲ್ಲಾ... ಹೇಳುತ್ತೇನೆ... ನೀನು ಕಣ್ಮುಚ್ಚಿ ಕೂರು... ನಿನ್ನ ಒಳಗಣ್ಣಿಗೆ ಒಂದಿಷ್ಟು ಸ್ಥಳ... ಪ್ರದೇಶ... ವ್ಯಕ್ತಿಗಳನ್ನು ತೋರುತ್ತೇನೆ... ಆಗ ನನಗೇಕೆ ದೇವನೆಂಬ ಪಟ್ಟ ಎಂಬುದು ಅರಿವಾಗಬಹುದು ನಿನಗೆ... ಸರೀನಾ ಮಗೂ...?'

'ಆಯಿತು ಒಡೆಯಾ... ತಾವು ಹೇಳಿದಂತೆ...' ಬೇಡ ಕಣ್ಮುಚ್ಚಿ ಕುಳಿತ.

'ದ್ವಾರಕೆ ಗೊತ್ತಿದೆಯಾ ಮಗೂ...?' ಕೇಳಿದ ಮಾಧವ...

ಬೇಡ ಕಣ್ಮುಚ್ಚಿ ಮೆಲ್ಲ 'ಹೂಂ' ಎಂದ... 'ಅಗೋ ಪ್ರಶಾಂತ ಶರಧಿ ಮಧ್ಯದಲ್ಲಿ ಚಚ್ಚೌಕವಾಗಿ ಕಟ್ಟಿಸಿಕೊಂಡು ಕೋಟಿ ಚಂದ್ರಮರನ್ನು ಕಟ್ಟಿ ಹಾಕಿ ಆ ಬೆಳಕಲ್ಲಿ ಬೆಳಗುತ್ತಿದೆಯೋ ಎಂದು ಭಾಸವಾಗುತ್ತಿರುವ ನಾಲ್ಕೂ ಕಡೆಗಿರುವ ಮಹಾದ್ವಾರಗಳಿರುವ ಜಗತ್ತಿನ ಎಲ್ಲಾ ರತ್ನ ವಿಚಾರ ಭಾಷೆ ಕಲೆ ಸಾಹಿತ್ಯ ದವಸ ಧಾನ್ಯ ವ್ಯಕ್ತಿ ವಿಶೇಷಗಳನ್ನು ತನ್ನತ್ತ ಸೆಳೆದು ಇವೆಲ್ಲವನ್ನು ಈ ಮಹಾದ್ವಾರಗಳಲ್ಲೇ ಆಪ್ತವಾಗಿ ಬರಮಾಡಿಕೊಂಡ ಭೂಜಗಮೊಗದ ಅಮರಾವತೀ... ಅಲ್ಲ ಅದು ಶ್ರೀಕೃಷ್ಣನ ದ್ವಾರಾವತೀ...'

'ಮಗೂ...!'

ಆಪ್ತದನಿಯಲ್ಲಿ ಬೇಡನ ಕಾಲಮೇಲೆ ಒರಗಿ ಕರೆದ ಮಾಧವ.. ಆ ಕೂಗಿಗೆ ವೃಕ್ಷರಾಶಿಗಳ ಶಿಖರಗಳಲ್ಲೆಲ್ಲೋ ಕಳೆದು ಕುಳಿತಿರುವ ಕಾಜಾಣಾದಿ ಪಕ್ಷಿಸಂಕುಲಗಳೆಲ್ಲ ತಮ್ಮನ್ನೇ ಮಾಧವ ಕರೆದನೆಂಬಂತೆ ತಿಳಿದು ಓ... ಎಂದವು.

ಒಮ್ಮಿಂದೊಮ್ಮೆಲೇ ವಾತಾವರಣವೆಲ್ಲ ಪ್ರಾಣಿಪಕ್ಷಿಗಳ ಕಲರವಕ್ಕೆ ಮಾರ್ದನಿಸುತ್ತಿರಲು ವೃಕ್ಷರಾಜಿಗಳೆಲ್ಲಾ ಹೊಯ್ದಾಡಿ ತೂಗಿದಾಗ ಬೀಸಿದ ತಂಗಾಳಿಯಿಂದ ನವವಸಂತವೇ ಆವಿರ್ಭವಿಸಿ ಆ ಪರಿಸರವೇ ನಂದ ಗೋಕುಲದಂತಾದಾಗ ಪಿಳಿಪಿಳಿ ಕಣ್ಣುಬಿಟ್ಟು ಬೆಪ್ಪನಂತಾದ ಬೇಡ...!

'ಪರಮಾತ್ಮಾ ಇದೇನು...? ನಿನ್ನ ಪ್ರೀತಿಯ ಕೂಗಿಗೆ ಇಷ್ಟೊಂದು ಶಕ್ತಿಯೇ...? ಈ ಪರಿಯ ಸ್ಪಂದನವೇ...?'

ರಕ್ತಕಟ್ಟದೇ ಧಾರೆಯಾಗಿ ಹರಿದು ಕಾಲಯಮನೇ ಬಂದು ಕಾಲುಬೆರಳಿಗೇ ಬಾಯಿಹಾಕಿ ತನ್ನ ಪ್ರಾಣವನ್ನು ಕಚ್ಚಿ ಎಳೆಯುತ್ತಿದ್ದಾನೋ ಎಂಬ ರೀತಿಯ ನೋವಿನ ನಡುವೆಯೂ ಮಾಧವ ನಕ್ಕ... ಆ ನಗುವಿಗೆ ಅಳುತ್ತಿದ್ದ ಖಗಮೃಗ ಪಿಕಶುಕಕಾಕ ಹರಿತಮೇದಿನೀ ಜೀವರಾಶಿಗಳೆಲ್ಲ ಕಣ್ಣೀರು ಮಿಡಿದು ನಕ್ಕವು...

'ದ್ವಾರಕೆ ಗೊತ್ತೇನೋ ಮರೀ? ಅದೊಂದು ಭುವಿಯ ಮೇಲಿನ ಸ್ವರ್ಗ... ಅದು ಯಾವಾಗ ಏತಕೆ ನಿರ್ಮಾಣವಾಯಿತೆಂದು ಗೊತ್ತೇನು...? ಇರು ಹೇಳುತ್ತೇನೆ... ಹೂಂ ಗುಟ್ಟುತ್ತಾ ಸಾಗು...' ಎಂದ ಮಾಧವ ಬೇಡನಲ್ಲಿ...

'ನಾವಾಗ ಮಥುರೆಯಲ್ಲಿದ್ದೆವು... ನನ್ನ ಭುವಿಯ ಮೇಲೆ ಭಾರವಾಗಿರುವ ದುಷ್ಟಪ್ರಾಣಹರಣ ಸಂಕಲ್ಪದ ತಾರುಣ್ಯದ ದಿನಗಳವು... ಮಗೂ..

ಮಾವನಾದ ಕಂಸ ಮಡಿದಿದ್ದ... ಆತ ಮಡಿದ ಮೇಲೆ ಒಂದಷ್ಟು ದಿನ ಶಾಂತವಾಗಿತ್ತು ಮಥುರೆ... ಕಂಸನ ದುರಾಡಳಿತಕ್ಕೆ ಹೆದರಿ ಹಾಗೂ ಆತನಿಗಿರುವ ಮನೋರೋಗವಾದ ಶಿಶುಹತ್ಯಾ ಪ್ರಕರಣಕ್ಕೆ ಹೆದರಿ ಎಂದೋ ಚದುರಿಹೋಗಿದ್ದ ಯಾದವಕುಲ ಮಥುರಾ ನಿವಾಸಿಗಳೆಲ್ಲಾ ಪುನಃ ಮರಳಲು ಪ್ರಾರಂಭಿಸಿದ ಕಾಲವದು...!

ಮತ್ತೆ ಉಗ್ರಸೇನರ ಕಾಲದಂತೆ ನಳನಳಿಸಲು ಪ್ರಾರಂಭಿಸಿತು ಮಥುರೆ... ಗೋವುಗಳೂ ಹಾಲು ಕೊಡಲು ಪ್ರಾರಂಭಿಸಿದವು...!! ಶತಶತಮಾನಗಳಿಂದ ಚಿಣ್ಣರ ಆಟೋಟಗಳಿಂದ ಕೇಕೆ ಕುಪ್ಪಳಿಕೆ ಹಾರಾಟ ಚೀರಾಟಗಳಿಂದ ಶೂನ್ಯವಾಗಿದ್ದ ಮಥುರೆಯ ಬೀದಿಬೀದಿಗಳಲ್ಲಿ ಪುನಃ ಮಕ್ಕಳ ಬಾಲಾಪ್ಯದ ತುಂಟತನದ ಕೇಕೆಗಳು ಕೇಳಲು ಪ್ರಾರಂಭಿಸಿದ ದಿನಗಳವು... ನನಗೂ ನನ್ನಣ್ಣ ರಾಮನಿಗೂ ನವತಾರುಣ್ಯದ ನವೋಲ್ಲಾಸ...!

ಎಂದೋ ಹರಿದುಹೋಗಿ ತಮ್ಮತಮ್ಮಲ್ಲೇ ಒಳಪಂಗಡಗಳಾಗಿ ಚದುರಿ ತಾವು ಯಾದವರು ಎಂಬ ಸ್ವಜಾತೀಯ ಅಭಿಮಾನವೇ ಶೂನ್ಯವಾಗಿ ದಿಕ್ಕುದಿಕ್ಕಿಗೆ ಚದುರಿದ್ದರು ಯಾದವರು... ಅದಕ್ಕೆ ಮೂಲಕಾರಣ ಇಡೀ ಆರ್ಯಾವರ್ತದ ಸಭ್ಯಪಂಕ್ತಿಯೆಂದು ಹೆಸರಿಸಿಕೊಂಡ ಆರ್ಯರೆಲ್ಲ ಈ ಯಾದವರನ್ನು ಆರ್ಯೇತರರೆಂದು ಕರೆದು ಅಡ್ಡಪಂಕ್ತಿ ಕೊಟ್ಟು ಎರಡನೇ ದರ್ಜೆಗೆ ಇಳಿಸಿ ಇವರನ್ನು ಬೇಡಕಿರಾತ ವರ್ಗದಂತೆ ನೋಡುತ್ತಾ ಇಡೀ ಭರತಭೂಮಿಯ ರಾಜಕೀಯ ವಿದ್ಯಮಾನಗಳಿಂದ ಯಾದವರನ್ನು ಹೊರಗಿಟ್ಟು ತಾತ್ಸಾರ ತೋರಿದಾಗ ಯಾದವರೆಲ್ಲ ಕುಗ್ಗಿಹೋಗಿ ಚದುರಿಬಿಟ್ಟಿದ್ದರು...

ಓ ಬೇಡನೆಂಬ ಬಂಧುವೇ... ಆ ಕಾಲಕ್ಕೆ ನನ್ನಜ್ಜ ಉಗ್ರಸೇನರು ಒಂದಿಷ್ಟು ಪ್ರಯತ್ನಗಳನ್ನು ಮಾಡಿದರೂ ನಂತರ ಬಂದ ಕಂಸನೆಂಬ ಧೂಮಕೇತುವಿಗೆ ಅತ್ತ ಆರ್ಯರೂ ದೂರವಾದರು... ಇತ್ತ ಅವನ ದುರಾಡಳಿತಕ್ಕೆ ಯಾದವರೂ ಛಿದ್ರವಾಗಿದ್ದರು... ಹೀಗಿರುವ ಕಾಲದಲ್ಲಿ ನಾನೂ ನನ್ನಣ್ಣನೂ ಒಂದಿಷ್ಟು ದುಷ್ಟರನ್ನೆಲ್ಲ ಬಡಿದು ಅವರ ಒಡೆಯನಾದ ಕಂಸನನ್ನೂ ಬಡಿದು ಕೊಂದಾಗ ಮೇದಿನಿಯು ನಿರಾಳವಾಗಿ ಉಸಿರು ಬಿಟ್ಟಿದ್ದಳು...

ನಂತರದ ದಿನಗಳಲ್ಲಿ ಪರಿಸ್ಥಿತಿ ಶಾಂತವಾಗಿ ಗೋಕುಲದಂತೇ ಮಥುರೆಯೂ ಗೋಪಗೋಪಿಕೆಯರ ಸ್ವರ್ಗದಂತೆ ನಂದ ಗೋಪಬಾಲರ ಚಂದ್ರಲೋಕದಂತೆ ಬೆಳಗುವ ಕಾಲ ಬಂದು ಪುನಃ ಯಾದವರನ್ನೆಲ್ಲಾ ಒಟ್ಟುಗೂಡಿಸಿ ಸಮಗ್ರ ಯಾದವೋತ್ಥಾನ ಮಾಡುವ ನನ್ನ ಸಂಕಲ್ಪಕ್ಕೆ ನನ್ನಣ್ಣನೂ ಹೆಗಲು ಕೊಟ್ಟ...

ಶತಶತಮಾನಗಳಿಂದ ತಮ್ಮ ಕುಲಕ್ಕೆ ಒಬ್ಬ ಸಮರ್ಥ ನಾಯಕನಿಲ್ಲದೆ ಅಭಿಮಾನ ರಹಿತರಾಗಿ ಬದುಕಿ ದುಷ್ಟರ ರಾಜಕೀಯದ ನಡೆಗೆ ನಲುಗಿದ ಯಾದವ ಕುಲಕ್ಕೆ ನನ್ನಣ್ಣ ರಾಮ ಒಬ್ಬ ಸಮಗ್ರ ಯುವನಾಯಕನಾಗಿ ಕಂಡ...

ನಾನು ಇದೆಲ್ಲವನ್ನೂ ಬಿಂಬಿಸುವ ಚೋದಿಸುವ ಪ್ರೇರೇಪಿಸುವ ಉತ್ತೇಜಿಸುವ ಪ್ರವರ್ತಿಸುವ ಉದ್ಧರಿಸುವ ದೇವನಾಗಿ ಕಂಡೆ... ಒಟ್ಟಿನಲ್ಲಿ ಯಾದವರ ಎಷ್ಟೋ ದಿನಗಳ ಕನಸು ನನಸಾಗಿತ್ತು... ಇಬ್ಬರು ನಾಯಕರ ಉದಯವಾಗಿ ಇಡೀ ಆರ್ಯಾವರ್ತವೇ ನಮ್ಮಿಬ್ಬರ ವರ್ಚಸ್ಸಿಗೆ ವಿಸ್ಮಯದಿಂದ ಮೂಕಾಗಿತ್ತು...!

ಮಗೂ.. ಆಗ ಮಥುರೆಗೆ ಮತ್ತೊಂದು ಗ್ರಹಣ... ಮಥುರೆಯ ಹಾಗೂ ಯಾದವರ ನಿದ್ದೆಗೆಡಿಸಲು ಮತ್ತೊಂದೆರಡು ದೊಡ್ಡ ಧೂಮಕೇತುಗಳು ಒಟ್ಟಾಗಿದ್ದವು...

ಆ ದುಷ್ಟದ್ವಯ ಧೂಮಕೇತುಗಳ ಜೊತೆಗೆ ಕೋಟಿಕೋಟಿ ದುಷ್ಟ ಮ್ಲೇಂಛ್ಛರ ಸಹಾಯವೂ ಒದಗಿ ಮಥುರೆ ಮತ್ತೊಮ್ಮೆ ನಾಶವಾಗುವ ಹಂತಕ್ಕೆ ಬರಲಾಂಭಿಸಿತು ...!!! ಆ ಧೂಮಕೇತುಗಳು ಯಾರು ಬಲ್ಲೆಯಾ ಗೆಳೆಯಾ...?'

'ಇಲ್ಲ ದಣೀ' ಎಂದ ಜರ...

ಒಬ್ಬಾತ ಸಾಕ್ಷಾತ್ ಯಮಸ್ವರೂಪಿ! ಮತ್ತೊಬ್ಬ ಕಾಮಪಿಶಾಚಿಗಳ ಒಡೆಯ! ಮ್ಲೇಂಛ್ಛರ ಕುಲತಿಲಕ...! ಪಿಶಾಚತ್ವದ ಮೇರು... ಕಾಮಕ್ರೋಧ ಪಿಪಾಸು...!

ಬೇಡ ಕೇಳಿದ... 'ಅಯ್ಯಾ ಬುದ್ದೀ...! ಯಾರದು ಒಡೆಯಾ....?'

'ಜರಣ್ಣಾ...!

ಆಗಷ್ಟೇ ಒಂದು ಮಾತು ಹೇಳಿದೆ ನೆನಪಿದೆಯೇ...? ನಿನ್ನ ಹೆಸರಿನ ಒಬ್ಬಾತ ನನ್ನ ಕೊಲ್ಲಲು ಬಹಳ ಬಾರಿ ಹವಣಿಸಿದ್ದ...!!! ಜರಾಸಂಧ...!

ನೀನು ಜರಾ... ಆತ ಜರಾಸಂಧ...

ಮಗೂ ಚೋದ್ಯವೆಂದರೆ ಆತ ಹದಿನೆಂಟು ಬಾರಿ ನನ್ನ ಕೊಲ್ಲಲು ಬಂದರೂ ಆಗದ ಕೆಲಸ ನಿನ್ನ ಕೈಯಿಂದ ಆಗುತ್ತಿದೆ ನೋಡು...! ಇದನ್ನೇ ವಿಧಿ ಎನ್ನುವುದು...!

ಆತ ಉರಿದುರಿದು ಕೊಲ್ಲಲು ಬಂದ... ನಾನೇ ಹೊಡೆದು ಜೀವ ಉಳಿಸಿ ಕಳಿಸಿದರೇ ಲೋಕ ಮಾತ್ರ ನನ್ನನ್ನು ಮಾಧವ ಜರಾಸಂಧನಿಗೆ ಹೆದರಿ ಓಡಿದ ಎಂದಿತು ಮಗೂ...!!! ಹಹಾ... ನನಗೇನೂ ಬೇಸರವಿಲ್ಲ ಬಿಡು! ಆದರೆ ನಿಜವೇನು ಗೊತ್ತೇ ಮರೀ... ಸತ್ಯಕಥೆ ಹೇಳಲೇ?'

'ದೇವ್ರೇ... ಏಕೆ ಆಯಾಸ ಮಾಡಿಕೊಳ್ಳುತ್ತೀರಿ...? ಸ್ವಲ್ಪ ವಿಶ್ರಮಿಸಿ ಒಡೆಯಾ...' ಎಂದ ವ್ಯಾಧ...

'ಇಲ್ಲ ಗೆಳೆಯಾ... ಈಗ ಮಾತಾಡಿಬಿಡುತ್ತೇನೆ...! ನಿನ್ನಲ್ಲಿ ಹೇಳದೆ ಬೇರೆ ಯಾರಿದ್ದಾರೆ ಹೇಳು ಇಲ್ಲಿ...? ಈ ಮಾಧವ ಮೃತನಾಗುವುದಕ್ಕಿಂತ ಮುಂಚೆ ಒಂದೆರೆಡು ಮಾತು ಆಡಿಬಿಡುತ್ತೇನೆ ವ್ಯಾಧನೇ...ಒಪ್ಪಿಗೆಯೇ...?'

'ಅಯ್ಯೋ ದೇವಾ...! ಹೇಳಿ ಒಡೆಯಾ ಕೇಳುತ್ತೇನೆ...' ಎಂದ ಬೇಡ.

'ಮಗೂ ನನ್ನ ಮಾವ ಕಂಸನಿಗೆ ಇಬ್ಬರು ಹೆಂಡಂದಿರು ಒಬ್ಬಾಕೆ ಅಸ್ತಿ... ಮತ್ತೊಬ್ಬಳು ಪ್ರಾಪ್ತಿ... ಇದೇ ಜರಾಸಂಧನ ಮಕ್ಕಳು ಅವರು. ಕಂಸವಧೆಯ ನಂತರ ಈ ಹೆಣ್ಣುಮಕ್ಕಳು ತಮ್ಮ ತಂದೆಯಲ್ಲಿ ನನ್ನ ವಿಚಾರ ಹೇಳಿದಾಗ ಈ ಜರಾಸಂಧ ನನ್ನ ಸರ್ವನಾಶಕ್ಕೆ ಎದ್ದು ಹೊರಟ.

ಮಗೂ ಈ ಜರಾಸಂಧನ ಮೂಲ ಹೇಳುತ್ತೇನೆ ಕೇಳು...! ವರ್ಣಸಂಕರ ಸಂತತಿಯ ಮೂಲವಾಗಿಯೂ ಅಪ್ರಾಪ್ತವಾಗಿಯೂ ಹೀನಾಯವಾಗಿಯೂ ಜನಿಸಿದ ಜರಾಸಂಧ ಬೆಳೆದದ್ದು ಎಲ್ಲಿ ಗೊತ್ತೇ...?

ಆರ್ಯದ್ವೇಷವೇ ಮೈವೆತ್ತಿ ಹುಟ್ಟಿದ ದನು ದಾನವ ದಸ್ಯುಗಳ ಗರ್ಭಸಂಜಾತೆ ಜರಾ ಎಂಬ ರಾಕ್ಷಸಿಯ ಕೈಯಲ್ಲಿ.

ಅವಳ ಕೈಯಲ್ಲಿ ರಾಕ್ಷಸಸಂಸ್ಕಾರ ಪಡೆದ ಜರಾಸಂಧ ದುರುಳತನವನ್ನೇ ಮೈಮೇಲೆ ಆವಾಹಿಸಿಕೊಂಡು ನರಹಂತಕ... ನರಭಕ್ಷಕ... ಪಟ್ಟ ಪಡೆದು ವಿಜೃಂಭಿಸಿದ್ದ...

ನಂತರ ಜರಾಸಂಧ ಆರ್ಯರ ಕೇಂದ್ರವಾಗಿದ್ದ ಮಗಧದ ಮೇಲೆ ಕಣ್ಣು ಹಾಕಿ ಇದೇ ರಕ್ಕಸಿ ಜರಾಳ ಸಹಾಯದಿಂದ ಮೋಸದಲ್ಲಿ ಆರ್ಯಾವರ್ತ ಪ್ರವೇಶಿಸಿದ...!! ಈ ಜರಾಸಂಧ ಮಗಧದ ರಾಜಗದ್ದುಗೆಯನ್ನೇರಿ ಮಾಗಧನಾದ...! ನಂತರದ ದಿನಗಳಲ್ಲಿ ದುಷ್ಟರ ಕೂಟವನ್ನೇ ಕಟ್ಟಿ ಇಡೀ ಬ್ರಹ್ಮಾವರ್ತ ಆರ್ಯಾವರ್ತಗಳಿಗೇ ಕಂಟಕಪ್ರಾಯನಾಗಿ ಹೋದ...

ಈ ದಿನಗಳಲ್ಲಿ ಆತನಿಗೆ ಸರಿಯಾದ ಮತ್ತೊಂದು ಧೂರ್ತ ಶಕ್ತಿ ಇತ್ತ ಮಥುರೆಯಲ್ಲಿ ಜನಿಸಿತು ನೋಡು...! ಅವನೇ ನನ್ನ ಮಾವ ಕಂಸ...!!

ಇತನೂ ಪರಮಪಾಪಿಯಾದದ್ದರಿಂದ ಜರಾಸಂಧನಿಗೂ ಇಂಥವನೇ ಯೋಗ್ಯವಾಗಿ ಕಂಡುಬಂದ... ತನ್ನ ಮಕ್ಕಳಿಬ್ಬರನ್ನೂ ಈ ಕಂಸನಿಗೆ ಧಾರೆ ಎರೆದು ಗತ್ತಿನಿಂದ ಬೀಗಿದ್ದ ಮಾಗಧ...! ಮೊದಲೇ ಕೃಷ್ಣದ್ವೇಷಿಯಾಗಿದ್ದ ಜರಾಸಂಧ ತನ್ನ ಅಳಿಯ ನನ್ನ ಕೈಯಲ್ಲಿ ಹತನಾದ ಮೇಲಂತೂ ಹುಚ್ಚನೇ ಆಗಿಬಿಟ್ಟ...!!

ಆತನಿಗಿರುವ ಬಿರುದುಗಳನ್ನೆಲ್ಲ ಯಾದವರ ಮೇಲೆ ಪ್ರಯೋಗಿಸಲು ಪ್ರಾರಂಭಿಸಿದ...

ಅದೇನು ಗೊತ್ತೇ ಮಗೂ... ಯಾವುದೇ ಮುನ್ಸೂಚನೆ ಇಲ್ಲದೇ ಯುದ್ಧನೀತಿಗಳನ್ನೆಲ್ಲ ಗಾಳಿಗೆ ತೂರಿ ಏಕಾಏಕಿ ಆಕ್ರಮಣ ಮಾಡುವುದು... ಸೋತು ಮರಳುವುದು...

ಮತ್ತೆ ಒಂದಿಷ್ಟು ರಕ್ಕಸ ದಸ್ಯುಗಳನ್ನು ಸೇರಿಸಿಕೊಂಡು ಮತ್ತೆ ಆಕ್ರಮಣ ಮಾಡುವುದು...!! ಪ್ರತೀ ಬಾರಿಯೂ ಯುದ್ಧದಲ್ಲಿ ಒಂದಿಷ್ಟು ಆತನ ಸಹಾಯಕರಾದ ದುಷ್ಟದಸ್ಯುಗಳ ಪ್ರಾಣ ಹೋದರೂ ಮತ್ತೆ ಎಂದಿನಂತೆ ಅಗಾಧ ದುಷ್ಟ ದುರುಳ ಕೂಟಕಟ್ಟಿ ಮತ್ತೆ ಮತ್ತೆ ಆಕ್ರಮಣ ಮಾಡುತ್ತಿದ್ದ ಮಾಗಧ...!! ಹೀಗೆ ಹದಿನೇಳು ಬಾರಿ ಆಕ್ರಮಣ ಮಾಡಿದ...

ಆಕ್ರಮಣ ಮಾಡಿ ಮಥುರೆಯ ನಗರವಾಸಿಗಳನ್ನೂ ಅಬಲೆಯರಾದ ಸ್ತ್ರೀಯರನ್ನೂ ಸುಟ್ಟು ಹಿಂಸಿಸುವುದೂ ಹಾಗೇ ಮಕ್ಕಳನ್ನು ಕೊಲ್ಲುವುದೂ ಯಾದವರ ಮನೆಗಳನ್ನು ಸುಡುವುದೂ ಇತ್ಯಾದಿ ಪೈಶಾಚಿಕ ಕೃತ್ಯಗಳಿಂದ ಮಾಗಧ ಸಾಕ್ಷಾತ್ ರಾಕ್ಷಸನಂತೆ ಕಾಡಲು ಪ್ರಾರಂಭಿಸಿದ...!!

ಓ ವ್ಯಾಧನೇ! ಈ ಮಾಗಧನನ್ನು ಹೊಡೆದು ಸೋಲಿಸಿ ಜೀವಂತವಾಗಿ ಬಿಡುತ್ತಿದ್ದೆ ನಾನು... ಕೆಲವೊಮ್ಮೆ ನಾನು ಮತ್ತು ಅಣ್ಣ ಓಡಿದಂತೆ ನಟಿಸಿ ಮಥುರೆಯ ಹೊರವಲಯದ ವರೆಗೂ ಓಡಿ ನಂತರ ತಿರುಗಿಬಿದ್ದು ಹೊಡೆದು ಕಳಿಸುತ್ತಿದ್ದೆವು. ಆದರೆ ಮಗಧಕ್ಕೆ ಮರಳಿದ ಮಾಗಧ ಹೇಳಿಕೊಂಡು ತಿರುಗಿದ್ದೇ ಬೇರೆ!

ನಾನು ಕೃಷ್ಣನಲ್ಲಿ ಯುದ್ಧಕ್ಕೆ ಹೋದರೆ ಆತ ಹೆದರಿ ಓಡಿಹೋದ! ಕಳ್ಳ ಆತ ಹೇಡಿ ಎಂದು. ಆತನ ಮಾತನ್ನು ಈ ಇಡೀ ಆರ್ಯಾವರ್ತವೂ ನಂಬಿ ಕೃಷ್ಣಬಲರಾಮರು ಹದಿನೇಳು ಬಾರಿ ಆಕ್ರಮಣ ಮಾಡಿದ ಜರಾಸಂಧನಲ್ಲಿ ಯುದ್ಧ ಮಾಡಲಾಗದೇ ಸೋತು ಓಡಿ ಹೋದರು ಎಂದಿತು...!! ಹಹಹಾ...

ಬೇಡನೇ, ಯಾರೇನೇ ಅಂದರೂ ನನಗೆ ಬೇಸರವಿಲ್ಲ ಬಿಡು...! ಆದರೆ ಸತ್ಯ ವಿಚಾರ ಹೇಳಲೇ ಮಗೂ...? ಏನು ಗೊತ್ತೇ ನಮ್ಮ ಮಥುರೆ ಬಲವಾದ ಕೋಟೆ ಕೊತ್ತಳಗಳಿಂದಲೋ ಅಥವಾ ಘನಗಂಭೀರ ಪರ್ವತಶ್ರೇಣಿಗಳಿಂದ ಆವೃತವಾದ ರಾಜಧಾನಿಯಲ್ಲ. ಈ ಕಂಸನಿಗೆ ಹೆದರಿಯೇ ಯಾರೂ ಇತ್ತ ತಲೆಹಾಕುತ್ತಿರಲಿಲ್ಲ. ಅಷ್ಟೇ ಹೊರತು ಈ ಮಥುರೆಗೆ ಯಾವ ಪ್ರಾದೇಶಿಕ ಹಾಗೂ ವ್ಯವಸ್ಥೀಕೃತ ರಕ್ಷಣೆಗಳು ಇರಲಿಲ್ಲ. ಕಂಸನ ಮರಣಾನಂತರ ಈ ಆಕ್ರಮಣಗಳಿಗೆ ಜರ್ಝರಿತವಾಗಿ ಹೋಗಿತ್ತು ಮಥುರೆ!

ಈ ಮಥುರೆಯ ಮುಗ್ಧ ಮಾನಿನಿಯರನ್ನೂ ಮಕ್ಕಳನ್ನೂ ಈ ಕಾಮಪಿಪಾಸುಗಳಿಂದ ರಾಕ್ಷಸಧೂರ್ತರಿಂದ ರಕ್ಷಿಸುವುದೇ ನನಗೊಂದು ಸವಾಲಾಗಿತ್ತು... ಹೀಗಾಗಿ ನಾನೂ ಅಣ್ಣನೂ ಓಡಿ ಹೋದಂತೆ ನಟಿಸುತ್ತಾ ನಗರದಿಂದ ಬಹುದೂರ ಸಾಗಿ ನಂತರ ಜರಾಸಂಧನನ್ನು ಎದುರಿಸಿ ಹೊಡೆದು ಕಳಿಸುತ್ತಿದ್ದೆವು... ಜೊತೆಗೆ ಒಂದಿಷ್ಟು ಧೂರ್ತರೂ ದುರುಳ ದಸ್ಯುಗಳನ್ನೂ ಸಾಯಿಸುತ್ತಿದ್ದೆವು. ಆದರೆ ಈ ಜರಾಸಂಧನನ್ನು ಮಾತ್ರ ಜೀವ ಸಹಿತ ಬಿಡುತ್ತಿದ್ದೆವು. ಕಾರಣವೇನು ಗೊತ್ತೇ ಬೇಡನೇ...?

ಈ ಮಾಗಧ ಮೊದಲೇ ದುರುಳ. ಈತನಿಗೊಂದಿಷ್ಟು ದುರುಳ ಸ್ನೇಹಿತರು. ನನ್ನ ಈ ಜನ್ಮದ ಸಂಕಲ್ಪವೇನು ಬಲ್ಲೆಯಾ ಬೇಡನೇ? ಭುವಿಗೆ ಭಾರವಾಗಿರುವ ಧೂರ್ತದುರುಳರ ಪ್ರಾಣಹರಣಮಾಡಿ ಭೂಭಾರ ತಗ್ಗಿಸುವುದು ತಾನೇ? ಆದಕ್ಕೆ ಈ ಜರಾಸಂಧನೆಂಬ ದಾಳ ಬೇಕಾಗಿತ್ತು ನನಗೆ! ಅದು ಹೇಗೆ ಬಲ್ಲೆಯಾ ಮಗೂ... ಪ್ರತೀ ಬಾರಿ ನನ್ನಲ್ಲಿ ಸೋತಾಗಲೂ ಈ ಮಾಗಧ ರೋಷಾವೇಶನಾಗಿ ಮತ್ತೊಂದಿಷ್ಟು ದುಷ್ಟಕೂಟ ಕಟ್ಟಿ ಮತ್ತೆ ಆಕ್ರಮಣ ಮಾಡುತ್ತಿದ್ದ. ಆತನ ಕೂಟ ನಾಶವಾಗುತ್ತಿತ್ತು. ಆತ ಉಳಿಯುತ್ತಿದ್ದ...!!!

ಮತ್ತೆ ಎಂದಿನಂತೆ...! ಹಹಾ... ಅರ್ಥವಾಯಿತೇ ಗೆಳೆಯಾ...? ಜರಾಸಂಧನೆಂಬ ಪಾತಕಿಯನ್ನು ಈ ಮಾಧವ ಏಕೆ ಬಿಡುತ್ತಿದ್ದ ಎಂಬ ವಿಚಾರ...? ನನಗೆ ನನ್ನ ಸಂಕಲ್ಪ ಮುಖ್ಯ ಮಗೂ...!! ನನ್ನ ಪಾತ್ರದ ಹಿರಿಮೆ ಗೌಣ ನನಗೆ...! ಲೋಕ ಏನೇ ಹೇಳಲಿ ನನಗೇನು ಹೇಳು...? ಮಾಧವ ಹೇಡಿ..ಹೆದರಿ ಓಡಿ ಹೋದ ಎಂದೆಲ್ಲಾ ಹೇಳಿತು ಲೋಕ...! ಆದರೆ ಮಾಧವನ ಈ ನಾಟಕಕ್ಕೆ ಮೈಮೇಲಿನ ಭಾರವೆಲ್ಲಾ ಇಳಿಸಿಕೊಂಡು ನಿರಾಳವಾದ ಮೇದಿನಿ ಮಾತ್ರ ಮುಸಿಮುಸಿ ನಗುತ್ತಿದ್ದಳು... ನಾನೂ ನಗುತ್ತಿದ್ದೆ...!

ಇದೇ ರೀತಿ ಹದಿನೇಳು ಬಾರಿ ಆಯಿತು ಮಗೂ... ಆದರೆ... ಮತ್ತೊಮ್ಮೆ ಹದಿನೆಂಟನೇ ಬಾರಿ ಬಂದ ಮಾಗಧ...!

ಈ ಬಾರಿ ಮಾತ್ರ ಎಂದಿನ ದುಷ್ಟಕೂಟವಲ್ಲ... ಬರೋಬ್ಬರಿ ಇಪ್ಪತ್ಮೂರು ಅಕ್ಷೋಹಿಣಿ ಸೈನ್ಯದೊಂದಿಗೆ ಮಥುರೆಯ ನಾಲ್ಕೂ ದಿಕ್ಕಿನಲ್ಲಿ ಒಮ್ಮೆಲೇ ಆಕ್ರಮಣ ಮಾಡಿತು ಸೈನ್ಯ.. ಇದಕ್ಕೆ ಮುಂಚೂಣಿಯಲ್ಲಿದ್ದ ಒಬ್ಬಾತ ಭಯಾನಕ ದಸ್ಯು ಒಬ್ಬ ಮಥುರೆ ಜನಪದದ ಸಂಕೀರ್ಣಗಳಿಗೇ ಬೆಂಕಿ ಕೊಡುತ್ತಾ ಸಿಕ್ಕ ಸಿಕ್ಕ ಹೆಮ್ಮಕ್ಕಳನ್ನು ಹೊತ್ತೊಯ್ದು ಮುಕ್ಕುತ್ತಾ ಕಂಡಕಂಡ ಹಸುಗೂಸುಗಳನ್ನು ಕೊಚ್ಚಿ ಬಿಸುಟುತ್ತಾ ಆರ್ಭಟಿಸಿ ಬರುತ್ತಿದ್ದ...!!!

ಪ್ರತಿಭಟಿಸಿದ ಪುರುಷರ ತಲೆ ಕಡಿದು ಗಟಗಟ ರಕ್ತ ಕುಡಿದ ಭಯಾನಕ ದಸ್ಯು ಆತ...! ಸಾಕ್ಷಾತ್ ಯಮಸ್ವರೂಪೀ!!! ಮುಗ್ಧ ಹೆಮ್ಮಕ್ಕಳ ಪಾಲಿಗೆ ರಕ್ತಪಿಪಾಸು...!! ಪ್ರೇತಗಳ ಕುಲಪತಿಯಂತಿರುವ ಆತ ಯಾರು ಗೊತ್ತೇ ಬೇಡನೇ...? ಈ ಬಾರಿ ಮಾಗಧ ಬಲುದೊಡ್ಡ ತಿಮಿಂಗಿಲವನ್ನೇ ಮಿತ್ರನನ್ನಾಗಿ ಸ್ವೀಕರಿಸಿ ಛೂ ಬಿಟ್ಟಿದ್ದ... ಮೂರು ಕೋಟಿ ಮ್ಲೇಂಛರ ಒಡೆಯ...!! ಮಾನವತೆಯ ಲವಲೇಶವೂ ಇಲ್ಲದ ಕನಿಕರ ಎಂಬ ಹೆಸರೇ ಕೇಳದ ಮಾನವರ ಹಸಿ ರಕ್ತಕುಡಿದು ಮಾನಿನಿಯರ ಮಕ್ಕಳ ಪಾಲಿಗೆ ಭೀಭತ್ಸಲೋಕವನ್ನೇ ತೋರಿದ ಆ ಮಾಗಧಮಿತ್ರ ಪರಮರಕ್ತ ದಾಹಿ ಕಾಮಪಿಶಾಚಿಯ ಹೆಸರೇನು ಗೊತ್ತೇ...?

ಕಾಲಯವನ...!!!

ಆ ಹೊತ್ತಿಗೆ ಮಥುರೆಯ ಮೇಲೆ ಇನ್ನೂ ದೊಡ್ಡ ಧೂಮಕೇತುಗಳ ಪ್ರವೇಶದ ಸುದ್ದಿ ಕೇಳಿ ನನಗೂ ಅಣ್ಣನಿಗೂ ಬಹಳ ಆಘಾತವಾಯಿತು...! ದುಷ್ಟಕೂಟವೆಲ್ಲ ಒಂದಾಗಿತ್ತು..!

ಹಿಂದೆ ಕುಂಡಿನಿಯ ರಾಜಗುವರಿ ರುಕ್ಮಿಣಿಯನ್ನು ಕದ್ದೊಯ್ದು ವಿವಾಹವಾಗಿದ್ದೆ ನಾನು...! ಇದರ ಉರಿ ಮಾತ್ರ ರುಕ್ಮಿ ಶಿಶುಪಾಲರಿಗೆ ಕಮ್ಮಿಯಾಗಿರಲೇ ಇಲ್ಲ... ಹೇಳಿ ಕೇಳಿ ಶಿಶುಪಾಲ ಇದೇ ಜರಾಸಂಧನ ಮಿತ್ರ...! ಈ ಕಡೆಯಿಂದ ಕಾಲಯವನ ಎಂಬ ಅನಾರ್ಯ ಕೂಟ ಚಂಡಮಾರುತ ಮಥುರೆಯತ್ತ ಅಪ್ಪಳಿಸಲು ಜರಾಸಂಧನ ಆಣತಿಯಂತೆ ಹೊರಟರೆ ಉತ್ತರವಾಯವ್ಯದಿಂದ ಇದೇ ಶಿಶುಪಾಲ ಜರಾಸಂಧರ ಕೂಟವೂ ಏಕಕಾಲಕ್ಕೆ ಮಥುರೆಯನ್ನು ಹೊಸಕಿ ಹಾಕಲು ಆರ್ಭಟಿಸಿ ಬರುತ್ತಿತ್ತು...!!

ಈ ಹೊತ್ತಿಗೆ ಅರಿವಾಗಿ ಹೋಗಿತ್ತು ನಮಗೆ...

ಅದೇನೆಂದರೆ ಈ ಮಥುರೆಯ ನೀರಿನ ಋಣ ಯಾದವರಿಗೆ ತೀರಿದೆ...!! ಅದಲ್ಲದೇ ಹೋದರೆ ಈ ಪರಿಯ ಆಕ್ರಮಣಕ್ಕೆ ಮಥುರೆ ಉಳಿಯುವುದಾದರೂ ಎಂತು...? ಮನದೊಳಗೆ ಇವೆಲ್ಲವಕ್ಕೂ ಉತ್ತರ ಸಿದ್ಧವಾಗಿತ್ತು... ಈ ಕಾಲಕ್ಕೆ ಉತ್ತರೋತ್ತರದ ಪ್ರಜ್ಞಾವಂತ ಹಿರಿಯ ಆರ್ಯರ ಸಹಕಾರವೂ ದೊರಕಿತ್ತು ನನಗೆ...

ಇಲ್ಲಿ ಆರ್ಯರು ಬದುಕಿಗೆ ಬೇಕಾಗುವ ಎಲ್ಲಾ ಸಾಮಾಜಿಕ ಸ್ತರಗಳಲ್ಲೂ ತಮ್ಮ ಪ್ರಭುತ್ವ ತೋರುತ್ತಾ ಇಡಿ ಆರ್ಯಾವರ್ತದ ನಕ್ಷೆಯನ್ನೇ ಪ್ರಜ್ವಲಿಸಿಬಿಟ್ಟಿದ್ದರು... ಇದಕ್ಕೆ ಕಾರಣ ಆರ್ಯರ ಅದ್ಭುತ ವಾಸ್ತುವಿನ್ಯಾಸದ ಕಲ್ಪನೆಗಳು...

ಈ ಆರ್ಯರ ತಂತ್ರಜ್ಞಾನಿ... ಅಪ್ರತಿಮ ವಾಸ್ತುಶಿಲ್ಪಿ... ಅದ್ಭುತ ನಗರ ವಿನ್ಯಾಸಗಾರ ವಿಶ್ವ ನೆಂಬುವ ಒಬ್ಬಾತ ನನ್ನ ಪರಮಸ್ನೇಹಿತ...! ನಾನೆಂದರೆ ಪ್ರಾಣಕೊಡಲೂ ಸಿದ್ಧವಾದ ಇದೇ ವಿಶ್ವನ ಸಾವಿರಾರು ಸಂಗಾತಿಗಳು...!

ಬೇಡನೇ ..ಏಕೆ ಈ ವಿಚಾರ ಅರಿವಾಯಿತೇ...?

ಎಲ್ಲಾ ದಿಕ್ಕಿನಿಂದಲೂ ಜರಾಸಂಧ ಕಾಲಯವನ ಶಿಶುಪಾಲ ಇತ್ಯಾದಿಗಳು ಆಕ್ರಮಣ ಮಾಡಲು ಬರುತ್ತಿದ್ದ ಹೊತ್ತಿನಲ್ಲಿ ಇಡೀ ಯಾದವ ಕುಲಕೋಟಿಯನ್ನು ಉಳಿಸಿದ ಕೀರ್ತಿ ಇದೇ ವಿಶ್ವ ಹಾಗೂ ಆತನ ಸಾವಿರಾರು ಸಂಗಡಿಗರಿಗೆ ಸೇರಬೇಕು...

ಇನ್ನು ಈ ಮಥುರೆಯಲ್ಲಿ ಉಳಿಯುವುದು ಅಸಾಧ್ಯವೆಂದು ಮನಗಂಡ ಮೇಲೆ ಅಣ್ಣ ರಾಮನಲ್ಲಿ ಹೇಳಿದ ಮಾತು..

ಅಣ್ಣಾ ಆದಷ್ಟು ಬೇಗ ಆರ್ಯರ ಪರಿಷತ್ತನ್ನು ಸಂಪರ್ಕಿಸಿ ಅವರ ತಂತ್ರಜ್ಞ ಕೂಟದ ಹಿರಿಯನಾದ ವಿಶ್ವಕರ್ಮನನ್ನೂ ಆತನ ಸಂಗಡಿಗರನ್ನೂ ಬರಹೇಳಿ ಪಶ್ಚಿಮದ ಭೂಭಾಗದ

ಅಂತ್ಯಕ್ಕೆ ಸಮುದ್ರ ಮಧ್ಯದಲ್ಲಾದರೂ ಸರಿ ಎಂದಿಗೂ ಪ್ರಕೃತಿಯನ್ನು ಹೊರತುಪಡಿಸಿ ಬೇರಾವ ಶಕ್ತಿಗಳಿಂದಲೂ ಏನೂ ಮಾಡಲಾಗದ ನಗರವೊಂದು ನಿರ್ಮಿಸಿಕೊಡಲು ಹೇಳು...

ಈ ಕೂಡಲೇ ಮಥುರೆಯ ಗೋ ಸ್ತ್ರೀ ನಗ ಕನಕಾದಿಗಳನ್ನು ಒತ್ತಟ್ಟಿಗೆ ಸೇರಿಸಿ ಗೌಪ್ಯಮಾರ್ಗದಿಂದ ಪಶ್ಚಿಮದ ಶರಧಿಯತ್ತ ಹೊರಟುಬಿಡು...!

ಇಲ್ಲಿ ನಾನು ಈ ಕಾಲಯವನನನ್ನು ವಿಚಾರಿಸಿಕೊಳ್ಳುತ್ತೇನೆ...

ಅಣ್ಣಾ ನೀನಿಷ್ಟು ಕೆಲಸ ಮಾಡಿ ಆದಷ್ಟು ಬೇಗ ಇಲ್ಲಿಗೆ ಮರಳಿ ನನ್ನನ್ನು ಸೇರಿಕೊಳ್ಳಬೇಕು ಎಂದು ಆಣತಿಕೊಟ್ಟವನೇ ಹೊರಟು ಕಾಲಯವನ ಎಂಬ ಅಹಂಕಾರದ ಪರ್ವತವನ್ನು ಕೆಣಕಲು ಹೊರಟೆ...!!

ಮಗೂ ಜರನೇ... ಈ ಕಾಲಯವನ ಎಂಬ ರಾಕ್ಷಸನ ಅಂತ್ಯ ಹೇಗಾಯಿತು ಬಲ್ಲೆಯಾ...? ಇತ್ತ ಅಣ್ಣ ಬಲದೇವ ಮಥುರಾನಿವಾಸಿಗಳನ್ನು ಕರೆದುಕೊಂಡು ಹೊರಟಾಗಿತ್ತು... ಮಥುರೆಯ ಬೀದಿಯೆಲ್ಲಾ ನಿರ್ಜನವಾಗಿತ್ತು...!

ಒಬ್ಬಾಕೆ ಹೆಣ್ಣಾಗಲೀ ಒಂದು ಶಿಶುವಾಗಲೀ ಕಾಣದೇ ಕಾಲಯವನನ ತಲೆ ಕೆಟ್ಟುಹೋಗಿತ್ತು... ಅರೆ ಹುಚ್ಚನಂತಾಗಿದ್ದ ಆತನನ್ನು ನಾನು ಮತ್ತಷ್ಟು ಹುಚ್ಚು ಹಿಡಿಯುವಂತೆ ಚೋದಿಸುತ್ತಾ ಮಥುರೆಯ ಗಡಿಭಾಗದವರೆಗೆ ಸೆಳೆಯುತ್ತಾ ಹೋದೆ..!

ಗುಡ್ಡಗಾಡಿನ ಪ್ರದೇಶವದು... ನನ್ನನ್ನು ಅಟ್ಟಿಸಿಕೊಂಡು ಬರುತ್ತಿದ್ದ ಕಾಲಯವನ...!

ದೂರದ ಬೆಟ್ಟದ ತುದಿಯ ಗುಹೆಯ ಬಾಯಲ್ಲಿ ಯಜ್ಞದ ಧೂಮವೊಂದು ಕಾಣುತ್ತಿತ್ತು... ನನಗೂ ಅಲ್ಲಿಗೇ ಹೋಗಬೇಕಾಗಿತ್ತು...!

ನನ್ನನ್ನೇ ಆಪ್ತವಾಗಿ ಆರಾಧಿಸುತ್ತಾ ಹತ್ತಾರು ವರುಷಗಳಿಂದ ನನ್ನ ನಿರೀಕ್ಷೆಯಲ್ಲಿದ್ದ ಒಂದು ಪ್ರಾಮಾಣಿಕ ಜೀವಕ್ಕೆ ನ್ಯಾಯ ಕೊಡಬೇಕಾಗಿತ್ತು...! ಇತ್ತ ಈ ಕಾಲಯವನನೂ ಸಾಯಬೇಕಾಗಿತ್ತು...

ಎರಡೂ ಕಾರ್ಯ ಒಂದೇ ಕಡೆಯಲ್ಲೀ ಎಂದು ಬಗೆದು ಎತ್ತರದ ಗುಡ್ಡವೇರಲು ಪ್ರಾರಂಭಿಸಿದೆ...!

ಮುಚುಕುಂದ... ಎಂಬ ಮುಕುಂದ ಭಕ್ತ...

ಕಾರ್ತಿಕೇಯ ಎಂಬ ಆರ್ಯಾವರ್ತದ ಭೂವ್ಯೋಮರಕ್ಷಣಾ ವ್ಯವಸ್ಥೆಯ ಮಹಾಸೇನಾನಿಯ ಉದಯವಾದ ನಂತರದ ಕಾಲಕ್ಕೆ ಇಡೀ ಆರ್ಯದೇಶದ ಸಭ್ಯರನ್ನು ಕಾಯ್ದು ಗಡಿಗಡಿಗೆ ಉಪಟಳಕೊಡುತ್ತಿದ್ದ ದಸ್ಯುಗಳ ಹಿಂಡನ್ನು ಅರೆದು ಸರ್ವರಿಗೂ

ರಕ್ಷಣೆಕೊಟ್ಟು ತನ್ನ ಜೀವಿತವನ್ನೇ ಸಭ್ಯರ ರಕ್ಷಣೆಗಾಗಿ ಮುಡುಪಿಟ್ಟ ಮಹಾಸೇನಾನಿ ಈ ಮುಚುಕುಂದ...! ಭಾರೀಗಾತ್ರದ ಗಟ್ಟಿಯಾಳು...! ಕೃಷ್ಣಭಕ್ತ ಬೇರೆ...!

ಈತನ ಸೇವೆ ಗಮನಿಸಿದ ಹಿರಿಯ ಆರ್ಯರು ಈತನನ್ನು ಸಂಮಾನಿಸಿ ಬೀಳ್ಕೊಟ್ಟಿದ್ದರು... ಶಾಂತಿಸ್ಥಾಪನೆಯ ನಂತರದಲ್ಲಿ ಈತ ನಿವೃತ್ತಿ ಹೊಂದಿ ಕೇವಲ ಕೈವಲ್ಯಪಥಗಾಮಿಯಾಗಿ ಕೃಷ್ಣನನ್ನೇ ಮನದಲ್ಲಿ ಆರಾಧಿಸುತ್ತಾ ವಿರಕ್ತನಂತೆ ಗುಹೆಯಲ್ಲಿ ವಾಸಿಸುತ್ತಿದ್ದ...

ಆ ಹೊತ್ತಿಗಾಗಲೇ ಆರ್ಯರ ಅಗ್ನಿಯ ಆರಾಧನೆ ವಿಶ್ವವಿಖ್ಯಾತಿ ಪಡೆದಿತ್ತು...

ಈತನೂ ಗುಹಾಂತರಿಯಾಗಿ ಯೋಗಾಗ್ನಿ ನಿರ್ಮಿಸಿ ಆರಾಧಿಸುತ್ತಾ ಮನದಲ್ಲೇ ಮಾಧವನ ಬಿಂಬ ಕಾಣುತ್ತಾ ನನ್ನ ನಿರೀಕ್ಷೆಯಲ್ಲಿದ್ದ...

ಎದುರಿಗೆ ಯೋಗಾಗ್ನಿಯ ಕುಂಡದಲ್ಲಿ ಜ್ವಲಿಸುತ್ತಿದ್ದ ಯಜ್ಞೇಶ್ವರ...

ಆ ಬೆಳಕಿನಲ್ಲೇ ಕಾಲದ ಓಘವನ್ನು ಅನುಸಂಧಾನಿಸಿ ತಪೋನಿರತನಾಗಿದ್ದ ಭಕ್ತ ಮುಚುಕುಂದ...

ಇತ್ತ ಈ ಕಾಲಯವನನ ರೋಷ ಮಿತಿಮೀರಿ ಹೋಗಿತ್ತು...

ಕಾರಣ ನಾನು ಅವನನ್ನು ವಂಚಿಸುತ್ತಾ ತಪ್ಪಿಸಿಕೊಂಡು ಓಡಿದ ರೀತಿ ಒಂದಾದರೆ ಬಹಳ ನಿರೀಕ್ಷೆ ಇಟ್ಟು ಸ್ತ್ರೀಶಿಶು ಮಾರಣದ ಮಹದಾಸೆ ಹೊತ್ತು ಮಥುರೆಗೆ ಬಂದರೆ ಇಡೀ ಮಥುರೆಯೇ ನಿರ್ಜನವಾಗಿ ಹೋದದ್ದು ಇನ್ನೊಂದು ಕಾರಣ... ಹೀಗೆ ಮಾನಸಿಕರೋಗಿಯಂತಾದ ಕಾಲಯವನ ಅದೆಲ್ಲಾ ಸಿಟ್ಟನ್ನೂ ನನ್ನ ಮೇಲೆ ಪ್ರಯೋಗಿಸಲು ಉದ್ಯುಕ್ತನಾಗಿದ್ದ ...

ಅದನ್ನು ನಾನು ಗಮನಿಸಿಯೇ ಓಡುತ್ತಾ ಬಂದು ಮುಚುಕುಂದ ಗುಹೆ ಪ್ರವೇಶಿಸಿ ಮರೆಯಲ್ಲಿ ನಿಂತೆ...!

ಕಾಲಯವನನೂ ಗುಹೆ ಪ್ರವೇಶಿಸಿದ...ಕತ್ತಲು ಬೇರೆ...

ಕುಂಡದ ಅಗ್ನಿ ಮಂದವಾಗಿತ್ತು...

ಅದರೆದುರಿಗೆ ಈ ಲೋಕವನ್ನೇ ಮರೆತು ಧ್ಯಾನದಲ್ಲಿ ಒರಗಿದ್ದ ಮುಚುಕುಂದ...

ಈ ಕಾಲಯವನ ಸಿಟ್ಟಿನ ರಭಸದಲ್ಲಿ ಈ ಮುಚುಕಂದನೇ ನಾನೆಂದು ಭ್ರಮಿಸಿ

'ಥೂ... ಹೇಡಿ... ಇಷ್ಟು ದೂರ ಓಡಿಬಂದೆಯಾ? ತಾಯಿಯ ಗರ್ಭಪ್ರವೇಶಿಸಿದರೂ ಬಿಡಲಾರೆ... ಈಗ ಒಳ್ಳೇ ಸನ್ಯಾಸಿಯಂತೆ ಒರಗಿದ್ದೀಯಾ ಪಾಪಿ ಮಾಧವಾ ಎಂದವನೇ ಒರಗಿದ್ದ ಮುಚುಕುಂದನನ್ನು ಝಾಡಿಸಿ ಒದ್ದ...!'

ಮುಚುಕುಂದ ಮುಗ್ಗರಿಸಿ ಬಿದ್ದ...! ಬಿದ್ದ ಮಹಾಸೇನಾನಿ ಎದ್ದು ನೋಡಿದರೆ ಎದುರಿಗೆ ತನ್ನ ಜೀವಿತದ ವಿರೋಧಿ ದಸ್ಯುವಿನ ವಿಕಾರ ರೂಪ...!

ತನ್ನ ಅನುಷ್ಠಾನ ಭಂಗವಾದ ರೋಷಬೇರೆ...! ಎದುರುಗಿರುವುದು ದಸ್ಯು ಎಂಬ ರೋಷ ಬೇರೆ...!

ಎಲ್ಲಿತ್ತೋ ಸಿಟ್ಟು ಎದ್ದವನೇ ಕಾಲಯವನನನ್ನು ಎರಡೂ ಕೈಗಳಿಂದ ಎತ್ತಿ ತನ್ನ ಕಾಲಗಂಟಿಗೆ ಆತನ ನಡುವನ್ನು ಘರ್ಷಿಸಿದಾಗ ಲಟಕ್ ಎಂಬ ಶಬ್ದ ಬಂತು...

ವಿಕಾರವಾಗಿ ನರಳಿದ ಕಾಲಯವನ...

ಆತನ ನಡು ಮುರಿದಿತ್ತು...!

ಕೂಡಲೇ ಆತನನ್ನು ಎತ್ತಿ ಇಡೀ ಜೀವ ಮುದ್ದೆ ಮಾಡಿ ಎದುರಿಗಿರುವ ಹೋಮಕುಂಡಕ್ಕೇ ಬಿಸುಟ ಮುಚುಕುಂದ... ಮುಚುಕುಂದನ ಯೋಗಾಗ್ನಿಯಲ್ಲಿ ಕಾಲಯವನ ಭಸ್ಮ...!

ಮಾಧವನ ತಂತ್ರಗಾರಿಕೆಗೆ ಕ್ರೌರ್ಯ ಭಸ್ಮವಾಗಿತ್ತು...

ಇತ್ತ ಮಿತ್ರ ವಿಶ್ವನ ಅಪ್ರತಿಮ ತಂತ್ರಗಾರಿಕೆಯ ಫಲವಾಗಿ ಶರಧಿ ತೀರದಲ್ಲಿ ಪ್ರತಿನಾಕವೊಂದು ನಿರ್ಮಾಣಗೊಳ್ಳುತ್ತಿತ್ತು...!

ಅದೇ ದ್ವಾರಕೆ...!!

***

ಮಾಧವನೇನೋ ಒಂದೇ ಸವನೆ ಮಾತನಾಡುತ್ತಿದ್ದ... ತನ್ನ ತೊಡೆಯ ಮೇಲೆ ಮಲಗಿಸಿಕೊಂಡು ಕಥೆ ಕೇಳುತ್ತಿದ್ದ ಬೇಡ... ಯಾಕೋ ಅನುಮಾನ ಬಂತು...! ಹಣೆ ನೀಲಿ ಬಣ್ಣಕ್ಕೆ ತಿರುಗಿತ್ತು...! ಮುಟ್ಟಿ ನೋಡಿದರೆ ನೀಲವರ್ಣದ ಅಂಗಾರದಂತೆ...!!

'ಅಯ್ಯೋ ದೊರೇ...ಇದೇನಿದು...? ಹಣೆ ಇಷ್ಟು ಸುಡುತ್ತಿದೆ ಒಡೆಯಾ... ಬೇಡೀ... ಸುಮ್ಮನಿರಿ ದೇವಾ... ಮಾತಾಡಬೇಡಿ... ವಿಶ್ರಮಿಸಿ ಒಡೆಯಾ... ಈಗ ಬಂದೆ... ಒಂದಿಷ್ಟು ಔಷಧಿಗಳು... ಹಣ್ಣುಹಂಪಲುಗಳನ್ನು ತರುತ್ತೇನೆ ದೇವ್ರೇ... ಮಾತಾಡಬೇಡಿ ದಮ್ಮಯ್ಯ...!!!'

'ಹಹಹಾ... ಜರಾ... ತಮ್ಮಾ... ಯಾಕೆ ಮರುಗುತ್ತೀಯೋ...? ಬಿಡು ಹೆಚ್ಚು ಅವಧಿಯಿಲ್ಲ ನನಗೆ. ಜಗತ್ತೆಲ್ಲ ನೀಲಮೇಘಶಾಮನೆಂದು ಅಕ್ಕರೆಯಿಂದ ಮುದ್ದು ಮಾಡಿತು ನೋಡೂ. ಆ ಕೊಂಡಾಟ ತುಸು ಜಾಸ್ತಿಯಾಗಿ ಮೈಯೆಲ್ಲ ಕಡುನೀಲಿಯಾಗಿದೆ ಅಷ್ಟೇ. ಈಗ ನೋಡು ನಿಜ ಶಾಮ ನಾನು... ಹಹಾ...!!

ಮಗೂ... ಅರ್ಜುನ ಇನ್ನೇನು ಬರುತ್ತಾನೆ... ಆತ ಬಂದ ಕೂಡಲೇ ನೀನು ಹೊರಟುಬಿಡು ವ್ಯಾಧನೇ... ಅಲ್ಲಿಯವರೆಗೆ ನಿನ್ನ ತೊಡೆಯೇ ನನಗೆ ಪಲ್ಲಕ್ಕಿಯ ರೇಶಿಮೆ ಹಾಸು ಕಣೋ... ಓ ನನ್ನ ಅಂತ್ಯಕಾಲದ ಗೆಳೆಯನೇ... ಬಿಟ್ಟು ಹೋಗುತ್ತೀಯಾ ನನ್ನ...? ನಾನು ನಿನಗೂ ಭಾರವಾಗುತ್ತಿದ್ದೇನೆಯೇ...?'

ಅಯ್ಯೋ ಬುದ್ಧೀ, ಹಾಗೆಲ್ಲ ಹೇಳದಿರಿ. ನನ್ನೊಡೆಯಾ...! ಮೊದಲೇ ಅಪರಾಧಿಯಾಗಿದ್ದೇನೆ. ಇನ್ನು ಈ ರೀತಿಯ ಮಾತುಗಳಿಂದ ಮತ್ತೂ ಆಳಕ್ಕಿಳಿದಂತೆ ದೊರೇ...!!! ಹೇಳಿ ನನ್ನೊಡೆಯಾ... ಪೂರ್ತಿ ಕೇಳುತ್ತೇನೆ ದ್ವಾರಕೆ ನಿರ್ಮಾಣವಾಗೀ...? ಮುಂದೇನು ಜೀಯಾ...?

ಮಗೂ... ಹೀಗೆ ಕಾಲಯವನ ಭಸ್ಮವಾದ. ಭಕ್ತ ಮುಚುಕುಂದನಿಗೆ ಆಲಿಂಗನದ ಕೈವಲ್ಯ ಪ್ರಾಪ್ತಿ. ಎರಡೂ ಕೆಲಸವಾಯಿತು ಸರಿ... ಮುಂದೆ...? ಮುಂದೆ ಇನ್ನೂ ನಿಯೋಜಿತ ಕೆಲಸಗಳು ಸಾವಿರಾರು ಬಾಕಿ ಇತ್ತಲ್ಲ... ಅದೂ ಒಂದಕ್ಕೊಂದು ಕೊಂಡಿಯಾಗಿ ಬೆಸೆದಿದ್ದವು ಕಾರ್ಯಗಳು...

ಹೇಗೆ ಬಲ್ಲೆಯಾ ಮರೀ? ಹೇಳುತ್ತೇನೆ ಕೇಳು...

ಈ ಕಾಲಯವನ ಭಸ್ಮವಾದ ಬೆನ್ನಿಗೆ ಮಾಗಧ ಸುಮ್ಮನೆ ಏನೂ ಕೂರಲಿಲ್ಲ... ಮಥುರಾ ನಿವಾಸಿಗಳ ಬೆನ್ನು ಹತ್ತಿ ಕಾಡಲು ಓಡೋಡಿ ಬಂದ... ಅವನ ಬೆನ್ನಿಗೆ ಶಿಶುಪಾಲ... ರುಕ್ಮಿ ಮುಂತಾದ ಅವನ ಪ್ರಿಯ ಮಿತ್ರರ ದಂಡು ಬೇರೆ...?

ಇತ್ತ ಅಣ್ಣ ರಾಮ ಪಶ್ಚಿಮ ಕಡಲ ತೀರದ ಸನಿಹದಲ್ಲಿರುವ ಗ್ರಾಮವೊಂದರಲ್ಲಿ ಮಥುರಾ ನಿವಾಸಿಗಳನ್ನೂ ಗೋ ಪಶು ಧನಕನಕಾದಿಗಳನ್ನೂ ಬಿಟ್ಟು ಮರಳಿ ನನ್ನನ್ನು ಸೇರಿಕೊಂಡ...

ಬೇಡನೇ ಇಲ್ಲಿ ನನ್ನ ಸ್ಥಿತ್ಯಂತರ ಗಮನಿಸಲಿಲ್ಲ ಲೋಕ... ಕೇವಲ ನನ್ನ ಬಾಹ್ಯ ನಡೆ ನೋಡಿ ನಕ್ಕಿತು... ಮಾಧವ ಭಂಡ...

ಪೆಟ್ಟು ತಿಂದು ಓಡಿದ ಎಂದಿತು... ಅಷ್ಟೇ ಅಲ್ಲ...

ಮುಂದೆ ಜರಾಸಂಧನೊಡನೆ ಕಾದಾಟದಲ್ಲೂ ನನ್ನ ಲೋಕವ್ಯವಹಾರ ಯಾರ ಕಣ್ಣಿಗೂ ಕಾಣಲಿಲ್ಲ... ಅದೇನು ಗೊತ್ತೇ ಮರೀ...?

ನೋಡೂ ಈ ಮಾಗಧ ಹುಚ್ಚನಂತೆ ನನ್ನನ್ನು ವಧಿಸಿಯೇ ತೀರಬೇಕೆಂಬ ಸಂಕಲ್ಪ ಹೊತ್ತು ಬರುತ್ತಿದ್ದ... ಕಾಲಯವನನ ಸಾವು ಅವನನ್ನು ಮತ್ತಷ್ಟು ರೊಚ್ಚಿಗೆಬ್ಬಿಸಿತ್ತು...

ಜೊತೆಗೆ ಶಿಶುಪಾಲನ ಸಹಾಯ ಬೇರೆ... ಇಬ್ಬರೂ ಜೊತೆಯಾಗಿ ಈ ರಾಮಕೃಷ್ಣರನ್ನು ಕೊಲ್ಲುವುದಕ್ಕೆ ಧಾವಿಸಿ ಬರುತ್ತಿದ್ದರು... ಮಗೂ ಇಲ್ಲೊಂದು ಸೂಕ್ಷ್ಮ ಗಮನಿಸು ವ್ಯಾಧನೇ...

ಈ ಶಿಶುಪಾಲ ದೂರದಿಂದ ನನ್ನತ್ತೆಯ ಮಗನಾಗಬೇಕು... ಹುಟ್ಟು ದುರುಳನಾದ ಅವನ ನೂರು ದುಷ್ಕೃತ್ಯವನ್ನು ಕ್ಷಮಿಸುತ್ತೇನೆಂದು ನಾನು ಆತನ ತಾಯಿಯಲ್ಲಿ ಮಾತು ಕೊಟ್ಟಿದ್ದೆ... ಹೀಗಾಗಿ ಆ ದುಷ್ಟ ಶಿಶುಪಾಲನನ್ನು ಕೊಲ್ಲಲು ನನಗೆ ದಾರಿಯಿರಲಿಲ್ಲ...

ಮತ್ತೆ ಮಾಗಧನ ಜೀವವೂ ನನಗೆ ಅಗತ್ಯ ಉಳಿಯಬೇಕಾಗಿತ್ತು...!!

ಕಾರಣ ಮುಂದಿನ ಆರ್ಯಭೂಮಿಯ ನಡೆಯಲ್ಲಿ ಭೀಮನ ಅಸ್ತಿತ್ವವನ್ನು ಪ್ರತಿಷ್ಠಾಪಿಸಬೇಕಾಗಿತ್ತು ನನಗೆ...

ಅಂದರೆ ಆ ಭೀಮನ ಕೈಯಲ್ಲೇ ಈ ಮಾಗಧನ ವಧೆಯಾದರೆ ಮಾತ್ರ ಆರ್ಯಾವರ್ತದಲ್ಲಿ ಪಾಂಡವರಿಗೆ ಬೇಕಾದ ಘನತೆ ಉಪಲಬ್ಧವಿತ್ತು... ಹಾಗೆಂದು ಸುಮ್ಮನುಳಿದೇ ಎಂದಾದರೆ ಮಥುರಾ ನಿವಾಸಿಗಳೆಲ್ಲಾ ಈ ದುಷ್ಟರಿಗೆ ಆಹುತಿಯಾಗುವುದು ಖಂಡಿತ...

ಇನ್ನೊಂದು ವಿಚಾರವೆಂದರೆ ಒಟ್ಟಾಗಿ ಧಾಳಿ ಇಟ್ಟ ಶಿಶುಪಾಲ ಮಾಗಧರಲ್ಲಿ ಒಬ್ಬನನ್ನು ಕೊಂದು ಮತ್ತೊಬ್ಬನನ್ನು ಬಿಡುವಂತಿಲ್ಲ...

ಹೀಗಾಗಿ ಅವರಿಬ್ಬರನ್ನು ವಂಚಿಸಿ ಓಡುವುದೊಂದೇ ದಾರಿ...!!

ಅತ್ತ ಮಥುರಾ ನಿವಾಸಿಗಳೂ ಉಳಿಯಬೇಕು... ಇತ್ತ ನನ್ನ ಸಂಕಲ್ಪವೂ ಸಾಧಕವಾಗ ಬೇಕು... ಹೀಗಾಗಿ ನಾನೂ ಅಣ್ಣನೂ ಆ ದುಷ್ಟರಿಗೆ ಅಂಜಿದವರಂತೆ ನಟಿಸಿ ಓಡಿದೆವು...!!! ಇದನ್ನು ಕಂಡೇ ಲೋಕ ನನ್ನನ್ನು ಭಂಡ ಎಂದಿತು ವ್ಯಾಧನೇ... ಮಾನಾಪಮಾನಗಳು ನನಗಿಲ್ಲ ಬಿಡು ಮಿತ್ರ...

ಹೀಗಾಗಿ ನನಗೇನೂ ನೋವಿಲ್ಲ...

ಆದರೆ ಯೋಚಿಸು ಬೇಡನೇ... ಅಂಥಾ ಸಿಂಹದ ಗುಹೆಯಂತಿರುವ ಕಂಸನ ಮನೆಗೇ ನುಗ್ಗಿ ಆತನನ್ನೂ ಆತನ ರಕ್ಕಸ ಭಟರನ್ನೂ ಹೊಸಕಿ ಹಾಕಿದವನಿಗೆ ಈ ಜರಾಸಂಧ ಕಾಲಯವನ ಶಿಶುಪಾಲ ಯಾವ ಲೆಕ್ಕ ಹೇಳು...? ಬಿಡು...

ನಂತರ ಓಡಿ ಓಡಿ ಬೆಟ್ಟವೇರಿ ಹೋದೆವು ನಾವು...

ನಮ್ಮ ಮೇಲಿನ ರೋಷಕ್ಕೆ ಆ ಪರ್ವತದ ಬುಡಕ್ಕೇ ಬೆಂಕಿಹಾಕಿ ಆ ಬೆಂಕಿಯಲ್ಲಿ ರಾಮಕೃಷ್ಣರಿಬ್ಬರೂ ಸತ್ತರೆಂದು ಭ್ರಮಿಸಿ ಮಾಗಧ ಕೇಕೆ ಹಾಕಿ ನಕ್ಕು ಮರಳಿದ...

ಹಹಾ... ಈ ರಾಮಕೃಷ್ಣರು ಅಂದು ಸತ್ತಿದ್ದರೆ ಇಂದು ನಿನಗೇನು ಕೆಲಸ ವಾಲೀ...? ಅಲ್ಲಲ್ಲ ಜರನೇ...?

ಅಂತೂ ದ್ವಾರಾವತಿಯ ನಿರ್ಮಾಣದ ವೇದಿಕೆಯೇ ನನ್ನ ಭಂಡತನದ ವಿಚಾರ ಎಂದು ಅಂದುಕೊಂಡಿತು ಲೋಕ... ಇರಲಿ ಬಿಡು... ಇತ್ತ ದ್ವಾರಕೆ ನಿರ್ಮಾಣವಾಯಿತು ನೋಡು ಜರನೇ... ಹೇಗಿತ್ತು ಬಲ್ಲೆಯಾ ಮಗೂ...?

ನನ್ನ ಪೂರ್ವಸಂಕಲ್ಪ ಹಾಗೂ ಆಣತಿ ಮತ್ತು ಮಿತ್ರ ವಿಶ್ವನ ಹಾಗೂ ಆತನ ಲಕ್ಷಾಂತರ ಶಿಷ್ಯಕೋಟಿಯ ಅಪ್ರತಿಮ ಆರ್ಯಮೇಧಾಶಕ್ತಿಯ ವಿನ್ಯಾಸದ ಫಲವೇ ದ್ವಾರಾವತೀ... ಕಣ್ಮುಚ್ಚಿ ಕೇಳುತ್ತಾ ಹೋಗು... ನಾನೂ ಹೇಳುತ್ತಾ ಹೋಗುತ್ತೇನೆ...ಆಗದೇ ವ್ಯಾಧನೇ?'

'ನಿಮ್ಮಿಷ್ಟ ಒಡೆಯಾ' ಎಂದ ಬೇಡ.

ಭೂತಲದ ಇಂದ್ರನಗರಿಯಂತಿರುವ ನಗರವೇ ಇದು ದ್ವಾರಕೆ... ಪಶ್ಚಿಮದಲ್ಲಿ ಅಬ್ಬರಿಸಿ ಫೂ...ತ್ಕರಿಸುವ ಮಹಾಶರಧಿಸೇನ... ಅವನಲ್ಲಿ ಸಂಗಮಿಸಲು ಕಾತರಿಸಿ ಸಿಂಗರಿಸಿ ಓಡೋಡಿ ಬಂದ ಗೋಮತಿಯೆಂಬ ನದೀನಾರಿ ಅಲ್ಲ ವಾರಿನೀರೆ... ಗೋಮತಿಯ ಬಲದಂಡೆಯ ಮಧ್ಯದ ಅಳಿವೆ ಬಾಗಿಲಿನ ಮಗ್ಗುಲಿನಲ್ಲಿ ವಿಸ್ತಾರವಾಗಿ ದ್ವೀಪದಂತೆ ಹನ್ನೆರಡುಯೋಜನ ಆಯತಾಕೃತಿಯಲ್ಲಿ ಹರಡಿ ಬಿದ್ದಿರುವ ಸ್ವಚ್ಛಸ್ವರ್ಣ ಸೈಕತರಾಶಿ...

ಇದು ಆರ್ಯರ ತಂತ್ರಜ್ಞಾನ ಮಗನೇ... ಎಂದೆಂದಿಗೂ ಮುಂದಿನ ಯಾವಕಾಲಕ್ಕೂ ಅದೊಂದು ಅದ್ಭುತ... ಪರಮಾದ್ಭುತ ಬೇಡನೇ... ಕೇಳು...

ಪೂರ್ವಾದಿ ಪಂಚದಿಕ್ಕುಗಳಿಂದಲೂ ಪಶ್ಚಿಮದ ಶರಧಿಯ ಮೂರು ದಿಕ್ಕುಗಳಿಂದಲೂ ಯಾವ ದಸ್ಯು... ಯವನ... ಮ್ಲೇಂಚ್ಛ ಮುಂತಾದ ರಾಕ್ಷಸರಿಂದ ಅಥವಾ ಪ್ರಕೃತಿಯನ್ನು ಹೊರತುಪಡಿಸಿ ಇನ್ಯಾವ ಶಕ್ತಿಯಿಂದಲೂ ಗಮಿಸಲು ದಮನಿಸಲು ಆಕ್ರಮಿಸಲು ಆಗದ ಅಭೇದ್ಯವಾದ ಅತೀದುರ್ಗಮ ಮರಳುರಾಷ್ಟ್ರವೇ ದ್ವಾರಕೆ...!

ಮಗೂ ಯೋಚಿಸು... ಮರಳಿನ ಮೇಲೆ ಕಾಲಿಟ್ಟರೂ ಸಾಕು ಶರಧಿಯಲೆ ಬಂದು ಸೋಕಿದಾಗ ಕಾಲಡಿಯ ಮರಳು ಜಾರಿ ಒಮ್ಮೆ ನಾವೇ ಆಯತಪ್ಪುವಂತಾಗುತ್ತದೆ ತಾನೇ...? ಆದರೆ ಇಲ್ಲಿ ಬರೇ ಮರಳು ದ್ವೀಪದ ಸೈಕತ ರಾಶಿ ಮೇಲೆ ಅದ್ಭುತವಾದ ರಾಷ್ಟ್ರವೊಂದು ನಿರ್ಮಾಣವೆಂದರೆ ಯೋಚಿಸು ಬೇಡನೆ ಆ ಕಾಲದಲ್ಲಿ ಆರ್ಯರೆಷ್ಟು ಅದ್ಭುತ ತಂತ್ರಜ್ಞಾನಿಗಳಾಗಿದ್ದರೂ ಎಂದು...!'

'ಸರಿ ಒಡೆಯಾ ಒಪ್ಪಿದೆ... ಆದರೊಂದು ಸಂಶಯ ನನಗೆ... ನಿನ್ನ ಕೃಪೆಯಿದ್ದಲ್ಲಿ ಕುಂಟ ಗಿರಿಯನ್ನೇ ಏರಬಲ್ಲನಂತೆ..ಆ ಆರ್ಯರಿಗೆ ನಿನ್ನ ಅನುಗ್ರಹವಿತ್ತು ಬಿಡು... ಅದಿಲ್ಲವಾದಲ್ಲಿ ಭಗವಂತಾ ಅಂಥಾ ಮರಳು ರಾಶಿಯಲ್ಲಿ ಗೋಡೆಗಳು ನಿಂತದ್ದು ಹೇಗೆ...?'

ಹಹಹಾ... ಬೇಡಮಿತ್ರನೇ ಅದು ಅನುಗ್ರಹವಲ್ಲವಪ್ಪಾ... ಆರ್ಯರ ಮೇಧಾಶಕ್ತಿ...

ಆಳೆತ್ತರದ ರಕ್ಕಸ ಅಲೆಗಳಿಂದ ಸದಾ ತೊಯ್ದು ತಂಪಾಗಿದ್ದ ಸೈಕತ ರಾಶಿಯ ಮಧ್ಯೆ ಬಹು ವಿಸ್ತಾರದ ದೀರ್ಘ ಚತುರಶ್ರ ಆಕೃತಿ ಅದ್ಭುತ ಸಂಕೀರ್ಣಗಳ ಮಹಾಸಾಮ್ರಾಜ್ಯ ಉದಯವಾದದ್ದು ಹೇಗೆಂದರೆ–

ಈ ಭರತಭೂಮಿಯ ಹೆಮ್ಮೆಯ ವಾಸ್ತುವಿನ್ಯಾಸದ ತಾಂತ್ರಿಕ ನಿಪುಣತೆಯ ಸಮಗ್ರ ಶಾಸ್ತ್ರ ಹಾಗೂ ಅದರಲ್ಲಿ ಪರಿಣಿತಿ ಹೊಂದಿದ ಆರ್ಯರೆಂಬ ಅದ್ಭುತ ಜನಾಂಗ... ಅವರು ಕಟ್ಟಿದ ದ್ವಾರಕೆ ಹೇಗಿತ್ತು ಬಲ್ಲೆಯಾ ಮರೀ...?

ಅದೊಂದು ನಿಜವಾದ ಸೂರ್ಯಮುಳುಗದ ಸಾಮ್ರಾಜ್ಯ...!!!

ಮರೀ... ಗೋಡೆ ಹೇಗೆ ನಿಂತಿತೂ ಎಂದೆಯಲ್ಲಾ ಬೇಡನೇ...?

ಈ ತನಕ ಮಹಾಮಹಿಮರೆಲ್ಲಾ ತಲೆಗೆಡಿಸಿಕೊಂಡು ವಿಶ್ಲೇಷಿಸಿದರೂ ಸಿಗದ ಉತ್ತರ ಇದು ಜರನೇ... ಇನ್ನೇನು ಮುಳುಗಲಿದೆ ದ್ವಾರಕೆ...

ಈ ಕೊನೇಕ್ಷಣದಲ್ಲಿ ಆ ರಹಸ್ಯ ಹೇಳುತ್ತೇನೆ ಕೇಳು...!

ಆನರ್ತದೇಶದ ಬದಿಯ ಮರಳುಪ್ರದೇಶ... ಗೋಮತಿಯ ಒನಪುವಯ್ಯಾರಕ್ಕೂ ಮಹಾಶರಧಿಯ ಗಜಗಾಂಭೀರ್ಯಕ್ಕೂ ಸಾಕ್ಷಿಯಾದ ಮಹಾಸಂಗಮ ಸ್ಥಳ ಅದು... ಹೆಸರು ಕುಶಸ್ಥಲೀ... ಒಟ್ಟು ವಿಸ್ತೀರ್ಣವೇ ಕೇವಲ ಹನ್ನೆರಡು ಯೋಜನ ಅಷ್ಟೇ...

ಮಗೂ... ಈ ಯೋಜನದ ಲೆಕ್ಕವೇ ಶರಧಿತೀರದ ಶರದ ಅಳತೆಯಪ್ಪಾ...

ಗಾಢವಾಗಿ ಮಾತನ್ನು ಅರಿಯುತ್ತಾ ಸಾಗಬೇಕು ನೀನು...

ಈ ಲೆಕ್ಕಗಳೇ ಬಹಳ ಗೂಢವಾಗಿದೆ ತಮ್ಮಾ...!!!

ಮೊದಲಿಗೆ ಒಂದಾಳು ಅಗಲಕ್ಕೆ ಬರೋಬ್ಬರಿ ಐದಾಳು ಆಳಕ್ಕೆ ಇಡೀ ಹನ್ನೆರಡು ಯೋಜನದ ಉದ್ದಗಲಕ್ಕೆ ದೀರ್ಘ ಚತುರಶ್ರವಾಗಿ ಅಳೆದು ಅಷ್ಟೂ ಗಾತ್ರಪಾತ್ರದ ಮರಳನ್ನು ಅಗೆದು ಹೊರಹಾಕಲಾಯಿತು. ನಂತರ ಅದರ ತಳದಲ್ಲಿ ಎರಡುಬಾಹುಗಳ ಅಳತೆಯ ಒಂದಾಳು ದಪ್ಪದ ಕಲ್ಲಿನ ಭಾರೀ ತೊಲೆಗಳನ್ನು ಅದೇ ಅಳತೆಯಂತೆ ಅಂದರೆ ದೀರ್ಘಾಕೃತಿಯ ಆಯತದಲ್ಲಿ ಒಂದಕ್ಕೊಂದು ಸಂಯೋಜಿಸಿ ಕೂಡುತ್ತಾ ಬರಲಾಯಿತು...

ಒಂದೊಂದು ತೊಲೆಯೂ ಎರಡಾಳು ಉದ್ದದಲ್ಲಿಯೂ ಒಂದಾಳು ದಪ್ಪವಾಗಿಯೂ ಕಡೆದಿಡಲಾಗಿತ್ತು. ಮಗೂ ಆ ಮಹಾ ತೊಲೆಗಳ ಎರಡೂ ಬದಿಗಳಲ್ಲಿ ನಾಲ್ಕು ಪ್ರಾದೇಶ ಮಾತ್ರದ ಸುತ್ತಳತೆಯ ಘನ ರಂಧ್ರ ಕೊರೆಯಲಾಗಿತ್ತು. ಆ ರಂಧ್ರದೊಳಗೇ ನೇರ

ಲಂಬಿತವಾಗುವಂತೆ ಐದಾಳೆತ್ತರದ ಭರ್ಜರಿ ಶಿಲಾ ಕಂಬಗಳನ್ನು ಹುಗಿಯಲಾಯಿತು...'

'ಅಬ್ಬಾ...!! ದೇವಾ ಇದೇನಿದು...!! ಕೇಳಿದರೇ ಎದೆ ನಡುಗುತ್ತಿದೆ...!! ಮಹೇಂದ್ರನ ನಾಕವೂ ಹೀಗಿರದೇನೋ ಪ್ರಭುವೇ...' ಎಂದ ಬೇಡ.

'ಹಹಹಾ... ಪೂರ್ತಿ ಕೇಳೋ ತಮ್ಮಾ...! ಇದಿನ್ನೂ ಮೂಲವಷ್ಟೇ... ಆ ಭಾರೀ ಕಂಬಗಳ ತಲೆಯಲ್ಲಿ ಕೆಳಗೆ ಜೋಡಿಸಿದಂತೆ ಅದೇ ಅಳತೆಯ ಭಾರೀ ತೊಲೆಗಳನ್ನು ಒಂದಕ್ಕೊಂದು ಸಂಯೋಜಿಸಿ ಕೂರಿಸಲಾಯಿತು... ಪುನಃ ಆ ಶಿಲಾಯತದ ಉದ್ದಗಲಕ್ಕೂ ಪೂರ್ವ ಪಶ್ಚಿಮವಾಗಿ ಇದೇ ಶಿಲಾ ತೊಲೆಗಳನ್ನು ಈ ಮಹಾ ಆಯತಾಕೃತಿಯ ಶಿಲಾವೃತ್ತ ಅಲುಗಾಡದಂತೆ ಭದ್ರವಾಗಿ ಕೂರಿಸುತ್ತಾನೆ ವಿಶ್ವ...

ಈಗ ಏನಾಯಿತು ಗೊತ್ತೇ... ಕೆಳಗೆ ಹಾಗೂ ಐದಾಳೆತ್ತರಕ್ಕೆ ಸಮುದ್ರದ ಮೇಲ್ಮೈ ಮಟ್ಟದ ಮೇಲಿರುವ ಶಿಲಾತೊಲೆಗಳ ರಂಧ್ರದಲ್ಲಿ ಭದ್ರವಾಗಿ ಕೂರಿಸಿರುವ ಕಂಬಗಳನ್ನೊಡಗೂಡಿದ ಭಾರೀ ಶಿಲಾವೃತ್ತವೊಂದು ಇಡೀ ಹನ್ನೆರಡು ಯೋಜನದ ಸುತ್ತಲೂ ನಿರ್ಮಾಣವಾಗಿ ಹೋಯಿತು...

ಮಗೂ ಒಂದು ಸೂತ್ರ ಅಥವಾ ಒಂದು ವಿಜ್ಞಾನದ ಸುಳಿವೊಂದನ್ನು ಹೇಳುತ್ತೇನೆ ಕೇಳು... ಚತುರಶ್ರ ಯಾ ವೃತ್ತ ಅಥವಾ ದೀರ್ಘಚತುರಶ್ರ ಯಾವುದೇ ಆಕಾರವಿರಲಿ ಅದನ್ನು ತಲೆ ಹಾಗೂ ಬುಡದಲ್ಲಿ ಸಮಾನವಾಗಿ ಸಂಯೊಜಿಸಿ ಭದ್ರವಾಗಿ ಬಂಧಿಸಿದಾಗ ಆ ವರ್ತುಲದಲ್ಲಿ ಹುಟ್ಟುವ ಭಾರೀ ಶಕ್ತಿಯೊಂದು ಆ ವರ್ತುಲವನ್ನು ಮುಮ್ಮುಖವಾಗಿ ಅಂದರೆ ಹೊರಮುಖವಾಗಿ ಹಿಗ್ಗಿಸುತ್ತಾ ಆ ವರ್ತುಲವನ್ನು ಅಲುಗಾಡದಂತೆ ಮಾಡಿಬಿಡುತ್ತದೆ... ಬಹಳ ಸ್ವಾರಸ್ಯವೆಂದರೆ ಒಮ್ಮೆ ಇವಿಷ್ಟು ಸಂಯೋಜಿಸಿದರಾಯಿತು ಮತ್ತೆ ಆ ಆಕೃತಿಯ ಭದ್ರತೆಗೆ ಬೇಕಾದ ಶಕ್ತಿಸಂಚಯಗಳನ್ನು ಆ ಆಕೃತಿಗಳೇ ಮಾಡಿಕೊಳ್ಳುತ್ತಾ ಹೋಗುತ್ತವೆ...!

ಇಲ್ಲೂ ಇದನ್ನೇ ಮಾಡಿದ ವಿಶ್ವಕರ್ಮ ಅದರ ಆ ಶಿಲಾಯತದ ಮೇಲೆ ಅದ್ಭುತವನ್ನೇ ನಿರ್ಮಿಸಿಬಿಟ್ಟ...!

ಹೀಗೆ ಸ್ಥಾಪಿತವಾದ ಭಾರೀ ಶಿಲಾಯತದ ಒಳಗೂ ಹೊರಗೂ ಆಳದಿಂದ ಮೇಲ್ಮೈವರೆಗೂ ಇದೇ ಶರಧಿತೀರದ ಮರಳನ್ನೇ ಸಮಾನಾಂತರವಾಗಿ ಮುಚ್ಚುತ್ತಾ ಆ ಶಿಲಾಯತದ ಮೇಲಿಂದ ಸಂಕೀರ್ಣಗಳ ಅಧಿಷ್ಠಾನಗಳನ್ನು ನಿರ್ಮಿಸಲಾಯಿತು...

ಅದೆಂಥಾ ಅದ್ಭುತ ನಗರವಿನ್ಯಾಸ ಗೊತ್ತೇ ಮಗೂ ಆರ್ಯರದ್ದೂ. ನಿಜಕ್ಕೂ ವಿಸ್ಮಯ... ಪರಮಾದ್ಭುತ ಚಿಂತನೆಯದು...'

'ದಣೀ... ನನಗೊಂದು ಜಿಜ್ಞಾಸೆ...!!' ಮಧ್ಯೆದಲ್ಲಿ ಕೇಳಿದ ಬೇಡ...

'ಹೇಳೋ ಬಂಧುವೇ... ಅದೇನು ಸಂಶಯ ಕೇಳಿಕೋ...'

'ಒಡೆಯಾ ಐದಾಳೆತ್ತರದಿಂದ ಕಣಿವೆ ತೋಡಿ ಕಲ್ಲಿನ ತೊಲೆ ಕೂರಿಸಿಕೊಂಡು ಬರುವಾಗ ಸಮುದ್ರ ಮಟ್ಟಕ್ಕಿಂತ ಆಳಕ್ಕೆ ಹೋಗಲಿಲ್ಲವೇ ನನ್ನೊಡೆಯಾ...? ನೀರು ಬರಲಿಲ್ಲವೇ ಆಳದಲ್ಲೀ...?'

'ಭಲೇ ಬೇಡನೇ... ಭೇಷ್... ನಿನ್ನೊಳಗಿನ ಜಿಜ್ಞಾಸೆ ಎಷ್ಟು ಪ್ರಬುದ್ಧವಾಗಿದೆಯೋ ಮರೀ... ಇರು ಹೇಳುತ್ತೇನೆ... ಖಂಡಿತ ನೀರಿನ ಮಟ್ಟಕ್ಕಿಂತ ಆಳದ ಅಳತೆಯದು ಬೇಡನೇ... ಇನ್ನೂ ಒಂದು ರಹಸ್ಯ ಹೇಳಲೇ...? ಆ ಕುಶಸ್ಥಲೀ ತೀರದ ಶರಧಿ ಇದೆ ನೋಡು... ನಿಜ ರತ್ನಾಕರ ಆತ.. ಆ ಪಶ್ಚಿಮಸಮುದ್ರದ ಆಳದಲ್ಲಿ ಯೋಜನಾಂತರ ಉದ್ದಕ್ಕೆ ಹರಡಿದ್ದ ಹವಳದ ದಿಬ್ಬಗಳು... ಈ ವಿಶ್ವನ ಲಕ್ಷಾಂತರ ಶಿಷ್ಯರು ಸಮುದ್ರದಾಳಕ್ಕೆ ಮುಳುಗಿ ಇದೇ ಹವಳದ ದಿಬ್ಬಗಳನ್ನು ಕಡಿದು ಆ ದಿಬ್ಬಗಳ ಎಡೆಯಲ್ಲಿ ಕಲ್ಲಿನತೊಲೆಗಳನ್ನು ಕೂರಿಸಿದಾಗ ಮೇಲೆ ಬಂತು ಶಿಲಾಯತ.'

'ಸ್ವಾಮೀ ನನ್ನೊಡೆಯಾ ತಲೆ ಸುತ್ತಿ ಬರುತ್ತಿದೆ... ಅಬ್ಬಾ ಸಾಹಸವೇ...!!'

'ಇರು ಜರನೇ ಪೂರ್ತಿ ಕೇಳು... ಹೀಗೆ ಮೇಲೆ ಬಂದ ಶಿಲಾಯತದ ಮೇಲೆ ಸಮಗ್ರ ದ್ವಾರಕೆಯ ವಾಸ್ತುವಿನ್ಯಾಸ ನಿರ್ಮಾಣಗೊಂಡಿತು... ಮೊದಲಿಗೆ ಶರಧಿತೀರದ ಆಚೆಯಿಂದ ಗೋಮತಿಗೆ ಅಡ್ಡವಾಗಿ ಕಟ್ಟೊಂದು ನಿರ್ಮಿಸಿ ಆ ಕಟ್ಟಿನ ಬಾಯಲ್ಲಿ ಹತ್ತಾರು ಕಾಲುವೆಗಳನ್ನು ಕಟ್ಟುತ್ತಾ ಆ ಕಾಲುವೆಗಳು ಸಮದ್ರಮಧ್ಯದ ದ್ವಾರಕೆಯನ್ನು ಸಂಧಿಸುವಂತೆ ಅಷ್ಟೂ ಕಾಲುವೆಗಳು ಇಡೀ ದ್ವಾರಕೆಯನ್ನು ಸುತ್ತುವರೆದು ಬಿಟ್ಟವು...

ಹೆಚ್ಚಾದ ನೀರು ಸುತ್ತುವರೆದು ಪುನಃ ಗೋಮತಿಯನ್ನೇ ಸೇರುತ್ತಿತ್ತು... ಆರ್ಯರ ದೃಷ್ಟಿಕೋನ ನೋಡು ಜರನೇ... ಗೋಮತೀ ತೀರದ ಮೆಕ್ಕಲುಮಣ್ಣನ್ನು ದ್ವಾರಕೆಯ ಮರಳಿನಮೇಲೆ ಸುರಿದು ಅಂಥಾ ಮರಳುಗಾಡನ್ನೂ ನಳನಳಿಸುವ ನಂದಗೋಕುಲದಂತೆ ಪರಿವರ್ತಿಸಿ ಗೋವುಗಳಿಗೂ ಕೃಷಿಗೂ ಯೋಗ್ಯ ಭೂಮಿಯನ್ನಾಗಿಸಿದರಲ್ಲಾ. ಅವರೆಂಥಾ ಅದ್ಭುತ ಜನರೋ ಮರೀ... ಕೇಳು!

ಈಗ ಮೇಲಿರುವ ಶಿಲಾಯತದ ಸುತ್ತ ನಾಲ್ಕು ದಿಕ್ಕಿಗೂ ನಾಲ್ಕು ಮಹಾದ್ವಾರಗಳನ್ನು ನಿರ್ಮಿಸಲಾಯಿತು. ಒಂದು ಕಾಲದಲ್ಲಿ ದೀರ್ಘಚತುರಶ್ರಾಕೃತಿಯ ಈ ಹನ್ನೆರಡು ಯೋಜನ ವಿಸ್ತೀರ್ಣದ ಆನರ್ತದೇಶದ ಬರಡು ಮರಳುಭೂಮಿಯಾಗಿದ್ದ ಈ ಪ್ರದೇಶ.

ಮಾಧವನ ಭೇಟಿಗೆ ಆಗಮಿಸುವ ಮಿತ್ರರ ಬಂಧುಗಳ ದೀನರ ಶೋಷಿತರ ಸಜ್ಜನರ ದಾರ್ಶನಿಕರ ಋಷಿಗಳ ರಾಜರ್ಷಿಗಳಿಗೆಲ್ಲಾ ಅನುಕೂಲವಾಗುವಂತೆ ನಾಲ್ಕೂ ದಿಕ್ಕಿನಲ್ಲಿ

ನಿರ್ಮಿಸಿದ ಮಹಾದ್ವಾರಗಳಿಂದಲೇ ಈ ಚಿಕ್ಕ ಮರಳುರಾಷ್ಟ್ರಕ್ಕೆ ದ್ವಾರಕೆ ಎಂಬ ಹೆಸರು ಬಂತು ಮಗೂ...

ಇನ್ನು ನನ್ನ ಭಕ್ತರ ಭಕ್ತಿಯ ಪರಾಕಾಷ್ಠೆಯಿಂದ ಇದು ವೈಕುಂಠದ ಮತ್ತೊಂದು ಮಗ್ಗುಲು ಎಂದು ಇದನ್ನು ದ್ವಾರಾವತೀ ಎಂದರು...'

'ಒಡೆಯಾ ರೋಮಾಂಚನವಾಗುತ್ತಿದೆ. ದೇವಾ!'

'ಕೇಳು ಜರನೇ... ಈ ದ್ವಾರಕೆಯ ಹೊರವಲಯದಲ್ಲಿ ಕೃಷಿ ಭೂಮಿಗಳೂ ಉಪವನಗಳೂ ನಿರ್ಮಾಣಗೊಂಡವು. ನಾಲ್ಕು ದ್ವಾರಕ್ಕೆ ಹೊಂದಿಕೊಂಡು ನಾಲ್ಕು ಬೃಹತ್ ರಾಜಬೀದಿಗಳು ಹೊರಗಿನಿಂದ ಮಧ್ಯದಲ್ಲಿರುವ ನನ್ನರಮನೆಯನ್ನೂ ಅಣ್ಣನ ಅರಮನೆಯನ್ನೂ ಸಂಧಿಸುತ್ತಿದ್ದವು...

ಶರಧಿಗೆ ಬೆನ್ನು ಹಾಕಿ ಪೂರ್ವ ಈಶಾನ್ಯಕ್ಕೆ ವಿಸ್ತರಿಸಿ ದ್ವಾರಕೆಯನ್ನು ನಿರ್ಮಾಣ ಮಾಡಲಾಗಿತ್ತು... ಪಶ್ಚಿಮದಲ್ಲಿ ನನ್ನ ಅರಮನೆಯ ಹಿಂದೆ ಅಶ್ವಬಲ, ಗಜಬಲ, ಮಹಾ ಸೈನಿಕಬಲಗಳ ಬಿಡಾರಗಳೂ ಶಸ್ತ್ರಾಸ್ತ್ರಗಳ ಸಂಗ್ರಹವೂ ಸೇನಾಪತಿಗಳ ನಿವಾಸಗಳೂ ನಿರ್ಮಾಣವಾಯಿತು.

ದಕ್ಷಿಣಕ್ಕೆ ರಾಣಿಯರ ಅಂತಃಪುರಗಳು ದಾಸಿ ಸೇವಕ ಸೇವಕಿ ಗೋವಳರ ನಿವಾಸಗಳು ಬಳೆ ಪೇಟೆ, ಹೆಂಗಳೆಯರ ರೇಷಿಮೆ ವಸ್ತ್ರಾಭರಣಗಳ ಮಂಡಿಗಳು, ಚಿನಿವಾರರ ಅಕ್ಕಸಾಲಿಗರ ಬಳೆಗಾರರ ಬೀದಿಗಳು, ಹೊರದೇಶಗಳಿಂದ ಬರುವ ಪ್ರವಾಸಿಗರ ನಿವಾಸಗಳು, ವಿದೇಶೀ ವರ್ತಕರ ಬೀದಿಗಳೂ ನಿರ್ಮಾಣಗೊಂಡವು.

ಇನ್ನು ಉತ್ತರ ಈಶಾನ್ಯದಲ್ಲಿ ಮಂತ್ರಿ ಮಾಂಡಲಿಕರ ಹಾಗೂ ಪ್ರದ್ಯುಮ್ನ ಅನಿರುದ್ಧ ಸಾಂಬಾದಿ ಯಾದವ ಪ್ರಮುಖರ ನಿವಾಸಗಳೂ ವಿದೇಶೀ ರಾಯಭಾರಿಗಳ ನಿವಾಸಗಳೂ ಮಂತ್ರಾಲೋಚನೆಯ ಬೃಹತ್ ಸಂಕೀರ್ಣಗಳೂ ಕೋಶನಗಗಳನ್ನು ರಕ್ಷಿಸಿಡುವ ಸುಭದ್ರ ಉಗ್ರಾಣಗಳೂ ಹೊರ ಪರಿಧಿಯಲ್ಲಿ ಪಾಕಶಾಲೆ ಗೋಶಾಲೆಗಳೂ ಈಶಾನ್ಯದಲ್ಲಿ ಋಷಿಮುನಿಗಳ ಪರ್ಣಕುಟೀರಗಳೂ ಯಾಗಶಾಲೆಗಳೂ ಋಷ್ಯಾಶ್ರಮಗಳೂ ನಿರ್ಮಾಣಗೊಂಡವು.

ಇನ್ನು ಪೂರ್ವಕ್ಕೆ ವಿಸ್ತರಿಸಿದ ಮಹಾಬೀದಿಗಳ ಇಕ್ಕೆಲಗಳಲ್ಲಿ ಶಂಖ ಸ್ಫಟಿಕ ವಜ್ರ ಮುತ್ತು ಹವಳ ರತ್ನಾದಿಗಳ ಮಾರುಕಟ್ಟೆಗಳೂ ಸೈನಿಕರ ಚಮ್ಮಾರರ ಕೃಷಿಕರ ಬೀದಿಗಳೂ ನಿರ್ಮಾಣಗೊಂಡಿತು.

ಇನ್ನು ಅರಮನೆ ಹೇಗಿತ್ತು ಬಲ್ಲೆಯಾ ಮರೀ!'

ಜರನಿಗೆ ಪ್ರಜ್ಞೆ ತಪ್ಪಿದಂತಾಗಿತ್ತು. ಹೂಂ ಎಂದು ಹೇಳಲೂ ಬೇಡನಿಗೆ ಗೊತ್ತಾಗದೆ ದಿಗ್ಭ್ರಮೆಗೊಂಡು ಕೂತಿದ್ದ. ಇದಾವುದೂ ಮಾಧವನ ಗಮನಕ್ಕೆ ಬರದೆ ಮಾಧವ ಮಾತು ಮುಂದುವರೆಸಿದ...

'ಬೇಡಮಿತ್ರನೇ ಅರಮನೆಯ ನೆಲದ ಹಾಸುಗಳು ಹವಳದ ದಿಬ್ಬದ ಹವಳವನ್ನು ಚಚ್ಚೌಕವಾಗಿ ಕತ್ತರಿಸಿ ಅದನ್ನು ನೆಲಕ್ಕೆ ತೆಳುಮರಳು ಹಾಸಿ ಕೂರಿಸಿ ಬದಿಗೆ ಸ್ಫಟಿಕದ ಚೌಕಟ್ಟುಗಳನ್ನು ಜೋಡಿಸಿ ಇಡಲಾಯಿತು...

ಹಾಗೇ ವಿಶಾಲವಾದ ಸಭಾಗೃಹಗಳಲ್ಲಿ ಸ್ಫಟಿಕದ ಹವಳದ ಕಂಬಗಳಿಗೆ ವಜ್ರ ಮುತ್ತು ಕೂರಿಸಿ ಅಂದಗಾಣಿಸಿ ಮೇಲ್ಗಟ್ಟಿಗೆ ರೇಷಿಮೆ ಹಾಸುಗಳನ್ನು ನೆಲಕ್ಕೆ ರತ್ನಗಂಬಳಿಯನ್ನೂ ಹಾಸಿಡಲಾಯಿತು. ಇನ್ನು ಯಾವಕಾಲಕ್ಕೂ ಯಾವ ಶತ್ರುಗಳಿಗೂ ಆಕ್ರಮಿಸಲು ಅಭೇದ್ಯವಾದ ದ್ವಾರಕೆಯ ಊರ ಹೊರವಲಯದ ನಾಲ್ಕೂ ದಿಕ್ಕಿನಲ್ಲಿ ಲಘುಸೈನಿಕದಳ ಜಾಗೃತವಾಗಿತ್ತು. ಹೀಗೆ ಇಂದ್ರನ ಅಮರಾವತಿಯೆಂಬ ರಮಣಿಯಂತೆ ಸಾಲಂಕೃತವಾದ ಕುಬೇರನ ಅದ್ಭುತ ಅಲಕಾವತಿಯ ಅವಳಿಯಾಗಿ ನಿರ್ಮಾಣಗೊಂಡ ಸುಂದರರಾವಣನ ಚಂದದ ಮನದನ್ನೆಯಾದ ಸ್ವರ್ಣಲಂಕೆಯಂತೆ ಮೂಜಗದ ಅದ್ಭುತ ಮರಳುನಗರಿಯಾಗಿ ನಿರ್ಮಾಣಗೊಂಡ ದ್ವಾರಕೆಯಲ್ಲಿ ಈ ಮಾಧವ ಕಣ್ಮುಚ್ಚಿ ಒಮ್ಮೆ ಕೊಳಲೂದಿದ ನೋಡು! ಹೊರವಲಯದ ಉಪವನಕ್ಕೆ ಭರತಭೂಮಿಯ ಮೂಲೆಮೂಲೆಯಿಂದ ಶುಕಪಿಕಹಂಸಸಾರಂಗಗಳ ದಂಡೇ ಹರಿದು ಬಂದು ಒಕ್ಕೊರಲಿನಿಂದ ಓ ಎಂದವು...

ಆಗ ಇಡೀ ದ್ವಾರಕೆಯೇ ನಕ್ಕಿತ್ತು ಅಂದು... ಸಮಸ್ತ ಭರತವರ್ಷವೇ ನಕ್ಕು ನಲಿದಿತ್ತು ಬೇಡನೇ... ಜರಾ... ಏ ತಮ್ಮಾ ಕೇಳಿಲ್ಲಿ... ಏನಾಯ್ತೋ... ಮರೀ...?'

ಬೇಡನ ಪ್ರಜ್ಞೆ ತಪ್ಪಿತ್ತು...

'ಜ್ಜ್... ಜರಾ... ಆ...' ಮಾಧವ ಕೂಗಿದ..

'ನಾನು ಮಲಗುವ ಹೊತ್ತಿಗೇ... ನೀನು ಮಲಗಿದ್ಯಾಕೆ ಗೆಳೆಯಾ....? ಏಳೋ...!'

'ಆಂ... ಎದ್ದೇ... ಧಣೀ ತಾವು ದ್ವಾರಕೆಯ ಆ ವೈಭವ ಹೇಳುತ್ತಾ ಹೋಗುವಾಗ ನನಗೆ ಮೈಯೆಲ್ಲಾ ಝುಂ..ಎನ್ನಲು ಪ್ರಾರಂಭವಾಗಿ ಕಣ್ಣು ಮಂಜಾಯಿತು ದೊರೇ...! ಬಿಡಿ ಒಡೆಯಾ... ಸಾಕು... ಸುಮ್ಮನಾಗಬಾರದೇ ತುಸು ಹೊತ್ತು...!'

'ಸರೀ ಜರನೇ ನಿನ್ನೆಣಿಕೆಯಂತೇ ಆಗಲೀ... ಮಗೂ ನನ್ನ ನಿನ್ನ ಸ್ನೇಹ ಬೇರಾಗುವ ಹೊತ್ತುಬಂತು...! ನೀನು ನಿನ್ನ ಮೂಲ ಸ್ವರೂಪ ಸೇರಿಕೋ ಗೆಳೆಯಾ...'

'ಅಯ್ಯೋ... ಅಯ್ಯಯ್ಯೋ ಹಾಗೆನ್ನದಿರಿ ನನ್ನ ದೊರೇ... ನಿಮ್ಮನ್ನು ಈ ಸ್ಥಿತಿಯಲ್ಲಿ ಬಿಟ್ಟು ಹೋಗಲಾರೆ... ದಮ್ಮಯ್ಯ ಜೀಯಾ..ಮಾತಾಡಿ ಆಯಾಸಮಾಡಿಕೊಳ್ಳದಿರೀ ಎಂದೇ... ಹೋಗಲು ಹೇಳಬೇಡ ತಂದೇ... ನಿನ್ನ ಬಿಟ್ಟು ಹೋಗಲಾರೆ ಪರಮಾತ್ಮಾ... ಒಂದೋ ಈ ಪಾಪಿಯನ್ನ ಇಲ್ಲೇ ಸಾಯಿಸಿ ಬಿಡು ಭಗವಂತಾ... ಅಯ್ಯೋ' ಎಂದು ದಾರುಣವಾಗಿ ರೋದಿಸತೊಡಗಿದ ಬೇಡ...

ಇತ್ತ ಪರಮಾತ್ಮನ ಕಣ್ಣಲ್ಲೂ ನೀರು...!

ಹಹಾ.. ಯಾವ ಋಣವೋ ಜೀವವೇ ನಿಂದೂ...!

ಈ ಮಾಧವ ಹೆತ್ತುಹೊತ್ತವನಲ್ಲ ನೀನು...!

ಸಖಿ ಸುಧಾಮನಲ್ಲ...! ಜೀವ ಪಾರ್ಥನಲ್ಲ...!

ಗೆಳತಿ ರಾಧೆಯಲ್ಲ... ! ಮಡದಿ ರುಕ್ಮಿಣಿಯಲ್ಲ...!

ಹೋಗಲಿ ಬೇಡಬಿಡು... ಶತ್ರು ಕಂಸಾದಿಗಳಲ್ಲಿ ಒಬ್ಬನಲ್ಲ! ಆದರೂ ಈ ಮಾಧವನ ಕೊನೆಯ ಘಳಿಗೆಗೆ ಕಣ್ಣೀರು ಮಿಡಿಯುತ್ತೀಯಾ ಜೀವವೇ! ವಾಲೀ... ಆ ಜನುಮದಲ್ಲಿ ನಿನ್ನ ತಪ್ಪೇನೇ ಇರಲಿ! ಮರೆಯಲ್ಲಿ ನಿಂತು ಕೊಂದವ ನಾನು! ಆದರೂ ಮರುಗುತ್ತೀಯಾ ಮಗನೇ! ಬೇಡ ಕಣೋ... ಹೊರಟುಬಿಡು... ಹೋಗು...ಹೋಗೋ...

ಬಿಕ್ಕಿದ ಮಾಧವ...

ಒ...ಡೆ...ಯಾ... ಧಣೀ ನಾ ಹೊರಡ...ಲೇ...?

ಗಂಟಲು ಕಟ್ಟುತ್ತಾ ಉಮ್ಮಳಿಸಿದ ಬೇಡ...

ಒಮ್ಮೆ ಹತ್ತಿರ ಬಾರೋ ನನ್ನ ಅಂತ್ಯಕಾಲದ ಮಿತ್ರನೇ... ಬಂದು ಒಮ್ಮೆ ಅಪ್ಪಿಕೊಳ್ಳೋ ಮರೀ...!

ಕಣ್ಣೀರು ಮಿಡಿಯುತ್ತಾ ಬೇಡನಲ್ಲಿ ಬೇಡುತ್ತಾನೆ ಮಾಧವ...

ದೇವಾ...

ಗಳಗಳನೆ ಅಳುತ್ತಾ ಬಾಚಿ ಬಿಗಿದಪ್ಪಿ ಮಗುವನ್ನು ಮುದ್ದಿಸುವಂತೆ ಬೊಗಸೆಯಲ್ಲಿ ಮೊಗಹಿಡಿದು ಕಣ್ಣೀರು ಒರೆಸುತ್ತಾ ತಬ್ಬಿ ಮರುಕ್ಷಣ ಯಾವುದೋ ಘನಕಾರ್ಯ ನೆನಪಾದಂತೆ ಫಕ್ಕನೆ ಗಂಭೀರನಾಗುತ್ತಾ ಕಾಲಿಗೆ ನಮಿಸಿ ತಿರುಗಿಯೂ ನೋಡದೆ ನಡೆದೇ ಬಿಟ್ಟ ಜರ...

ಈಗ ಮಾಧವ ಏಕಾಂಗಿ...! ಇಡೀ ಮೈ ಕೆಂಡದಂತೆ ಸುಡುತ್ತಿತ್ತು...! ಕಣ್ಣುಗಳು ಕಾಂತಿಹೀನವಾಗಲು ಹೊರಟಿದ್ದವು..! ಮೊಗದ ಮಂದಹಾಸ ಬಹಳ ಕ್ಷಣಿಕವಾಗಿತ್ತು...!

ಬಲಕಾಲು ಮಾತ್ರ ನೋಡಲು ಬಹಳ ಭೀಭತ್ಸವಾಗಿತ್ತು...! ಬೇಡ ಹೊಡೆದ ಬಾಣಕ್ಕೆ ಪಾದ ಸಿಡಿದು ಕೆಂಪು ದಾಸವಾಳ ಹೂವೊಂದು ಅರಳಿದಂತೆ ಇಡೀ ಪಾದ ಕಾಣುತ್ತಿತ್ತು... ಆ ಬಾಣದ ನಂಜಿನ ವಿಷಕ್ಕೆ ಮೈಯೆಲ್ಲಾ ನೀಲಿಯಾಗಿ ಪಾದ ಬೀಗಿ ವ್ರಣವಾಗಿ ಪ್ರಾಣವೇ ಕಿತ್ತು ತಿನ್ನುವ ಭಾರೀ ನೋವಿಗೆ ಸೋತು ನರಳುತ್ತಾನೆ ಮಾಧವ... ನರಳುತ್ತಾ ಯಾತನೆಯಲ್ಲಿ

ಅ...ಮ್ಮಾ...

ಎಂದ...!!

ಆಗ ಕಣ್ಣೀರು ಮಿಡಿದು ಓ ಎಂದವು ಗೋಕುಲದ ಗೋವುಗಳು...!!

ಕಾಡಿನ ನಾಡಿನ ಪ್ರಾಣಿಪಕ್ಷಿ ಸಸ್ಯ ಸಂಕುಲವೇ ತಾನೇ ಹೆತ್ತ ಮಗುವೊಂದು ಕೂಗುತ್ತಿದೆಯೇನೋ ಎಂಬಂತೆ ಏಕಕಾಲಕ್ಕೆ ಓ ಎಂದವು...!!

ಭಾರೀ ಕಲರವ ವಾತಾವರಣದಲ್ಲಿ...! ಇಬ್ಬರು ಮಾತೆಯರು ಮೊದಲೇ ಅಂದರೆ ಕಾಲು ಗಾಯವಾಗುವ ಮುನ್ನವೇ ಬಂದಿದ್ದರು...! ಒಬ್ಬಾಕೆ ಹೆತ್ತಬ್ಬೆ ಮುದುಕಿ ದೇವಕಿ...!! ಅವಳನ್ನು ಮುದ್ದಿಸಿ ಆಲಂಗಿಸಿ ಕಳುಹಿಕೊಡುವಾಗ ಮತ್ತೊಬ್ಬಳು ಬಂದಿದ್ದಳು... ಪೂತನೀ... ಹಹಾ... ಈ ಮಾಧವನಿಗೆ ಹಾಲುಕುಡಿಸಿದ ಆರ್ಯೇತರ ದಸ್ಯುಮಹಿಳೆ... ಆ ಕಾಲಕ್ಕೆ ಈಕೆಯನ್ನು ಲೋಕ ರಕ್ಕಸಿ... ದಸ್ಯು... ಶೂದ್ರಮಹಿಳೆ... ಎಂದರೂ ತಾಯಿಯ ಮೊಲೆಹಾಲಿಗೆ ಜಾತಿ ಯಾವುದು ಎಂದು ಪ್ರಶ್ನಿಸುವಂತೆ ಲೋಕವನ್ನು ಧಿಕ್ಕರಿಸಿ ಈ ಮಾಧವ ಆ ತಾಯಿಯ ಎದೆ ಹಾಲು ಸವಿದಿದ್ದ... ಸವಿದು ಅವಳ ಕರ್ತವ್ಯಕ್ಕೆ ಮಣಿದು ಮನ್ನಿಸಿ ಕೈವಲ್ಯ ದಯಪಾಲಿಸಿದ್ದ...

ಆದರೆ ಇಲ್ಲಿ ವಿಶ್ರಾಂತಿ ಪಡೆಯುತ್ತಾ ಅಮ್ಮಾ ಎಂದು ಕೂಗಿದಾಗ ಅವಳೂ ಬಂದಿದ್ದಳಲ್ಲ... ಅಂದರೆ ಅವಳೂ ನನ್ನ ತಾಯಿ ತಾನೇ...?

ಸರಿ... ಬಂದ ಅವಳನ್ನು ಸಂತೈಸಿ ಕಳುಹಿದ್ದೆ...!!

ಆದರೆ...

ಈಗ ನೋವಿನ ಅತ್ಯುಚ್ಚ ಸ್ಥಿತಿಯಲ್ಲಿ ಸಂಕಟ ತಡೆಯಲಾರದೆ ಪ್ರಾಣ ಹೋಗುವ ಸ್ಥಿತಿಯಲ್ಲಿ ಅಮ್ಮಾ... ಎಂದರೇ

ಅದ್ಯಾರು ಬರುತ್ತಿರುವುದು...? ಕಣ್ಣು ಮಂಜಾಗುತ್ತಿದೆ...! ತಲೆಯ ಮೇಲಿನ ನಿಂತ ಮರಗಳೆಲ್ಲಾ ಗಿರಗಿರ ತಿರುಗಿದಂತೆ ಭಾಸವಾಗಿ ಬಾಯಿಯ ನೀರು ಬತ್ತಿ ಗಂಟಲೊಣಗಿ

ಯಾ... ಯಾರದು ಎಂದ ಮಾಧವ ಕ್ಷೀಣದನಿಯಲ್ಲಿ...!

ಮಗನೇ... ಲಾಲಾ...

ಮುದ್ದೂ ಎಂದು ಸಪ್ತಸಾಗರ ಭೋರ್ಗರೆದಂತೆ ಉಕ್ಕಿ ಬಂದ ದುಃಖದ ಕಟ್ಟೊಡೆದು ರೋದಿಸುತ್ತಾ ಬಂದು ಬಾಚಿ ಆಲಂಗಿಸಿದಳು ಯಶೋಮತಿ...!

ಏನೋ ಕಂದಾ ಇದೂ? ಅಯ್ಯೋ ಮುದ್ದುಮುರಾರೀ ಇದೇನೋ ಗತಿ ನಿಂದೂ ಮಗನೇ...? ಅಯ್ಯೋ... ಅಬ್ಬಾ... ಮೈಯೆಲ್ಲ ಕೆಂಡ... ಇಡೀ ಮೈ ಕಪ್ಪಾಗಿದೆ... ಆಂ...?

ಲಾಲಾ... ಮಗನೇ... ಇದೇನೋ...? ಅಯ್ಯೋ ಕಾಲಿಗೇನು ಮಾಡಿಕೊಂಡೆ...?

ಅಯ್ಯಯ್ಯೋ ಎಂದು ಯಶೋದೆ ಹೃದಯವಿದ್ರಾವಕವಾಗಿ ಬೊಬ್ಬಿಡುತ್ತಾ ಮಾಧವನ ಕಾಲನ್ನು ತನ್ನ ಮಡಿಲಮೇಲೆ ಇಟ್ಟು ಪರ್ರ...ರ್ರನೆ ತನ್ನ ಸೆರಗು ಹರಿದು ಇಡೀ ಕಾಲಿಗೆ ಗಾಯ ಮುಚ್ಚುವಂತೆ ಬಟ್ಟೆ ಸುತ್ತುತ್ತಾಳೆ...!!

ಏನು ಮಾಡಿಕೊಂಡೆ ಮಗನೇ...?

ಅಯ್ಯೋ ರಕ್ತ ಕಟ್ಟುತ್ತಿಲ್ಲವಲ್ಲಾ ಏನು ಮಾಡಲೀ ದೇವಾ... ಎಂದು ತಾಯಿಹೃದಯ ಒದ್ದಾಡಿ ನರಳುವಾಗ ಮಾಧವ ಮತ್ತೆ ಕ್ಷೀಣವಾಗಿ ನಕ್ಕ...

'ಮಾತೇ... ಮಾತೇ... ಬಂದೆಯಾ ತಾಯೀ... ಬಾರೇ..! ನಿನ್ನ ಹಾಲುಕುಡಿದ ಬಾಯಿ ಒಣಗಿ ಹೋಯಿತು ಕಣೇ...! ಅದಕ್ಕಾಗಿ ಕರೆದೆ...! ಅಮ್ಮಾ...!! ಏನೂ ಆಗಿಲ್ಲ ತಾಯೀ... ಸುಮ್ಮನೇ ಹೀಗೆ ದಣ್ಣಿವಾಯಿತೂ ಮಲಗಿಕೊಂಡೆ ಅಷ್ಟೇ... ನನಗೆ ಭಕ್ತರು ಜಾಸ್ತಿನೋಡು...

ಯಾರೋ ಒಬ್ಬ ಭಕ್ತ ಬಂದು ಕಾಲಮೇಲೆ ಕೆಂಪು ಹೂವಿಟ್ಟು ಹೋದ ಅಷ್ಟೇ ತಾಯೀ... ಬೇರೇನೂ ಆಗಿಲ್ಲ ಕಣೇ... ಬಾ... ಕೂರಿಲ್ಲಿ...!

ಏನು ಗೊತ್ತಾ ತಾಯೀ! ನನ್ನನ್ನು ಸ್ತ್ರೀಲೋಲ ಎಂದರು. ಕಾಮಿ ಎಂದರು. ಸಾವಿರಾರು ಸ್ತ್ರೀಯರೊಂದಿಗೆ ಸುಖಿಸಿದವ ಎಂದು ಬಲು ಕೆಟ್ಟದಾಗಿ ಬಿಂಬಿಸುತ್ತಾ ಸಾವಿರಾರು ಮಡದಿಯರು ಎಂದು ಕುಹಕವಾಡಿದರು. ರಾಧೆಗೆ ಅನ್ಯಾಯ ಮಾಡಿದವ ಎಂದೆಲ್ಲಾ ಹೇಳಿದರು ತಾಯಿ... ಹಹಹಾ... ಯಾರೇನೇ ಹೇಳಲಿ ಬಿಡು...! ನನ್ನ ಹೊತ್ತ ಮಾತೆ ನೀನು...! ಸಮಗ್ರ ವನಿತೆಯರ ಪ್ರತಿನಿಧಿ ನೀನು...! ನನ್ನ ಮಾತನ್ನು ಕೇಳಿದ ಮೇಲೆ ನಿನ್ನ ಅನಿಸಿಕೆ ಹೇಳಮ್ಮಾ... ಸಾಕು ನನಗೆ...!!

ನಿನ್ನ ಅಭಿಪ್ರಾಯ ಕೇಳಿ ನೆಮ್ಮದಿಯಿಂದ ಸಾಯುತ್ತಾನೆ ಮಾಧವ... ಆಗದೇ ಮಾತೇ...'

'ಕಂದಾ... ಇದೇನೋ ಮಗೂ? ಯಾರು ಏನು ಹೇಳಿದರೋ ನಿನಗೆ...?'

'ತಾಯೀ...! ಎಲ್ಲಾ ಜೀವರಾಶಿಗಳನ್ನು ಪ್ರೀತಿಸಿದಂತೆ ನಿನ್ನನ್ನೂ ಸೇರಿಸಿಕೊಂಡು ಸರ್ವ ನಾರಿಯರನ್ನೂ ಪ್ರಾಂಜಲ ಮನದಿಂದ ಪ್ರೇಮಿಸಿದ್ದು ತಪ್ಪೇ ತಾಯೀ...?

ಇರಲಿ ಆ ರಾಧೆಯಿದ್ದಾಳಲ್ಲಾ... ಓಹ್ ಆ ರಾಧೆ ಏನು ಎಷ್ಟು ಗೊತ್ತೇ ತಾಯಿ...? ಕೇಳು...

ಪ್ರೇಮ ಮಾಧುರ್ಯದ ಸುಧಾ ಬಿಂದು... ಆ ರಾಧೆ...
ಹಿಮಾಂಶು ಚಂದ್ರಮನ ತಂಗಿರಣದ ಹನಿ... ಆ ರಾಧೆ...
ಸ್ಫಟಿಕ ಜಲರಾಶಿಯ ಕಾವ್ಯದಲೆ... ಆ ರಾಧೆ...
ಮದನ ಮಾರುತನ ಭಾವಸೆಲೆ... ಆ ರಾಧೆ...
ಮುಗ್ಧಮೋಹಕ ಶುಕಪಿಕದ ದನಿ... ಆ ರಾಧೆ...
ಹಸಿರೇ ಹೆತ್ತು ಉಸಿರಾಗಿ ಹೊತ್ತ ನನ್ನುಸಿರೇ... ಆ ರಾಧೆ... !!
ಗೋವಿನ ಹಾಲಲ್ಲಿ ರಾಧೆ
ನವಿಲಿನ ಗರಿಯಲ್ಲಿ ರಾಧೆ
ಯಮುನಾ ಸುಳಿಯೇ ರಾಧೆ
ಯಶೋದಾ ನಗುವೇ ರಾಧೆ
ದೇವಕಿಯ ಒಡಲು ರಾಧೆ
ರುಕ್ಮಿಣಿಯ ಕಣ್ಣಂತೆ ರಾಧೆ
ಭಾಮಾ ತುಂಟ ನಗು ರಾಧೆ
ಅಣ್ಣನ ಒಲುಮೆಯೇ ರಾಧೆ
ಕುಚೇಲನ ಸ್ನೇಹವೇ ರಾಧೆ
ಗೋವರ್ಧನದ ಶಿಖರ ರಾಧೆ
ಗೋಕುಲದ ಹೊಂಬೆಳಕೇ ನನ್ನ ರಾಧೆ...
ತಾಯೀ ನನ್ನ ಸರ್ವಸ್ವವೂ ರಾಧೆ ಅಲ್ಲವೇ ತಾಯೀ...

ಹೀಗಾಗಿಯೇ ನನ್ನಂತರಂಗ ಬಗೆದು ಮೊಗೆದು ಅವಳನ್ನು ಒಪ್ಪಿದೆ... ಅಪ್ಪಿದೆ...!!

ಅವಳ ನಿರ್ಮಲ ಅಂತಃಕರಣಕ್ಕೆ ಈ ಮಾಧವ ಸೋತು ಅವಳದ್ದೇ ಸ್ವಯಂ ಯಾಚನೆಯಂತೆ ಅವಳನ್ನು ಬೇಕಾದ ಪ್ರೇಮದ ತಂಗಿರಣದಿಂದ ಬೆಸೆದು ಆಲಂಗಿಸಿದೆ ತಾಯೀ...!!

ಮಥುರೆಯ ಆಹ್ವಾನ ಬಂದಾಗ ತಿರುಗಿಯೂ ನೋಡದೆ ರಾಧೆಯನ್ನು ಮರೆತು ಮಥುರೆಗೆ ಬಂದ ಕಾರಣ ಏನು ಗೊತ್ತೇ...?

‘ಹೇಳಲೇ ತಾಯೀ...?’

'ಹೇಳು ಮಗನೇ...!!'

ಮಾತೇ.. ನನ್ನ ಹಿಂದೆ ಓಡೋಡಿ ಬರುತ್ತಿರುವ ರಾಧೆಯ ಹೆಜ್ಜೆಗಳ ಅಡಿಯಲ್ಲಿ ಮಣ್ಣು ಒದ್ದೆಯಾಗಿತ್ತು...! ಕಣ್ಣೀರಿನಿಂದ...! ಯಾರದ್ದು ಗೊತ್ತೇ...? ರಾಧೆಯ ಗಂಡನ ಕಣ್ಣೀರದು...!! ಅವನಿಗಾಗಿ ಆ ರಾಧೆಯ ಭವಿಷ್ಯದ ಮಧುರ ದಾಂಪತ್ಯಕ್ಕಾಗಿ ರಾಧೆಯನ್ನು ಮಗದೊಮ್ಮೆ ತಿರುಗಿಯೂ ನೋಡದೆ ಮರೆತು ನಡೆದೆ...!!

ಮಥುರೆಯ ರಾಜಕೀಯವೂ ಕೈ ಬೀಸಿ ಕರೆದಿತ್ತು ನೋಡು...! ತಪ್ಪೇ ತಾಯೀ...? ಹೇಳಮ್ಮಾ...!

***

ಮುಂದೆ ಮಾಧವನೆಡೆಗೆ ತೆರಳುವ ಮುಂಚೆ ನಾಲ್ಕು ಮಾತಾಡಬೇಕು ನಿಮ್ಮಲ್ಲಿ...!! ಮುಂದೆ ಹೇಳುವ ವಿಚಾರಗಳನ್ನು ಮೊದಲಿಗೇ ಸ್ಪಷ್ಟೀಕರಿಸಿ ನಂತರ ಕಥಾಲಹರಿಗೆ ಮರಳುತ್ತೇನೆ...! ನನ್ನ ಮಾತು ಸ್ವಲ್ಪ ಕಟು ಕಹಿ ಖಾರ ಒಗರು ತೀಕ್ಷ್ಣ ಹೀಗೆ ನಾನಾ ರುಚಿಗಳಲ್ಲಿ ಕಾಣಬಹುದು. ಅದು ಕಥೆಗೆ ಪೂರಕವಾಗಿದೆ ಎಂದು ಅರಿಯುತ್ತಾ ಇದರ ಹಿಂದಿನ ನನ್ನ ಸನಾತನ ತತ್ವದ ಪರಮಾರ್ಥವನ್ನು ಮಾತ್ರ ಗ್ರಹಿಸುತ್ತಾರೆ ಮಾಧವನ ಪ್ರಜ್ಞಾವಂತ ಓದುಗರು ಎಂಬ ಬಲವಾದ ನಿಲುಮೆಯಲ್ಲಿ ನಾನಿದ್ದೇನೆ...

ಮಾಧವನ ಮುಂದೆ ಬರುವ ಪಾತ್ರಗಳು ರಾಧೆ ಹಾಗೂ ಮಾಧವನ ಅಷ್ಟ ಮಹಿಷಿಯರು ಮತ್ತು ಆತನ ಪತ್ನಿಯರೆಂದು ಕರೆಸಿಕೊಂಡ ಸಾವಿರಾರು ಸ್ತ್ರೀಯರು...

ಈ ವಿಚಾರ ಭಾರತಕಾವ್ಯ ವರ್ಷಗಳಲ್ಲಿ ಸಾವಿರಾರು ಮಂದಿ ಬರೆದಿದ್ದಾರೆ... ಬರೆಯುತ್ತಲೇ ಇದ್ದಾರೆ... ಅವರವರ ದೃಷ್ಟಿಕೋನದಲ್ಲಿ...

ಆದರೆ ಇತ್ತೀಚಿನ ದಿನಗಳಲ್ಲಿ ನಾನು ಕಂಡಂತೆ ರಾಧೆಯ ಕುರಿತು ಮಾಧವ ಅನ್ಯಾಯ ಮಾಡಿದ ಎಂಬ ಮಾತು... ಆಕೆಯ ಸುಸ್ನೇಹ ಪ್ರೇಮಕ್ಕೆ ಸರಿಯಾದ ಮನ್ನಣೆ ಮಾಧವನಿಂದ ಪ್ರಾಪ್ತವಾಗಿಲ್ಲ... ಮತ್ತು ಮಾಧವ ಒಬ್ಬ ಸ್ತ್ರೀಲೋಲ... ಸಾವಿರಾರು ಮಂದಿ ಪತ್ನಿಯರಂತೆ... ಅದು ಹೇಗೆ ಸಾಧ್ಯ...? ಎಂಬ ಮಾತುಗಳು ಕೆಲವು ವ್ಯಕ್ತಿಗಳ ಹೊಟ್ಟೆಯೊಳಗಿನ ನಂಜಾಗಿ ಮೇಲ್ಬಂದು ಆಗಾಗ ವಾತಾವರಣ ಕಲುಷಿತ ಆಗುವುದಿದೆ...!!

ಇತ್ತೀಚೆಗಂತೂ ಮೊನ್ನೆ ಮೊನ್ನೆ ಮಾಧವನಿಗೆ ಬೇಕಾದುದು ಸ್ತ್ರೀಯರೊಂದಿಗಿನ ಕಾಮ ಮಾತ್ರ... ಆತ ಸಾವಿರಾರು ಮಂದಿ ಸ್ತ್ರೀಯರೊಂದಿಗೆ ಸುಖಿಸಿದ್ದಾನೆ... ಹಾಗಿದ್ದರೂ ಆತ ನಮಗೆ ಇಷ್ಟ ಎಂಬ ಭಾವ ಬರುವಂಥಾ ಅನೇಕ ಮಾತುಗಳನ್ನು ಎಲ್ಲೋ ಅಲ್ಲಲ್ಲಿ ಕೇಳಿದೆ... ಕೇಳುತ್ತಲೇ ಇದ್ದೇನೆ...

ಹೀಗಾಗಿ ಮೊದಲು ರಾಧೆಯ ವಿಚಾರಕ್ಕೇ ಬರುತ್ತೇನೆ. ವ್ಯಾಸರಿಂದ ಮೊದಲ್ಗೊಂಡು ಇತ್ತೀಚಿನ ವಿದ್ವಾಂಸರೆಲ್ಲರ ಒಮ್ಮತದ ನಿಲುಮೆ ಏನೆಂದರೆ...

ರಾಧೆ ಎಂಬ ಶಬ್ದ ಒಂದೇ ವ್ಯಕ್ತಿಯಲ್ಲ... ಅದು ಅಸಂಖ್ಯ...!!

ವ್ಯಾಸ... ವಿಕ್ರಮಾದಿತ್ಯ... ಕಾಳಿದಾಸ ಎಂಬ ಶಬ್ದಗಳು ಹೇಗೆ ಒಂದೇ ವ್ಯಕ್ತಿಯಾಗಿರದೇ ಪದವಿಗಳಾಗಿ ಅಲ್ಲಲ್ಲಿ ರೂಪಾಂತರಗೊಂಡವೋ ರಾಧೆಯೂ ಹಾಗೆ...!!

ಕೃಷ್ಣಾನುರಕ್ತಸಮಸ್ತಸ್ತ್ರೀಸಮೂಹವನ್ನೇ ರಾಧೆ ಪ್ರತಿನಿಧಿಸುತ್ತಾಳೆ... ಕಾವ್ಯಕಲ್ಪನೆಯಲ್ಲಿ...! ಹಾಗೇ ಜನಮಾನಸದಲ್ಲಿ...!

ಸಮರ್ಥಿಸುತ್ತೇನೆ ಕೇಳಿ... ಮಹಾಭಾರತ ರಾಮಾಯಣ ಭಾಗವತ ಮುಂತಾದ ಮಹಾಕಾವ್ಯಗಳೆಲ್ಲೂ ರಾಧೆಯ ಉಲ್ಲೇಖವೇ ಇಲ್ಲ. ಅಥವಾ ಭಾರತೀಯ ಪ್ರಾಚೀನ ಸಮಗ್ರ ಕಾವ್ಯಗಳೆಲ್ಲೂ ರಾಧಾಕೃಷ್ಣರ ಪ್ರಣಯದ ಕುರಿತಾದ ಮಾಹಿತಿಗಳಿಲ್ಲ.

ಹಾಗೇ ರಾಧೆಯ ಮನೆ, ತಂದೆ ತಾಯಿ, ಆಕೆಯ ಗಂಡನ ಹೆಸರುಗಳು ಮುಂತಾದ ಮಾಹಿತಿಗಳು ಎಲ್ಲೂ ಕಾಣುವುದಿಲ್ಲ.

ಆದರೆ ಇಲ್ಲಿ ಜಯದೇವನಿಂದ ತೊಡಗಿ ಮೀರಾಳವರೆಗೆ ಭಕ್ತಿಗೆ ರಾಧೆ ಉಪಯೋಗವಾಗುತ್ತಾಳೆ ಎನ್ನುವುದು ಹೆಚ್ಚು ಸಹ್ಯವಾಗುತ್ತದೆ. ಆಪ್ತವಾಗುತ್ತದೆ.

ಆದರೆ ಮಾಧವನ ಮೇಲಿನ ಕುಹಕಗಳಿದ್ದಾವೆ. ಅಲ್ಲೆಲ್ಲ ರಾಧೆಯ ಸಮಗ್ರ ಪುಂಖಾನುಪುಂಖ ಮಾಹಿತಿಯೇ ಲಭ್ಯವೆನ್ನುವುದು ಹೇಗೆ ಎಂದು ನನಗೆ ಬಹಳ ಆಶ್ಚರ್ಯವಾಗಿತ್ತು! ಒಂದೆರೆಡು ಕಾವ್ಯಗಳಲ್ಲಿ ರಾಧೆಯ ಉಲ್ಲೇಖವಿದೆ. ಇಲ್ಲವೇ ಇಲ್ಲ ಎಂಬರ್ಥವಲ್ಲ. ಆದರೆ ನಾವು ಬಾಲ್ಯದಿಂದ ಕೇಳುತ್ತಾ ಬಂದು ಆಸ್ವಾದಿಸಿ ಮನದುಂಬಿಕೊಂಡು ಬಂದ ಹಾಗೂ ಸಮಗ್ರಭಾರತವೇ ರಾಧಾಕೃಷ್ಣರ ಉತ್ಕಟಪ್ರೇಮವನ್ನು ಬಿಂಬಿಸಿ ಹೇಳಿದ ಕಥೆ ಇದೆಯಲ್ಲಾ ಅದಕ್ಕೆ ಆಧಾರ ಆಕರ ಗ್ರಂಥಗಳಲ್ಲಿ ಸ್ಪಷ್ಟೀಕರಣವೇ ಇಲ್ಲ.

ಹಾಗಿದ್ದರೆ ಇದು ಬರೀ ಕಲ್ಪನೆಯೇ? ಒಂದರ್ಥದಲ್ಲಿ ಬರೀ ಕಲ್ಪನೆಯಾಗಿಯೇ ಕಾಣುವ ಈ ಪ್ರಕರಣ ಆಳಕ್ಕೆ ಇಳಿದಷ್ಟೂ ಕೇವಲ ಕಲ್ಪನೆಯಾಗಿ ಕಾಣದೆ ಗಾಢವಾಗುತ್ತಾ ಗೂಢವಾಗುತ್ತಾ ಸಜೀವವಾಗಿ ಕಾಡುತ್ತದೆ ಜಿಜ್ಞಾಸುಗಳನ್ನು. ಆದರೆ ಮಾಧವನ ಸಮಗ್ರಚರಿತ್ರೆಯಲ್ಲೆಲ್ಲೂ ರಾಧೆಯ ಗಂಡನ ಹೆಸರು ಉಲ್ಲೇಖವಾದಂತೆ ಕಾಣುವುದಿಲ್ಲ...!

ಓದುಗರೇ ಹಾಗಿದ್ದಲ್ಲಿ ರಾಧೆಯೇನು ಎಷ್ಟು ಹೇಗೆ ಎಂಬೆಲ್ಲ ಕುತೂಹಲ ನಿಮಗಲ್ಲ ನನಗೂ ಕಾಡಿತ್ತು...

ನನ್ನ ಸೀಮಿತ ತಿಳುವಳಿಕೆಯ ಪ್ರಕಾರ ರಾಧೆಯೆಂಬುದು ಕೇವಲ ವ್ಯಕ್ತಿಯಲ್ಲ. ಅದೊಂದು ಸಂಕೇತ. ಅದೊಂದು ಸಂಜ್ಞೆ. ಅದೊಂದು ಅಲೌಕಿಕ ಭಾವಸ್ಫುರಣೆಯೇ ಹೊರತು ದೇವನಾಣೆ ಸ್ತ್ರೀಶೋಷಣೆಯಲ್ಲ.

ಕೇಳಿ...

ಉತ್ತರದಲ್ಲಿ ರಾಧಾಪಂಥವೊಂದು ಶಾಕ್ತೇಯವಾಗಿ ಬಹಳ ಪ್ರಸಿದ್ಧಿಯಾಗಿದೆ...

ಈ ಕಾಲಕ್ಕೂ ಬಹಳ ಪ್ರಸಿದ್ಧಿಯದು... ಕುಲಾರ್ಣವವೇ ಮೊದಲಾಗಿ ಅನೇಕ ಶಾಕ್ತೆಯ ಪಂಥಗಳು ಅಂದಿನ ತಮ್ಮ ರೌದ್ರತ್ವವನ್ನು ಸವಕಳಿಸಿಕೊಂಡು ಇಂದಿಗೆ ಕೇವಲ ಭಕ್ತಿಪ್ರಧಾನವಾಗಿ ಗೋಚರಿಸುತ್ತಿರುವುದು ಅದು ಕೇವಲ ಭಾವ ಸವಕಳಿಯಲ್ಲ...

ಅದು ಆ ಪಂಥಗಳ updated version ಎಂದು ತಿಳಿಯುತ್ತೇನೆ ನಾನು...!

ಅಂದರೆ ನೈವೇದ್ಯಕ್ಕೆ ಪ್ರಾಣಿವಧೆ ಮಾಡುತ್ತಿದ್ದ ಕ್ರಮವೊಂದು ತೆಂಗಿನಕಾಯಿಯ ಸಮರ್ಪಣೆಯಾಗಿ ಬದಲಾದ ಸಮಷ್ಟಿಯ ರಾಷ್ಟ್ರೀಯ ಅಹಿಂಸಾಕ್ರಮ...!!

ಹಾಗೇ ರಾಧೆಯ ಕುರಿತಾಗಿ ಶಾಕ್ತೇಯ ಪಂಥವೊಂದು ರೂಪಿತವಾಗಿ ಜನಜನಿತವಾಗಿ ಪ್ರಸಿದ್ಧಿಹೊಂದಿ ನಂತರದಲ್ಲಿ ಕೇವಲ ಭಕ್ತಿಗಾಮಿಯಾಗಿ ಪರಿವರ್ತನೆ ಹೊಂದಿತು ಕಾಲಾನುಕ್ರಮದಲ್ಲಿ... ಎಲ್ಲಿ ಭಕ್ತಿ ಮಾರ್ಗದಲ್ಲಿ ರಾಧೆ ಬಿಂಬಿತಳಾದಳೋ ಆಗ ಅವಳ ಹಾಗೂ ಮಾಧವನ ಪ್ರಣಯಗೀತೆಗಳು ಗರಿಗೆದರಿ ಕುಣಿಯಲು ಪ್ರಾರಂಭಿಸಿದವು ಭಾರತವರ್ಷದಲ್ಲಿ... ಕವಿ ಕಲ್ಪನೆಯಲ್ಲಿ...

ಹೀಗೇ ಇಡೀ ಭಾರತದ ಸಮಗ್ರತೆಯಲ್ಲಿ ರಾಧಾಕೃಷ್ಣರ ಕಲ್ಪನೆಯ ಸ್ವಚ್ಛ ಪ್ರಣಯವೊಂದು ಜನಪದೀಯವಾಗಿ ಮನೆಮಾತಾಗಿ ಹೋಯಿತು...!

ಹಾಗಾದರೆ ಪೂರ್ತಿ ಈ ವಿಚಾರವೇ ಸುಳ್ಳೇನು...?

ಅಲ್ಲ... ಖಂಡಿತ ಅಲ್ಲ...!! ಕೇಳಿ...

ಭಾಗವತದಲ್ಲಿ ಗೋಪಿಕಾಗೀತೆ... ವಿರಹಗೀತೆ... ರಾಸಲೀಲಾ ಎಂಬಿತ್ಯಾದಿ ಪ್ರಕರಣಗಳು ಬರುತ್ತವೆ... ನನ್ನ ವೈಯಕ್ತಿಕ ಅನಿಸಿಕೆಯಲ್ಲಿ ಈ ರಾಧಾಪ್ರಕರಣ ಏನಿದೆಯೋ ಅದು ಅಲ್ಲಿ ಹೆಚ್ಚು ಸಮರ್ಪಕವಾಗಿ ಕೂರುತ್ತದೆ...

ಹೇಗೆಂದರೆ ಶ್ರೀಕೃಷ್ಣನ ಸಾಮಾಜಿಕ ನಿಲುಮೆ ಹಾಗೂ ಸಮಗ್ರ ಜೀವರಾಶಿಯ ಪ್ರೀತಿ ಮತ್ತು ನಂದವ್ರಜಕ್ಕೆ ಬಂದಿದ್ದ ಎಲ್ಲಾ ಆತಂಕಗಳ ನಿವಾರಣೆಯ ಹಿಂದಿನ ಮಾಧವನ ದೇವತ್ವ ಇವಿಷ್ಟಕ್ಕೂ ಮನಸೋತ ಅಷ್ಟೂ ಗೋಪ ಸ್ತ್ರೀ ಸಮೂಹ ಮಾಧವನನ್ನೇ ಮನದುಂಬಿಸಿಕೊಂಡು

ಹುಚ್ಚು ಹುಚ್ಚಾಗಿ ಆರಾಧಿಸತೊಡಗಿತು...! ಅದೆಷ್ಟರ ಮಟ್ಟಿಗೆ ಅಂದರೆ ಸಾಮಾಜಿಕ ಕಟ್ಟುಪಾಡನ್ನು ಮೀರಿ ಹೊರದಾಟಿ ಸರ್ವರೂ ಉತ್ಕಟವಾಗಿ ಸ್ವೇಚ್ಛೆಯಿಂದ ಹುಚ್ಚೇ ಭ್ರಮೆಯಾಗಿಸಿ ಪ್ರೀತಿಸಲು ತೊಡಗಿದ ಸಂಕ್ರಾಂತ ಸಮಯವದು...

ಇಲ್ಲಿ ಮಾಧವ ಸರ್ವರಿಗೂ ಪ್ರೇಮದ ಸುಧಾಂಬುಧಿಯ ಅಮೃತಬಿಂದುಗಳನ್ನು ಹಂಚಿ ತಾನು ಕರ್ಮಾತೀತನಾಗಿ ಯಮುನಾತೀರದಲ್ಲಿ ಅದೃಶ್ಯನಾಗುತ್ತಾನೆ ಅಥವಾ ಕಣ್ಮರೆಯಾಗುತ್ತಾನೆ...!

ನಂತರ ಗೋಪಿಕೆಯರ ವಿರಹಗೀತೆಯೂ ಪ್ರಸಿದ್ಧವಾಗಿದೆ. ಅದಕ್ಕೂ ಕಾರಣ ಬೇಕಾದಷ್ಟಿದೆ ಬಿಡಿ. ಹೀಗೆ ಇಲ್ಲಿ ತೊಡಗಿಸಿಕೊಂಡ ಸಾವಿರಾರು ಗೋಪಿಕಾ ಸ್ತ್ರೀಯರ ಪ್ರತಿನಿಧಿಯಾಗಿ ರಾಧೆ ರೂಪಿತಳಾಗುತ್ತಾಳೆ.

ಆ ಎಲ್ಲಾ ಭಾವ ತೀವ್ರತೆ ತನ್ನಲ್ಲೇ ಆವಾಹನೆಯಾಗಿಸಿ ಇಡೀ ಕಾವ್ಯಕ್ಕೇ ಸವಾಲಾಗುವಂತೆ ಬಿಂಬಿತವಾಗುತ್ತಾಳೆ ರಾಧೆ...

ಇದಿಷ್ಟು ಬಿಟ್ಟರೆ ಓದುಗ ಮಹೋದಯರೇ ರಾಧೆಯ ಕುರಿತಾಗಿ ನನ್ನಲ್ಲಿ ಬೇರಾವ ಮಾತುಗಳಿಲ್ಲ...! ಆದರೂ ನಾನು ಮಾಧವನ ಬಾಯಲ್ಲಿ ಸಜೀವ ರಾಧೆಯ ಕುರಿತ ವಿಚಾರಗಳನ್ನು ಆಡಿಸುತ್ತೇನೆ...! ಅಲ್ಲೇ ಸ್ಪಷ್ಟೀಕರಣವನ್ನೂ ಕೊಡಿಸುತ್ತೇನೆ...!

ಸತ್ತ ಪೂತನಿ ಕರ್ಣಾದಿಗಳನ್ನೂ ಹೇಗೆ ಕರೆಸಿ ಮಾತಾನಾಡಿಸುತ್ತೇನೋ ಹಾಗೇ ಶ್ರೀಕೃಷ್ಣನ ಮಹಿಷಿಯರು... ಪ್ರಣಯ... ಮಡದಿಯರು ಈ ಎಲ್ಲಾ ವಿಚಾರಗಳ ಸ್ಪಂದನೆಗಳನ್ನು ತೋರುತ್ತೇನೆ...!

ಸರೀ ಹೋಗೋಣಾ...?

***

ತಪ್ಪೇ ತಾಯೀ...? ಹೇಳು ಮಾತೇ...?

ಎಂದ ಮಾಧವನ ಮಾತಿಗೆ ಯಶೋಮತಿ ಬಿಕ್ಕುತ್ತಾಳೆ...

ಮಗನೇ ಅದ್ಯಾವ ಪಾಪಿ ಕಂದಾ ನಿನ್ನ ಬಗ್ಗೆ ಈ ರೀತಿ ಚುಚ್ಚುಮಾತನ್ನು ಆಡಿದವ...!! ಆ ರಾಧೆಯೇನೆಂಬುದು ಅವರಿಗೇನು ಗೊತ್ತು ಕಂದಾ...?

ಹಹಾ... ಅಷ್ಟೇ ಅಲ್ಲ ತಾಯೀ...

ಈ ಮಾಧವ ಹೆಣ್ಣುಹುಚ್ಚ ಎಂದರು ಒಂದಿಷ್ಟು ಜನ... ಮತ್ತೊಂದಿಷ್ಟು ಜನ ಆತನಿಗೆ ಸಾವಿರಾರು ಜನ ಮಡದಿಯರಂತೆ ಎಂದು ಉದರವುಬ್ಬಿಸಿಕೊಂಡು ಗುಸುಗುಸೆನ್ನುತ್ತಾರೆ...

ಹೆಂಡತಿಯರ ಮುಖವನ್ನಾದರೂ ನೋಡಲು ಬಿಡುವಿದೆಯೋ ಎಂದು ಕುಹಕದ ನಂಜು ಕಾರುತ್ತಾರಮ್ಮ...

ತಾಯೀ ನನಗೆ ಅಷ್ಟಮಹಿಷಿಯರಾಗಿ ಮುದ್ದಿನ ಎಂಟು ಮಡದಿಯರಿದ್ದದ್ದು ಸುಳ್ಳೇ... ನಂತರದಲ್ಲಿ ಸಾವಿರಾರು ಜನರನ್ನು ಅನಿವಾರ್ಯವಾಗಿ ನನ್ನ ಮಡದಿಯರೆಂದು ಹೆಸರಿಸಿ ಕರೆದದ್ದು ಸುಳ್ಳೇ...?

ಒಫ್... ಒಫ್... ಗೊ... ರ್‍ರ್‍ರ್...

ಒತ್ತರಿಸಿ ಬರುವ ಖೆಮ್ಮಿನಲ್ಲಿ ರಕ್ತದ ಬಿಂದುಗಳು ಬಾಯಿಂದ ಹೊರಬಂದು ಚೆಲ್ಲಿದಾಗ ಬಹು ಪ್ರಯಾಸದಿಂದ ಬಾಯೊರೆಸಿಕೊಂಡರೆ ಪೀತವಸನವೆಲ್ಲ ಕೆಂಪು ಕೆಂಪು...

ಹಾ... ಮಗನೇ ಇದೇನಿದು ರಕ್ತ ಬಾಯಲ್ಲಿ... ಅಯ್ಯೋ ಮುದ್ದೂ... ಎಲ್ಲಿ ಬಾಯಿ ತೆರೀ... ಮಗನೇ...

ಹಹಹಹಾ... ಬಾಯೊಳು ಮೂಜಗ ತೋರಿದ ನಂದಲಾಲ ಇಂದು ರಕ್ತ ತೋರುತ್ತಿದ್ದಾನೆ ಜನನೀ... ಅಲ್ಲ ಕಾರುತ್ತಿದ್ದಾನೆ...

ಬೇಡ...! ನೀನು ನೋಡಬಾರದು ತಾಯೀ... ಬಿಡು... ನನ್ನೆರಡು ಮಾತು ಕೇಳಿ ಹೊರಟು ಬಿಡು ಮಾತೆ...

ತಾಯಿ ಯಶೋಮತಿಗೆ ಹೂಂ ಎನ್ನಲೂ ಊಹೂಂ ಎನ್ನಲೂ ಅರಿವಾಗದೆ ಒಡಲಾಳದಲ್ಲಿ ಎದ್ದಿರುವ ಸಂಕಟಕ್ಕೆ ಬಾಚಿ ಬಿಗಿದಪ್ಪಿ ಹೇಳೋ ಮಗನೇ ಎಂದಾಗ...

ಅದೇನು ಹೇಳುತ್ತೀಯೋ ಹೇಳಪ್ಪಾ...

ಮಾಧವ ಕೊನೆಯ ಬಾರಿ ಮಾತಾಡಿದ...

ಇತ್ತ ದ್ವಾರಕೆಯ ಸುತ್ತಲೂ ಕುದಿಯುವ ಲಾವಾರಸದಂತೆ ಶರಧಿ ವಿಷಕಕ್ಕಲು ಪ್ರಾರಂಭಿಸಿತ್ತು... ಸುತ್ತಲೂ ಕಗ್ಗ ಗೆ ದಟ್ಟೈಸಿದ ಕರಿಕಾರ್ಮೋಡ...

ಭೊರ‍್ರನೆ ಬೀಸುತ್ತಾ ಬುಡ ಅಲ್ಲಾಡಿಸಿ ಕಿತ್ತು ಯೋಜನಾಂತರಕ್ಕೆ ಬಿಸುಟುವ ಧೂಳಿನಂತಿರುವ ರಕ್ಕಸಗಾಳಿ...

ಅದು ಇಡೀ ದ್ವಾರಕೆಯನ್ನು ಗರ‍್ರರ‍್ರನೆ ವ್ಯಾಪಿಸಿ ನೆಲ ಗಡಗಡನೆ ಅದುರಲು ಪ್ರಾರಂಭಿಸಿದಾಗ ದ್ವಾರಾವತಿಯ ಅಷ್ಟೂ ಗೋ ಸ್ತ್ರೀ ವೃದ್ಧಪುರುಷ ಸಂಕುಲವೆಲ್ಲಾ ಕೃಷ್ಣಾ ಎಂದು ಬೊಬ್ಬಿಡುತ್ತಾ ಏನು ಮಾಡುವುದೆಂದು ತೋಚದೇ ಕಂಗಾಲಾಗಿ ಹೋದರು...

ಈಚೆಕಡೆಯಲ್ಲಿ ಹಸ್ತಿನೆಯಿಂದ ಹೊರಟು ದ್ವಾರಕೆ ಕೂಡುವ ರಸ್ತೆಯಲ್ಲಿ ಏಕಾಂಗಿಯಾಗಿ ರಥಿಕನೊಬ್ಬ ಅಶ್ವಗಳನ್ನು ಓಡಿಸುತ್ತಾ ದ್ವಾರಕೆಯತ್ತ ಧಾವಿಸಿ ಬರುತ್ತಿದ್ದ...

ಭರ್ಜರಿಯಾಳು. ನಡು ವಯಸ್ಸು ದಾಟಿದೆ. ಅಗಲಗಲ ಮುಖದಲ್ಲಿ ಚಿಂತೆ ನೆರಿಗಟ್ಟಿದೆ. ತಲೆಯ ಮೇಲೆ ಬಿಳಿಗೂದಲು ಹಾರುತ್ತಿದೆ. ಹೆಸರು ಪಾರ್ಥ!

ದೇವಾ... ಗೆಳೆಯಾ... ಭಾವಾ ಬಂದೆ ಕಣೋ... ಇನ್ನೇನು ಮೂರ್ನಾಲ್ಕು ಘಳಿಗೆಯಲ್ಲಿ ದ್ವಾರಕೆ ಮುಟ್ಟುತ್ತೇನೆ...!

ಬಂದು ಮುಟ್ಟುತ್ತಾನೆ ದ್ವಾರಕೆಗೆ...

ದಾರುಕನ ಮುಖೇನ ಗಾಂಧಾರಿಯ ಶಾಪದಿಂದ ತೊಡಗಿ ದೂರ್ವಾಸರ ಅವಹೇಳನ...

ಲೋಹದ ಒನಕೆ ಹೆತ್ತು ಹೊತ್ತೊಯ್ದು ಅರೆದು ಬಿಸುಟಾಗ ಹುಟ್ಟಿದ ಜೊಂಡುಹುಲ್ಲಿಂದ ಬಡಿದುಕೊಂಡು ಸತ್ತ ಯಾದವರ ವಿನಾಶದ ಕಥೆ ಕೇಳಿ ಬೆಚ್ಚಿದ.

ಎಲ್ಲಿ ನನ್ನ ಭಾವ... ಅಲ್ಲ ನನ್ನ ಜೀವ...

ನನ್ನೊಡೆಯ ಮಾಧವ ಎಲ್ಲೀ ಎಂದು ಹಲುಬಿದ...

ಆಗ ಆಚಾರ್ಯ ಗಾರ್ಗ್ಯರು ಎಚ್ಚರಿಸಿ

ನೋಡು ಪಾರ್ಥ... ಮೊದಲೇ ಮಾಧವನ ಅಪ್ಪಣೆಯಾಗಿದೆ... ಈಗಿಂದೀಗಲೇ ದ್ವಾರಕೆಯಲ್ಲಿರುವ ಅಷ್ಟೂ ಕೋಶ ನಗ ನಾಣ್ಯ ಪಶು ಹಾಗೂ ಯಾದವ ಸ್ತ್ರೀಕೋಟಿ ಮತ್ತು ಅಳಿದುಳಿದ ಯಾದವ ವೃದ್ಧರನ್ನು ಸೇರಿಸಿ ಹಸ್ತಿನಾವತಿಯತ್ತ ಕಳುಹುವ ಕರೆದೊಯ್ಯುವ ವ್ಯವಸ್ಥೆ ಆಗಬೇಕು ನಿನ್ನಿಂದ ಎಂದಾಗ...

ಅಪ್ಪಣೆ ಗುರುಗಳೇ ಎಂದೂ ಅಷ್ಟೂ ಕಾರ್ಯಗಳನ್ನು ತಾನೇ ಮುಂದೆನಿಂತು ವ್ಯವಸ್ಥೆ ಮಾಡಿ ಆ ದ್ವಾರಕೆಯ ನಗರಲಕ್ಷ್ಮಿಯನ್ನೇ ಸಾವಿರಾರು ಆನೆ ಕುದುರೆಗಳಲ್ಲಿ ಕಟ್ಟಿ ದಾರುಕನನ್ನು ಮುಂದೆ ಇರಿಸಿ ಓ ದಾರುಕನೇ ನಿಧಾನವಾಗಿ ಹಸ್ತಿನೆಯತ್ತ ಈ ಪರಿವಾರ ಸಾಗಿಸುತ್ತಿರು...! ನಾನು ನನ್ನ ದೇವನನ್ನು ಕರೆದುಕೊಂಡು ಬಂದು ಆದಷ್ಟು ಬೇಗ ನಿಮ್ಮನ್ನು ಕೂಡಿಕೊಳ್ಳುತ್ತೇನೆ... ಇಗೋ ಈಗ ಬಂದೆ ಎಂದು ಮಾಧವನನ್ನು ಅರಸುತ್ತಾ ಹೊರಟ ಪಾರ್ಥ...!!

ದ್ವಾರಕೆಯ ಸ್ವರ್ಣಗೋಪುರ ಅರ್ಜುನನನ್ನು ನೋಡಿ ನಕ್ಕಂತಾಯಿತು... ಆ ಕಡೆ ಈ ಕಡೆಗಳ ನಿರ್ಜನ ರಾಜಪಥವೆಲ್ಲಾ ಅಣಕವಾಡಿದಂತೆ...!! ಬೃಹತ್ ಕೋಟೆಕೊತ್ತಳ

ಬೀದಿ ಬಿರುದು ಸಂಕೀರ್ಣಗಳೆಲ್ಲಾ ಗೊಳ್ಳನೆ ನಕ್ಕಂತೆ ಭಾಸವಾಗಿ ಅರ್ಜುನ ಹೌಹಾರಿ ಬೆದರಿಹೋದ...! ಮಾಧವಾ...

ಇಲ್ಲಿ ತಾಯಿಯಲ್ಲಿ ಮಾಧವ ಕ್ಷೀಣದನಿಯಲ್ಲಿ ಮಾತನಾಡುತ್ತಿದ್ದಾನೆ.

ಮಾತೇ... ರುಕ್ಮಿಣಿ... ಸತ್ಯಭಾಮೆ... ನೀಲಾ... ಭದ್ರೆ... ಮಿತ್ರವಿಂದೆ... ಕಾಳಿಂದೀ... ಲಕ್ಷಣಾ... ಜಾಂಬವತಿ... ಈ ಎಂಟು ಮಂದಿ ಸ್ತ್ರೀರತ್ನಗಳು ನನ್ನ ಅಷ್ಟ ಮಹಿಷಿಯರು ತಾನೇ...? ಇವರಲ್ಲಿ ನಾನೇ ಇಷ್ಟಪಟ್ಟು ಪ್ರೇಮಿಸಿ ಕಾಮಿಸಿ ಅಥವಾ ಬಲವಂತದಿಂದ ಎಳೆದು ತಂದೋ ವಿವಾಹವಾದ ಒಬ್ಬಳೇ ಒಬ್ಬಳನ್ನು ತೋರಿಸು... ಎಲ್ಲರೂ ಈ ಮಾಧವನನ್ನೇ ಪ್ರೀತಿಸಿ ಆರಾಧಿಸುತ್ತಾ ಅನುರಕ್ತರಾಗಿ ಜೀವಿಸಹೊರಟವರು... ನಾನು ಮದುವೆಯಾಗದಿದ್ದರೆ ಸಾವೇ ಗತಿಯೆಂದು ಹೊರಟವರು...

ಒಬ್ಬೊಬ್ಬಳ ಕಥೆಯೂ ಒಂದೊಂದು ಪುಸ್ತಕದಂತೆ...! ಅಲ್ಲಿ ನಾನೇ ಪ್ರಕಾಶಕನಾಗಬೇಕಾಯಿತು ಮಾತೆ...

ಯಾರನ್ನಾದರೂ ಬಲವಂತದಿಂದಲೋ ಅಥವಾ ವಾಂಛೆಯಿಂದಲೋ ಲೋಲುಪತನದಿಂದಲೋ ವಿವಾಹವಾದೆನೇ ಮಾತೆ? ಹೇಳು ನನ್ನವ್ವಾ...!!

ಯಶೋದೆಗೆ ಅತ್ತೂ ಅತ್ತೂ ಅಲ್ಲೇ ಮಂಪರು ಜೊಂಪು ಹಿಡಿದಂತೆ... ಹೂಂ ಗುಟ್ಟುತ್ತಾ ಹೋಗುತ್ತಾಳೆ... ಮಧ್ಯದಲ್ಲಿ ಬೆಚ್ಚಿಬಿದ್ದು ಕಂದಾ ಎಂದು ಮಾಧವನ ತಬ್ಬುತ್ತಾಳೆ...

ನಗುತ್ತಾನೆ ಮಾಧವ.

ಬಿಡು ತಾಯಿ ಅವರೋ ನನ್ನ ಪಟ್ಟ ಮಹಿಷಿಯರಾಯಿತು... ನನ್ನ ಮಡದಿಯರೆಂದು ಹೆಸರಿಸಿಕೊಂಡವರ ಸಾವಿರಾರು ಕನ್ಯೆಯರ ಹಾಗೂ ಸತಿಯರ ಕಥೆ ಇನ್ನೂ ಚೋದ್ಯ...

ಕೇಳು ತಾಯೀ.. ಅದೊಂದು ಎತ್ತರದ ದುರ್ಗಮ ದೇಶ... ಸುತ್ತಲೂ ಅಗಮ್ಯವಾದ ಎತ್ತರೆತ್ತರದ ಪರ್ವತಸ್ತೋಮ... ಹಸಿರುಕಾಡುಗಳ ತುತ್ತ ತುದಿಯಲ್ಲಿ ರಾರಾಜಿಸುತ್ತಿತ್ತು ಒಂದು ನಗರ... ಹೆಸರು ಕಾಮಪುರ...!!

ಬೆನ್ನ ಹಿಂದಿರುವ ವಿಶಾಲ ಹಿಮಾಲಯದ ಹಿಮರಾಶಿಯ ಮೇಲೆ ಬೀಳುವ ಸೂರ್ಯನ ತರುಣಕಿರಣದ ಬೆಳ್ಳಿ ಬೆಳಕಿಗೆ ಈ ಕಾಮಪುರ ಬೆಳ್ಳನೆ ಬೆಳಗುವ ರೀತಿಗೆ ಈ ನಗರವನ್ನು ಪ್ರಾಗ್ಜೋತಿಷಪುರ ಎಂದೂ ಕರೆದರು ತಾಯಿ...!

ಈ ನಗರಕ್ಕೊಬ್ಬ ಕಿರಾತಕ ದಸ್ಯು ಅರಸ...! ಹೆಸರು ಭೌಮ...!

ಆತ ಮೊದಲೇ ದೊಡ್ಡವರ ಮನೆಯಲ್ಲಿ ಜನಿಸಿದವ...! ಮತ್ತೆ ಕೇಳಬೇಕೇ...?

ಜಂಭಕ್ಕೊ ಧೂರ್ತತೆಗೋ ಪಾಶವೀಕೃತ್ಯಕ್ಕೋ ಎಲ್ಲಿ ಕೊರತೆ ಹೇಳು...? ವರಾಹಾವತಾರದ ಕೊನೆಯಲ್ಲಿ ಮೇದಿನಿಗೂ ವರಾಹನಿಗೂ ಆಗುವ ಸಕಾರಣವಲ್ಲದ ಸಂಯೋಗದಲ್ಲಿ ಭೌಮ ಎಂದು ಹೆಸರಿಸಿಕೊಂಡ ಕ್ರೂರಿಯ ಜನನವಾಗುತ್ತದೆ... ಮೇಲಾಗಿ ಆತನಿಗೆ ಮೇದಿನಿಯ ಕೊಂಗಾಟ... ಆಕೆ ಇವನಿಗಾಗಿ ಹಿರಿಯರಿಂದ ವೈಷ್ಣವಾಸ್ತ್ರವೆಂಬ ವಿನಾಶಕ ಅಸ್ತ್ರ ಪ್ರಾಪ್ತಿ...!! ಈ ಎಲ್ಲಾ ಹೆಗ್ಗಳಿಕೆಯಿಂದ ಕೂಡಿದ ಭೌಮ ತನ್ನ ವಿಕೃತಿಯಿಂದ ಪೈಶಾಚಿಕ ಕೃತ್ಯಗಳಿಂದ ಭೌಮಾಸುರನಾದ...!

ತ್ರಿಲೋಕಕಂಟಕನಾದ...! ಹೆತ್ತ ಭೂತಾಯಿಗೇ ಅತೀ ಭಾರವಾದ...!

ಆದರೆ... ತಾಯೀ...

ಇಷ್ಟೇ ಆಗಿದ್ದರೆ ಎಲ್ಲಾ ರಕ್ಕಸ ದಸ್ಯುಗಳಂತೆ ಈತನೂ ಕೂಡಾ ಎಂದು ಬಿಡಬಹುದಿತ್ತು...! ಆದರೆ ಮಾತೇ... ಈ ಭೌಮನೊಬ್ಬ ವಿಕೃತಕಾಮಿ... ಹೆಮ್ಮಕ್ಕಳ ಪಾಲಿಗೆ ನೀಚಾತಿನೀಚ ಕಿರಾತಕೀಚಕ ಶ್ರೇಷ್ಠ... ರಾಕ್ಷಸರೂಪೀ ಕಾಮಪಿಶಾಚಿ...

ಆ ನಗರಕ್ಕೆ ಹೆಸರೇ ಕಾಮಪುರ ಎಂದು ಇದ್ದದ್ದಕ್ಕೂ ಈತನ ಅತಿಕಾಮದ ಜ್ವಾಲೆಗೂ ನಲುಗಿದ ಆ ನಗರದ ಹೆಮ್ಮಕ್ಕಳ ಬಾಳು ನಿತ್ಯ ನರಕವಾಯಿತು ತಾಯಿ...! ಹೆಣ್ಣುಮಕ್ಕಳ ಬಾಳನ್ನು ಅಮಾನುಷವಾಗಿ ಹಿಂಸಿಸಿ ನರಕ ಸದೃಶವನ್ನಾಗಿಸಿದ ಕಾರಣಕ್ಕೆ ಭೌಮನನ್ನು ನರಕಾಸುರ ಎಂದೂ ಕರೆಯಲಾಯಿತು... ಈತನ ಈ ಸ್ತ್ರೀದಾಹಕ್ಕೆ ಇಡೀ ಈಶಾನ್ಯಭಾಗದ ಭರತಖಂಡವೇ ನಡುಗಿಹೋಗಿತ್ತು...

ಈತನಿಗೆ ಇರುವ ಚಪಲವೆಂದರೆ ಸುತ್ತಲಿನ ಯಾವುದೇ ರಾಜ್ಯದ ಅಥವಾ ತನ್ನ ರಾಜ್ಯದ ರಾಜತರುಣಿಯರು ಯಾರೇ ಎಲ್ಲೇ ಇರಲಿ, ಹೋಗಿ ಎಳೆದೆಳೆದು ತಂದು ತನ್ನರಮನೆಯಲ್ಲಿ ಕೂಡಿ ಹಾಕಿದ... ಪ್ರತಿಭಟಿಸಿದ ಪುರುಷರನ್ನೂ ಅನ್ಯ ರಾಜ್ಯದ ರಾಜರುಗಳನ್ನೂ ಕೊಚ್ಚಿಕೊಂದ...

ಬರೋಬ್ಬರಿ ಅರವತ್ತು ಸಾವಿರಕ್ಕೂ ಮಿಗಿಲಾದ ರಾಜಯುವತಿಯರನ್ನು ಸೆರಮನೆಯಲ್ಲೂ ಹದಿನಾರು ಸಾವಿರದ ನೂರು ಸತಿಯರನ್ನು ತನ್ನ ಅಂತಃಪುರದಲ್ಲಿಯೂ ಕೂಡಿ ಕಟ್ಟಿಹಾಕಿ ಹಿಂಸೆ ಕೊಟ್ಟು ಕೇಕೆ ಹಾಕಿ ನಕ್ಕಿದ್ದ ನರಕ... ತಾಯೀ ನಾನೇನು ಮಾಡಬೇಕು ಹೇಳು?

ಮೇದಿನಿಯ ಅಂಶಕಳಾದ ನನ್ನ ಮನೋರಮೆ ಭಾಮೆಯೊಂದಿಗೆ ಆ ದುರ್ಗಮ ಕಾಮರೂಪಕ್ಕೆ ತೆರಳಿ ಈ ನರಕನನ್ನು ತರಿದುಕೊಂದು ಸಾಕ್ಷಾತ್ ನರಕದಲ್ಲೇ ಬದುಕುತ್ತಿದ್ದ ಅರವತ್ತು ಸಾವಿರ ರಾಜಗುವರಿಯರನ್ನು ಸಗೌರವವಾಗಿ ದ್ವಾರಾವತಿಯತ್ತ ಕರೆದೊಯ್ದು ಗೌರವದ ಜೀವನ ಸಾಗಿಸಲು ಅನುವು ಮಾಡಿಕೊಟ್ಟೆ...

ಆದರೆ ತಾಯೀ ನನಗೆ ಸಮಸ್ಯೆ ಎದುರಾಗಿದ್ದೇ ನರಕನ ಅಂತಃಪುರದಲ್ಲಿದ್ದ ಹದಿನಾರುಸಾವಿರದ ನೂರು ಸತಿಯರಿಂದ... ಆ ಪಾಪದ ಜೀವಿಗಳು ಏನು ಮಾಡಬೇಕು ಹೇಳು ತಾಯೀ... ನರಕನ ಅಂತಃಪುರದಲ್ಲಿದ್ದ ಕಾರಣ ನರಕನ ಮರಣಾನಂತರ ಸಹಗಮನಕ್ಕೆ ಮನ ಮಾಡಬೇಕೇ... ಅದಿಲ್ಲವಾದಲ್ಲಿ ಅಲ್ಲಿಂದ ಹೊರಬಂದ ಸತಿಯರ ಪಾಡು ಅತ್ಯಂತ ಹೀನವಲ್ಲವೇ ತಾಯೀ...

ಯಾವುದೇ ಸಂಬಂಧದ ಪುರುಷರ ಬೆಂಗಾವಲಿನಲ್ಲಿ ಇಲ್ಲದ ಸ್ತ್ರೀಯನ್ನು ಆ ಕಾಲದ ಸಮಾಜವೋ ಜನಪದವೋ ದಾಸಿಯಾಗಿಯೇ ಗುರುತಿಸುವುದು ಈ ನಾಡಿನ ದೌರ್ಭಾಗ್ಯವಲ್ಲವೇ ಮಾತೇ...

ಆ ಸತಿಯರಿಗೆ ಈ ಸಮಾಜ ಬದುಕಲು ಕೊಟ್ಟ ಅವಕಾಶವೇ ಎರಡು...! ಒಂದೋ ಸಹಗಮನ...! ಇಲ್ಲಾ ದೇವದಾಸಿ...! ಛೇ... ಎಂಥಾ ಹೀನಾಯಸ್ಥಿತಿಯಲ್ಲವೇ ತಾಯಿ ಈ ಹೆಮ್ಮಕ್ಕಳ ಬಾಳು...?

ಈ ಮಾಧವ ಆಗ ಅವರಿಗೆ.. ಅವರ ನೋವಿಗೆ ದನಿಯಾಗುತ್ತಾನೆ ತಾಯಿ... ಯಾರೇನೇ ಅಂದುಕೊಳ್ಳಲಿ... ಸಮಾಜ ಏನೇ ಹೇಳಲಿ... ಚಿಂತಿಲ್ಲ...!

ಎಲ್ಲವನ್ನೂ ಎಲ್ಲರನ್ನೂ ಸಾಮಾಜಿಕ ಕಟ್ಟುಪಾಡುಗಳನ್ನೂ ಧಿಕ್ಕರಿಸಿ ಅಷ್ಟೂ ಯುವತಿಯರನ್ನು ಕರೆತಂದು ದ್ವಾರಕೆಯ ಬೀದಿಬೀದಿಗಳಲ್ಲಿ ಸಂಕೀರ್ಣಗಳನ್ನು ನಿರ್ಮಿಸಿ ಬದುಕಲು ಬಾಳಲು ಅವಕಾಶ ಕಲ್ಪಿಸಿಕೊಟ್ಟೆ.. ಸಮಾಜದಿಂದ ಎದುರಾಗುವ ಕುಹಕಗಳನ್ನು ಎದುರಿಸಲು ನಮ್ಮ ಪತಿ ಮಾಧವನೆಂದು ಹೇಳಿ ಎಂದೆ... ನಾನೇ ಅಷ್ಟೂ ಜನರನ್ನು ವಿವಾಹವಾದೆ ಎಂದು ಜಗಕ್ಕೆಲ್ಲ ಸಾರಿದೆ ತಾಯಿ... ಆ ಹೆಣ್ಣು ಮಕ್ಕಳ ಗೌರವದ ಬದುಕೇ ಈ ಮಾಧವನಿಗೆ ಉದ್ದೇಶವಾಗಿತ್ತು ತಾಯಿ...

ಎಲ್ಲೋ ಸಹಗಮನದಲ್ಲೋ ದೇವದಾಸಿಯಾಗಿಯೋ ದಿಕ್ಕು ದಿಕ್ಕಿಗೆ ಚದುರಿ ಹೋಗಬೇಕಾಗಿದ್ದ ಯುವತಿಸಮೂಹಕ್ಕೆ ನ್ಯಾಯ ಒದಗಿಸಹೊರಟದ್ದು ತಪ್ಪೇ ತಾಯೀ...?

ಈ ಮಾಧವನಿಗೆ ಸ್ತ್ರೀ ಚಾಪಲ್ಯ ಹೌದೇ ಮಾತೇ...

ಯಶೋಮತಿಯ ಕಣ್ಣುಗಳಲ್ಲಿ ಅಶ್ರುಧಾರೆ...

ಮಗನೇ ನೀನು ಇಡೀ ಸ್ತ್ರೀಸಂಕುಲಕ್ಕೇ ಮುಕುಟಮಣಿ ಕಣೋ ಕಂದಾ... ಯಾರೇನೇ ಹೇಳಲಿ ಬಿಡು...!

ಸಂತೈಸುತ್ತಾಳೆ ತಾಯಿ.

ಇನ್ನೂ ಒಂದಿದೆ ತಾಯಿ... ಮಾಧವ ಕರ್ಣನಿಗೆ ಅನ್ಯಾಯ ಮಾಡಿದ...!

ಹಹಹಾ... ತಾಯೀ...

ಪಾಂಡವರಲ್ಲಿ ಮಾದ್ರೀಸುತರನ್ನು ಹೊರತುಪಡಿಸಿ ಉಳಿದ ಮೂವರೂ ಕರ್ಣನಂತೆ ದೇವಾಂಶರೇ ಹೊರತು ಪುರುಷಾಂಶಕರಲ್ಲ ತಾನೇ...? ಹಾಗೆಂದ ಮಾತ್ರಕ್ಕೆ ಧರ್ಮಜನಿಗೋ ಭೀಮಾರ್ಜುನರಿಗೋ ದೈವಿಕವಾಗಿ ಪಿತೃಸ್ಥಾನಕ್ಕೆ ಇಂದ್ರವಾಯು ಯಮಾದಿಗಳು ಎಲ್ಲೋ ದೂರದಲ್ಲಿದ್ದರೇ ಹೊರತು ಸಾಮಾಜಿಕವಾಗಿ ತಂದೆಯ ಸ್ಥಾನ ಎಲ್ಲಿತ್ತು...? ನಿರ್ವೀರ್ಯ ಪಾಂಡು ಯಾರಿಗೆ ಅಪ್ಪ ಹೇಳು...?

ಸಮಾಜ ಆ ತಾಯಿಗೂ ಮಕ್ಕಳಿಗೂ ಕರ್ಣನಿಗಂದಂತೆಯೇ ಕುಟುಕಲಿಲ್ಲವೇ ಹೇಳು...?

ಸರಿ ಕರ್ಣ ಸೂತನಾದ...! ನಂತರ ವಿದ್ಯೆಗಾಗಿ ಬ್ರಾಹ್ಮಣನಾದ...! ಕಾದಿ ಕ್ಷತ್ರಿಯನಾದ...!

ಸರಿ... ಏನೇನೋ ಆಗಿ ಹೋದ...

ಆಗಲಿ ಬಿಡು ಚಿಂತಿಲ್ಲ...!

ಜಾತಿ ಯಾವುದಾದರೇನು...? ನೀತಿ ಎಲ್ಲಿದೆ ಕರ್ಣನಲ್ಲಿ...?

ಕೇವಲ ಕೌರವ ಬಿಸುಟ ಎಂಜಲುಗಾಸಿಗೆ ತನ್ನ ಅಸ್ತಿತ್ವವನ್ನೇ ಮಾರಿಕೋ ಎಂದು ಯಾರಾದರೂ ಹೇಳಿದ್ದರೇ ಹೇಳು...?

ಒಂದು ಯೋಚಿಸು ತಾಯೀ...!!

ಕರ್ಣನನ್ನು ಒಪ್ಪುವಲ್ಲಿ ದ್ರೋಣರಿಗೆ ತಿಂದ ಅನ್ನದ ಋಣ ಅಥವಾ ಪಾರ್ಥನ ಮೇಲಿರುವ ಅಪರಿಮಿತ ಶಿಷ್ಯಪ್ರೀತಿ ಅಡ್ಡ ಬಂದಿರಬಹುದು...!

ಆ ಕಾರಣಕ್ಕಾಗಿ ಕರ್ಣನನ್ನು ಒಪ್ಪದೇ ಇದ್ದಿರಬಹುದು...

ಆದರೆ ಅತ್ತೆ ಕುಂತಿಗೋ ಧರ್ಮಜನಿಗೋ ಯಾವ ಋಣವಿತ್ತು ಹೇಳು...?

ತನ್ನ ಪೂರ್ವಾಪರ ಕುಂತಿಯಲ್ಲೋ ಧರ್ಮಜನಲ್ಲೋ ಭೀಷ್ಮರಲ್ಲೋ ಹೇಳಿಕೊಂಡಿದ್ದರೆ ಧರ್ಮಜನಿಗೆ ಸಿಕ್ಕ ನ್ಯಾಯವೇ ಕರ್ಣನಿಗೂ ಸಿಗುತ್ತಿತ್ತು ತಾನೇ...?

ಆದರೆ ಆ ಅವಿವೇಕಿ ಹೋಗಿ ಸೇರಿದ ಕೂಟ ಯಾವುದು...?

ಪರಮ ಪಾತಕಿಗಳ ಸಂಘವದು...!

ಅವುಗಳೊಂದಿಗೆ ಹೋಗಿ ಸೇರಿ ಮಾಡಬಾರದ ಹೊಲಸು ಕೆಲಸಗಳನ್ನೆಲ್ಲಾ ಮಾಡಿ ತುಂಬಿದ ಸಭೆಯಲ್ಲಿ ಮಾನವಂತ ಯುವತಿಯೋರ್ವಳ ಬರಿದಾದ ಬಿರಿದೆದೆ ನೋಡಿ ಗಹಗಹಿಸಿ ನಕ್ಕ ನೀಚ ಈ ಕರ್ಣ...

ಹಾಲುಗಲ್ಲದ ಹಸುಗೂಸೊಂದು ವಂಶದ ಘನತೆಗಾಗಿ ರಣರಂಗದಲ್ಲಿ ಅಮೋಘವಾಗಿ ಸೆಣಸಾಡುತ್ತಿರುವಾಗ ಹಿಂದಿನಿಂದ ಬಂದು ಕಚಕ್ಕೆಂದು ಆ ಮಗುವನ್ನು ಕತ್ತರಿಸಿ ಬಿಸುಟ ರಣಹೇಡಿ ಕರ್ಣ...!

ತಾಯೀ ಕರ್ಣನೊಬ್ಬ ಧರ್ಮಾತ್ಮನಾಗಿದಿದ್ದರೆ ಸಂಧಾನಕ್ಕೆಂದು ನಾನು ಹೋದಾಗ ನನ್ನ ಕಟ್ಟಲು ಹಗ್ಗ ಹಿಡಿದು ಬರುತ್ತಿದ್ದನೇ ಹೇಳು...?

ಹೀಗಾಗಿ ಆತನ ಪಾಪಗಳಿಗೆ ಪ್ರಾಯಶ್ಚಿತ್ತವೆಂಬಂತೆ ಕುಂಡಲಗಳನ್ನೂ ಅಮೃತಕಲಶವನ್ನೂ ಕೇಳಿ ಪಡೆದೆ ತಾಯಿ...

ನಾನು ಕೇಳದಿದ್ದರೂ ನೈತಿಕವಾಗಿ ಅಧಃಪತನ ಹೊಂದಿದ ಕರ್ಣ ಯುದ್ಧದಲ್ಲಿ ಉಳಿಯುತ್ತಿದ್ದನೇ ಮಾತೇ...?

ಸರಿ ಉಳಿದ ಎಂದು ಭಾವಿಸೋಣ...

ಪಾಂಡವರು ಆತನನ್ನು ಸೇರಿಸುತ್ತಿದ್ದರೇ...?

ಹೀಗಾಗಿ ಆ ಕರ್ಣನ ಪಾತಕತ್ವಕ್ಕೆ ಸಲ್ಲಬೇಕಾದ ನ್ಯಾಯ ಕೊಡಿಸಿದೆ ತಾಯೀ ತಪ್ಪೇ...?

ಭಲೇ ಮಗನೇ...! ಭರತಭೂಮಿಯ ದೇವರತ್ನ ಕಣೋ ನೀನು ಕಂದಾ...!

ಹೆಮ್ಮೆಯಲ್ಲಿ ಏನೇನೋ ಬಡಬಡಿಸಲು ಹೊರಟಳು ಯಶೋದೆ...!

ಅಷ್ಟರಲ್ಲಿ ಮಾಧವ ಮಾತೇ ಒಮ್ಮೆ ಆಲಿಂಗಿಸೇ... ಎಂದ.

ಅಪ್ಪಿ ಮುದ್ದಿಸಿಬಿಡು ತಾಯೀ...! ನಿನ್ನ ತೋಳುಗಳಲ್ಲಿ ಇನ್ನೊಮ್ಮೆ ಬಾಲ ಮುಕುಂದನಾಗುವಾಸೆ...! ಬೆಣ್ಣೆ ಕದಿಯುವ ಆಸೆ ಕಣೇ...! ದ್ವಾರಾವತಿಯ ಬೀದಿಬೀದಿಗಳಲ್ಲಿ ಓಡಾಡುವಾಸೆ...! ಗಡಿಗೆಯ ಮೊಸರು ತಿಂದು ಗಡಿಗೆಯೊಡೆದು ನಿನ್ನಲ್ಲಿ ಗದರಿಸಿಕೊಳ್ಳುವಾಸೆ ಮಾತೇ...! ಒಮ್ಮೆ ಗದರಿಸೇ...!

ಅತ್ತ ಮಾಧವ ಮಗುವಿನಂತೆ...!

ಬಿಕ್ಕಿ ನರಳಿದಳು ಯಶೋದೆ...!

ಹೊರಡು... ಹೊರಡು ತಾಯೀ ಕತ್ತಲಾಗುತ್ತಿದೆ... ನಾನು ಬೆಳಿಗ್ಗೆ ಬರುತ್ತೇನೆ ನೀನು ಹೋಗಿರು ಮಾತೇ...

ಎಂದು ಮಾತನಾಡಲಾಗದೇ ಅತ್ತು ದೂಡಿದ ಮಾಧವ ಯಶೋದೆಯನ್ನು...!

ಆಕೆಯೂ ಅತ್ತು ಮುದ್ದಿಸಿ ಲಟಕ್ಕೆಂದು ನೆಟ್ಟಿಗೆ ಮುರಿದು ಲಾಲಾ... ನನ್ನ ಕಂದಾ... ಎಂದು ದೃಷ್ಟಿನಿವಾಳಿಸಿ ಮರಳಿ ಕತ್ತಲಲ್ಲಿ ಕರಗಿಹೋದಳು...

ಗಾಢಾಂಧಕಾರ... ಗವ್ ಎನ್ನುತ್ತಿತ್ತು ಕತ್ತಲು... ದ್ವಾರಕೆಯ ನಾಲ್ಕೂ ಬದಿಯಲ್ಲಿ ಹತ್ತಾಳೆತ್ತರದ ಅಲೆಗಳು ಏರಿ ಹಾರಿ ಮುಕ್ಕಾಲು ದ್ವಾರಕೆಯನ್ನು ನುಂಗಿಹಾಕಿದ್ದವು... ಅದೋ...

ದೂರದಲ್ಲಿ ಮಿರಿಮಿರಿ ಮಿಂಚುತ್ತಿದೆಯಲ್ಲಾ ಅದು ಪರಮಾತ್ಮನ ಅರಮನೆಯ ರಾಜಗೋಪುರ ಹೊನ್ನಿನ ಕಲಶ...

ಆ ಕಲಶ ಮಾತ್ರ ಕಾಣುತ್ತಿದೆ...!

ಮತ್ತೇನೂ ಕಾಣುತ್ತಿಲ್ಲ.... ನೀರು ಎತ್ತ ನೋಡಿದರೂ ನೀರು... ಗಾಳಿ...

ಮಹಾಪ್ರಳಯವೆಂದರೆ ಇದೇನಾ...?

ಪಾರ್ಥಾ... ನೀನು ಬರಲಿಲ್ಲ... ನಾನಿನ್ನು ಕಾಯಲಾರೆ... ನನಗೆ ಗೊತ್ತು ಗೆಳೆಯಾ ನಿನಗೆ ನನ್ನನ್ನು ಈ ಸ್ಥಿತಿಯಲ್ಲಿ ಕಾಣಲು ಸಾಧ್ಯವಿಲ್ಲ...

ಹಾಂ... ಮತ್ತೆ ನಿನ್ನ ರಕ್ಷಣೆಯ ಸುಪರ್ದಿಗೊಪ್ಪಿಸಿದ ನನ್ನ ಮಡದಿಯರೂ ದ್ವಾರಕೆಯ ಅಷ್ಟೂ ತರುಣಿಯರು ಒಬ್ಬರೂ ಹಸ್ತಿನೆ ತಲುಪುವುದಿಲ್ಲ...!!

ಅದೂ ಗೊತ್ತಿದೆ...!

ಮಾರ್ಗಮಧ್ಯದಲ್ಲಿ ದಸ್ಯುಗಳಿಂದ ಅತ್ಯಾಚಾರಕ್ಕೆ ಒಳಗಾಗುವ ಸಂದರ್ಭ ಬಂದು ತಾವೇ ಇರಿದುಕೊಂಡು ಪ್ರಾಣ ಕಳೆದುಕೊಳ್ಳುತ್ತಾರೆ ಮಾನಿನಿಯರು...!!!

ನಿನಗೆ ನಿನ್ನ ಜೀವರಕ್ಷಣೆಯೇ ಹೆಚ್ಚಾಗಿ ಸೋತು ಕಂಗಾಲಾಗುವೆ ನೀನು ಎನ್ನುವುದೂ ಗೊತ್ತು ಓ ನನ್ನ ಜೀವನಾದ ಪಾರ್ಥನೇ...!!

ಓ ನನ್ನ ಮಡದಿಯರೇ....!! ಅನ್ಯಾಯವಾಗಿ ಸಾಯುತ್ತೀರೇನು...?

ಇರಲಿ ಇದು ಯುಗಾವಸಾನ!

ಮಾಧವ ಬರೇ ದೇವನಲ್ಲ! ಆತನಲ್ಲಿ ಮಾನವತ್ವವೂ ಇದೆ ಎಂಬುದು ಲೋಕಕ್ಕೆ ಅರಿವಾಗಬೇಕಿತ್ತು...!

ಈ ಕರ್ಮಭೂಮಿಗೆ ಬಂದ ಯಾವುದೇ ಜೀವಿ ಇರಲಿ ಋಣವೆಂಬ ಸಂಕೋಲೆಯಲ್ಲಿ ಬಂಧಿಸಿಕೊಂಡು ನೋವುನಲಿವೆಂಬ ಹುಲ್ಲನ್ನು ಮೇಯುವ ಪಶುಗಳಂತೆ ಎಂಬ ಸಂಕೇತ ಇಡೀ ಜಗಕ್ಕೆ ತೋರಬೇಕಾಗಿತ್ತು ಮಾಧವನಿಗೆ,

ಅದಕ್ಕಾಗಿ ಈ ನರಳಾಟದ ನಾಟಕ ತಾನೇ?

ಮಾನವನಾಗಿ ಹುಟ್ಟಿ ತಾಯಿಯ ಮೊಲೆಹಾಲುಂಡ ಮೇಲೆ ಆದ ಗಾಯದ ನೋವು ಅರಿವಾಗಬಾರದೆಂದರೆ ಹೇಗೆ?

ದುಃಖ ವಿರಹಗಳ ಸುಡು ಕಾವು ಬೇಡವೆಂದರೆ ಯಾವ ನ್ಯಾಯ?

ಈ ಮಾಧವನಿಗೆ ಅದೀಗ ಆಗಿದೆ ಅಂದುಕೊಳ್ಳುತ್ತೇನೆ!

ಓ ನನ್ನ ಪ್ರೀತಿಯ ಭರತವರ್ಷವೇ...

ಸಮಸ್ತ ರಾಜರ್ಷಿ ದೇವರ್ಷಿ ಬ್ರಹ್ಮರ್ಷಿ ಸಮೂಹವೇ...

ವನ್ಯ ವನಾಂತರ ಗಿರಿಗಹ್ವರ ನದಿ ಶರಧಿ ಪಿಕಶುಕ ಗಾನ ಗಂಧರ್ವಾದಿ ನನ್ನ ಪ್ರೀತಿಯ ಜೀವಪ್ರಕೃತಿ ಸಂಕುಲವೇ ಇದೋ ನಿಮ್ಮ ಮಾಧವ ಅಣುವಾಗಿ ಮೃತನಾಗುತ್ತಿದ್ದಾನೆ...!!!

ಮಹತ್ವದ ಮಹತಿಯಾಗಿ ನಿಮ್ಮೆಲ್ಲರ ಹೃದಯವೈಕುಂಠದ ರಂಗಮಂದಿರದಲ್ಲಿ ಎಂದೆಂದಿಗೂ ರಾರಾಜಿಸುವ ಪಾರ್ಥಸಾರಥಿ ಗೀತಾಚಾರ್ಯನಾಗಿ ಮತ್ತೆ ಹುಟ್ಟಿ ಬರುತ್ತೇನೆ... ಓಂ... ಓಂ... ಓಂ...!!! ದ್ವಾರಕೆಯ ಸ್ವರ್ಣಕಲಶವೂ ಪೂರ್ತಿ ಮುಳುಗಿತು... ಶರಧಿ ಶಾಂ...ತವಾಯಿತು...

ಭುವಿಯ ಅಷ್ಟೂ ಜೀವರಾಶಿಗಳು ಕಣ್ಣೀರು ಮಿಡಿದು ಬೆಂದವು...

ಸೂರ್ಯ ಕಣ್ಮುಚ್ಚಿ ಕೂತರೆ ಚಂದ್ರಮ ಕಣ್ಣೀರಿಳಿಸಿ ಕಪ್ಪಾದ...

ವಾಯು ಉಮ್ಮಳಿಸಿ ಬಿಕ್ಕಿದರೆ ವರುಣ ಹನಿಹನಿಸಿ ಅತ್ತ...

ಇತ್ತ ಮೇಲಾಗಸದಲ್ಲಿ ದ್ವಾದಶಾದಿತ್ಯರೂ ಒಮ್ಮೆಲೇ ಬೆಳಗಿದಂತೆ ನಭೋಮಂಡಲವೆಲ್ಲ ಧಿಗ್ಗನೆ ಬೆಳಕಾಗಿ ಸಪ್ತರ್ಷಿ ಮಂಡಲದ ಮಹರ್ಷಿಗಳ ವೇದಘೋಷಕ್ಕೆ... ಇಂದ್ರಾದಿಗಳ ಸ್ವಾಗತಕ್ಕೆ... ಗಂಧರ್ವರ ಗಾಯನಕ್ಕೆ... ಕಿನ್ನರರ ಕುಣಿತಕ್ಕೆ... ಅಪ್ಸರೆಯರ ನೃತ್ಯಕ್ಕೆ... ಇಡೀ ಬಾನಂಗಳ ಓಕುಳಿ ಚೆಲ್ಲಿದಂತೆ ರಾಗರಂಜಿನಿಯಾಗಿ ಪರಿಶೋಭಿಸುತ್ತಿರುವಾಗ...

ಘಮ್... ಎಲ್ಲಿಂದಲೋ ಪಾರಿಜಾತದ ಸುಗಂಧ ತೇಲಿಬಂತು...

ಮಂದ್ರಸ್ಥಾಯಿಯಲ್ಲಿ ಮಧುರವೇಣುನಾದ ಗಾಳಿಯಲ್ಲಿ ಅಲೆಅಲೆಯಾಗಿ ಹರಿದು ಬಂತು...!!

ಕೃಷ್ಣತುಳಸೀ ಮಾಲೆ ಧರಿಸಿದ ಪರಮಾತ್ಮ ನಸುನಗುತ್ತಾ ಕೊಳಲೂದುತ್ತ ಏರಿ ಮೇಲೇರಿ ನಡೆದುಬಂದ...! ಆತನ ಒಂದೊಂದು ಹೆಜ್ಜೆಗೂ ಇಡೀ ಪ್ರಕೃತಿಯಲ್ಲಿ ಹಾಯಾದ ತಂಗಾಳಿ ಬೀಸಿದಂತೆ...! ಲಕ್ಷಾಂತರ ಹೂವುಗಳು ಅರಳಿ ಕಿಲಕಿಲ ನಕ್ಕಂತೆ...!

ಶುಕಪಿಕ ಸಾರಂಗ ಕೋಕಿಲಗಳ ಕುಹೂ ನಾದಗಳಲ್ಲಿ ಮಂಜುಳ ಮಧುರ ಝರಿ ನೀರಾಗಿ ಹರಿಹರಿದಂತೆ...!!!

ಆಗ ಪರಮಾತ್ಮನ ತಲೆಯ ಮೇಲೆ ಗರಿಗರಿ ನವಿಲುಗರಿ ತಣ್ಣನೆ ಹಾರುತ್ತಿತ್ತು...!!!

|| ಓಂ ತತ್ಸತ್ ||

ನಿಷಧಚರಿತಮ್

ನಿಷಧಚರಿತಮ್

ಇದು ದಿಟ್ಟ ಭಾರತನಾರಿಯ ಹೆಜ್ಜೆಯ ಗುರುತು...

...ಅಗೋಚರರಾಗಿದ್ದೂ ಹೃದ್ಯರಾಗಿರುವ ಸಭ್ಯಸಮೂಹದ ಸನ್ಮಿತ್ರರೇ ವಂದನೆಗಳು... ಕತೆಯೊಳಗೆ ಪ್ರವೇಶಿಸುವ ಮೊದಲು ಇದೇನು? ಯಾಕೆ? ಎನ್ನುವ ಬಗೆಗಾಗಿ ಎರಡು ಮಾತಾಡಿಯೇ ಇಳಿದುಬಿಡುತ್ತೇನೆ. ನಮ್ಮ ಸಿಂಧೂ ನಾಗರಿಕತೆಯ ಹಿಂದೂ ಸನಾತನದಲ್ಲಿರುವಷ್ಟು ವಿಪುಲ ಸಾಹಿತ್ಯಕೃಷಿ ಜಗದ ಬೇರಾವ ಕಡೆಗಳಲ್ಲಿ ಕಾಣಲು ಸಾಧ್ಯ ಹೇಳಿ... ಆದರೇನು ಮಾಡೋಣ ನಮ್ಮ ಪೂರ್ವಜರ ಯಾವುದೇ ಅಧ್ಯಯನವಾಗಲೀ ಸಂಶೋಧನೆಯಾಗಲೀ ಇಂದು ಹೊರಜಗತ್ತು ಒಪ್ಪುವ ಸ್ಥಿತಿಯಿಲ್ಲ .

ಗಣಿತ, ಖಗೋಳ, ಆಯುರ್ವೇದ, ಸಂಗೀತ, ಕಲೆ, ಸಾಹಿತ್ಯ, ತಂತ್ರಜ್ಞಾನ, ಯೋಗ, ಕೃಷಿ, ವಾಣಿಜ್ಯ–ಹೀಗೆ ಉದ್ದಕ್ಕೆ ಎಷ್ಟು ವಿಸ್ತರಿಸಿದರೂ ಕಾಣುವ ಮನುಜನ ಯಾವುದೇ ಆಸಕ್ತಿಯ ಸಂಶೋಧನೆಗಳಿರಲಿ ಅವೆಲ್ಲವೂ ಜನಿಸಿದ್ದು ಭಾರತದಲ್ಲಿ ಎಂದರೆ ನಗುತ್ತದೆ ಜಗತ್ತು. ಈ ಗೊಡ್ಡು ಶಾಸ್ತ್ರ ವೇದ ಪುರಾಣಗಳನ್ನು ಮುಂದಿಟ್ಟು ಏನನ್ನು ಸಾಧಿಸಲು ಹೊರಟಿದ್ದೀರಿ ಎಂದು ಕುಹಕವಾಡುತ್ತದೆ ವಿಚಾರವಾದೀ ಪ್ರಪಂಚ. ಇಲ್ಲಿ ಒಂದು ಅರಿಯಬೇಕು ನಾವು. ನಮ್ಮ ನೆಲ, ಸ್ತ್ರೀ, ಸಂಸ್ಕೃತಿಗಳ ಮೇಲಾದಷ್ಟು ಆಕ್ರಮಣಗಳು ಜಗತ್ತಿನ ಬೇರಾವ ಧರ್ಮದ ಮೇಲೂ ಆಗಲಿಲ್ಲ. ನಮ್ಮನ್ನು ಹಿಂಸಿಸಿ, ನಮ್ಮ ಸಂಸ್ಕೃತಿ ವಿರೂಪಗೊಳಿಸಿ, ನಮ್ಮ ಸಂಶೋಧನೆಗಳನ್ನು ನಾಶಗೊಳಿಸಿ, ಸಾಕ್ಷ್ಯಗಳಾಗಿರುವ ಅಮೂಲ್ಯ ಗ್ರಂಥಗಳನ್ನು ನಾಶಪಡಿಸಿದ ಮೇಲೆ ನಾವು ಜಗತ್ತಿಗೆ ನಮ್ಮನ್ನು ಸ್ಪಷ್ಟೀಕರಿಸುವುದು ಹೇಗೆ ಹೇಳಿ?

ಉದಾ: ವಿಮಾನಯಾನ ಶಾಸ್ತ್ರ ನಾವೇ ಕಂಡುಹಿಡಿದುದು ಅಂದರೆ ರೈಟ್ ಸಹೋದರರು ವ್ಯಂಗ್ಯವಾಡುತ್ತಾ ಸಾಕ್ಷಿ ಕೇಳುತ್ತಾರೆ. ಇನ್ನು ಆಂಗ್ಲರು ಇಲ್ಲಿಂದ ಹೊರಡುವಾಗ ಮಾಡಿದ ಅನಾಹುತಗಳಿವೆಯಲ್ಲಾ ಅದನ್ನು ತಿದ್ದಲು ಕನಿಷ್ಠ ಇನ್ನು ಒಂದು ಶತಮಾನವಾದರೂ ಬೇಕು. ಆರ್ಯರು ಇಲ್ಲಿನವರಲ್ಲಾ. ಹೊರಗಿನಿಂದ ಬಂದವರು ಎಂಬಲ್ಲಿಂದ ಮೊದಲ್ಗೊಂಡು ಚಾತುರ್ವರ್ಣ್ಯದವರೆಗೆ ನಮ್ಮೆಲ್ಲಾ ಚರಿತ್ರೆಗಳನ್ನು ತಿರುಚಿ ನಮ್ಮವರ ತಲೆ ಕೆಡಿಸಿ ಹೋದ ಪರಿಣಾಮ ಇಂದಿಗೂ ಉಣ್ಣುತ್ತಿದ್ದೇವೆ. ಒಂದು ಕಾಲದಲ್ಲಿ ಸ್ವಸ್ಥವಾಗಿ ರೂಪಿತಗೊಂಡು ಎದೆಯುಬ್ಬಿಸಿ ನಿಂತಿದ್ದ ಸಂಸ್ಕೃತಿಯೊಂದು ಇಂದು ಜನಸಾಮಾನ್ಯನ ಕಣ್ಣಿನಲ್ಲಿ ಗೊಡ್ಡುಪುರಾಣವೆಂದು ಕರೆಸಿಕೊಂಡು ತಲೆತಗ್ಗಿಸಿ ಕೂತಿದೆ... ಇದಾವುದೂ ಸುಳ್ಳಲ್ಲ... ಇವೆಲ್ಲ ನಮ್ಮ ಪೂರ್ವಜರ ಬೆವರಿನ ಕೃಷಿಯೆಂದು ಹೇಳಲು ಹೊರಟವ ನಾನು...

ಈ ನಿಷಧ ಚರಿತಮ್ ಎನ್ನುವ ಕಥಾನಕ ನಳದಮಯಂತಿಯರ ಪ್ರೇಮಕಾವ್ಯದ ಮೂಲಕಥೆಯೊಂದು ನನ್ನ ಮನದ ತಿಳಿಗೊಳದಲ್ಲಿ ಹುಟ್ಟಿದ ವಿಮರ್ಶೆಯ ಅಲೆ... ಹೆಣ್ಣೊಬ್ಬಳು ತನ್ನ ಪತಿಯೊಬ್ಬ ಕೆಟ್ಟು ನಿರ್ಗತಿಕನಾದಾಗ ಸ್ವಯಂ ಪ್ರಜ್ಞೆಯಿಂದ ಅವನನ್ನು ಹೇಗೆ ಮೇಲೆತ್ತಿ ಅವನಲ್ಲಿ ಸ್ವಾಭಿಮಾನ ಜಾಗೃತಗೊಳಿಸುತ್ತಾಳೆ ಎಂಬುದು ಇದರ ಸಾರಾಂಶ. ಸರಿ ಹೊರಡೋಣ...

ಈ ಪೂರ್ವಭಾರತದ ಅದ್ಭುತ ಸಂಸ್ಕೃತಿಯ ಸೊಗಡಿನ ದರ್ಶನಕ್ಕೆ ಇದೋ ನಾನು ಹೊರಟೆ...

***

ಅದು ಭಯಾನಕ ಗೊಂಡಾರಣ್ಯ. ನಾಲ್ವರು ಯುವಕರೂ ಒಬ್ಬಾಕೆ ಯುವತಿಯೂ ನತಮಸ್ತಕರಾಗಿ ಖಿನ್ನರಾಗಿ ಕೂತಿದ್ದರು. ಅದರಲ್ಲಿ ಒಬ್ಬಾತ ಬಂಡೆಯಂತಿರುವ ಆಜಾನುಬಾಹುವೊಬ್ಬ ಎದ್ದ. ಎದ್ದು ಸಿಡಿಲಿನಂತೆ ಆರ್ಭಟಿಸಿದ. ಅಣ್ಣಾ...

ಇಡೀ ಕಾನನವೇ ಬೆದರುಗಟ್ಟಿ ಹೋಯಿತು ಈ ಕೂಗಿಗೆ!

ಅಣ್ಣಾ ಏಳು. ಇನ್ನೆಷ್ಟು ದಿನ ನಾವು ಮಂಗಗಳಂತೆ ಕಾಡಿನಲ್ಲಿರುವುದು. ಆ ಅರ್ಜುನ ಅಸ್ತ್ರ ಸಂಪಾದನೆಗೆಂದು ಇಂದ್ರಕೀಲಕ ಸೇರಿ ಅದೆಷ್ಟೋ ಕಾಲ ಸರಿಯಿತು. ಆತ ಅಲ್ಲಿ ನಾವೆಲ್ಲ ಈ ಕತ್ತಲು ಕಾಡಿನಲ್ಲಿ. ಇನ್ನೂ ಎಷ್ಟು ದಿನ ಕಳೆಯಬೇಕು ಹೇಳು! ನಡಿ ಹೊರಡು. ಇನ್ನು ನನ್ನಿಂದಾಗದು. ಆ ಪಾಪಿ ಕೌರವನನ್ನೂ ಅವನಪ್ಪ ಕುರುಡನನ್ನೂ ಬಡಿದು ಕೊಂದು ತಿಂದೇ ಬಿಡುತ್ತೇನೆ. ಏಳು. ಏಳಣ್ಣಾ.

ಹೀಗೆ ಈ ಬೃಹದಾಕಾರದ ಪರ್ವತವೊಂದು ಈ ರೀತಿಯಲ್ಲಿ ಬುಸುಗುಟ್ಟುತ್ತಿದ್ದರೆ ಅತ್ತ ಆ ಮೂವರ ಮುಖ ಕೆಂಪಡರಿತ್ತು. ಒಬ್ಬಾತ ತಲೆ ತಗ್ಗಿಸಿದ್ದ. ಆತನೇ ಧರ್ಮ. ಮೆಲ್ಲ ಉಗುಳು ನುಂಗುತ್ತಾ ತೊದಲುತ್ತಾ ಹೇಳುತ್ತಾನೆ-ಅಲ್ಲ ಅಲ್ಲ ಭೀಮಾ, ಹಾಗಲ್ಲ! ತಡಿ ತಡಿಯಪ್ಪಾ. ನಿಲ್ಲೋ. ನೀನೀಗ ಹಸ್ತಿನೆಗೆ ತೆರಳಿ ದಾಂಧಲೆ ಎಬ್ಬಿಸಿದರೆ ಅದು ಧರ್ಮದ ನಿಯಮಕ್ಕೆ ವಿರೋಧ ಕಣೋ. ಸ್ವಲ್ಪ ಶಾಂತನಾಗು ಭೀಮಾ... ಅಂದ.

ಬೆಂಕಿ ಬಿತ್ತು ನಿನ್ನ ಧರ್ಮಕ್ಕೆ ಎಂದು ಅಲ್ಲೇ ನಿಂತಿದ್ದ ಪಾಪದ ಭಾರೀ ಮರವೊಂದಕ್ಕೆ ಸಿಟ್ಟಿನಿಂದ ಒದ್ದೇಬಿಟ್ಟ ಭೀಮ. ಮರದ ಅವಸ್ಥೆ ಏನಾಯಿತೆಂಬುದು ಇಲ್ಲಿ ಅಪ್ರಸ್ತುತ. ತನ್ಮಧ್ಯದಲ್ಲಿ ದೂರದ ಮರೆಯಲ್ಲಿ ನಿಂತು ಈ ವಿದ್ಯಮಾನಗಳನ್ನು ಸೂಕ್ಷ್ಮವಾಗಿ ಅವಲೋಕಿಸುತ್ತಿತ್ತು ಒಂದು ಆಕೃತಿ. ಇತ್ತ ಧರ್ಮರಾಯನ ಬೊಬ್ಬಾಟ ಜಾಸ್ತಿಯಾಗಲು ಮೆಲ್ಲ ಹತ್ತಿರ ಹತ್ತಿರ ಸಮೀಪಿಸಿದ ಆ ಪರಮಶಾಂತಮೂರ್ತಿಯೇ ಮಹರ್ಷಿ ಬೃಹದಶ್ವ. ಕರೆದರು 'ಮಗೂ ಧರ್ಮಾ!'

'ಓ ಗುರುಗಳೇ ಬನ್ನಿ. ನೋಡಿ ನನ್ನ ಈ ಅವಸ್ಥೆ. ಈ ಧರಿತ್ರಿಯಲ್ಲೇ ನನ್ನಷ್ಟು ನಿರ್ಭಾಗ್ಯರು ಯಾರಿದ್ದಾರೆ. ನನ್ನಷ್ಟು ಕಷ್ಟಪಟ್ಟವರು ಮತ್ತೊಬ್ಬರಿದ್ದಾರೆಯೇ? ನನ್ನಿಂದ ನನ್ನ ತಮ್ಮಂದಿರಿಗೂ ಮಡದಿಗೂ ಎಲ್ಲರಿಗೂ ಕಷ್ಟ. ಹೇಳಿ ಗುರುಗಳೇ ನನ್ನ ಮೇಲೆ ವಿಧಿಗೆ ಅದೇನು ವಿದ್ವೇಷ ಹೇಳಿ' ಎಂದು ಅಲವತ್ತುಕೊಂಡ ಧರ್ಮರಾಜ.

ನಗುತ್ತಾರೆ ಮಹಾಮುನಿಗಳು.

'ಗುರುಗಳೇ ತಾವೂ ನನ್ನ ಈ ಸ್ಥಿತಿಗೆ ನಗುತ್ತೀರೇನು? ಸರ್ವಸ್ವವನ್ನೂ ಕಳೆದು ಭಿಕಾರಿಯಾದೆನೆಂದು ನಗುವಿರೇ ಗುರುವರ್ಯ? ಈ ಭೀಮ ಹೇಳುತ್ತಾನೆ ಹೋಗಿ ಬಡಿಯುತ್ತೇನೆ ಎಂದು. ನೀತಿ ಒಪ್ಪುವುದೇ? ವಾಸುದೇವ ಮೆಚ್ಚುತ್ತಾನೆಯೇ? ಗುರುವೇ ಇದೇಕೆ ಹೀಗೆ...?' ಅಳುತ್ತಾನೆ ಧರ್ಮ.

ಒದ್ದಾಡುತ್ತಿದ್ದ ಧರ್ಮನನ್ನು ಸಮಾಧಾನಿಸುತ್ತಾ ಹೇಳುತ್ತಾರೆ 'ಏನೆಂದೆ ಧರ್ಮಾ! ನಿನ್ನಷ್ಟು ಕಷ್ಟ ಪಟ್ಟವರು ಈ ಭುವಿಯಲ್ಲೇ ಯಾರೂ ಇಲ್ಲವೇ? ನಿನಗೆ ಮಾತ್ರ ಈ ಪರಿಯ ಕಷ್ಟವೆಂದು ಹೇಳಿಕೊಂಡು ಬೊಬ್ಬೆ ಹಾಕುತ್ತೀಯಾ? ಧರ್ಮಾ, ಅದೇನು ಕಷ್ಟಪಟ್ಟಿರುವುದು ನೀನು? ಹೇಳು ನೋಡೋಣ! ನಿನ್ನ ಪೆದ್ದುತನದಿಂದ ಅನ್ಯಾಯವಾಗಿರುವುದು ನಿನ್ನ ತಮ್ಮಂದಿರಿಗೆ, ಮಾನ ಕಳೆದು ಹೋಗಿರುವುದು ನಿನ್ನ ಪತ್ನಿಯದ್ದು. ಯೋಚಿಸು ಧರ್ಮಾ ನಿನ್ನಂತೆ ಜೂಡಾಡಿ ಕಳೆದವರು ಬಹಳ ಜನವಿರಬಹುದು. ಆದರೆ ಮೆಚ್ಚಿನ ಮಡದಿಯನ್ನೇ ಅಡವಿಟ್ಟ ಚರಿತ್ರೆಯ ಏಕೈಕ ವ್ಯಕ್ತಿ ನೀನು. ಇಷ್ಟಾಗಿಯೂ ಪರಾಕ್ರಮಿಗಳಾದ ನಿನ್ನ ತಮ್ಮಂದಿರು ನಿನ್ನನ್ನೇ ಅನುಸರಿಸುತ್ತಿದ್ದಾರೆ. ಪಾಪ ನಿನ್ನ ಪತ್ನಿಯೂ ಅವಮಾನ ಸಹಿಸಿ ನಿನ್ನನ್ನು ಒಪ್ಪಿ

ಈ ಕಾಡಿನಲ್ಲಿ ಬಾಳುತ್ತಿಲ್ಲವೇ. ಮೇಲಾಗಿ ಆ ಪರವಾಸುದೇವನ ಅನುಗ್ರಹಕ್ಕೆ ಭಾಜನರು ನೀವೆಲ್ಲ. ಹೇಳು ಧರ್ಮಾ, ಕಷ್ಟವೆಲ್ಲ ನಿನಗೆ ಮಾತ್ರವೆಂದು ಅಳುತ್ತೀಯಲ್ಲಾ. ಏನು ಕಷ್ಟ ಅನುಭವಿಸಿ ಗೊತ್ತು ನಿನಗೆ?

'ಮಗೂ ಹಲವರಿಗೆ ಈ ರೀತಿಯ ಮನೋರೋಗವಿರುತ್ತದೆ. ಅನವಶ್ಯಕ ಸಮಸ್ಯೆಗಳನ್ನು ಬೇಕೆಂದೇ ಮೈಮೇಲೆ ಎಳೆದುಕೊಂಡು ನಂತರ ಬೊಬ್ಬೆ ಹಾಕುವುದು. ಏನೆಂದೆ ನೀನು? ಕಷ್ಟವೇ ನಿನಗೆ? ನಿನಗಿಂತ ಸಾವಿರಪಟ್ಟು ಹೆಚ್ಚು ಯಾತನೆ ಪಟ್ಟವರು ನಿನ್ನ ವಂಶದಲ್ಲೇ ಇಲ್ಲವೇ?'

ಆಗ ಎದ್ದಳೊಬ್ಬಳು ವನವನಿತೆ!!

'ಕೇಳಿ ಗುರುಗಳೇ. ತಾವು ಕೇಳಿದರೇ ಸರಿ ಅದು. ನಾವೆಲ್ಲ ಮಾತನಾಡಿದರೆ ಬಿಟ್ಟಿಯ ಪ್ರವಚನವೇ ಆರಂಭವಾಗಿಬಿಡುತ್ತದೆ. ಈ ಗಂಡಸರು ತಮ್ಮ ತೆವಲಿಗಾಗಿ ಆತ್ಮಾಭಿಮಾನವನ್ನೂ ಅಡವಿಟ್ಟು ಸ್ವಂತ ಮಡದಿಯ ಮಾನ ಮಾರಿ ಈಗ ಎಲ್ಲ ಕಳೆದುಕೊಂಡು ಯೋಗಿಗಳಂತೆ ಮಾತನಾಡುತ್ತಿದ್ದಾರೆ. ಸ್ವಲ್ಪವೂ ರೋಷ ಬೇಡವೇ ಹೇಳಿ ಈ ಗಂಡಸರಿಗೆ! ಕೇಳಿ ಗುರುವರ್ಯ ಎಂದು ಮುಖ ಕೆಂಪಾಗಿಸಿ ಉಮ್ಮಳಿಸುವ ದುಃಖ ಕಚ್ಚಿ ಹಿಡಿದು ಕುಟುಕುತ್ತಾಳೆ ದ್ರುಪದಪಾಂಚಾಲಿ.'

ಈಗ ಮುನಿ ಮತ್ತೆ ಹೇಳುತ್ತಾರೆ 'ಮಗೂ ನೀನು ಜೂಜಾಡು ಎಂದು ನಿನ್ನ ತಮ್ಮಂದಿರು ಹೇಳಿದ್ದರೇ ಅಥವಾ ನನ್ನನ್ನು ಅಡವಿಟ್ಟು ಮಾರಿಬಿಡೆಂದು ಪಾಂಚಾಲಿ ಹೇಳಿದ್ದಳೇ ಹೇಳು? ಇದೆಲ್ಲವನ್ನೂ ನೀನೇ ನಿನ್ನ ಅಜ್ಞಾನದಿಂದ ಮಾಡಿಕೊಂಡು ಈ ಪಾಪದ ಜೀವಗಳನ್ನೂ ಆ ಫಲಕ್ಕೆ ಹೊಣೆಯಾಗಿಸಿ ಈಗ ನೀನೊಬ್ಬನೇ ಶೋಷಿತವ್ಯಕ್ತಿಯೆಂಬತೆ ಹೇಳುತ್ತೀಯಲ್ಲಾ! ಏನು ಧರ್ಮಾ ಇದು?'

ಈಗ ತಣ್ಣಗಾದ ಧರ್ಮ. ಇತ್ತ ಭೀಮನ ಬುಸು ಬುಸೆನ್ನುವ ಬಿಸಿಯುಸಿರೂ ತಣ್ಣಗಾಗತೊಡಗಿ ಕಾನನ ಒಮ್ಮೆಗೆ ಶಾಂತವಾಗತೊಡಗಿತು. ಈ ಭೀಮನ ಆರ್ಭಟಕ್ಕೆ ಹೆದರಿ ಊರುಬಿಟ್ಟಿದ್ದ ಅಲ್ಲಲ್ಲ ಕಾಡುಬಿಟ್ಟಿದ್ದ ಬಾನಾಡಿಗಳೆಲ್ಲಾ ಮೆಲ್ಲ ಹತ್ತಿರ ಬರತೊಡಗಿದವು.

'ಗುರುವರ್ಯ, ತಾವು ಹೇಳಿದಂತೆ ನನ್ನಿಂದ ತಪ್ಪಾಗಿದೆ ಹೌದು. ಕಷ್ಟವನ್ನು ನಾವೆಲ್ಲರೂ ಪಡುತ್ತಿದ್ದೇವೆ. ಆದರೆ ತಾವು ನಮಗಿಂತಲೂ ಕಷ್ಟ ಅನುಭವಿಸಿದವರು ನಮ್ಮ ವಂಶದಲ್ಲೇ ಇದ್ದಾರೆಯೇ ಮುನಿವರ್ಯ. ಯಾರದು ಹೇಳಿ ಸ್ವಾಮೀ. ನಮ್ಮೆಲ್ಲರ ಮನಕ್ಕೆ ಕುತೂಹಲವಿದೆ'ಎಂದ ಯುಧಿಷ್ಠಿರ.

'ಹೂಂ ಹೇಳಿ' ಎಂದು ಮೂತಿ ತಿರುಗಿಸಿ ಧಸಕ್ಕನೆ ಕೂತ ವೃಕೋದರ.

'ಮಕ್ಕಳೇ, ಈ ರೀತಿಯ ಅಸಂಗತಗಳೆಲ್ಲ ಎಲ್ಲಾ ಕಾಲಕ್ಕೂ ನಡೆಯುವ ವಿದ್ಯಮಾನಗಳೇ. ಅದರಲ್ಲೇನೂ ವಿಶೇಷವಿಲ್ಲ. ಆದರೆ ಹೆಣ್ಣುಮಗಳೊಬ್ಬಳ ಮಾನ ಹರಾಜಿಗಿಟ್ಟದ್ದು ನೀವು ಮಾತ್ರ. ಕೇಳೀ ಈ ಜೂಜಾಟ ವ್ಯಸನಗಳೆಲ್ಲ ಹಿಂದೆಯೂ ಇತ್ತು. ಮುಂದೆಯೂ ಇರುತ್ತವೆ. ಆದರೆ ನಿಮಗಿಂತ ಅದೆಷ್ಟೋ ಪಾಲಿನಲ್ಲಿ ರೂಪ, ಯೋಗ್ಯತೆ, ಅಧಿಕಾರ, ಸಂಪತ್ತುಗಳಲ್ಲಿ ಹೆಚ್ಚಿದ್ದ ನಿಷಧಾಧಿಪತಿ ನಳ ಚಕ್ರವರ್ತಿಗೆ ಒಂದು ಜೂಜಿನಿಂದ ಬಂದೊದಗಿದ ದುರಂತಕಥೆಯ ಮುಂದೆ ನಿಮ್ಮದೆಲ್ಲ ಏನೋ ಕಷ್ಟ' ಎಂದು ಮತ್ತೆ ಛೇಡಿಸುತ್ತಾರೆ ಮುನಿವರೇಣ್ಯ.

'ಕೇಳುತ್ತೀರೇನು ಕಥೆ?'

'ನಿಜ ಗುರುಗಳೇ, ಕೇಳಿ ಒಂದಷ್ಟು ಶಾಂತರಾಗುತ್ತೇವೆ. ಹೇಗೂ ಅರ್ಜುನ ಬರುವುದು ಸ್ವಲ್ಪ ವಿಳಂಬವಾಗುವುದೇನೋ. ಅಲ್ಲಿಯವರೆಗೆ ಆತ್ಮಾಭಿಮಾನ ಜಾಗೃತಿಗೆ ದಿವ್ಯೌಷಧಿಯಂತೆ ನಿಮ್ಮ ಮಾತು. ಹೇಳಿ ಗುರುಗಳೇ' ಎಂದ ಧರ್ಮ

'ಕೇಳಿ ಮಕ್ಕಳೇ... ನಿಷಧವೆಂಬ ಅದ್ಭುತ ರಾಷ್ಟ್ರವೊಂದಿತ್ತು...

***

ಪ್ರಿಯ ಓದುಗ, ಸರೀ ಈಗೊಂದು ಕೆಲಸ ಮಾಡೋಣ. ತಮ್ಮನ್ನೆಲ್ಲ ಬರಿಗಾಲಲ್ಲಿ ನಿಷಧ ಸುತ್ತಾಡಿಸಲು ಮನಸ್ಸು ಬರುತ್ತಿಲ್ಲ. ಹೀಗಾಗಿ ರೈಟ್ ಸಹೋದರರಿಗೆ ನನ್ನ ಮಾತಿನಿಂದ ಬೇಸರವಾದರೂ ಚಿಂತಿಲ್ಲ . ವಿಶ್ವದ ಪ್ರಥಮ ವಿಮಾನಶಾಸ್ತ್ರ ಬರೆದು ನಿರ್ಮಿಸಿದ ಸನಾತನದ ಮಹಾವಿಜ್ಞಾನಿ ಮಹರ್ಷಿ ಭಾರದ್ವಾಜರ ಕೃತಿಯನ್ನು ಆಧರಿಸಿ ಪುಷ್ಪಕವಿಮಾನವೊಂದನ್ನು ಸೃಜಿಸಿದ್ದೇನೆ. ಬೆಳಗಿನ ಈ ಚುಮುಚುಮು ಛಳಿಯಲ್ಲಿ ತಾವೆಲ್ಲ ಬೆಚ್ಚಗೆ ಅದರೊಳಗೆ ಹಾಯಾಗಿ ಕೂತು ಆಕಾಶಗಾಮಿಗಳಾಗಿ ಈ ನಿಷಧದ ಸಮಗ್ರವೀಕ್ಷಣೆ ಮಾಡುತ್ತಾ ವಿಶ್ರಮಿಸಿ. ತಮ್ಮನ್ನು ಹೊತ್ತೊಯ್ಯಲು ಇಗೋ ಈ ಗರುಡಗಾರುಡಿ ಬಂದ.

ಅನುಮತಿಯೇ ಓದುಗ-ಅಗೋ ನೋಡು ಹತ್ತುಯೋಜನ ಅನತಿ ದೂರದ ಅತೀ ಎತ್ತರದಲ್ಲಿ ಈಗಷ್ಟೇ ಉದಯರವಿಯ ಜೊತೆ ಹುಸಿಮುನಿಸಿನ ಜಗಳವಾಡಿ ಹೊರಬಂದ ಉಷೆಯ ಲಜ್ಜೆಯಡರಿದ ಬಿಳಿಗೆನ್ನೆಯ ಕೆಂಪೋಕುಳಿ ಬಣ್ಣದ ಕಿರಣದಲ್ಲಿ ಮಿರಿಮಿರಿ ಮಿಂಚುತ್ತಿದೆಯಲ್ಲಾ! ಅದೇನು ಗೊತ್ತೇ ?

ನಿಷಧದ ರಾಜಗೋಪುರದ ಸ್ವರ್ಣಕಲಶ. ಅದರ ನೇರ ಪೂರ್ವಕ್ಕೆ ಕೋಟೆಯ ಮಹಾದ್ವಾರದ ಬಳಿ ನಾವಿದ್ದೇವೆ. ನಿಷಧದ ಸಭ್ಯ ಜನಪದ ತೋರಿಸಲೇ. ಅಗೋ ನೋಡಿ, ಈ ಕೋಟೆಗೆ ಅಂತುಕೊಂಡಿರುವ ಉಪವನಗಳು, ಸರೋವರಗಳು. ಆ ಸರೋವರಗಳ

ಬಾಯನ್ನು ಕಡಿದು ಕಾಲುವೆಯಾಗಿಸಿ ಇಡೀ ನಿಷಧಕ್ಕೊಂದು ಪ್ರದಕ್ಷಿಣೆಯಾಗಿಸಿ ಸಮಗ್ರಹಸಿರಿಗೆ ನೀರುಣಿಸಿದ್ದಿದೆಯಲ್ಲಾ ಅದು ಆರ್ಯಾವರ್ತದ ತಂತ್ರಜ್ಞಾನ! ಆ ರಾಜಗೋಪುರದ ನಾಲ್ಕು ದಿಕ್ಕಿಗೂ ಒಂದೊಂದರಂತೆ ಉದ್ದಕ್ಕೆ ಹರಡಿದ ಮಹಾವೀಥಿಗಳೇ ನಿಷಧಜನಪದದ ಹೆದ್ದಾರಿ.

ಅಗೋ ನೋಡಿ ಪೂರ್ವದ ಹೆದ್ದಾರಿಯ ಇಕ್ಕೆಲಗಳಲ್ಲಿ ಹರಡಿಕೊಂಡಿರುವುದೇ ನಿಷಧದ ಮಾರುಕಟ್ಟೆ. ಸ್ವರ್ಣ-ರತ್ನ-ಲೋಹಗಳು-ರತ್ನಗಂಬಳಿಗಳು ಹಾಗೆಯೇ ಅದರ ಹಿಂದಿನ ಬೀದಿಗಳಲ್ಲಿ ದವಸಧಾನ್ಯಾದಿಗಳು ಇತ್ಯಾದಿ ವಾಣಿಜ್ಯವಣಿಕರ ಬೀದಿಗಳು. ಅದರ ಹಿಂದುಗಡೆಯಲ್ಲಾ ವಸತಿ ನಿವೇಶನಗಳು. ಕಮ್ಮಾರರ ಬೀದಿ, ಚಮ್ಮಾರರ ಬೀದಿ, ನರ್ತಕಿಯರ, ಕಲಾವಿದರ, ಗಾಯಕರ, ಶಿಲ್ಪಿಗಳ ಬೀದಿಗಳು ಕಾಣುತ್ತಿವೆಯೇ! ಈಗ ದಕ್ಷಿಣಕ್ಕೆ ಬನ್ನಿ, ಬಲುದೊಡ್ಡ ರಂಗಮಂದಿರವೊಂದು ಕಾಣುತ್ತಿದೆಯೇ! ಅದರ ಸುತ್ತಲೂ ವಿದೇಶದಿಂದ ಆಗಮಿಸುವ ಯಾತ್ರಿಗಳ ನಿವಾಸಗಳು, ಸೇವಕ ಸೇವಕಿಯರ-ಮಂತ್ರಿಮಾಗಧರ ನಿವಾಸಗಳು, ಸೈನಿಕರ ಬಿಡಾರಗಳು. ಪಶ್ಚಿಮಕ್ಕೆ ಹೀಗೆ ತಿರುಗಿ, ಪಶ್ಚಿಮವಾಹಿನಿಯಾದ ನದೀತೀರಕ್ಕೆ ಮುಟ್ಟುವವರೆಗೂ ಅಗಸರ ಬೀದಿ, ಗಜ-ಅಶ್ವ ಇತ್ಯಾದಿಗಳ ವಾಸಸ್ಥಳಗಳು, ಸಮಗ್ರಕೃಷಿವಿಸ್ತಾರ ಭೂಮಿ -ಹೀಗೇ ಪರಿಕ್ರಮಿಸುತ್ತಾ ಉತ್ತರಕ್ಕೆ ಬಂದರೆ ಅಸ್ತ್ರ, ಶಸ್ತ್ರ, ನಗ ನಾಣ್ಯ, ಧವಸಧಾನ್ಯಗಳ ಭಂಡಾರಗಳು, ಟಂಕಸಾಲೆ ಇತ್ಯಾದಿಗಳು. ಹಾಗೇ ಈಶಾನ್ಯಕ್ಕೆ ಬಹುದೂರ ವಿಸ್ತರಿಸಿರುವುದೇ ಬ್ರಾಹ್ಮಣರ, ಯಜ್ಞದೀಕ್ಷಿತರ, ಸಾಧುಸಂತರ ಅಗ್ರಹಾರಗಳು ಹಾಗೂ ಯಾಗಶಾಲೆಗಳು-ಇವುಗಳೆಲ್ಲವನ್ನೂ ಕೂಡಿ ಕೋಟೆ ದಾಟಿ ಎಲ್ಲೆ ಮೀರಿ ಬೆಳೆದು ವಿಸ್ತರಿಸಿದ ಮಹಾ ಸಾಮ್ರಾಜ್ಯವೇ ನಿಷಧ!

ಕಟ್ಟುನಿಟ್ಟಾಗಿ ಕಪ್ಪ ಒಪ್ಪಿಸುವ ಸಾಮಂತ ವರ್ಗ, ಸದಾ ತೃಪ್ತರಾಗಿ ಸುಖದಿಂದಿರುವ ಸಭ್ಯ ಪ್ರಜಾಸ್ತೋಮ, ಸದಾ ಸನ್ನದ್ಧವಾಗಿರುವ ಶಕ್ತಿಶಾಲೀ ರಕ್ಷಣಾವ್ಯವಸ್ಥೆಗಳು, ಅದಕ್ಕೊಪ್ಪುವ ಧಾರ್ಮಿಕತೆ, ಇವುಗಳಲ್ಲೆವಕ್ಕೂ ಭೂಷಣವಾದಂತೆ ಸಮಸ್ತ ಜನಪದಗಳ ನೈತಿಕತೆ ಇವುಗಳಿಂದ ಈ ರಾಜ್ಯ ಕೂಡಿದ್ದು ಅಮರೇಂದ್ರನ ಅಮರಾವತಿಗೂ ಕುಬೇರನ ಅಲಕಾವತಿಗೂ ಸುಂದರರಾವಣನ ಸ್ವರ್ಣಲಂಕೆಗೂ ಮೀರುವಂತೆ ಭವ್ಯವಾಗಿ ದಿವ್ಯವಾಗಿ ಬೆಳೆದಿರುವುದೇ ತಾವು ನೋಡುತ್ತಿರುವ ಮಹಾನಗರಸಾಮ್ರಾಜ್ಯನಿಷಧ!

ದಣಿವಾಯಿತೇ ಸಹೃದಯ ಸೋದರಬಂಧು! ಇಗೋ ಈ ಪುಷ್ಕರಿಣಿಯ ಕೋಮಲ ತಿಳಿನೀರನ್ನು ಕುಡಿದು ಇದೋ ಈಗ ಈ ಅರಮನೆಯ ಎಲ್ಲಾ ಪ್ರಾಕಾರಗಳನ್ನು ದಾಟಿ ನೇರ ಬಂದಿಳಿರುವುದೇ ನಿಷಧಾಧಿಪತಿ ನಳನ ರಾಜ್ಯಸಿಂಹಾಸನದ ಎದುರು-

***

ಪದ್ಯ, ಗದ್ಯ, ವಿಮರ್ಶೆ, ವಿಡಂಬನೆಗಳಲ್ಲಿ ನಳಚರಿತ್ರೆಯ ಪಾತ್ರವನ್ನು ಬಹುವಾಗಿ ಬೆಳಗಿದ್ದರು ನಮ್ಮ ಪೂರ್ವಿಕರು. ಕ್ಷೇಮೇಂದ್ರ, ಶೀಲಗಮಿ, ಹರದತ್ತ, ಸೂರಿ ತ್ರಿವಿಕ್ರಮ ಭಟ್ಟ, ಹೇಮೇಂದ್ರಾಚಾರ್ಯ ಸೋಮಪ್ರಭಾಚಾರ್ಯ, ತೆಲುಗಿನ ಶ್ರೀನಾಥ, ಚಂಡಪಾಲ ಮೊದಲಾದ ಮಹಾ ಮಹಿಮರು ಈ ನಳದಮಯಂತಿಯರ ಪ್ರೇಮಕಾವ್ಯವನ್ನು ಅವರವರ ದೃಷ್ಟಿಯಲ್ಲಿ ವಿಮರ್ಶಿಸಿ ಈ ಸುಂದರ ಕಾವ್ಯರತ್ನವನ್ನು ಸದಾ ಜನಮಾನಸದಲ್ಲಿ ಪ್ರಜ್ವಲಿಸುವಂತೆ ಮಾಡಿದ್ದಾರೆ. ಈ ಎಲ್ಲರ ಪ್ರಯತ್ನದಲ್ಲಿ ಶ್ರೀಹರ್ಷನ ನೈಷಧ ಚರಿತ್ರೆ ಅಗ್ರಗಣ್ಯವಾದುದು; ಅನುಪಮವಾದುದು.

ಆದರೂ ವ್ಯಾಸರು ಈ ಕೃತಿಯನ್ನು ಎಳೆಎಳೆಯಾಗಿ ಎಳೆದು ನೇಯ್ದ ಬಗೆಯಿದೆಯಲ್ಲಾ ಅದೊಂದು ಅದ್ಭುತ. ವ್ಯಾಸರ ಭಾವತೀವ್ರತೆಸಮೃದ್ಧಿಗೆ ವ್ಯಾಸರೇ ಸಾಟಿ. ಇವರೆಲ್ಲರ ಕೃತಿರತ್ನಗಳ ಮುಂದೆ ನನ್ನ ಈ ಪದಗಳ ತುಂಟಾಟವೆಲ್ಲಾ ಕಾಲಿನಡಿಯ ಕಿರು ಕಸದಂತೆ ಮೂಲೆ ಸೇರುತ್ತವೆ. ಆದರೂ ಆ ಮಹಾಕೃತಿಗಳ ಸಾರವನ್ನು ಅಷ್ಟಿಷ್ಟು ಹೀರಿಕೊಂಡು ಹೋರಾಡುತ್ತಾ ಜೀವದಲ್ಲಿರಲು ಪ್ರಯತ್ನ ಪಡುವ ಕೃಶದೇಹಿ ನಾನು.

ಇರಲಿ, ನಡಿಯಿರಿ. ಇಲ್ಲಿ ಸ್ವಲ್ಪ ಮಾತಾಡಿಕೊಂಡೇ ಒಳನಡೆದರಾಯಿತು. ನಾವು ಸುಖವಾಗಲೀ ದುಃಖವಾಗಲೀ ಕಣ್ಮುಚ್ಚಿ ಅನುಭವಿಸಬೇಕಂತೆ! ಹಿರಿಯರು ಹೇಳಿದ್ದು. ಆಗ ಆ ಸುಖದುಃಖದ ಆನುಭವ ನಮ್ಮ ಇಡೀ ಮೈಯನ್ನು ಆವರಿಸಿಕೊಂಡಾಗ ಆಗುವ ತೃಪ್ತಿಯೋ! ವೈರಾಗ್ಯವೋ! ಅದು ಮಾತಿನಲ್ಲಿ ಹೇಳಲಾಗದು.

ಏಕೆ ಈ ಮಾತು ಗೊತ್ತೇ? ಕೇಳಿ ಮುಂದೆ...

***

ಇಲ್ಲಿ ಈ ಭವ್ಯ ಅರಮನೆಯ ಪ್ರಾಂಗಣದಲ್ಲಿ ನಾವಿದ್ದೇವೆ. ಸುತ್ತಲೂ ರತ್ನ ಖಚಿತ ಸ್ತಂಭಗಳನ್ನು ಕೂಡಿದ ವಿಶಾಲ ಸಭಾಗೃಹವಿದು. ನೇರ ರಾಜಗದ್ದುಗೆಯೆದುರು ಹೋಗೋಣ.

ನಮ್ಮ ಚರಿತ್ರೆಯಲ್ಲಿ ಪುರುಷರೊಳಗೆ ಅತಿಸೌಂದರ್ಯಕ್ಕೆ ಪರ್ಯಾಯವೆನಿಸಿದ ಹೆಸರುಗಳು ಎಂದೆನಿಸಿಕೊಂಡ ಚಂದ್ರ, ಬುಧ, ಇಂದ್ರ, ನಹುಷ, ದುಷ್ಯಂತ, ಪಾರ್ಥ, ಶ್ಯಾಮ, ಅಂಬರೀಷ, ಭರತ, ಪುರೂರವ ಇವರೆಲ್ಲರ ಸೌಂದರ್ಯವನ್ನೂ ವ್ಯಕ್ತಿತ್ವವನ್ನೂ ಒಂದುಗೂಡಿಸಿ ನಂತರ ಆ ಸೌಂದರ್ಯದ ಖನಿಯ ಪ್ರಭೆಯನ್ನು ಕಣ್ಮಣಿಯಂತೆ ಒಂದು ಬಿಂಬವಾಗಿಸಿ ಆ ಬಿಂಬಕ್ಕೆ ಸಿಂಹದ ನಡಿಗೆ, ಆನೆಯ ಬಲ , ಶಾರ್ದೂಲದ ಕೆಚ್ಚು, ಚಿರತೆಯ ತೀಕ್ಷ್ಣತೆ, ನವಿಲಿನ ಮೋಹಕತೆ, ಪಿಕದ ಮಾಧುರ್ಯ, ಶುಕದ ಮುಗ್ಧತೆ, ಅಗ್ನಿಯ ತೇಜಸ್ಸು,

ಚಂದಿರನ ತಂಗಿರಣ, ಗಾಳಿಯ ವೇಗ, ಭಾಸ್ಕರನ ಪ್ರಭೆ, ಋಷಿಗಳ ಜ್ಞಾನ, ವಿಪ್ರರ ವಿವೇಕ, ವೀರಕ್ಷತ್ರಿಯರ ಪರಾಕ್ರಮ, ವಿವೇಕಿಗಳ ಸತ್ಯ ಸನ್ನಡತೆ, ಇವಿಷ್ಟನ್ನೂ ಆ ಬಿಂಬಕ್ಕೆ ಪಾಕವಾಗಿಸಿ ಎರೆದು ಆ ಬಿಂಬಕ್ಕೆ ಜೀವಕಳೆತಂದಿಟ್ಟರೆ ಯಾವ ರೂಪ ಬಂತು ಹೇಳಿ!

ಆಗೋ ಅಲ್ಲಿ ಆಜಾನುಬಾಹು ಬೆಣ್ಣೆಯ ಬಣ್ಣ, ಮುಖ ಅಂಗರಾಗದ ಕೊಳ, ಚಿಗುರುಮೀಸೆ, ಮಂದಸ್ಮಿತ, ಶರಧಿಯಂತಿರುವ ವಿಶಾಲ ಎದೆ, ಲೋಹದ ತೊಲೆಗಳಿಂತಿರುವ ಬಾಹುಗಳು, ನೋಡುವವರನ್ನೇ ಮತ್ತೆ ಮತ್ತೆ ಆಕರ್ಷಿಸುವ ತಿಳಿ ನೀಲಗಣ್ಣುಗಳು, ಸ್ವಯಮೇವ ಮೃಗೇಂದ್ರನಂತೆ ನಿಂತಿರುವ ಈ ಮಾರ ಮದನ ಮನ್ಮಥ ಚೆಲುವ ಪುರುಷಸಿಂಹನ್ಯಾರು ಗೊತ್ತೇ?

ನಿಷಧದ ಪ್ರಜಾಕೋಟಿಯ ಹೆಮ್ಮೆಯ ಗೌರವದ ಮುದ್ದಿನ ಅರಸ... ನಿಷಧದ ದೊರೆ ವೀರಸೇನ ಭೂಪತಿಯ ಅಭಿಮಾನದ ಕುವರ... ಅವನ ಒಂದು ಮೋಹಕ ನಗುವಿನಿಂದ ಲಕ್ಷಾಂತರ ಯುವತಿಯರ ಹೃನ್ಮನದ ಬಡಿತವನ್ನೇ ಒಂದುಕ್ಷಣ ಏರಿಸಿ ಹೃದಯವೀಣೆ ಬಾರಿಸುವ ಸುರನಂತಿರುವ ಸ್ಫುರದ್ರೂಪಿ, ಸದಾ ನಳನಳಿಸುತ್ತಾ ಆರ್ಯಾವರ್ತದ ಕನ್ಯಾಕುಮಾರಿಯರ ನಿದ್ದೆಗೆಡಿಸಿದ ಸರ್ವಾಂಗ ಸುಂದರ ಪುರುಷಪುಂಗವ ಅವನೇ...

ಅದೋ ಅವನೇ... ಅತುಲ್ಯಬಲಕೀರ್ತಿಮಾನ್ ಚಕ್ರವರ್ತಿ ನಳ.

***

ಓ ಒಲುಮೆಯ ಓದುಗ, ನಳನ ಸೌಂದರ್ಯ ಕಂಡ ಕಣ್ಣಿಗೆ ಒಂದಿಷ್ಟು ವಿಚಾರಗಳ ಪನ್ನೀರನ್ನೆರೆದು ಮತ್ತೆ ಎಂದಿನಂತೆ ಕಥೆಯ ಮೂಲಸ್ವರೂಪದ ಕಾಲ್ಪನಿಕ ಅವತರಣಿಕೆಯ ಸೊಬಗಿನ ಲೋಕಕ್ಕೆ ಪ್ರವೇಶಿಸೋಣ ನನಗಿರುವ ಕೆಲವು ಕುತೂಹಲಗಳಲ್ಲಿ ಪ್ರಾಚೀನ ಭಾರತದ ಹಲವಾರು ದೇಶಸಾಮ್ರಾಜ್ಯಗಳ ಹೆಸರನ್ನು ಈಗಿನ ಆ ಪ್ರದೇಶಗಳ ಹೆಸರಿನೊಂದಿಗೆ ಜೋಡಿಸುವುದು!

ವಿಂಧ್ಯದ ನೇರ ಉತ್ತರಕ್ಕೆ ನಿಷಧವಿದ್ದರೆ ಅಲ್ಲಿಂದ ಸ್ವಲ್ಪ ಕೆಳಗೆ ದಕ್ಷಿಣಕ್ಕೆ ಚೇದಿಯೆಂಬ ರಾಷ್ಟ್ರ, ನನ್ನ ಪರಮಾಪ್ತ ದೈವಸಖನಂತಿರುವ ಶ್ರೀಕೃಷ್ಣನ ವಂಶವಾದ ಯದುವಂಶದ ಆದಿಯಲ್ಲಿ ಚಿದಿ ಎನ್ನುವ ಮೂಲಪುರುಷ ಸ್ಥಾಪಿಸಿದ ದೇಶವೇ ಚೇದಿ. ಮುಂದೆ ಇಲ್ಲೇ ಈ ವಂಶದಲ್ಲೇ ಸೃಷ್ಟಿಗೇ ಮಗದೊಂದು ಆಯಾಮ ದೊರಕಿಸಿದ ಮಹಾ ಹಠಯೋಗಿಯೊಬ್ಬನ ಅವತಾರವಾಯಿತು. ಆತನ ಹೆಸರು ಬ್ರಹ್ಮರ್ಷಿ ವಿಶ್ವಾಮಿತ್ರ. ಮುಂದೆ ಇದು ಕೃಷ್ಣದ್ವೇಷಿಯಾದ ಕಟುಕ ಶಿಶುಪಾಲನ ರಾಜ್ಯವಾಗಿ ಗುರುತಿಸಿಕೊಂಡಿತು. ಈ ಚೇದಿಯ ನಾಲ್ಕಾರು ರಾಜಧಾನಿಗಳಲ್ಲಿ ಪ್ರಧಾನವಾದದ್ದು ವಿದರ್ಭ. ಒಂದು ಕಾಲದಲ್ಲಿ ಈ ವಿದರ್ಭ

ರುಕ್ಮಿಣಿಯ ತಂದೆಯಾದ ಭೀಷ್ಮಕನ ರಾಜ್ಯದ ರಾಜಧಾನಿಯಾಗಿತ್ತು. ಇದಕ್ಕೆ ಹೊಂದಿಕೊಂಡು ಕುಂಡಿನಾಪುರ, ಭೋಜಕಟಕಪುರ, ಅಕೋಲ, ಅಮರಾವತಿ, ಇಲಿಚೀಪುರ ಇತ್ಯಾದಿಗಳು ಕಾಲಾನುಕ್ರಮದಂತೆ ಚೇದಿಯನ್ನಾಳಿದ ರಾಜಮನೆತನಗಳ ರಾಜಧಾನಿಯಾಗಿದ್ದವು.

ಈಗ ಕೇಳಿ... ಈ ಚೇದಿ ಎಲ್ಲಿದೆ ಎಂದರೆ ಈಗಿನ ಮಹಾರಾಷ್ಟ್ರದ ಉತ್ತರ ತುದಿಯಲ್ಲಿರುವ ನಾಗಪುರದ ಅಂಚಿಗೆ ತಾಗಿಕೊಂಡು ಬುಂದೇಲ್ ಖಂಡದ ವಿಂಧ್ಯಾವಳಿಯ ದಕ್ಷಿಣಕ್ಕೂ ಈಗಿನ ಜಬ್ಬಲ್‌ಪುರದ ಹಾಗೇ ಗೋದಾವರಿಯ ಉತ್ತರಕ್ಕೂ ದಶಾರ್ಣದೇಶದ ಉತ್ತರಕ್ಕೂ ಸುರಾಷ್ಟ್ರದೇಶದ ಪೂರ್ವಕ್ಕೂ ಹುಡುಕಿದಾಗ ಸಿಗುವುದೇ ಚೇದಿಯೆಂಬ ರಾಷ್ಟ್ರ. ಇನ್ನೂ ಸೂಕ್ಷ್ಮವಾಗಿ ಹೇಳುವುದಾದಲ್ಲಿ ನಮ್ಮ ಕಥಾನಾಯಕಿ ದಮಯಂತಿಯ ರಾಜಧಾನಿ ಈಗಿನ ಬಿಹಾರದ ಮೂಲೆಯಂಚಿನಲ್ಲಿ ಕಾಣಸಿಗುತ್ತದೆ. ಅದರ ಹೆಸರೇ ಕುಂಡಿನೀ.

ಈಗ ಈ ಕಥೆಗೇ ಬರೋಣ. ವಿದರ್ಭದ ರಾಜಧಾನಿಯಾದ ಕುಂಡಿನಿಯ ಅರಸ ಭೀಮಕ. ಆತನಿಗೆ ದಮ, ದಾಂತ, ದಮನರೆಂಬ ಮೂರು ಗಂಡುಮಕ್ಕಳೂ ದಮಯಂತಿಯೆಂಬ ಹೆಣ್ಣುಮಗಳೂ ಇದ್ದರು.

ಇವಿಷ್ಟು ಸಾರಾಂಶ. ಇಷ್ಟನ್ನು ಹೇಳಲು ಕಾರಣವೇನು ಗೊತ್ತೇ? ಆ ಕಾಲಕ್ಕೂ ಈಗಿನ ಮನಸ್ಸುಗಳಿಗೂ ಒಂದು ಸೇತುಬಂಧವಾದಲ್ಲಿ ಉಪಕ್ರಮಿಸಲು ಅನುಕೂಲ ತಾನೇ. ಇನ್ನು ಹೊರಡೋಣವೇ? ಭಾವಪರವಶರಾಗಿ ನನ್ನನ್ನು ಹಿಂಬಾಲಿಸಿ ಬನ್ನಿ.

ನಾವೀಗ ನಡುರಾತ್ರಿಯಲ್ಲಿದ್ದೇವೆ... ವಿಂಧ್ಯಪರ್ವತದ ತುತ್ತತುದಿಯಲ್ಲಿದ್ದೇವೆ. ಇದು ವಿಂಧ್ಯ ಉತ್ತರಾಭಿಮುಖವಾಗಿ ಬಾಗಿ ಮೈಚಾಚಿ ಇಳಿದು ಪಸರಿಸಿದ ಜಾಗ. ಈ ವಿಂಧ್ಯವನ್ನು ಅರ್ಧ ಪ್ರದಕ್ಷಿಣೆಯಾಗಿ ಸುತ್ತುವರೆದು ಋಷ್ಯಾಶ್ರಮಗಳ ಪಾದ ತೊಳೆದು ಪೂರ್ವದ ಸಮುದ್ರರಾಜನ್ನು ಸೇರಲು ಕಾತರದಿಂದ ಹಾತೊರೆಯುತ್ತಾ ಆತುರದಿಂದ ನಸುನಾಚಿಕೆಯಿಂದ ಬಳ್ಳಿಯಂತೆ ಬಳುಕುತ್ತಾ ಕಿಲಕಿಲನೆ ಜುಳುಜುಳು ನಗುತ್ತಾ ಮಂದಗಮನೆಯಾಗಿ ಕ್ರಮಿಸುತ್ತಿರುವವಳು ನದೀಮಾತೆ ಪಯೊಷ್ಣೀ. ಇಲ್ಲಿಂದ ನೇರ ಉತ್ತರದ ಆ ತುದಿಯಲ್ಲಿ ನಾವು ಹೊರಟು ಬಿಟ್ಟು ಬಂದ ನಿಷಧವಿದೆ. ಆ ನಿಷಧದ ದಕ್ಷಿಣಾ ಪಥಕ್ಕೆ ಚಾಚಿ ಪಾಚಿಯಂತೆ ಹಸಿರು ಹಸಿರಾಗಿ ಹರಡಿರುವುದೇ ಚೇದಿಯ ವಿದರ್ಭವೆಂಬ ರಾಷ್ಟ್ರ. ಸ್ವಲ್ಪ ಕೆಳಗೆ ಹೋಗೋಣ.

ಅಗೋ ಅಲ್ಲಿ ಅದು ಕುಂಡಿನಿಯರಸನ ಅರಮನೆ. ಮಧ್ಯರಾತ್ರಿಯ ತಂಪುಕಾಲ. ಹಾಗೇ ಕುಟು ಕುಟು ಛಳಿ ಮೈಯನ್ನಪ್ಪುವ ಕಾಲ. ಅರಮನೆಯ ಉಪ್ಪರಿಗೆಯ ಮೇಲ್ಭಾವಣಿಯ ಮುಖ ವಿಂಧ್ಯದತ್ತ ಮುಖ ಮಾಡಿತ್ತು. ಬುಡದಲ್ಲಿ ಪಯೋಷ್ಣೀ

ಮಾದಕವಾಗಿ ಹರಿಯುತ್ತಿರುವ ಕಾಲಕ್ಕೆ ವಿಂಧ್ಯನ ನೆತ್ತಿಯಲ್ಲಿ ಚಂದ್ರಮನ ಉದಯವಾಯಿತು. ನೋಡನೋಡುತ್ತಿರುವಂತೆಯೇ ಚಂದ್ರಮನ ಗೆಳೆಯನಾದ (ತಂ)ಗಾಳಿಮಾರುತ ಈ ಇಂದುವಿನ ಹಿಂದೆಯೇ ಮಂದಶೀತಲನಾಗಿ ಬೀಸತೊಡಗಿದ. ಈ ಕೊಂಗಾಟದ ಬೀಸುವಿಕೆಗೆ ವಿಂಧ್ಯದ ಹಸಿರಿನ ವನರಾಜಿಗಳ ಪರಿವಾರವೆಲ್ಲಾ ತೆಳುತೆಳುವಾಗಿ ಬಳಕುತ್ತಾ ನಸುನಾಚಿ ಪಯೋಷ್ಣಿಯ ಸ್ವಚ್ಛ ಸ್ಫಟಿಕ ವಾರಿಧಿಯಲ್ಲಿ ತಮ್ಮ ಇನಿಯನಾದ ಇಂದುಶೀತಲನ ಪ್ರತಿಬಿಂಬ ಕಾಣುತ್ತಿರುವ ಈ ಮನೋಹರ ರಮ್ಯ ಕಾಲದಲ್ಲಿ ವಿದರ್ಭದ ನಗರದೇವತೆ ಇಡೀ ನಗರವಾಸಿಗಳನ್ನು ಜೋಗುಳ ಹಾಡಿ ಮಲಗಿಸಿದಂತಿತ್ತು. ಈ ಪ್ರಕೃತಿಯ ನಿರ್ಮಲಗಾಯನಕ್ಕೆ ಇಡೀ ವಿದರ್ಭವೇ ಬೆಚ್ಚಗೆ ಹೊದ್ದು ಮಲಗಿತ್ತು.

ಇಂಥಾ ನಿರ್ಮಲ ನಿಶ್ಚಿಂತ ಕಾಲದಲ್ಲೂ ಒಬ್ಬಾಕೆ ತರುಣಿ ಅರಮನೆಯ ಮೇಲ್ಛಾವಣಿಯಲ್ಲಿ ನಿದ್ದೆ ಬರದೇ ವನರಾಜಿಗಳಂತೇ ಹೊಯ್ದಾಡುತ್ತಾ ಬಿಸಿಯುಸಿರು ಚೆಲ್ಲುತ್ತಾ ಏನನ್ನೋ ಯೋಚಿಸುತ್ತಿದ್ದಳು. ದೂರದಲ್ಲಿ ಪಯೋಷ್ಣಿಯ ಸರೋವರದಂತಿರುವ ಜಲಲ ಜಲಲ ಜಲರಾಶಿಯ ಮೇಲೆ ಫಳಫಳ ಹೊಳೆಯುತ್ತಾ ನಳನಳಿಸುತ್ತಿರುವ ಶಶಾಂಕನ ಕಂಡು ಯೋಚಿಸುತ್ತಾ ನಾಚಿನೀರಾದಳು ತರುಣಿ!

ಯಾರು ಈ ನಳ ?

ಮುಖ ಲಜ್ಜೆಯಿಂದ ಸಿಂಧೂರ ಸಿಂಪಡಿಸಿದಂತೆ... ನೆತ್ತಿಯ ಮೇಲಿನ ಮುಂಗುರುಳೋ ಕಾಡುವ ಪರಿಭ್ರಮಿತ ಭೃಂಗಗಳಂತೆ... ಕಣ್ಣುಗಳೋ ಮಿಟುಕಾಡುವ ತುಂಟ ಚಿಟ್ಟೆಗಳಂತೆ... ನಿಟ್ಟುಸಿರು ಬಿಡುವಾಗ ಅಷ್ಟಷ್ಟೇ ಗೋಚರಿಸುವ ಹಲ್ಲುಗಳೋ ಆಕಾಶಗಂಗೆಯಲ್ಲಿ ಮಿನುಗುವ ತಾರಿಕೆಗಳಂತೆ... ಹೀಗೆ ಆ ಯುವತಿಯ ಮುಖಾರವಿಂದದಲ್ಲಿ ಪ್ರಣಯದ ಭಾವನಾಪ್ರಪಂಚವೇ ಆವಿರ್ಭವಿಸಿ ಅವಳನ್ನು ಮತ್ತಷ್ಟು ಗೋಳಾಡಿಸತೊಡಗಿತ್ತು...

ಚಂದದ ಇಂದಿರೆಗೇ ಹೋಲುವ ಈಕೆಗೆ ಗಂಗೆಯ ಗಾಂಭೀರ್ಯ, ರಂಭೆ ಊರ್ವಶಿ ಘೃತಾಚಿ ಮೇನಕೆ ತಿಲೋತ್ತಮೆಯರ ಮಾದಕತೆ, ಮೇದಿನಿಯ ಸ್ಥಿರತೆ, ಭವಾನಿಯ ಭವ್ಯತೆ, ವಾಣಿಯ ಪ್ರಬುದ್ಧತೆ, ಸಿರಿಲಕುಮಿಯ ಲಾವಣ್ಯ, ಮಲ್ಲಿಗೆ ಸಂಪಿಗೆಗಳ ಮೋಹಕತೆ, ಎಲ್ಲವೂ ಇತ್ತು. ಇವಿಷ್ಟೂ ಕೂಡಿದ ಈ ಚೆಲುವೆ ನುಡಿದರೆ ಅದು ಗಂಧರ್ವರ ಗಾಯನದಂತೆ, ನಡೆದರೆ ಸಾರಂಗಗಳ ನಾಟ್ಯದಂತೆ, ಒಮ್ಮೆ ಅರೆನೋಟದಲ್ಲಿ ನೋಡಿದರೆ ನವಿಲು ಗರಿಗೆದರಿದಂತೆ, ನಕ್ಕರೆ ಬೆಳದಿಂಗಳೇ ಮಿಂಚಾಗಿ ಹರಿದಂತೆ ಭಾಸವಾಗುತ್ತಿತ್ತು ಲೋಕಕ್ಕೆ. ಹಗಲಿನಲ್ಲಿ ಈಕೆಯನ್ನು ನೋಡಿದ ವಿದರ್ಭದ ಅಷ್ಟೇಕೆ ಇಡೀ ಆರ್ಯಾವರ್ತದ ಪುರುಷಪುಂಗವರೆಲ್ಲಾ ಮನದಲ್ಲೇ ಬೆಣ್ಣೆಮುಕ್ಕುವ ಕನಸು ಕಾಣತೊಡಗುತ್ತಿದ್ದರು.

ಈಕೆಯು ತನ್ನ ತಂಪಾದ ನಡೆನುಡಿ ಹಾವಭಾವಗಳೊಂದಿಗೆ ವಿದರ್ಭದ ರಾಜಬೀದಿಯಲ್ಲಿ ಸಖಿಯರೊಂದಿಗೆ ಚಿನಕುರಳಿಯಂತೆ ಪುಟ್ಟಪುಟ್ಟ ಮಾತಿನೊಂದಿಗೆ ತನ್ನ ಕಡುಗಪ್ಪು ಹಾವಿನಂತಿರುವ ಜಡೆಯನ್ನು ಅತ್ತಿಂದಿತ್ತ ಕುಣಿಸುತ್ತಾ ಜಿಂಕೆಯಂತೆ ಕುಣಿಯುತ್ತಾ ಬರುತ್ತಿರುವ ಕಾಲಕ್ಕೆ ಇವಳ ಕಾಲ್ಗೆಜ್ಜೆಯ ಇಂಪಾದ ನೂಪುರನಾದಕ್ಕೆ ಅಮಲೇರಿ ತಲೆಗೆಟ್ಟು ಹೃದಯಕ್ಕೆ ಕಿಚ್ಚುಹೊತ್ತಿಸಿಕೊಂಡು ಮದನನಿಗೆ ಶಾಪ ಹಾಕುತ್ತಾ ಬಳಲುತ್ತಿದ್ದರು ಪುರುಷಶಿಖಾಮಣಿಗಳು! ಈ ಅರಗಿಣಿಯ ಕೈಪಿಡಿವ ಭಾಗ್ಯವಂತನಾರೋ ಎಂದು ಯೋಚಿಸುತ್ತಾ ಒದ್ದಾಡುತ್ತಿದ್ದರು.

ಇಂಥಾ ರೂಪಸಿಯೊಬ್ಬಳು ನಡು ರಾತ್ರಿಯಲ್ಲಿ ಅರಮನೆಯ ಉಪ್ಪರಿಗೆಯ ಮಾಳಿಗೆಯ ಮೇಲಿನ ಮುಖಾಯಾಮದಲ್ಲಿ ನಡೆದಾಡುತ್ತಿದ್ದರೆ ಇತ್ತ ತಡೆಯಲಾರದೆ ಕಳ್ಳ ಚಂದ್ರಮನೂ ಮಿತ್ರ ಮಾರುತನೂ ಈ ಚೆಲುವಿನ ಬಳ್ಳಿಯನ್ನು ಕದ್ದು ಮುಚ್ಚಿ ನೋಡುವ ಕಳ್ಳಾಟವಾಡುತ್ತಿರಲು ಅವರಿಬ್ಬರ ದೂತನಾದ ಮೇಘನಿಗೆ ಹೊಟ್ಟೆಯುರಿಯಾಗಿ ಅಡ್ಡಬಂದ. ದೊಡ್ಡ ಗಲಭೆಯೇ ನಡೆದು ಬಲವಂತದಿಂದ ದೂರಕ್ಕಟ್ಟಿದ ಮಾರುತ ಮೇಘನನ್ನು. ಇನ್ನೇನು ಈ ಚೆಲುವಿನ ಖನಿಯ ಸೌಂದರ್ಯ ಕಣ್ತುಂಬಿಕೊಳ್ಳಬೇಕೆಂಬ ಚಪಲ ಚಂದ್ರಮನಿಗೆ ಹೆಚ್ಚಾಗುವ ಹೊತ್ತಿಗೆ ಮೆಲ್ಲಗೆ ಹಿಂದಿನಿಂದ ಬಂದ ರೋಹಿಣಿಯಕ್ಕ ಕಳ್ಳ ಚಂದ್ರಮನ ಕಿವಿಹಿಂಡುತ್ತಾಳೆ. ಬೆವರಿ ತೊದಲುತ್ತಾ ಚಂದಿರ ಅಯ್ಯೋ ನಾನಲ್ಲ. ನಾ ನೋಡಲೇ ಇಲ್ಲ. ನೋಡಿದ್ದು ಈ ಮಾರುತನೆಂದು ಜಾರಿಕೊಂಡು ನಡೆದಾಗ ಈ ಗಂಡಸರ ಬುದ್ಧಿಯೇ ಇಷ್ಟು ಎಂದು ಮೂದಲಿಸಿ ಅಕ್ಕ ರೋಹಿಣಿ ಲಟಕ್ಕನೆ ನೆಟ್ಟಿಗೆ ಮುರಿದು ಈ ಚೆಲುವೆಯ ದೃಷ್ಟಿ ತೆಗೆಯುತ್ತಾಳೆ.

ಇಷ್ಟಾದರೂ ಈ ಮೋಹಮೇನಕೆಯ ಮನದಲ್ಲಿ ಮಾತ್ರ 'ನಳನೆಂಬ ಮನ್ಮಥ ನನಗೆ ದೊರಕಿಯಾನೇ? ನನ್ನ ಮನಮಾನಸ ಮಂದಿರದೊಳಗಿಟ್ಟು ಆರಾಧಿಸುತ್ತಿರುವ ಎಂದೂ ಕಾಣದ ನಳ ನೋಡಲು ಹೇಗಿರಬಹುದು?' ಈ ರೀತಿ ಹದಿಹರೆಯದ ಬೇಗೆಯ ಬಗೆಯಲ್ಲಿ ಯೋಚಿಸುತ್ತಿರುವ ಈ ಅಪ್ಸರೆಯೇ ದಮಯಂತಿ...

***

ನಿಷಧ, ಚೇದಿ, ವಿಂಧ್ಯ, ನಳ, ದಮಯಂತಿ ಎಲ್ಲರನ್ನೂ ವರ್ಣಿಸಿಯಾಯಿತು ಹಿನ್ನೆಲೆ ಹೇಳಬೇಡವೇ ಹೇಳಿ ದೂತ, ದೌತ್ಯ ಅಂದರೆ ಗೊತ್ತಲ್ಲ. ನಮ್ಮ ಭಾವವಿಚಾರಗಳನ್ನು ತಲುಪಿಸಬೇಕಾದ ವ್ಯಕ್ತಿಗೇ ತಲುಪಿಸುವ ಕ್ರಿಯೆ! ಏನೆಂದರೆ ಈ ನಳನಿಗೆ ದಮಯಂತಿಯ ಆ ರೂಪಾತಿಶಯ ಗೊತ್ತಾದದ್ದು ಹೇಗೆ? ಅಥವಾ ಗಿಣಿಯಂತಿರುವ ದಮಯಂತಿಗೆ ನಳನ ಬಗ್ಗೆ ತಿಳಿಸಿದವರ್ಯಾರು?

ರೋಚಕವಾಗಿದೆ ಕಥೆ. ಕೇಳಿ...

ಒಂದು ದಿನ ಬೇಟೆಗಾಗಿ ತೆರಳಿದ್ದ ನಳನ ಕೈಗೆ ಕಾನನ ಮಧ್ಯದಲ್ಲಿ ಸರೋವರವೊಂದರಲ್ಲಿ ವಿಹರಿಸುತ್ತಿದ್ದ ಹೇಮವರ್ಣದ ಜೋಡಿ ಹಂಸಗಳು ಸಿಕ್ಕಿ ಬಿದ್ದು ಇನ್ನೇನು ಪ್ರಾಣ ಹೋಗುತ್ತದೇ ಅನ್ನುವಷ್ಟರಲ್ಲಿ ಆ ಹಂಸಗಳು ಆಶ್ಚಯವೆಂಬಂತೆ ಮಾತನಾಡುತ್ತವೆ!

ಶ್ರೀಹರ್ಷ ಈ ಹಂಸಗಳ ಮಾತನ್ನು ಬಹಳ ವಿಸ್ತಾರವಾಗಿ ಅಂದವಾಗಿ ಹೇಳುತ್ತಾನೆ ಏನೆಂದರೆ ರಾಜನ್! ನಾವು ವಿದರ್ಭದದವರು. ವಿಹಾರಕ್ಕಾಗಿ ತೇಲುತ್ತಾ ಹಾರುತ್ತಾ ಇತ್ತ ಕಡೆ ಬಂದೆವು. ಈಗ ನೀನು ನಮ್ಮ ಪ್ರಾಣತೆಗೆದರೆ ಅನ್ಯಾಯವಾಗುತ್ತದೆ. ನೀನು ನಮ್ಮನ್ನು ಬಿಡುಗಡೆ ಮಾಡಿದ್ದೇ ಆದಲ್ಲಿ ನಾವು ಬಲುದೊಡ್ಡ ಉಪಕಾರವೊಂದನ್ನು ನಿನಗೆ ಮಾಡುತ್ತೇವೆ. ಈ ಹಂಸಗಳ ಮಾತು ಕೇಳಿ ನಗುತ್ತಾನೆ ಮನ್ಮಥ ನಳ.

ಚಕ್ರವರ್ತಿ ನಾನು. ನನಗೇ ಉಪಕರಿಸುತ್ತೀರಾ! ಹೇಳಿ ಅದೇನು ಉಪಕಾರ ಮಾಡುತ್ತೀರಿ ತಾವು ಎಂದಾಗ ಹಂಸಗಳು ಹೇಳುತ್ತವೆ-'ರಾಜನ್ ನೀನು ಯಾವ ರೀತಿಯಲ್ಲಿ ಸೌಂದರ್ಯ ಕ್ಷಮತೆ ಇತ್ಯಾದಿಗಳಲ್ಲಿ ನಿಷಧಕ್ಕೆ ಹೇಗೆ ಗುಣಮಣಿಯೋ ಹಾಗೆ ವಿದರ್ಭದಲ್ಲೂ ಒಬ್ಬಾಕೆ ಸೌಂದರ್ಯಗುಣ ಶೀಲಳಿದ್ದಾಳೆ ದಮಯಂತಿಯೆಂಬ ಹೆಸರಿನೊಂದಿಗೆ. ಅವಳ ರೂಪಗುಣಕ್ಕೆ ಇಡಿ ಆರ್ಯಾವರ್ತವೇ ತಲೆಬಾಗಿದೆ. ನಮ್ಮ ದೇಶದ ರಾಜ ಕುವರಿಯವಳು. ನೀನು ನಮ್ಮನ್ನು ಬಿಟ್ಟದ್ದೇ ಆದಲ್ಲಿ ನಿನ್ನ ಕುರಿತಾದ ಅದ್ಭುತಪರಿಚಯವನ್ನು ನಾವು ಅವಳಲ್ಲಿ ಹೇಳಿ ನಿನ್ನ ಬಗ್ಗೆ ಅವಳು ಅನುರಕ್ತಳಾಗುವಂತೆ ಮಾಡುತ್ತೇವೆ. ಇದು ಆ ಬೊಮ್ಮಸಾಕ್ಷಿ ಸತ್ಯ. ಹೇಗೂ ಅವಳಿಗೆ ಸ್ವಯಂವರವೊಂದು ಏರ್ಪಾಡಾಗಿದೆ. ನಿನಗೂ ಆಹ್ವಾನ ಬಂದೀತು. ನೀನೂ ಬಾ. ಸ್ವಯಂವರವಷ್ಟೇ. ಅವಳು ತಾನಾಗಿ ನಿನ್ನ ಬಳಿಬಂದು ಕೊರಳಿಗೆ ಹಾರ ಹಾಕುವಂತೆ ನಾವು ಮಾಡುತ್ತೇವೆ' ಎಂದ ಹಂಸಗಳನ್ನು ಬಿಟ್ಟ ನಳನಿಗೆ ದಮಯಂತಿಯ ಕುರಿತಾದ ಅವರ್ಣನೀಯವಾದ ಕನಸು ಬೀಳಲು ಅಲ್ಲಿಂದಲೇ ಪ್ರಾರಂಭ...

ಸರಿ ಇತ್ತ ದಮಯಂತಿಯತ್ತ ಬಂದ ಹೇಮಹಂಸಗಳು ಹೇಳಿದಂತೇ ಮಾಡಿದವು...

***

ಯೋಚಿಸು ಮಿತ್ರಮಹಾಪಾತ್ರ...

ಬರೀ ವರ್ಣನೆಯಲ್ಲೇ ಪರಸ್ಪರ ಒಬ್ಬರನ್ನೊಬ್ಬರು ಅನುರಕ್ತರಾಗಬೇಕಾದರೆ ಆ ಹಂಸಗಳ ವರ್ಣನೆ ಹೇಗಿದ್ದೀತು. ಅದನ್ನು ಬಣ್ಣಿಸಿದ ವ್ಯಾಸರ, ಶ್ರೀಹರ್ಷನ, ಶ್ರೀನಾಥನ ಬಣ್ಣನೆಗಳು ಹೇಗಿದ್ದೀತು? ಇದು ದೂತದ ಕ್ರಮ ನಮ್ಮ ಪೂರ್ವಿಕರದ್ದು.

ಈ ಮದುವೆಯ ಗಡಿಬಿಡಿಯಲ್ಲಿ ಒಮ್ಮೆ ದೇವಲೋಕದತ್ತ ಹೋಗಿ ಬರೋಣ. ಏರಿ ಪುಷ್ಪಕ. ನೋಡಿ ಸ್ವಯಂವರಕ್ಕೆ ಹೊತ್ತಾಗಿ ಹೋಗಿದೆ. ಈ ಅವಸರದಲ್ಲಿ ನಾನು ದೇವಲೋಕವನ್ನು ವರ್ಣಿಸಲಾಗುವುದಿಲ್ಲ. ಹೀಗೆ ಹೋಗಿ ಹಾಗೆ ಬರುತ್ತೇನೆ. ಮತ್ತೆ ಮುಂದೆ ನೋಡೋಣ.

ದೇವೇಂದ್ರ ಗೊತ್ತಲ್ಲ. ಆರ್ಯಾವರ್ತದ ಹೆಣ್ಣುಮಕ್ಕಳನ್ನು ವಂಚಿಸುವ ನಿಸ್ಸೀಮ ಚಪಲ ಚೆನ್ನಿಗರಾಯ. ಅಹಲ್ಯೆಯ ವಿಚಾರ ಮೊದಲ್ಗೊಂಡು ಬೇರೆಲ್ಲಾ ಅವನ ಚೇಷ್ಟೆಗಳನ್ನು ನೋಡಿಯೇ ಹೇಳಿದ ಮಾತಿದು. ಆತನ ಸಭೆಗೆ ನಾರದ ಪರ್ವತರೆಂಬ ಮುನಿಗಳು ಬಂದಾಗ ಹೀಗೇ ಮಾತಿಗೆ ಹೇಳುತ್ತಾನೆ ದೇವೇಂದ್ರ 'ಮುನಿಗಳೇ ಈಗೇನು ಮರ್ತ್ಯದಲ್ಲಿ ಯುದ್ಧ ಇತ್ಯಾದಿಗಳು ಆಗುತ್ತಿಲ್ಲವೇ? ಅಥವಾ ಅಧ್ವರಗಳು ಯಾಗಾದಿಗಳು ನಿಂತು ಹೋಗಿವೆಯೇ? ಒಬ್ಬರೂ ಈ ನಾಕಕ್ಕೆ ಪುಣ್ಯಜೀವಿಗಳಾಗಿ ಬರುತ್ತಿಲ್ಲ. ಹಾಗೇ ನಮಗೂ ಹವಿಸ್ಸುಗಳ ಸಮರ್ಪಣೆ ಎಂದಿನಂತಾಗುತ್ತಿಲ್ಲ. ಏನೋ ಆಗಿದೆ ಭುವಿಗೆ' ಎಂದು ಕೇಳಿದಾಗ ನಾರದರು ಹೇಳುತ್ತಾರೆ:

'ಅಯ್ಯಾ ಭುವಿಯಲ್ಲಿ ಸರ್ವರ ಗಮನ ಈಗ ದಮಯಂತೀ ಸ್ವಯಂವರದತ್ತ. ಅವಳ ರೂಪಕ್ಕೆ ಸೋತ ಕ್ಷತ್ರಿಯರಿಗೀಗ ಯುದ್ಧವೂ ಬೇಡ, ರಾಜ್ಯವೂ ಬೇಡ, ಅವರೆಲ್ಲರೂ ಕಾಯುತ್ತಿರುವುದು ಆ ಸ್ವಯಂವರವನ್ನು. ಹೀಗಾಗಿ ಯುದ್ಧವೂ ಇಲ್ಲ ಯಜ್ಞ ಯಾಗಾದಿಗಳೂ ಇಲ್ಲ. ಅದೆಲ್ಲ ಆ ಸ್ವಯಂವರ ಮುಗಿದ ಮೇಲಿನ ಕಥೆ' ಎಂದಾಗ ದೇವೇಂದ್ರನಲ್ಲಿಯ ಚೆನ್ನಿಗರಾಯ ಎದ್ದ 'ಗುರುಗಳೇ ಅಷ್ಟು ಸೌಂದರ್ಯವತಿಯೇ ಆಕೆ. ಎಲ್ಲರೂ ಅವಳನ್ನು ಮೋಹಿಸಬೇಕಾದರೆ ಆಕೆ ಇನ್ನೆಷ್ಟು ಮೋಹಿನಿಯಾಗಿರಬೇಕು. ನಡಿಯಿರಿ ನಾನೂ ಒಂದು ಕೈ ನೋಡಿಯೇ ಬಿಡುವೆ' ಎಂದ.

ನಾರದರು ಹೇಳುತ್ತಾರೆ 'ಸುರಪತೀ ನೀನೀಗ ಎಷ್ಟು ಮೋಹಿಸಿದರೂ ಅಷ್ಟೇ. ನಿನಗೆ ಹೇಗೂ ಸಿಗುವುದಿಲ್ಲ ಅವಳು. ಅವಳು ಮಾರ ನಳನಲ್ಲಿ ಅನುರಕ್ತಳಾಗಿದ್ದಾಳೆ. ಅವನನ್ನೇ ಅವಳು ವರಿಸುವುದೆಂಬ ಸುದ್ದಿ ಮರ್ತ್ಯದಲ್ಲಿ ಜನಜನಿತವಾಗಿ ಹೋಗಿದೆ.'

ಬಿಡುತ್ತಾನೆಯೇ ಇಂದ್ರ 'ಇಲ್ಲ ಗುರುಗಳೆ. ಅವಳು ನನಗೇ ಸಿಗಬೇಕು. ಅದಕ್ಕಾಗಿ ನಾನು ಏನು ಮಾಡುವುದಕ್ಕೂ ಸಿದ್ಧ' ಎಂದಾತ ದೇವೇಂದ್ರ ಹೊರಟೇ ಬಿಟ್ಟ ಸ್ವಯಂವರಕ್ಕೆ.

ಇತ್ತ ನಳನೂ ಹೊರಟ. ಮತ್ತ್ಯಾರೆಲ್ಲ ಬಂದರು ಗೊತ್ತೇ? ಹೇಳುತ್ತೇನೆ ನಿಷಧದ ದಾರಿಯಲ್ಲಿ.

***

ಹೇಳಲು ಮರೆತೆ... ಈ ದಮಯಂತಿ ರಾತ್ರಿಯ ಕಾಲದಲ್ಲಿ ನಳನ ಬಗೆಗಾಗಿ ರಾಗರಂಜಿನಿಯಾಗಿ ಯೋಚಿಸುತ್ತಿರುವ ಕಾಲಕ್ಕೆ ಅದೋ ನೋಡಿ ದೂರದ ವಿಂಧ್ಯಪರ್ವತದ ತುತ್ತ ತುದಿಯಲ್ಲಿ ಬೃಹದಾಕಾರವಾಗಿ ಬೆಳೆದ ಮಹಾವೃಕ್ಷದ ತಲೆಯಲ್ಲಿ ಕರಾಳವಿಕಾರರೂಪವೊಂದು ಕಾಣುತ್ತಿದೆಯೇ? ಆ ವಿಕಾರ ಆ ನಿಶೆಯಲ್ಲಿ ತನ್ನ ಕೆಂಗಣ್ಣಿನಿಂದ ತಿನ್ನುವಂತೆ ನೋಡುತ್ತಿದ್ದುದು ಯಾರನ್ನು ಹೇಳಿ?

ನಮ್ಮ ಮೋಹಕ ದಮಯಂತಿಯನ್ನೇ!

ಇತ್ತ ಇಂದ್ರನ ಚಾಪಲ್ಯ ಮಿತಿ ಮೀರಿ ಹೊರಟೇ ಬಿಟ್ಟ. ಜೊತೆಗೆ ಹೊರಟವರು ಇನ್ನೂ ಮೂವರು ಅಗ್ನಿ, ನಿಋುತಿ , ವರುಣ ಈ ಮೂವರು. ಇನ್ನುಳಿದ ನಾಲ್ವರು ದಿಕ್ಪತಿಗಳು ಯಾಕೆ ಹೊರಡಲಿಲ್ಲವೋ ಆ ದೇವರಿಗೇ ಗೊತ್ತು...

ಎಷ್ಟರ ಮಟ್ಟಿಗೆ ಈ ನಾಲ್ವರಲ್ಲಿ ಹೊಂದಾಣಿಕೆಯೆಂದರೆ ನಮ್ಮ ನಾಲ್ವರಲ್ಲಿ ದಮಯಂತಿ ಯಾರನ್ನು ವರಿಸಿದರೂ ಸರಿಯೇ. ಅಡ್ಡಿಲ್ಲ. ಆದರೆ ಯಾವ ಕಾರಣಕ್ಕೂ ನಳ ಮಾತ್ರ ದಮಯಂತಿಯನ್ನು ವರಿಸಬಾರದು. ಇದಕ್ಕಾಗಿ ಏನು ಮಾಡಲೂ ಸಿದ್ಧ ಎಂಬಂತೆ ಉತ್ತರೀಯ ಕೊಡವಿ ಹೊರಟೇ ಬಿಟ್ಟರು ಸುಮನಸರು.

ಆ ದಿಕ್ಪಾಲ ಚತುಷ್ಟಯರೇನೋ ಹೊರಟಾಯ್ತು.

ನಮ್ಮ ನಳನೆಲ್ಲಿ? ಅಗೋ ನೋಡಿ ನಡು ನಿಶಿತ ಕಾಲದಲ್ಲಿ ದಾರಿಯುದ್ದಕ್ಕೆ ಸಾಗಿ ಬರುತ್ತಿರುವ ರಥ ಸಮೂಹ ಕಾಣುತ್ತಿದೆಯಲ್ಲ.

ಅದು ನಿಷಧಾಧಿಪತಿ ನಳ ಪರಿವಾರದ್ದು. ಚೇದಿಯತ್ತಲೇ ಹೊರಟವ ನಳ ಎಲ್ಲರಂತೆ ರಾತ್ರಿಯಾಗಿದೆ ಇನ್ನೇನು ಕುಂಡಿನಿಗೊಂದು ಹತ್ತು ಯೋಜನವಿರಬಹುದು ಅಷ್ಟೇ. ನಳನ ರಥ ನಿಂತಿತು.

ಅರೇ ಯಾಕಪ್ಪಾ ಏನಾಯಿತು? ಅಶ್ವಗಳು ಆಯಾಸಗೊಂಡವೇ? ಕೇಳಿದ ನಳ ಸಾರಥಿಯಲ್ಲಿ,

'ಜೀಯಾ ಅದ್ಯಾರೋ ನಾಲ್ವರಿದ್ದಾರೆ. ದಾರಿಗಡ್ಡವಾಗಿ ನಿಂತಿದ್ದಾರೆ, ನಿಲ್ಲಿಸೆಂದು ಕೈಸನ್ನೆ ಮಾಡುತ್ತಿದ್ದಾರೆ' ಎಂದ ಸಾರಥಿ. ಕೂಡಲೇ ಇಳಿದ ನೋಡುತ್ತಾನೆ ದಿವ್ಯದೇಹಿಗಳಾದ ನಾಲ್ವರು ಸುಮನಸರು. ಒಡನೆಯೇ ನಮಿಸಿ ಕೇಳುತ್ತಾನೆ–

ಇದೇಕೆ ನನ್ನ ರಥಕ್ಕೆ ಅಡ್ಡಬಂದಿರಿ. ಏನಾಗಬೇಕು ನನ್ನಿಂದ?

ಹೇಳುತ್ತಾನೆ ಭಗವಾನ್ ಇಂದ್ರ ಚಕ್ರವರ್ತಿ ನಳನೇ ನಾನು ದೇವೇಂದ್ರ.

ಈ ಮೂವರು ಅಗ್ನಿ, ಯಮ, ನಿಋುತಿ ನಾಮಕರು.

ನೇರವಾಗಿ ಹೇಳುತ್ತೇನೆ ನಳ ಬೇಸರಿಸಬಾರದು. ನೋಡು ನೀನು ಹೇಗೆ ದಮಯಂತೀ ಸ್ವಯಂವರಕ್ಕೆ ಹೊರಟಿದ್ದೀಯೋ ನಾವು ನಾಲ್ವರೂ ಆಕಾಂಕ್ಷಿಗಳಾಗಿಯೇ ಬಂದವರು. ಇಲ್ಲಿ ಜನಜನಿತವಾದ ಸುದ್ದಿಕೇಳಿ ಅಪ್ರತಿಭರಾಗಿದ್ದೇವೆ. ಸ್ವಯಂವರದಲ್ಲಿ ದಮಯಂತಿ ನಿನ್ನನ್ನೇ ವರಿಸುತ್ತಾಳಂತೆ.

ಅಷ್ಟು ಅನುರಕ್ತಳಂತೆ ಹೌದೇ. ಏನೇ ಇರಲಿ ನಳ ಈಗ ನಾವು ಹೇಳಿದಂತೆ ಕೇಳಿದರೆ ಸಹಸ್ರಸಹಸ್ರ ವರುಷಗಳಷ್ಟು ಎಂದಿಗೂ ಬಾಡದಿರುವ ನವ ಯೌವನ ಅನುಗ್ರಹಿಸುತ್ತೇವೆ ನಾವು. ನೀನು ಸುಖದಿಂದ ಈ ಲೋಕದಲ್ಲಿರು. ಮತ್ತೆ ಪುಣ್ಯಶರೀರಿಯಾಗಿ ನಾಕ ಸೇರಿದಾಗ ಆಗಲೂ ನೀನು ಕಾಣದ ಅದ್ಭುತ ಸುಖ ಅನುಗ್ರಹಿಸುತ್ತೇವೆ.

ಆದರೆ ಈಗ ನೀನು ದಮಯಂತಿಯನ್ನು ನಮಗೆ ಬಿಟ್ಟುಕೊಡಬೇಕು... ಆಗಬಹುದೇ...? ಎಂದ ವಿಕೃತನಿಸ್ಸೀಮ ದೇವೇಂದ್ರ...

ಈ ದೊಡ್ಡವರೆಲ್ಲ ತಮ್ಮ ಚಾಪಲ್ಯಕ್ಕಾಗಿ ಯಾವ ಮಟ್ಟವನ್ನೂ ಮುಟ್ಟುತಾರೆ ಎಂತಾಯ್ತು...

ಅಲ್ಲವೇ ಓದುಗದೊರೇ...?

ಈಗ ನಳ ಏನು ಎಷ್ಟು ಹೇಳುತ್ತೇನೆ ಕೇಳಿ...

ಇಂದ್ರಾದಿ ದೇವತೆಗಳೇ ಮಾನವ ಏನು ಗಳಿಸಿದರೂ ತಮ್ಮ ಅನುಗ್ರಹ ವಿಶೇಷದಿಂದ ಎಂದು ನಂಬಿದವ ನಾನು...

ಎಲ್ಲವೂ ಭಗವತ್ಕೃಪೆಯಿಂದ ದೊರಕಿದೆ ಸಾಕು ನನಗೆ... ಹೆಚ್ಚುವರಿಯಾಗಿ ಈ ಪ್ರಕೃತಿಯ ವಿರುದ್ಧವಾಗಿರುವ ವಿಕೃತಿ ಅದು ಪರಮಾತ್ಮನ ಸಂಕಲ್ಪಕ್ಕೇ ವಿರೋಧವಲ್ಲವೇ ಹೇಳಿ...? ಹೀಗಾಗಿ ಭಗವಾನ್... ಯಾವ ವರವೂ ಬೇಡ...

ನನ್ನಿಂದ ಯಾವ ಹಗರಣವೂ ಆಗುವುದು ಬೇಡ ಈ ಭೂಮಿಯಲ್ಲಿ...

ಭುವಿಯ ಶಾಂತಿ ಪಾಲಕ ನಾನು

ಅಷ್ಟೇ...

ಈ ಬದ್ಧತೆಗೆ ಒಳಪಟ್ಟು ಇಡೀ ಜಗತ್ತಿನ ನೆಮ್ಮದಿಗಾಗಿ ನಾನು ದಮಯಂತಿಯನ್ನು ಈಗಲೇ ತಿರಸ್ಕರಿಸಿದೆ ಎಂದು ಭಾವಿಸಿ...

ಆದರೆ ವಿಷಯವಿರುವುದು ಅಧಿಕಾರವಿರುವುದು ದಮಯಂತಿಯ ಕೈಯಲ್ಲಿ... ಅವಳೇ ಹಾರ ಹಾಕಿದರೆ ನಾನೇನು ಮಾಡಲಿ... ಅಥವಾ ತುಂಬಿದ ಸಭೆಯಲ್ಲಿ ನನ್ನನ್ನೇ ವರಿಸುತ್ತೇನೆಂದು ಹಠ ಹಿಡಿದಾಗ ನನ್ನಿಂದ ಏನು ಮಾಡಲು ಸಾಧ್ಯ ಹೇಳಿ...?

ಎಂದ ನಳ...

ಆದೇ ಕಾಲಕ್ಕೆ ದೇವೇಂದ್ರನ ನರಿಬುದ್ಧಿ...

ಹಾಗಾದರೆ ಒಂದು ಕೆಲಸ ಮಾಡು ನಳನೇ... ಈ ರಾತ್ರಿಯ ಕಾಲದಲ್ಲಿ ನೀನು ದಮಯಂತಿಯ ಬಳಿಗೆ ಹೋಗಿ ನನಗೆ ನಿನ್ನನ್ನು ವರಿಸಲು ಇಷ್ಟವಿಲ್ಲ ಎಂದು ಹೇಳಿ ನಾಕದ ದೇವತೆಗಳೇ ನಿನ್ನನ್ನು ವರಿಸಲು ಆಸಕ್ತರಾಗಿ ಬಂದಿದ್ದಾರೆ... ಅಷ್ಟು ಭಾಗ್ಯವಂತೆ ನೀನು... ಹೀಗಾಗಿ ನಾಲ್ವರು ಸುಮಸರಲ್ಲಿ ಯಾರನ್ನು ವರಿಸಿದರೂ ಅಡ್ಡಿಲ್ಲ... ಆದರೆ ಅವರನ್ನೇ ವರಿಸಬೇಕೆಂದು ಹೇಳಿ ಒಪ್ಪಿಸಬೇಕು ನೀನು... ಎಂದು ಹೇಳಿದಾಗ

ನಗುತ್ತಾ ಆಯಿತು ಲೋಕಪಾಲಕನೇ ನಿನ್ನಿಚ್ಛೆಯಂತೇ ಆಗಲಿ... ಉಳಿದದ್ದು ಜಗನ್ನಿಯಾಮಕನ ಇಚ್ಛೆ ಎಂದು ಹೊರಟ ಧರ್ಮಾತ್ಮ ನಳ...

***

ಅರಿವಾಯಿತೇ ಓದುಗ...? ನಳನ ವ್ಯಕ್ತಿತ್ವ...

ಇಲ್ಲಿ ನಳ ಸ್ವತಃ ನೇರವಾಗಿ ಎದುರು ನಿಂತು ಇಂದ್ರಾದಿಗಳಿಗೆ ಪ್ರತಿರೋಧ ತೋರಿದ್ದರೆ ನಳನನ್ನು ಏನು ಮಾಡಲಾಗುತ್ತಿತ್ತು ಇಂದ್ರನಿಗೆ...?

ಈ ದೇಶದ ಧರ್ಮ ನಿಷ್ಠೆಯೆಂಬುದು ಅನ್ಯರಿಂದಸಾಲ ಪಡೆದದ್ದೇ...? ಅಥವಾ

ಇನ್ನೊಬ್ಬರ ಮೇಲೆ ಆಕ್ರಮಣ ಮಾಡಿ ನಂತರ ಅವರ ಮೇಲೆ ಬಲವಂತವಾಗಿ ಹೇರಿದ ಪದ್ಧತಿಯೇ ಹೇಳಿ...?

ಅಲ್ಲವಲ್ಲ... ಈ ಸನಾತನ ಧರ್ಮ.

ಶ್ರದ್ಧೆಯೆಂಬುದು ಇದೇ ಭಾರತಭೂಶಿರದಲ್ಲೇ ಆದಿಯಿಂದಲೂ ಅರಳಿದೆ... ಇಂದಿಗೂ ಅರಳುತ್ತಿದೆ... ಹೀಗಾಗಿ ಈ ಸಮಗ್ರತೆಯನ್ನು ಕೇವಲ ಆಚರಣೆಗಾಗಿಯೇ ಅನುಮೋದಿಸದೆ ಈ ದೇಶದ ಒಳಿತಿನ ಭವಿತವ್ಯಕ್ಕಾಗಿ ಧರ್ಮದೇವತೆ ಎಂದು ಕರೆದರು ನಮ್ಮ ಹಿರೀಕರು... ಹೀಗಾಗಿ ನನ್ನ ದೇಶದ ಧರ್ಮ ಶ್ರದ್ಧೆಯನ್ನು ಪದಗಳಲ್ಲಿ ವರ್ಣಿಸಲು

ಸಾಧ್ಯವಿಲ್ಲ... ಬಿಡಿ ಅದೇ ರೀತಿ ಹೇಳಿ ಹೊರಟ ನಳ ರಾತ್ರಿಕಾಲಕ್ಕೆ ದಮಯಂತಿಯ ಬಳಿಗೆ ಬಂದು ಆತಂಕಿತಳಾದ ಅವಳಲ್ಲಿ ತನ್ನ ಪರಿಚಯ ಹೇಳಿ ಇಂದ್ರಾದಿಗಳು ಹೇಳಿದ ಎಲ್ಲಾ ವಿಚಾರವನ್ನು ವಂಚನೆಯಿಲ್ಲದೇ ಹೇಳುತ್ತಾನೆ...

ಈಗ ದಮಯಂತಿಯ ಹೃದಯ ಪ್ರಜ್ಞಾವಂತಿಕೆಯನ್ನು ತೋರುತ್ತೇನೆ...

***

ಓ ಆರ್ಯಪುತ್ರ... ತಮ್ಮ ಕೇವಲ ನೆರಳು ಸ್ಪರ್ಷಿಸಲು ಯೋಗ್ಯತೆಯೆಲ್ಲಿದೆ ಹೇಳಿ ಸುಮನಸರಿಗೆ...? ನಾನು ನಿತ್ಯವೂ ಹೃದಯಮಂದಿರದಲ್ಲಿಟ್ಟು ಪೂಜಿಸಿದ ಪ್ರಭುವನ್ನು ಬಿಟ್ಟುಕೊಡಲೇನು...? ಅವರೇನೇ ಹೇಳಲಿ ಸ್ವಾಮೀ...

ನಾಳೆ ನಡೆಯುವ ಸ್ವಯಂವರ ಕೇವಲ ಕೈವಲ್ಯನಾದ ಪರಮಾತ್ಮನ ಇಚ್ಛೆಯಂತೇ ಎಂದು ಹೇಳಿ ನಮಸ್ಕರಿಸಿ ಕಳುಹುತ್ತಾಳೆ ಚೇದಿಯ ಗಿಣಿ...

ಇದಪ್ಪಾ ಅತುಲ್ಯ ನಿಷ್ಕಲ್ಮಷ ಭಾವಪ್ರಣಯವೆಂದರೆ...

ಮರಳಿದ ನಳನನ್ನು ಮತ್ತೆ ಪುನಃ ಅಡ್ಡಗಟ್ಟಿ ಕೇಳುತ್ತಾರೆ ಇಂದ್ರಾದಿಗಳು...

ಕೆಟ್ಟ ಕುತೂಹಲ ಅವರಿಗೆ...

ಏನಂತೆ...? ಏನು ಹೇಳಿದಳು...?

ನಾವು ನಾಲ್ವರಲ್ಲಿ ಯಾರನ್ನು ವರಿಸುತ್ತಾಳಂತೇ ಎಂದು ಜಿಹ್ವಾಮೃತ ಸುರಿಸಿ ಸ್ಫುರಿಸಿ ಕೇಳುವ ಈ ಮಾತಿಗೆ ನನಗನಿಸಿದ್ದು ಇಷ್ಟೇ...

ಸಹಸ್ರಮಾನಗಳಿಂದ ಇಂಥಾ ಅದೆಷ್ಟು ಚಪಲಕ್ಕೆ ಬಲಿಯಾಗಿದ್ದಿರಬಹುದು ನಮ್ಮ ಭಾರತನಾರಿ... ಯೋಚಿಸಿದರೂ ಛಳಿಯಡರುತ್ತದೆ ಮೈಯಲ್ಲಿ...

ನಳ ಹೇಳುತ್ತಾನೆ... ದೇವತೆಗಳೇ ನೀವು ಹೇಳಿದ್ದನ್ನು ಒಂದಿನಿತೂ ಬಿಡದೆ ವಂಚನೆಯಿಲ್ಲದೇ ಕಾರ್ಯ ಮುಗಿಸಿದ್ದೇನೆ... ಇನ್ನು ದೈವೇಚ್ಛೆ... ಎಂದು ಹೊರಟೇ ಬಿಟ್ಟ ನಳ...

ಓ ಮಿತ್ರವರೇಣ್ಯರೇ... ಈಗ ಕಥೆಯ ಖಳನಾಯಕನ ಪ್ರವೇಶ... ಹಿಂದೆ ಹೇಳಿದ್ದೆನಲ್ಲಾ...

ಭಯಂಕರಾಕೃತಿಯೊಂದು ಈ ದಮಯಂತಿಯ ಮುದ್ದು ಮುಖವನ್ನು ದುರುಗುಟ್ಟಿ ನೋಡುತಿತ್ತು... ವಿಂಧ್ಯಶಿಖರದ ತುದಿಯಲ್ಲಿ...

ನೆನಪಾಯಿತೇ... ಅದೇ ವಿಕರಾಳ ಕಲಿ... ಆತ ಮುಂದಿನ ಯುಗದ ಅಧಿನಾಯಕ... ಅವನಿಗೂ ದಮಯಂತಿಯ ಕನವರಿಕೆ... ತನಗೂ ಸಿಕ್ಕಿದರೆ ಸಿಗಲಿ ದಮಯಂತಿ... ಅವನೂ ಹೊರಟದ್ದು ಕುಂಡಿನಿಗೇ... ಒಟ್ಟಿನಲ್ಲಿ ದಮಯಂತಿಯ ಸೌಂದರ್ಯಕ್ಕೆ ಎಲ್ಲರೂ ಕಣ್ಣು ಹಾಕಿದವರೇ... ಬರೆಯುವ ನನಗೆ ಈ ಎಲ್ಲ ವಾಂಛೆಯನ್ನು ಕಂಡೇ ತಲೆಗೆಟ್ಟು ಹೋಗಿದೆ... ಹೀಗಾಗಿ ಪರಿಸ್ಥಿತಿ ತಿಳಿಯಾಗಿಸುತ್ತಾ ನೇರ ಸ್ವಯಂವರದ ಬಯಲುಮಂಟಪಕ್ಕೆ ಪ್ರವೇಶಿಸೋಣವೇ ಮಹೋನ್ನತಿ...?

ಬೆಳಗಾಗಿದೆ ..ಕುಂಡಿನಿಗೆ ... ಮೇಲೆ ಆಗಸದಲ್ಲಿ ನಿಂತು ಈ ವಿದರ್ಭವನ್ನು ಪರಿಕಿಸಿದರೆ ಇಡಿ ವಿದರ್ಭವೇ ಚಲಿಸುವಂತೆ ಕಾಣುವಷ್ಟು ಜನ ಸಮೂಹ... ಎಲ್ಲಾ ಹೆದ್ದಾರಿಗಳೂ ಅಸ್ತವ್ಯಸ್ತ... ಇಡೀ ಜಗತ್ತಿನ ಮಾನವಸಂಕುಲವೇ ಈ ದಮಯಂತಿಯನ್ನು ಮುಕ್ಕಲು ಬರುತ್ತಿದೆಯೇನೋ ಎಂಬಂತಿರುವ ಜನ ಪ್ರವಾಹ...

ಎಂಥೆಂಥವರು ಬಂದರು ಕೇಳಿ... ಹೇಗೂ ಕುಂಡಿನಿಯ ಅಕ್ಕಂದಿರೆಲ್ಲ ಮದುಮಗಳ ಶೃಂಗಾರಕ್ಕಾಗಿ ತಾವೂ ಶೃಂಗರಿಸಿಕೊಂಡು ಮದುಮಗಳ ಅಂತಃಪುರ ಸೇರಿಯಾಯಿತು... ಅಂತಃಪುರದ ಒಳಗೆ ಲಲನೆಯರ ಕಲರವ ಕೇಳಿತೇ... ಜೋರಾಗಿ ನಡೆದಿದೆ ತಯಾರಿ... ಬಿಡಿ ನಮಗಲ್ಲೇನು ಕೆಲಸ ಯಾವ್ಯಾವ ಪುರುಷಪುಂಗವರೆಲ್ಲ ಬಂದಿದ್ದಾರೆಂದು ಒಮ್ಮೆ ನೋಡಿ ಬರೋಣ ಏಳಿ...

ವಿಪ್ರರು... ಅರಗುವರರು... ವಂದಿಮಾಗಧರು... ಮಂದಿಮಾಂಡಲಿಕರು...

ಪಂಡಿತೋತ್ತಮರು, ಬಂಡಿಭೀಮಕಾಯರು, ವಣಿಕರು, ವರ್ತಕರು, ಕಲಾವಿದರು, ಸೇವಕ ಸಹಾಯಕ ಸೈನಿಕ ವರ್ಗದವರೂ ಕುಡಿಮೀಸೆಯ ಪಟುಭಟರೂ... ಮೀಸೆಯೇ ಮೂಡದ ಹಾಲುಗಲ್ಲದ ಕಿಶೋರರೂ... ಒಂದೂ ಹಲ್ಲಿಲ್ಲದಿರುವ ವೃದ್ಧಪುಂಗವರೂ...

ದಮಯಂತಿಯ ಮಾದಕಸೌಂದರ್ಯಕ್ಕೆ ಮರುಳಾಗಿ ತಲೆಗೆಟ್ಟ ಮೂರ್ಲೋಕದ ಗಂಡು ಸಂತತಿಯೇ ಹೊರಟಿತು ವಿದರ್ಭಕ್ಕೆ... ಎಲ್ಲರೂ ಹೊರಟವರೇ...

ಕಾರಣ... ಸ್ವಯಂವರ ಹೌದಷ್ಟೇ... ಮತ್ತೆ... ಎಲ್ಲರಿಗೂ ದೇವರಾಣೆ ಗೊತ್ತು ದಮಯಂತಿ ನಳನನ್ನೇ ವರಿಸುವ ವಿಚಾರ... ಮತ್ಯಾಕೆ ಈ ಪರಿ ಒದ್ದಾಟವೆಂದು ಕೇಳಿದರೆ... ಇಷ್ಟೇ...

ಆಸೆ... ಚಪಲ...

ಮನದಲ್ಲಿ ಮಂಡಿಗೆ ತಿನ್ನುತ್ತಾ ಮದನ ಚಂದ್ರಮನ ಮೇಲೆ ವಿಹರಿಸುವ ಕನಸು... ಕನವರಿಕೆ ಅಷ್ಟೇ...

***

ಸರ್ವ ಸಿದ್ಧತೆಯಾಗಿದೆ... ಏನು ಸಿದ್ಧತೆ... ಏನು ಸಡಗರ... ಎಲ್ಲಾ ನಿಧಾನಕ್ಕೆ ಹೇಳುತ್ತಾ ಸ್ವಯಂವರದತ್ತ ಸಾಗುತ್ತೇನೆ...

***

ಅಗೋ ಕಣ್ಣು ಕೋರೈಸುವ ವೇದಿಕೆಯೊಂದು ಕಾಣುತ್ತಿದೆಯಷ್ಟೇ... ಮಧ್ಯೆ ಯಜ್ಞ ಕುಂಡ... ಸುತ್ತಲೂ ಋಷಿಪರಿಷತ್ ವೇದಗಾಯನ ಮಾಡುತ್ತಿದೆ ಏಕಶ್ರುತಿಯಲ್ಲಿ...

ಇತ್ತಕಡೆಯಲ್ಲಿ ವೈಣಿಕರು ಸಮೂಹವೀಣಾಪಾಣಿಗಳಾಗಿ ನುಡಿಸುತ್ತಿದ್ದರೆ ಗಂಧರ್ವರು ಸಂತಸ ತಾಳಲಾರದೇ ಮೇಲೆ ಹಿಮವತ್ಪರ್ವತದ ತುದಿಯಲ್ಲಿ ನಾಟ್ಯವಾಡುತ್ತಿದ್ದರು... ಕಿನ್ನರಾಪ್ಸರ ಸ್ತ್ರೀಯರು ಕುತೂಹಲ ತಾಳಲಾರದೇ ಭುವಿಯ ಇಣುಕಿ ನೋಡುವಂತಾಗಿತ್ತು...

ಸುತ್ತಲೂ ನೆರೆದ ಅಪಾರಜನರಾಶಿ...

ಅವರ ದೃಷ್ಟಿಯೆಲ್ಲ ಮೇಲಿನ ಮಾಳಿಗೆಯತ್ತ...

ವೇದಿಕೆಯ ಎದುರಿಗೆ ಸಾಲಾಗಿ ಹರಡಿದ ಆಸನಗಳಲ್ಲಿ ಅಲಂಕೃತಾರಾಗಿ ಕೂತಿದ್ದ ರಾಜ

ಮಾರ್ತಾಂಡರೆಲ್ಲಾ ಉಗುಳುನುಂಗಿ ಬಿಸಿಯುಸಿರು ಚೆಲ್ಲುವ ಕಾಲಕ್ಕೆ ಚಪ್ಪರಮೇಲ್ಲಗಟ್ಟು ತಳಿರುತೋರಣವೆಲ್ಲಾ ಬಾಡಿ ಬಸವಳಿದು ಹೋಗಿತ್ತು...

ಕುಂಡಿನಿಯ ಸೇವಕವರ್ಗಕ್ಕೆ ಈ ಮಿತಿಮೀರಿದ ಜನಸ್ತೋಮದ ಅಂಗಚೇಷ್ಟೆಗಳನ್ನು ನಿಯಂತ್ರಿಸುವುದೇ ದುಸ್ತರವಾಗಿತ್ತು...

ಈಗ ವೇದಿಕೆಯ ಮುಂಭಾಗಕ್ಕೆ ಕುಂಡಿನಿಯರಸ ಭೀಮಕ ರಾಜಠೀವಿಯಿಂದ ಬಂದ... ಬಂದು ಹೇಳುತ್ತಾನೆ...

ಭವ್ಯಭರತಭೂಮಿಯ ಗೌರವಾನ್ವಿತ ಆಮಂತ್ರಿತರೇ... ತಮ್ಮೆಲ್ಲರ ನಿರೀಕ್ಷೆಯಂತೇ ನಾನು ನನ್ನ ಮುದ್ದಿನ ಕುವರಿಯಾದ ದಮಯಂತಿಯನ್ನು ದೇವಾಗ್ನಿಋಷಿದ್ವಿಜ ಸಾಕ್ಷಿಯಾಗಿ ಧಾರೆಯೆರೆದು ಕೊಡಲು ಉದ್ಯುಕ್ತನಾಗಿದ್ದೇನೆ... ಇಷ್ಟು ಹೇಳಿದ್ದೇ ತಡ ಮೇಲೆ ಅಂತಃಪುರದಲ್ಲಿ ನಾರಿಯರ ಬಿಕ್ಕಳಿಕೆ ಮಂದ್ರಸ್ಥಾಯಿಯಾಗಿ ಕೇಳಲು ಶುರುವಾಯಿತು...

ಭೀಮಕನೂ ಗಂಟಲು ಕಟ್ಟಿದಂತೆ ಭಾಸವಾಗಿ ಗದ್ಗದಿತನಾದ...

ಕುಂಡಿನಿಯ ಮಹಾಜನತೆಯ ಕಣ್ಣಂಚಲ್ಲೂ ಅಯಾಚಿತವಾಗಿ ಎರಡು ಹನಿ ಪಟಪಟನೆ ಉದುರಿದವು...

ಓ ರಾಜಾಧಿರಾಜರೇ ಇಲ್ಲಿ ಯಾವ ಗೊಂದಲವೂ ಇಲ್ಲ... ನಿನ್ನೆ ತಮ್ಮಿಂದ ಪಡೆದ ತಮ್ಮ ಯೋಗ್ಯತಾ ಪತ್ರಗಳನ್ನು ಪರಿಶೀಲಿಸಿಯೇ ನನ್ನ ಕುವರಿ ಒಂದು ನಿರ್ಧಾರಕ್ಕೆ ಬಂದಿರುತ್ತಾಳೆ... ಯೋಗ್ಯವರ್ಚಸ್ವಿಗಳಾದ ತಮ್ಮಲ್ಲಿ ಯಾರಾದರೂ ಒಬ್ಬನನ್ನು ಸ್ವಯಂವರರೀತ್ಯಾ ಅವಳೇ ಆಯ್ಕೆ ಮಾಡಿಕೊಂಡಾಗ ಮುಂದಿನ ಮಂಗಲ

ಪ್ರಕ್ರಿಯೆಗಳನ್ನು ನಮ್ಮ ರಾಜಮನೆತನದ ಘನತೆಗೆ ತಕ್ಕಂತೆ ನಾವು ನಿಂತು ನಿರ್ವಹಿಸಲಿದ್ದೇವೆ... ಓ ಅತಿಶೂರ ಪಟುಭಟರೇ...

ನಿಮ್ಮಲ್ಲಿ ಯಾರನ್ನೇ ನನ್ನ ಮಗಳನ್ನು ವಿವಾಹವಾಗಲಿ ಚಿಂತಿಲ್ಲ... ಆದರೆ ಇಡೀ ಕುಂಡಿನಿಗೇ ಮುದ್ದಿನ ಗಿಣಿಯಂತಿದ್ದು ಜ್ಞಾನಕ್ಕೆ... ವಿದ್ಯೆಗೆ... ಸೌಂದರ್ಯಕ್ಕೆ...

ಪ್ರಬುದ್ಧತೆಗೆ ಹೆಸರಾದ ನನ್ನ ಮಗಳನ್ನು ಚೆಂದದಿಂದ ನೋಡಿಕೊಳ್ಳಿ... ಅಷ್ಟೇ ಒಬ್ಬ ತಂದೆಯಾಗಿ ನಾನು ತಮ್ಮಲ್ಲಿ ಭಿನ್ನವಿಸುವ ಮಾತು... ಧಾರಾಕಾರವಾಗಿ ಕೆನ್ನೆಯ ಮೇಲೆ ಮಮತೆಯ ಕಣ್ಣೀರು ಹರಿಸುತ್ತಾ ನುಡಿದ ಭೀಮಕ...

ಆ ಸಮೂಹದಲ್ಲಿ ಕನ್ಯಾ ಪಿತ್ರಗಳನೇಕರಿಗೆ ಈ ಸಂಕಟ ಅರ್ಥವಾಗಿ ಅವರೂ ಕಣ್ಣೀರಿಡಲು ಪ್ರಾರಂಭಿಸಿದ ಹೊತ್ತಿನಲ್ಲೇ...

ಡಬ ಡಬ ಡಬ ಡಬ ಬಡಿಯಿತು ನಗಾರಿ...

ಕೇಳೀ...

ಕುಂಡಿನಿಯ ಕುಲದೇವತೆಯ ಮಮತೆ ಪುತ್ರೀ... ವಿದರ್ಭ ಮಹಾಜನತೆಯ ಅಕ್ಕರೆಯ ಕನ್ಯಾಕುಮಾರೀ...

ಮಹಾರಾಜ ಭೀಮಕ ದಂಪತಿಗಳ ಮುದ್ದಿನರಗಿಣೀ... ವಿದರ್ಭವಾಸೀ ಮಹಾಜನತೆಯ ಚಿತ್ತಾಪಹಾರೀ... ಮಹಾನಗರ ಹೃದಯಸಾಮ್ರಾಜ್ಞೀ... ಅತಿ ರೂಪಲಾವಣ್ಯ

ಕಲ್ಯಾಣಗುಣ ಮಣೀ... ರಾಜಗುವರಿ ದಮಯಂತೀ ಸ್ವಯಂವರಾರ್ಥ ವೇದಿಕೆಯತ್ತ ಚಿತ್ತೈಸುತ್ತಿದ್ದಾರೇ...

ಡಬ ಡಬ ಡಬ...

ಒಮ್ಮೆಲೇ ಸ್ತಬ್ಧ... ಮೌನ... ಲಕ್ಷಲಕ್ಷ ಜನರ ದೃಷ್ಟಿ ಅಂತಃಪುರದ ಮೇಲ್ಮಾಳಿಗೆಯತ್ತ ನೆಟ್ಟುಹೋಯಿತು...

ಹಿಮವಂತ ಉಸಿರಾಡುವುದು ಮರೆತ... ಮಾರುತ ಬೀಸುವುದನ್ನು ಮರೆತ... ವಿಂಧ್ಯ ವಿಷಾದದಿಂದ ಕೂತ... ಪಯೋಷ್ಣಿಯ ಮಂದ ಹರಿವು ಒಮ್ಮೆಲೇ ಸ್ತಬ್ಧವಾದಂತಿರುವ

ಆ ಕಾಲಕ್ಕೆ ಸೌರಚಂದ್ರಮ ಅನಲ ಅನಿಲರ ಏಕ ಮುಖಪ್ರಕಾಶವೆಲ್ಲಾ ಅಟ್ಟಣಿಗೆಯ ಮೆಟ್ಟಿಲುಗಳ ಮೇಲೆ ಹಾಯಿಸಿದರೆ ಒಮ್ಮೆಲೇ ಎಷ್ಟು ಶೀತಲಪ್ರಕಾಶ ಏರ್ಪಡುವುದೋ ಹಾಗೆ ಏಕಾಏಕಿ ಬೆಳಕಾಯಿತು... ಕೂತ ರಾಜಕುವರರಿಗೆ ಒಮ್ಮೆ ಆ ಪ್ರಕಾಶಕ್ಕೆ ಕಣ್ಣುಮುಚ್ಚಿಯೇ ಹೋಯಿತು...

ನವಿರಾಗಿ ಝುಲ್ ಝುಲ್ ಎಂಬಂಥಾ ಬಂಗಾರದ ಗೆಜ್ಜೆಯ ನೂಪುರನಾದಕ್ಕೆ ವಿಂಧ್ಯವಾಸಿಗಳಾಗಿದ್ದ ಬಾನಾಡಿಗಳೆಲ್ಲಾ ಪುರ್‍ರನೆ ಪುಟ ಪುಟ ಪುಟ ಹಾರಿ ಹೋದಂತಾಯಿತು.

ಸರ್ವಾಲಂಕಾರ ಭೂಷಿತೆಯಾಗಿ ಮೆಲ್ಲನೆ ಹಂಸಗಮನೆಯಂದದಿ ಪಾದವೂರಿದರೆ ಭುವಿಗೆಲ್ಲಿ ನೋವಾಗುವುದೋ ಎಂಬ ಭಾವದಲ್ಲಿ ದಮಯಂತಿ ಒಂದೊಂದೇ ಹೆಜ್ಜೆ ಇಡುತ್ತಾ ಕೈಯಲ್ಲಿ ನವಮಲ್ಲಿಕಾ ಕುಸುಮಮಾಲೆ ಹಿಡಿದು ಕೆಳಗಿಳಿದು ಬರುತ್ತಿದ್ದರೆ ಕೆಳಗೆ ಕೂತಿದ್ದ ಅರಗುವರರ ಎದೆಯಲ್ಲಿ ಭತ್ತ ಕುಟ್ಟಿ ಅವಲಕ್ಕಿ ಪುಡಿಪುಡಿಯಾದಂತೆ... ಸಾಕ್ಷಾತ್ ದೇವಮಾತೆ ಗಂಗಾಭವಾನಿಯೇ ದೇವಲೋಕದಿಂದ ಇಳಿದು ಬಂದಂತೆ...

ಅವಳ ಅಲಂಕಾರ ಬಣ್ಣಿಸದಿರೆ ವ್ಯಾಸರೇ ಮುನಿಸಿಕೊಂಡರೇನು ಗತಿ ಹೇಳಿ... ಒಮ್ಮೆ ದೃಷ್ಟಿ ಹಾಯಿಸಿ...

ನವಕೇಸರಿ ವರ್ಣದ ಸೀರೆಯ ಕಸೆಯಾಗಿಸಿ ಉಟ್ಟು ಅದೇ ಬಣ್ಣದ ಆಚ್ಛಾದನವ ಅರ್ಧಮುಖ ಮುಚ್ಚುವಂತೆ ಆವರಿಸಿ ಇಳಿದು ಬರುತ್ತಿರೆ ಚಂದ್ರಮಗೇ ಕಾಮನಬಿಲ್ಲಿನ ಕೊಡೆ ಹಿಡಿದಂತೆ... ದಪ್ಪದ ಉಡ್ಯಾಣ ಕಟಿಯಲ್ಲಿ ಜೋತಾಡುತ್ತಿತ್ತು...

ಕೈ ಮಣಿಬಂಧ ಬೆರಳುಕುತ್ತಿಗೆಗಳನ್ನು ಆಲಂಗಿಸಿದ ನವರತ್ನ ಖಚಿತ ಬಂಗಾರದ ಮಣಿಮುಕುಟಸ್ವರ್ಣಮಾಲೆಗಳ ಭಾರಕ್ಕೆ...

ಹೇಗೆ ಬಾಳೆಗಿಡವೊಂದರಲ್ಲಿ ತನ್ನಿಂದ ಹಿರಿದಾದ ತರುಣಬಾಳೆಗೊನೆಯೊಂದು ಮಿತಿಮೀರಿ ಬೆಳೆದು ಹೊಯ್ದಾಡುತ್ತಿದ್ದರೆ ಆ ರಂಭಾತರು ಭಾರ ತಾಳಲಾರದೇ ಯಾವ ರೀತಿಯಲ್ಲಿ ಒದ್ದಾಡುವುದೋ ಅದೇ ರೀತಿಯಲ್ಲಿ ದಮಯಂತಿಯ ಅರುಣಕಾಂತಿಯ ಕಾಯವೂ ಹೊಯ್ದಾಡುತ್ತಾ ಇಳಿಯುತ್ತಿತ್ತು...

ದೇವ... ಅಸುರ... ಮಾನವ... ಮೃಗ... ರಾಕ್ಷಸ... ಕಿಂಪುರುಷ... ನಾಗ... ಗಂಧರ್ವ... ಕಿನ್ನರ... ಪಿಶಾಚಿಗಳದ್ದೆಲ್ಲಾ ದೃಷ್ಟಿ ಭೂಲೋಕದ ಭೂರಮೆಯ ಮೇಲೆ ಬಿದ್ದು ಆ ನಿರೀಕ್ಷೆಯ ತಾಕಲಾಟಕ್ಕೆ ಸ್ವತಃ ದಮಯಂತಿಯೇ ನಲುಗಿ ನಾಚಿ ನೀರಾಗುತ್ತಾ ವೇದಿಕೆಯ ಮುಂಭಾಗಕ್ಕೆ ಬಂದು ನಿಂತಳು...

***

ಈ ತೆರನಾಗಿ ಆಕೆಯನ್ನು ಅಲಂಕರಿಸಿದವರು ಕುಂಡಿನಿಯ ಅಕ್ಕಂದಿರೇ ತಾನೇ... ಅವರಿಗೆಲ್ಲಾ ಧನ್ಯತೆ ತೋರುತ್ತಾ ವೇದಿಕೆಯ ಕೆಳಗೆ ದೃಷ್ಟಿಹಾಯಿಸಿ ಬರೋಣ... ನಮ್ಮ ಅರಗುವರರ ಸ್ಥಿತಿ ಹೇಗಿದೆ ಗೊತ್ತೇ...? ಜ್ವರ ನೆತ್ತಿಗೇರಿ ಕೆಲವರೆಲ್ಲಾ ಬಿದ್ದೇ ಹೋದಂತೆ... ಇನ್ನು ಕೆಲವರು ಕೂತಿರೀ ಎಂದು ಹೇಳಿದರೂ ಕೇಳದೆ ಎದ್ದೆದ್ದು ನಿಲ್ಲುತ್ತಾ ತಮ್ಮತಮ್ಮ ಹಾವಭಾವ ಚೇಷ್ಟೆಗಳಿಂದ ದಮಯಂತಿಯ ಗಮನ ಸೆಳೆಯಲು ಮಾಡುವ ಪ್ರಯತ್ನವಿದೆ ನೋಡಿ ಅದು ಬಹಳ ಚೋದ್ಯ... ಈ ತ್ರಿಪುರ ಸುಂದರಿಯನ್ನು ಇಷ್ಟು ಬಣ್ಣಿಸಿದ ಮೇಲೆ ನಮ್ಮ ಸುರಸುಂದರ ನಳನನ್ನು ಬಣ್ಣಿಸದಿರೆ ಮಾರ ಮೆಚ್ಚುವನೇ ಹೇಳಿ... ಎಲ್ಲಿ ನಳ...?

ಓ ಅಲ್ಲಿ ಮುಂಭಾಗದ ಮೂಲೆಯಲ್ಲಿ ನೆಟ್ಟಗೆ ರಾಜಸಿಂಹ ಮುದ್ರೆಯಲ್ಲಿ ಕೂತು ಮುಖದಲ್ಲಿ ಮಂದಸ್ಮಿತವನ್ನೊಮ್ಮೆ ಸಣ್ಣಗೆ ಪ್ರವಹಿಸುತ್ತಾ ಘನಗಾಂಭೀರ್ಯದಲ್ಲಿ ಕೂತವನೇ ನಮ್ಮ ಮನ್ಮಥ ನಳ...

***

ಪೀತ ಕೌಶೇಯವಸನಧಾರಿಯಾಗಿ ವಿಶಾಲ ಹರವಿನ ಎದೆಯಲ್ಲಿ ನಿಷಧದ ರಾಜಮುದ್ರಾಲಾಂಛನ ಪದಕವನ್ನು ಸ್ವರ್ಣ ಸರಪಳಿಯಲ್ಲಿ ಬಂಧಿಸಿ ಧರಿಸಿ ಪಟ್ಟಕಾಶ್ಮೀರ ವಸನವನ್ನು ಮಡಚಿ ಬಲಹೆಗಲ ಮೇಲೆ ಉದ್ದಕ್ಕೆ ಇಳಿದುಬಿಟ್ಟು ವಜ್ರಖಚಿತ ಕಿರೀಟಧಾರಿಯಾಗಿ ಕೂತಿದ್ದರೆ ಸ್ವಯಂವರ ನೋಡಲು ಬಂದ ಕನ್ಯಾಕುಮಾರಿಯರ ಚಿಟ್ಟೆಯಂತೆ ಹಾರುವ ಕಣ್ಣುಗಳೆಲ್ಲಾ ನಳನ ದಿಕ್ಕಿಗೆ. ಒಟ್ಟಿನಲ್ಲಿ ಶಂಖ ಚಕ್ರ ಗದಾ ಪದ್ಮ ಇವಿಷ್ಟು ತಂದು ನಳನ ಕೈಯಲ್ಲಿ ಕೊಟ್ಟರೆ ಸಾಕ್ಷಾತ್ ಮಹಾವಿಷ್ಣುವೇ, ಮಗದೊಂದು ಮಾತೇ ಇಲ್ಲ!

ಸರಿ ದಮಯಂತಿಯನ್ನು ಭೀಮಕ ಸಭೆಯತ್ತ ಕರೆತಂದು ರಾಜಗುವರರನ್ನು ಒಬ್ಬೊಬ್ಬರಂತೆ ಪರಿಚಯಿಸುತ್ತಾ ಮುಂದೆ ಮುಂದೆ ಬರುತ್ತಿದ್ದಾಗ ಒಂದು ನಾಟಕ ಪ್ರಾರಂಭ. ಯಾರದ್ದು? ಸ್ವತಃ ಇಂದ್ರಾದಿ ದೇವತೆಗಳದ್ದು. ಯೋಚಿಸಿ ಸಭ್ಯರೇ.

ಸ್ವಯಂ ನಳನೇ ದಮಯಂತಿಯಲ್ಲಿ ಇಂದ್ರ ಹೇಳಿದ ಅಷ್ಟೂ ಮಾತನ್ನು ಹೇಳಿಬಂದಿದ್ದಾನೆ. ಆದರೆ ಈ ದೇವತೆಗಳಿಗೆ ದಮಯಂತಿಯ ಮೇಲೆ ನಂಬಿಗೆಯಿಲ್ಲ. ಅದಕ್ಕಾಗಿ ಇಂದ್ರ ಒಂದು ಕಪಟನಾಟಕ ಹೂಡುತ್ತಾನೆ. ಹೇಗೂ ದಮಯಂತಿ ನಳನನ್ನೇ ವರಿಸುವುದು ಹೌದಾದಲ್ಲಿ ನಾವು ನಾಲ್ವರೂ ನಳನಂತೇ ವೇಷಧರಿಸಿ ಕೂತರಾಯಿತು. ಆಗ ಏನು ಮಾಡುತ್ತಾಳೋ ದಮಯಂತಿ ನೋಡೋಣವೆಂದು ನಳನ ಸಮೀಪದಲ್ಲಿ ಇದೇ ಇಂದ್ರಾದಿ ದೇವತೆಗಳು ನಳನಂತೇ ವೇಷಧರಿಸಿ ಬಂದು ಕೂರುತ್ತಾರೆ. ಕಾಣುವಾಗ ಪಂಚನಳರು.

ಸರಿ, ದಮಯಂತಿ ಮೆಲ್ಲ ನಳನ ಕಡೆಗೆ ಬಂದು ನೋಡಿ ಅವಾಕ್ಕಾಗಿ ನಿಂತು ಬಿಡುತ್ತಾಳೆ ತಂದೆ ಹೇಳುತ್ತಿದ್ದಾನೆ, ಈತ ನಿಷಧಾಧಿಪತಿ ಎಂಬಿತ್ಯಾದಿ ವಿವರ. ಆದರೆ ಒಂದೇ ರೀತಿ ಕಾಣುವ ಈ ಐವರಲ್ಲಿ ನಿಜ ನಳ ಯಾರು. ಮದುಮಗಳಿಗೆ ಅಳುವೇ ತುಟಿಗೆ ಬಂದಂತೆ. ಯಾರಲ್ಲಿ ಕೇಳಿದರೂ ಉತ್ತರ ಅಷ್ಟೇ-ಗೊತ್ತಿಲ್ಲ .

ಈ ಸ್ವಯಂವರಕ್ಕೆ ಕಲಿಯೂ ದ್ವಾಪರನೂ ಇಬ್ಬರೂ ಬಂದಿದ್ದರಂತೆ. ಅವರಿಬ್ಬರು ಅವರ ನಿಜ ವೇಷದಲ್ಲೇ ಕೂತದ್ದು ದಮಯಂತಿಯ ಪುಣ್ಯ. ಇಲ್ಲವಾದರೆ ಸಪ್ತ ನಳರಾಗುತ್ತಿದ್ದರು.

ಈಗ ದಮಯಂತಿ ಪ್ರಜ್ಞೆ ವಿವೇಕಗಳ ಅದ್ಭುತ ಪ್ರದರ್ಶನ ತೋರುತ್ತಾಳೆ. ದೇವ ಹಾಗೂ ಮಾನವರಿಗೂ ಇರಲೇಬೇಕಾದ ಕನಿಷ್ಟ ದೈಹಿಕಲಕ್ಷಣಗಳ ಪ್ರಾಮಾಣ್ಯ ಹಾಗೂ ಧರಿಸಿದ ಪುಷ್ಪಮಾಲೆಗಳ ಅವಗಾಹನೆಯೊಂದಿಗೆ ಯೋಚಿಸಿ ನಿಜ ನಳನ ಎದುರು ಬಂದು ನಿಂತು ದೇವನಲ್ಲಿ 'ಓ ವಿಶ್ವನಾಥ! ನಾನಿಲ್ಲಿಯವರೆಗೆ ನಿನ್ನ ನಂಬಿ ಆರಾಧಿಸಿದ್ದು ಸತ್ಯವೇ ಆದಲ್ಲಿ ನನ್ನಿನಿಯ ನಳನಲ್ಲಿ ನನ್ನಲ್ಲಿರುವ ಅನುರಾಗ ಸತ್ಯವೇ ಆದಲ್ಲಿ ನನಗಾಗಿ ನನ್ನ ನಳನನ್ನು ತೋರು' ಎಂದು ಬೇಡಿದ್ದೇ ಎದುರಿಗಿದ್ದ ನಿಜ ನಳನ ಕುತ್ತಿಗೆಗೆ ಹಾರಹಾಕಿಯೇ ಬಿಟ್ಟಳು ದಮಯಂತಿ. ಮೇಲಿಂದ ಪುಷ್ಪವೃಷ್ಟಿಯಾಗುತ್ತಿರಲು ಇಂದ್ರಾದಿಗಳು ಲಜ್ಜೆಯಿಂದ ನಿಜರೂಪಕ್ಕೆ ಬಂದು ತಲೆ ಅಡಿಯಾಗಿಸಿ ಪಾಪಪ್ರಜ್ಞೆಯಿಂದ ಕೂರುತ್ತಾರೆ.

ನಂತರ ಏನು? ವಿಧಿವತ್ತಾಗಿ ಅದ್ದೂರಿಯಿಂದ ಭೀಮಕ ಕುವರಿಯನ್ನು ಧಾರೆಯೆರೆದು ಕೊಟ್ಟ. ಇಂದ್ರಾದಿಗಳೂ ಬಂದದ್ದಕ್ಕೆ ವಧೂವರರಿಗೆ ಒಂದೊಂದು ವರ ಕೊಟ್ಟು ಮರಳಿ ನಾಕಕ್ಕೆ ತೆರಳುತ್ತಾರೆ...

ಲಕುಮೀ ನಾರಾಯಣರಾ ಚರಣಕ್ಕೆ ಶರಣೆಂಬೆ...

ಶೋಭಾನೇ... ಎಂದು ಮುತ್ತೈದೆ ಅಕ್ಕಂದಿರೆಲ್ಲಾ ವಧೂವರರಿಗೆ ಹಾಡಿ ಹೊಗಳಿ ಮುದ್ದಿಸಿ ಲಟಪಟಕ್ಕನೆ ನೆಟ್ಟಿಗೆ ತೆಗೆದು ಆರತಿಮಾಡುವ ಹೊತ್ತಿಗೆ ಸಂಧ್ಯೆ ಕೆಂಬಣ್ಣದ ಓಕುಳಿಯಿಂದ ದೃಷ್ಟಿತೆಗೆದು ನಿವಾಳಿಸಿ ಬಿಸುಟಂತೆ ಅನಿಸಿದ್ದು ನಿಜವಾಗಿ ನನಗೆ...

***

ನಳಚರಿತ್ರೆ ಪೂರ್ವಾರ್ಧ ಇಲ್ಲಿಗೆ ಮುಗಿಸುವುದು ಸಂಪ್ರದಾಯ. ಕಥೆ ಇನ್ನು ಮುಂದೆ ಬಲು ರೋಚಕವಾಗಿದ್ದರೂ ನನಗೆ ಮಾತ್ರ ಈ ನವವಿವಾಹಿತರನ್ನು ಅಷ್ಟು ಬೇಗ ಅಗಲಿಸಲು ಮನವಿಲ್ಲ .

ಕಾರಣವಿಷ್ಟೇ ಹದಿನೈದು ಇಪ್ಪತ್ತು ವರುಷಗಳಷ್ಟು ಕಾಲ ಈ ದಂಪತಿಗಳು ಅದ್ಭುತವಾಗಿ ಸಂತೃಪ್ತಿಯ ಪ್ರಣಯೋನ್ಮುಖ ದಾಂಪತ್ಯ ನಡೆಸುತ್ತಾರೆ. ನಂತರ ಕಲಿ ಪುಷ್ಕರ ಕಾರ್ಕೋಟಕರ ಪ್ರವೇಶ. ಹೀಗಾಗಿ ನಾನು ಅವಸರ ಯಾತಕೆ ಮಾಡಲಿ? ಈ ನವವಿವಾಹಿತರನ್ನು ಮಧುಚಂದ್ರಕ್ಕೆ ಕಳುಹಿಸಿ ಅವರು ಬರುವವರೆಗೆ ತಮಗೊಂದು ಬೇರೆಯೇ ಕಥೆ ಹೇಳಲು ತೊಡಗುವೆ. ಇದು ಮುಗಿದ ಬಳಿಕ ನಿಷಧ ಚರಿತಮ್ ಉತ್ತರಾರ್ಧದ ಭಾಗವನ್ನು ಖಂಡಿತ ಹೇಳುತ್ತೇನೆ... ಇದು ಮುಕ್ತಾಯವಲ್ಲ ಆರಂಭ...

ಕ್ರುದ್ಧ ಕಾಶಿನೀ...

ಕ್ರುದ್ಧ ಕಾಶಿನೀ...

ಮಹಾ ವಿಶಾಲ ಬಯಲದು. ರಾತ್ರಿಯ ಭೀಷಣಗಾಲ...

ಎತ್ತಲಿಂದೆತ್ತ ನೋಡಿದರೂ ಹೆಣಗಳ ರಾಶಿ. ಕಾಲಿಟ್ಟರೆ ಮೊಣಗಾಲು ಮುಳುಗುವ ವರೆಗೆ ಕೆಸರಂತಿರುವ ರಕ್ತ ಮಾಂಸ ಮಜ್ಜಾದಿಗಳಲ್ಲಿ ಹುಗಿದು ಹೋಗುತ್ತಿತ್ತು ಕಾಲು. ಮುರಿದು ಬಿದ್ದಿರುವ ರಥಗಳ ರಾಶಿ. ಭಿನ್ನವಾಗಿರುವ ಶಸ್ತ್ರತ್ಯಾಜ್ಯಗಳು.

ಇವೆಲ್ಲಾ ಮಹಾವಿನಾಶವೊಂದರ ಮಂಗಲಪದದಂತೆ ಕಾಣುತ್ತಿತ್ತು...

ಅಶ್ವಗಳ, ಆನೆಗಳ, ಮನುಜರ ಲಕ್ಷಲಕ್ಷಾಂತರ ಹೆಣರಾಶಿಗೆ ಬೆಂಕಿಯಿಟ್ಟು ದಾಹವಿಧಿ ಪೂರೈಸುವವರೆಲ್ಲಾ ಮೊದಲೇ ಹೆಣವಾಗಿ ಮಣ್ಣಾಗಿದ್ದಾರೆ... ಹೀಗಾಗಿ ಅನಾಥ ಪ್ರೇತಗಳಂತೆ ಬಿದ್ದಿದ್ದವು ಶವಗಳು.

ಅವುಗಳ ಮಧ್ಯದಲ್ಲಿ ಒಬ್ಬಾತ ಹಣ್ಣುಹಣ್ಣು ಮುದುಕ ಎತ್ತರದಲ್ಲಿ ಬಿದ್ದಿದ್ದ...

ಕಾಲುಗಳಿಗೆ ತಲಾ ಹತ್ತರಂತೆ, ನಡು ಪಕ್ಕೆಗಳಿಗೆ ತಲಾ ಎರಡರಂತೆ, ಭುಜ ಹಾಗೂ ಕೈಗಳಿಗೆ ತಲಾ ನಾಲ್ಕರಂತೆ ಬಾಣ ಚುಚ್ಚಿಕೊಂಡಿದ್ದವು... ದೂರದಿಂದ ನೋಡಿದರೆ ಶರಮಂಚದ ಮೇಲೆ ಮಲಗಿಸಿದಂತೆ... ಕುತ್ತಿಗೆ ಹಾಗೂ ಶಿರದ ಸಮತೋಲನಕ್ಕಾಗಿ ಕತ್ತರಿಯಂತೆ ಬಾಣವ ಹುಗಿದು ಅದರ ಮಧ್ಯದಲ್ಲಿ ಈತನ ತಲೆ ಇಡಲಾಗಿತ್ತು.

ಮೊದಲೇ ಝುರ್ಝುರಿತ ದೇಹ. ಅದಕ್ಕೊಂದಿಷ್ಟು ಬಗೆಬಗೆದು ಅಗೆದಂತಿರುವ ರುಧಿರ ಸುರಿಸುವ ಗಾಯಗಳು. ಆ ದೇಹವನ್ನು ಕಂಬಳಿಹೊದ್ದಂತೆ ಹೊದ್ದಿರುವ ಪ್ರಾರಬ್ಧರೂಪೀ ನೊಣಗಳು. ಸುತ್ತ ಕೊಳೆತು ನಾರುವ ಹೆಣಗಳು. ಆ ಅಸಹ್ಯ ವಾಸನೆಗೆ ಹುಟ್ಟಿ ಶವರಾಶಿಗೆ ಮುತ್ತಿಕೊಂಡಿರುವ ನೊಣ ಇತ್ಯಾದಿಗಳು. ಆ ಶವಗಳನ್ನು ತಿನ್ನಲು ಬಂದ ಕಾಗೆ ಗೂಗೆ ರಣಹದ್ದುಗಳು ನಾಯಿ ನರಿ ತೋಳಗಳು... ಅವುಗಳಲ್ಲೇ ಆಹಾರಕ್ಕಾಗಿ ಜಗಳ...

ಆ ಹೃದಯವಿದ್ರಾವಕ ಭೀಭತ್ಸ ಕಾಲದಲ್ಲೂ ಯಮ ಯಾತನೆಯ ನೋವಿನಲ್ಲೂ ನಗುತ್ತಾನೆ ವೃದ್ಧ. ಓ ಜೀವಸಂಕುಲವೇ... ನಿಮಗೆ ಬೇಕಾಗುವಷ್ಟು ಆಹಾರ ಯಥೇಚ್ಛವಾಗಿ ಇರುವಾಗ ನಿಮ್ಮೊಳಗೇ ಕಾದುತ್ತೀರಲ್ಲಾ ಪ್ರಾಣಿ ಪಕ್ಷಿಗಳೇ. ನೀವೇನು ಮನುಷ್ಯರೇ?

ನಗುಬಂತು ಯೋಚಿಸಿ... ಅಜ್ಜಯ್ಯನಿಗೆ.

ಪರಮಾತ್ಮಾ... ಈ ಜೀವಿಗಳಲ್ಲಿ ಪ್ರಾಪ್ತಿಯ ತೃಪ್ತಿ ಎಂದಿಗೂ ಮೂಡಿಸಲಾರೆ ನೀನು...

ಅಲ್ಲವೇ ಶ್ರೀಹರೀ?

ಶ್ರೀಹರೀ ಎಂದು ಮನದಾಳದಲ್ಲಿ ಕೂಗಿದ ಮಹಾತ್ಮರೇ ಆಚಾರ್ಯ ಭೀಷ್ಮ ಪಿತಾಮಹರು... ಮನದಾಳದ ಬಿಸಿ ಬಿಸುಪನ್ನು ತೋಡಿ ತೋಡಿ ದಣಿದಿತ್ತು ಜೀವ... ಈ ಅವಧೂತ ಅಂತರ್ಮುಖಿಯ ಒಡಲಾಳದ ಉರಿಯ ಮುಂದೆ ಹೊರಗಿನ ಯಾವು ವಿಕಾರಗಳೂ ಹೇಸಿಗೆಗಳೂ ಅವರನ್ನು ಬಾಧಿಸುತ್ತಿರಲಿಲ್ಲ.

ಯೋಚಿಸುತ್ತಾ ಅಲ್ಲೇ ಅರೆಗಣ್ಣು ಮುಚ್ಚಿದ ಸಂದರ್ಭ.

ಅರ್ಧರಾತ್ರಿ ಸಮೀಪಿಸಿದೆ. ಹೊಟ್ಟೆ ತುಂಬ ಶವಮಾಂಸ ಭಕ್ಷಿಸಿದ ನರಿ ನಾಯಿ ತೋಳಗಳು ಕುರುಕ್ಷೇತ್ರದ ಬಯಲಿನ ಆ ಅಂಚಿನಲ್ಲಿ ಕುಳಿತು ಊಳಿಡುತ್ತಿದ್ದಾವೆ... ಚಂದ್ರನೂ ಮಸುಕಾಗಿ ಬಿಮ್ಮಗೆ ಕೂತಿದ್ದ ...

ಪೂಜ್ಯರೇ... ಎಂದು ಕೇಳಿಸಿದ ಮಾತಿಗೆ ಪಕ್ಕನೆ ವಾಸ್ತವಕ್ಕೆ ಬಂದರು ಅಜ್ಜ...

ಯಾರಪ್ಪಾ ಯಾರದು...?

ನಾನು ಜೀಯಾ ಕಾವಲುಗಾರ... ಎಂದ ನಿಯೋಜಿಸಲ್ಪಟ್ಟ ಭಟ.

ಏನಪ್ಪಾ ಹೋಗಿ ಊಟ ಮಾಡಿ ಮಲಗಬಾರದೇ ಹೇಳು... ನನ್ನನ್ಯಾಕೆ ಕಾಯುತ್ತೀರೋ... ಈ ಮುದುಕ ಯಮನಿಗೂ ಬೇಡವಾದವನು ಕಣೋ... ಹೋಗು ಮಲಗು... ಎಂದರು ಪಿತಾಮಹ.

ಹಾಗಲ್ಲ ಪೂಜ್ಯರೇ! ತಮ್ಮನ್ನು ನೋಡಲು ಸಂಜಯರು ಕಳುಹಿದ ದೂತರೊಬ್ಬರು ಬಂದಿದ್ದಾರೆ. ಮಾತಾಡಬೇಕಂತೆ ತಮ್ಮಲ್ಲಿ. ಕಳುಹಲೇ? ಎಂದಾಗ

ಬಾರಪ್ಪಾ ಬಾರೋ ಇಲ್ಲಿ... ಏನಂತೆ... ಏನಂದ ಸಂಜಯ...? ಹತ್ತಿರ ಬಾರೋ... ಎಂದರು ಪಿತಾಮಹ.

ದೂತ... ಒಡೆಯಾ...

ಉಗುಳು ನುಂಗುತ್ತಾ ಗಡಗಡಿಸಲು ಪ್ರಾರಂಭಿಸಿದ...

ಹೇಗೆ ಹೇಳಲಿ ದೊರೇ... ಕಣ್ಣಲ್ಲಿ ಬಳಬಳನೆ ನೀರು ಸುರಿಯಲು ಪ್ರಾರಂಭಿಸಿತು...

ದೊರೆಗಳೇ... ಸು...ಸುಯೋಧನ ಎಂಬಷ್ಟರಲ್ಲಿ...

ಆಚಾರ್ಯ ಭೀಷ್ಮರು ಹೌಹಾರುತ್ತಾ 'ಏನು ಸುಯೋಧನನೂ ಗತಿಸಿದನೇ ಮುಗಿದೇ ಹೋಯಿತೇ... ಅಯ್ಯೋ ಮೊಮ್ಮಗನೇ' ಎಂದು ರೋದಿಸಲು ಪ್ರಾರಂಭಿಸುತ್ತಾರೆ.

'ಪೂಜ್ಯರೇ, ಅದು ಹಾಗಲ್ಲ. ಚಕ್ರವರ್ತಿಗಳು ಇನ್ನೂ ಇದ್ದಾರೆ, ವೈಶಂಪಾಯನ ಸರೋವರದ ದಂಡೆ ಬದಿಯಲ್ಲಿ ಬಿದ್ದಿದ್ದಾರೆ. ಭೀಮಸೇನರೊಂದಿಗಿನ ಯುದ್ಧದಲ್ಲಿ ತೊಡೆ ಮುರಿದು ಸೋತು ಮಲಗಿದ್ದಾರೆ ಧಣೀ... ಇನ್ನೂ ಜೀವದಲ್ಲೇ ಇದ್ದಾರೆ... ಅದಲ್ಲ ವಿಷಯ ಪಿತಾಮಹರೇ... ಘೋರ ದುರಂತವೊಂದು ಘಟಿಸಿಹೋಗಿದೆ... ಅಜ್ಜಯ್ಯಾ' ಎಂದು ಗೋಳೋ ಎಂದು ಅಳಲು ಪ್ರಾರಂಭಿಸಿದ ದೂತ.

'ಮಗೂ, ಸುಯೋಧನ ಸಾಯಲಿಲ್ಲವೆಂದು ಹೇಳಿದೆ ನೀನು. ಆತನನ್ನು ಬಿಟ್ಟು ಆತನ ಪರಿವಾರವೆಲ್ಲ ಇಗೋ ನನ್ನೊಂದಿಗೆ ಒಟ್ಟಿಗೆ ಮಲಗಿ ನಿದ್ರಿಸುತ್ತಿದ್ದಾರೆ ನೋಡು. ಬಾಕಿ ಯಾರಿದ್ದಾರೆ? ಎಲ್ಲರೂ ಅಳಿದಾಯಿತು. ಇನ್ನೇನು ದುರಂತ ಘಟಿಸಲು ಸಾಧ್ಯವೋ? ಏನಾಯಿತು ಹೇಳಪ್ಪಾ? ಈ ಅಜ್ಜನ ಪಾಪಿಗುಂಡಿಗೆ ಗಟ್ಟಿಯಾಗಿದೆಯೋ ಮರೀ. ಏನೂ ಆಗಲಾರದು... ಹೇಳು ಏನಾಯಿತು?

'ಅಜ್ಜಾ... ಅಜ್ಜಯ್ಯಾ... ಹೇಗೆ ಹೇಳಲೀ? ಪೂರ್ತಿ ಸರ್ವನಾಶವಾಯಿತು ದೊರೇ. ಯುದ್ಧ ಮುಗಿಸಿ ವಿಶ್ರಾಂತಿ ಸ್ವೀಕರಿಸಲು ಡೇರೆಯತ್ತ ತೆರಳಿದರು ಪಾಂಡವರು. ಇತ್ತ ಸುಯೋಧನ ದೊರೆಗಳ ಹತ್ತಿರ ಗುರುಪುತ್ರ ಅಶ್ವತ್ಥಾಮರು ಬಂದು ಬಿದ್ದಿದ್ದ ದೊರೆಗಳನ್ನು ನೋಡಿ ವ್ಯಥೆಯಾಗಿ ತಿಂದ ಅನ್ನದ ಋಣವ ತೀರಿಸುವ ಸಲುವಾಗಿ ಪಾಂಡವರನ್ನು ಕೊಂದೇ ತೀರುತ್ತೇನೆಂದು ಹಠಗೈದು ಹೊರಟರು. ಈ ಪಾಂಡವರೂ ಅವರ ಕುಟುಂಬಿಕರೂ ಡೇರೆಗಳಲ್ಲಿ ವಿಶ್ರಾಂತಿ ಪಡೆಯುತ್ತಿದ್ದ ಈ ರಾತ್ರಿಯ ಕಾಲದಲ್ಲಿ ಪಾಂಡವರೈವರ ಐದು

ಮಕ್ಕಳೂ ಆ ಡೇರೆಯಲ್ಲಿ ಮಲಗಿದ್ದರು. ಕತ್ತಲೆಯಲ್ಲಿ ಕತ್ತಿ ಹಿಡಿದು ನುಗ್ಗಿಬಂದ ಗುರುಪುತ್ರರು ಆ ಮಕ್ಕಳನ್ನೇ ಪಾಂಡವರೆಂದು ಭ್ರಮಿಸಿ ಕಂದಮ್ಮಗಳ ಕುತ್ತಿಗೆ ಕಚಕಚ ಕೊಯ್ದೇ ಬಿಟ್ಟರು ದೊರೇ... ಐದೂ ಹಸುಗೂಸುಗಳು ರುಂಡ ಛೇದಿಸಿಕೊಂಡು ಹೆಣವಾಗಿ ಹೋದರು...' ಎಂದ ದೂತ ನಮಿಸಿ ನಡೆದೇ ಬಿಟ್ಟ ...

'ಕೃಷ್ಣಾ ... ಅ...ಯ್ಯೋ... ಅತ್ತು ಅತ್ತು ಕಣ್ಣೀರು ಬತ್ತಿ ಹೋದರೂ ಕರುಣೆ ಬಾರದೇ ಶ್ರೀಹರೀ? ಅಯ್ಯೋ ಕುರುವಂಶವೇ ನಂದಿಹೋಯಿತೇ? ಹಸ್ತಿನೆಯ ನಗರದೇವತೆ ವಿಧವೆಯಾಗಿ ಹೋದಳೇ? ಅಯ್ಯೋ ಆ ಮಕ್ಕಳೇನು ಪಾಪ ಮಾಡಿದ್ದವು ಕೃಷ್ಣಾ? ಅವುಗಳಿಗ್ಯಾಕೆ ಶಿಕ್ಷೆ?' ಎಂದು ದುಃಖ ಉಮ್ಮಳಿಸಿ ರೋದಿಸುತ್ತಿದ್ದ ಅಜ್ಜಯ್ಯನನ್ನು ಸಂತೈಸುವರು ಯಾರೂ ಇರಲಿಲ್ಲ ಆ ಕೊಳೆತ ಹೆಣದ ರಾಶಿಗಳ ಮಧ್ಯೆ.

ಬಿಕ್ಕಿ ಬಿಕ್ಕಿ ಒತ್ತಿ ಬರುತ್ತಿದ್ದ ಅಳುವಿನೊಂದಿಗೆ 'ಓ ಹರೀ! ನಾನಿನ್ನೇನು ನೋಡಬೇಕು ಹೇಳು? ಇಡೀ ಹಸ್ತಿನೆಯ ದ್ವಾರಪಾಲಕನಂತೆ ಪೂರ್ತಿ ಎಂಟುನೂರು ವರುಷ ಬದುಕಿದ ಈ ಮುದುಕ ಇನ್ನೇನು ಅನುಭವಿಸಲು ಬಾಕಿ ಇದೆ ಕೃಷ್ಣಾ, ನನ್ನ ತೊಡೆಯಲ್ಲಿ ಆಡಿಕೊಂಡಿದ್ದ ಮೊಮ್ಮಕ್ಕಳೆಲ್ಲ ಕಾದಿ ನಾಶವಾದರು. ಸರಿ ಪಾಂಡವರಾದರೂ ಉಳಿದರಲ್ಲಾ ಎಂದು ಸಮಾಧಾನಗೊಂಡರೇ ಅಯ್ಯೋ ಹಸುಮರಿಗಳನ್ನೇ ಕೊಲ್ಲಿಸಿಬಿಟ್ಟೆಯಾ ಮುಕುಂದಾ. ತಡೆಯಲಾರೆ, ತಾಳಲಾರೆ, ಬೇಗ ಕರೆದುಕೋ ನನ್ನನ್ನು. ಶ್ರೀಹರೀ ಸಾಕಾಗಿ ಹೋಗಿದೆ ನನಗೆ. ಈ ಅಮಾನುಷವ ನೋಡಲಾರೆ, ಕೇಳಲಾರೆ. ಒಮ್ಮೆ ಸಾಯಿಸೋ ನನ್ನ' ಎಂದು ಮರುಗುತ್ತಾ ಒದ್ದಾಡುತ್ತಿದ್ದರು ಅಜ್ಜಯ್ಯ.

ಕಣ್ಣಿನಿಂದ ಹರಿದ ಕಂಬನಿಧಾರೆ ಕೆಳಗಿರುವ ರಕ್ತ ಮಾಂಸದ ಕೆಸರಿನ ಮೇಲೆ ಬಿದ್ದು ಮೇಲಿರುವ ಚಂದ್ರಬಿಂಬದ ಪ್ರತಿಫಲನಕ್ಕೇ ಕೆಂಪಾಗಿ ಫಳ ಫಳಿಸುತ್ತಿತ್ತು...

ಪಿತಾಮಹರಿಗೆ ಅದೇ ಹೊತ್ತಿಗೆ ಏನೋ ನೆನಪಾದಂತೆ ಯಾರೋ ಕಟಕಟ ಹಲ್ಲನ್ನು ಅಗಿಯುತ್ತಾ ಹ್ಹಹ್ಹಹ್ಹಹ್ಹಾ ಎಂದು ಭೀಕರವಾಗಿ ನಕ್ಕಂತಾಗಿ ಬೆಚ್ಚಿಬಿದ್ದರು ಪಿತಾಮಹ.

'ಭೀಷ್ಮಾ... ಏ ಭೀಷ್ಮ... ಕೇಳೋ ಇಲ್ಲೀ. ದೊಡ್ಡ ಮನೆ ಸೇರಿ ಯೋಗ್ಯನಾದ ವರನ ಕೂಡಿ ಹತ್ತಾರು ಮಕ್ಕಳ ಹೊತ್ತು ಹೆತ್ತು ಎದೆ ಹಾಲಕೊಟ್ಟು ಈ ಹೆಣ್ಣಿನ ಜೀವ ಧನ್ಯತೆ ಕಾಣಬೇಕೆಂದು ಬಯಸಿತ್ತು ಭೀಷ್ಮಾ. ಆದರೆ ನಿನ್ನಿಂದಾಗಿ ಇಗೋ ನೋಡು ನನ್ನ ಎದೆ ಕರಟುತ್ತಿದೆ ಬೆಂಕಿಯಲ್ಲಿ. ಅನುಭವಿಸಬೇಕು ನೀನು. ನಿನ್ನ ಕಣ್ಣೆದುರಿಗೇ ಹಸ್ತಿನಾವತಿಯ ಹಸುಗೂಸುಗಳ ಮಾರಣ ಹೋಮವಾಗಿ ಹೋಗಲಿ. ಹಾಳಾ...ಗಿ ಹೋಗಲಿ ನಿನ್ನ ಭರತ ವಂಶ... ಬೆಂಕಿಬಿದ್ದು ಹೋಗಲಿ ನಿನ್ನ ರಾಜ್ಯಕ್ಕೆ...' ಮಿಂಚು ಹೊಡೆದಂತಾಗಿ ಮಾತೇ ಮೂಕವಾಗಿ ಹೋಯಿತು... ಭೀಷ್ಮರಿಗೆ...

'ತಾಯೀ...ಅಂಬೇ...' ಕಣ್ಣುಕತ್ತಲೆ ಬಂದಂತಾಗಿ ನಾಲಗೆ ಪಸೆಯಾರಿತು... ಗಂಟಲು ಒಣಗಿಬಂತು... ಗಡಗಡ ನಡುಗಿ ಹೋಯಿತು ಆಜಾನುಬಾಹುವಾದ ಭೀಷ್ಮರ ಶರೀರ...

ಅದೋ ಉದಯವಾಗುತ್ತಿದ್ದಾನೆ ಸೂರ್ಯ... ಕಣ್ಣು ಬಿಡಲಾಗುತ್ತಿಲ್ಲ ವೃದ್ಧರಿಗೆ... ಭಾಸ್ಕರಾ... ನಿತ್ಯವೂ ಬೆಳಗಾಗೆದ್ದು ಏಕೆ ನನ್ನ ಪ್ರಾಣ ಹಿಂಡುವೆ ಹೇಳು...? ಈ ಬೆಳಕಿನಲ್ಲಿ ನಾನೇನು ನೋಡಬೇಕು... ಈ ರಾತ್ರಿಯೇ ನನ್ನ ಕೊನೆಯೆಂದು ಕೊಂಡರೇ ಮತ್ತೆ ಹುಟ್ಟುವೆಯಾ ರವೀ... ನಿನಗೂ ನನ್ನಲ್ಲಿ ಹಗೆಯೇ...?

ಹೀಗೆ ಯೋಚಿಸುತ್ತಾ ಮಲಗಿದ ಆಚಾರ್ಯ ಭೀಷ್ಮ ಪಿತಾಮಹರ ನೆನಪಿನ ಕಾಲಚಕ್ರದ ಚಾಪೆ ಸುರುಳಿಸುರುಳಿಯಾಗಿ ಬಿಡಿಸಲು ಪ್ರಾರಂಭಿಸಿತು... ಇತ್ತ ಅರುಣನೂ ಮೇಲ್ಮುಖನಾಗಿ ಬಂದ.

ಅಸ್ತಂಗತೇ ಭೀಷ್ಮೇ ಜ್ಞಾನಾನಿ ಅಸ್ತಂಗಮಿಷ್ಯಂತಿ... ಇದು ಇನ್ನೇನು ಅಸ್ತಮಿಸುವ ಭೀಷ್ಮ ಪಿತಾಮಹರನ್ನು ಕುರಿತು ವಾಸುದೇವ ಕೃಷ್ಣ ನೋವಿನಿಂದ ಆಡಿದ ಮಾತು. ಈ ಭೀಷ್ಮರ ಮರಣದೊಂದಿಗೆ ಅಪರಿಮಿತವಾದ ಜ್ಞಾನವೂ ಮರಣಿಸುತ್ತದೆ ಎಂದಾದಲ್ಲಿ ಆ ಭೀಷ್ಮರ ಗಾತ್ರವೇನು? ಪಾತ್ರವೇನು? ಮಹಾದ್ಭುತವಾದ ಚರಿತ್ರೆಯೇನು? ಹೀಗೆ ನಾನೂ ನೀವೂ ಯೋಚಿಸುವ ಹೊತ್ತಿಗೇ...

ತಾಯಿ ಗಂಗೆ ನೆನಪಾದಳು ಅಜ್ಜಯ್ಯನಿಗೆ...

ಶರಶಯ್ಯೆಯಲ್ಲಿರುವ ಪಿತಾಮಹರಿಗೆ ಹದಿನಾರರ ದೇವವ್ರತ ಎದುರಿಗೆ ಬಂದ...

ಅಮ್ಮಾ... ಭಾಗೀರಥೀ...

ದೇವವ್ರತ! ಅದೇನು ರೂಪ! ಅದೇನು ವರ್ಚಸ್ಸು! ಅದೇನು ಓಜಸ್ಸು! ಧೀಶಕ್ತಿ! ಹಿಮವಂತನನ್ನೇ ಕೈಗಳಲ್ಲೆತ್ತಿ ಮಗುಚಬಲ್ಲೆನೆಂಬ ಅತುಲ್ಯರೂಪಬಲ ವಿಶ್ವಾಸ. ಭಾರ್ಗವ ರಾಮರೇ ಬಂದು ಕುಮಾರನಾಗಿ ಕೂತರೇ ಎಂಬ ಬಲಿತ ಕಲಿತ ಕಲ್ಪಿತ ಭಾವ!!

ಗಂಗೆಯ ಹಾಲಿನ ಬೆಳ್ನೊರೆಯೇ ಮುಖದ ಶ್ವೇತವರ್ಣವಾಗಿ ಹೊಮ್ಮಿ ಹೊರಳಿ ಅರಳಿ ಕಿಶೋರ ಕಾಂತಿಯಾಗಿ ಅದೇ ಕಾಂತಿಯಲ್ಲಿ ಎತ್ತರದಲ್ಲಿ ದಪ್ಪವಾಗಿ ಬೆಳೆದು ಹರಡಿದ್ದ ಹಿಮವಾನ್ ಬೆಳ್ಳಗೇ ಬೆಳಗಿದ್ದು ಸುಳ್ಳೇ? ದುಷ್ಯಂತ, ಭರತ, ಪುರು, ಯಯಾತಿ, ನಹುಷ, ಪುರೂರವರೆಲ್ಲಾ ಒಟ್ಟಾಗಿ ಗಂಗಾ ಗರ್ಭಾಂಬುಧಿಗೆ ಧುಮುಕಿ ಒಬ್ಬ ದೇವವ್ರತನಾಗಿ ಹುಟ್ಟಿಬಂದಂತೆ ತಾನೇ?

ಅಲಕನಂದಾ ಪುಳಕಗೊಂಡು ನೀರ್ಝರಿಯ ಮಾಲಿಕೆಯಾಗಿ ಘರ್ಜಿಸಿ ಕೆಚ್ಚಿನಿಂದ

ಆರ್ಭಟಿಸಿ ಹರಿಯುವ ಗಂಗಾವತರಣದ ಪ್ರದೇಶವದು. ತಾಯಿ ಅಂಬಿಕಾ ತನ್ನ ತನಯನೊಂದಿಗೇ ವಿಹರಿಸುತ್ತಿದ್ದಾಳೋ ಎನ್ನುವಂತೇ ಅದ್ಭುತ ಮನೋಹರ ಪ್ರಕೃತಿ ದತ್ತವಾದ ರಮಣೀಯರಮ್ಯ ಹಿಮಾಲಯದ ಲೋಕವದು.

ಗಿರಿಕುಸುಮ ವನ ರಾಜಿ ಕಣಿವೆ ಗುಹಾ ಗಹ್ವರಗಳ ದಾಟಿ ಮೀಟಿ ಬರುವ ದೇವಮಾತೆಯನ್ನು ಕೋಟಿಕೋಟಿ ಜೀವರಾಶಿಗಳು ಇಳಿದುಬಾ ತಾಯೇ ಎಂದು ಬೇಡುವ ಹೊತ್ತಿನಲ್ಲಿ ಬೆಂದ ಒಡಲಿಗೆ ಅಮೃತಸ್ತನ್ಯ ಪಾನ ಮಾಡಿಸಲು ಮಾತೆ ಗಂಗಾಭವಾನಿ ಮೇ...ಲಿಂದ ಇಳಿದು ಬರುತ್ತಿದ್ದರೇ... ಚಿದಂಬರರೂಪೀ ಪರಶಿವನೂ ತನ್ನ ಧ್ಯಾನ ಸಮಾಧಿಯಿಂದೆದ್ದು ತಕಿ ತಕಿಟ ತಕಿ ತಕಿಟವೆಂದು ನಟನ ನಟರಾಜನಾಗಿ ನಾಟ್ಯವಾಡುತ್ತಿದ್ದಂತೆ...

ಇದಲ್ಲವೇ ದೇವಪುತ್ರ ದೇವವ್ರತ ಬೆಳೆದಾಡಿದ ಜಾಗ...? ಇದಲ್ಲವೇ ಭರತಭೂಮಿಯ ಚಕ್ರವರ್ತಿ ಪ್ರತೀಪನ ಮೊಮ್ಮಗ ಶಂತನು ಚಕ್ರವರ್ತಿಯ ಕುಮಾರ ಭಾರತರತ್ನ ವೀರ ದೇವವ್ರತನ ಸಾಧನಾಕೇರಿಯಂತಿರುವ ಮಾತೃಭೂಮಿ...?

ಇವೆಲ್ಲ ಪಿತಾಮಹ ಅಜ್ಜಯ್ಯನಿಗೆ ನೆನಪಾಗಿ ಆ ದಾರುಣದಲ್ಲೂ ಒಮ್ಮೆ ಹಾಯೆನಿಸಿ ಆ ವೃದ್ಧರ ನೊಂದಜೀವಕ್ಕೆ ಒಮ್ಮೆ ತಂಪಾಯಿತು...

ಅಲ್ಲಿ ತಾನು ಬೆಳೆದದ್ದು... ನಂತರ ಹಸ್ತಿನೆಗೆ... ಮುಂದೆ ತಂದೆಗಾಗಿ ಪ್ರತಿಜ್ಞೆ ಇದೆಲ್ಲ ನೆನಪಾಗಿ ಪಕ್ಕನೇ ಯೋಚನಾಲಹರಿ ಕಾಶಿಯತ್ತ ನೆಟ್ಟಿತು...

***

ಅತ್ತ ಸಿಂಧೂ ಕಣಿವೆಯ ಹಕ್ಕಿಗಳು ಚಿಲಿಪಿಲಿ ಗುಟ್ಟಲು ಮರೆತು ಕೆಲಕಾಲವಾಗಿತ್ತು. ಆರ್ಯಸಂಸ್ಕೃತಿ ನಿಧಾನವಾಗಿ ಆರ್ಯಾವರ್ತ... ಬ್ರಹ್ಮಾವರ್ತಗಳನ್ನು ದಾಟಿ ಮೇರುವನ್ನು ಸುತ್ತುವರೆದು ಭಾರತ ಭೂಶಿರ ಶಿಖರಗಳನ್ನೂ ದಾಟಿ ಮೀರಿ ಮೆರೆದು ನಿಂತ ಕಾಲ... ಸಮಗ್ರಸಮಾಜ ಹಿತವನ್ನು ನಿಯಮದಲ್ಲೇ ತಂದು ಬಹಳ ಅದ್ಭುತವಾಗಿ ರೀತಿನೀತಿಗಳಲ್ಲೇ ಸ್ವಧರ್ಮವೊಂದು ರೂಪಿತವಾಗುವಂತೆ ಬೆಳೆಸಿದ್ದು ಆರ್ಯರ ಹೆಗ್ಗಳಿಕೆ.

ಹೀಗೇ ಅವರವರ ಕರ್ತವ್ಯದಲ್ಲಿ ಸರ್ವರೂ ತೊಡಗಿಸಿಕೊಂಡ ಕಾಲಕ್ಕೆ ಈ ಆರ್ಯ ಕ್ಷತ್ರಿಯರು ತಮ್ಮ ಕರ್ತವ್ಯವನ್ನು ಯಾವ ರೀತಿ ವಿಸ್ತರಿಸಿದರೆಂದರೆ ಮುಂಬರುವ ಸಹಸ್ರ ಸಹಸ್ರಮಾನಗಳ ಕಾಲದ ಪೂರ್ವದಿ ಉದಯಿಸುವ ಬೆಳ್ಳಿ ಬೆಳಗಿಗೇ ಇಡೀ ಸಿಂಧೂ ರಾಷ್ಟ್ರವನ್ನು ಭರತನ ಭಾರತವಾಗಿ ವಿಸ್ತರಿಸಿಬಿಟ್ಟರು...

ನಂತರದ ದಿನಗಳಲ್ಲಿ ಮಹಾಮೇರುವಿನ ನಾಲ್ಕು ದಿಕ್ಕಿಗೂ ಒಂದೊಂದು ಪ್ರದೇಶವನ್ನೂ ಅಂಗ... ವಂಗ... ಕಳಿಂಗ ಇತ್ಯಾದಿ ಒಂದೊಂದು ರಾಜ್ಯವಾಗಿಸಿ ಇಡೀ ಸಮಗ್ರ ಭರತ ಭೂಮಿಗೇ ಆರ್ಯಧರ್ಮವನ್ನು ಬೆಳಗಿಸಿದ್ದಿದೆಯಲ್ಲಾ... ಅದು ನಮ್ಮ ಮಣ್ಣಿನ ಬೆಡಗು... ಬೆರಗು...

***

ಹರಹರಗಂಗೇ...
ತ್ರೈಲೋಕ್ಯ ಪಾವನಿ
ಜೀವಜೀವನಗಳ
ಧಮನಿ ಧಮನಿ
ಗಳ ಪಾಪವಿನಾಶಿನೀ...
ಸಾಗರವಾಗಿ ಹರಿದು ಸಗರಕುಲೋದ್ಧರಿಸಿ
ನಗ ಖಗ ಜಗ ಮೊಗದಿ
ಅವತರಿಸಿ ಪಾಲಿಸಿದ
ಸಾಗರೀ ನಮೋ ನಮಃ...

ಅದು ಕಾಶಿಯ ಗಂಗಾತಟಾಕ. ಸೂರ್ಯ ಪಡುವಣದ ಕೆಂಪಾಂಬುಧಿಗೇ ಇಳಿದು ಸಂಗಮವಾಗಲು ತವಕಿಸುತ್ತಿದ್ದ ಸಾಯಂ ಸಂಧ್ಯಾ ಕಾಲವದು...

ಉತ್ತರದ ಎತ್ತರದಲ್ಲಿ ಭೋರ್ರನೆ ಅಬ್ಬರಿಸಿ ಬೀಸುತ್ತಿದ್ದ ಛಳಿಗಾಳಿಯನ್ನು ಹಿಮವಂತ ದರ್ಪದಿಂದ ತಡೆದು ಹಿಡಿದು ನಿಲ್ಲಿಸಿ ಕಾಶೀಶನಾದ ವಿಶ್ವೇಶ್ವರನ ಧಗೆ ತಣಿಸಲು ಕುಳಿರ್ಗಾಳಿಯನ್ನೇ ತಂಗಾಳಿಯಾಗಿಸಿ ಮೆಲ್ಲಗೆ ಚಾಮರ ಬೀಸುತ್ತಿದ್ದ... ಈ ತಂಗಾಳಿಯ ಕೊಂಗಾಟದ ಅಲೆಯಲೆಗೆ ಗಂಗೆ ವೈಯಾರದಿಂದ ಎಳೆ ಎಳೆಯಾಗಿ ಚಿಗುರು ಅಲೆಗಳನ್ನು ಎಬ್ಬಿಸಿ ನಲಿಯುತ್ತಾ ವಿಶ್ವನಾಥನ ಮುಂದೆ ನಾಚಿ ನೀರಾಗಿದ್ದಳು... ದೂರದಲ್ಲಿ ಮೀನು ಹಿಡಿಯುತ್ತಿದ ಅಂಬಿಗರ ತಂಡಗಳು ಕಾಯಕ ಮುಗಿಸಿ ತೆರಳುವ ಸನ್ನಾಹದಲ್ಲಿದ್ದವು...

ಇಕ್ಕೆಲಗಳ ದಡಗಳಲ್ಲಿ ಅಂಬಿಗರ ಮಕ್ಕಳೆಲ್ಲಾ ನೀರಾಟ ಆಡುತ್ತಿರುವ ಕಾಲಕ್ಕೆ ನೀರಂಬಿಗ ನೀರೆಯರು ಕಿಲಕಿಲ ನಗುತ್ತಾ ವಿಶಿಷ್ಟರಾಗದಲ್ಲಿ ಹಾಡುಹೇಳುತ್ತಾ ಬಟ್ಟೆಗಳ ಒಗೆಯುವ ನೆಪದಲ್ಲಿ ತಮ್ಮತಮ್ಮ ಪುರುಷಪುಂಗವರ ಮನ ಸೆಳೆಯುವ ಪ್ರಯತ್ನ ಮಾಡುತ್ತಿರುವುದು ತಾಯಿಗಂಗೆಯ ಅರಿವಿಗೂ ಹರಿವಿಗೂ ಬಂದು ನಗುತ್ತಾ ಈ ಹೆಮ್ಮಕ್ಕಳಿಗೆ ಶ್ರುತಿಗೂಡಿಸುತ್ತಿದ್ದಳು...

ಹೀಗೆ ಸಂಧ್ಯಾರಾಣಿ ಪ್ರಕೃತಿಯೇ ರಾಗರಂಜಿನಿಯಾಗಿ ನಸುನಗುತ್ತಿರುವಾಗ...

ದೂರದ ದಡದಿಂದ ಚಿತೆಯ ಧೂಮವೊಂದು ಸುರುಳಿಸುರುಳಿಯಾಗುತ್ತಾ ವ್ಯೋಮಮಾರ್ಗದಿಂದ ಯಮಲೋಕ ಸೇರುವ ಸನ್ನಾಹದಲ್ಲಿತ್ತು...

ಇತ್ತ ಗಂಗಾತಟಾಕದ ಸೋಪಾನಕ್ಕೊರಗಿ ತಲೆಯಾಂತುಕೊಂಡು ಒಬ್ಬಾತ ಬಿಳಿಗಡ್ಡದ ಮುದುಕದೊರೆ ಈ ವಿದ್ಯಮಾನಗಳನ್ನೆಲ್ಲ ನೋಡುತ್ತಾ ನಿಟ್ಟುಸಿರು ಬಿಡುತ್ತಿದ್ದ... ಹೃದಯ ಆತಂಕದಿಂದ ಮಡುಗಟ್ಟಿತ್ತು...

ಈತನೇ ಕಾಶಿಯದೊರೆ ಪ್ರತಾಪಸೇನ ಭೂಪತಿ... ಈ ಪ್ರಕೃತಿಯ ಒನಪು ವೈಯಾರಗಳು ಯಾವುದೂ ಆತನ ಮನ ಮುಟ್ಟುತ್ತಿರಲಿಲ್ಲ... ಬದಲಾಗಿ ತಲೆಯೊಳಗೆ ಏನೇನೋ ಯೋಚನೆಗಳು ...ಅದು ಪ್ರಾಯಪ್ರಬುದ್ಧರಾದ ಕನ್ಯಾಮಣಿಗಳು ವಿವಾಹವಾಗದೆ ಮನೆಯಲ್ಲಿದ್ದರೆ ತಂದೆಯೊಬ್ಬ ಹೇಗೆ ಯೋಚಿಸುತ್ತಾನೋ ಅದೇ ಬಗೆಯ ಚಿಂತೆಯ ಚಿಂತನೆ...

ಮೊದಲೇ ಹೇಳಿದ್ದು ಕೇಳಿದರೆ ನನಗೀ ಸಂಕಟ ಬರುತ್ತಿತ್ತೇ? ಪರಿಪರಿಯಾಗಿ ಕೇಳಿಕೊಂಡೆ, ಮಗಳೇ... ನಿನಗೊಪ್ಪುವ ಆರ್ಯಪುತ್ರನನ್ನು ಒಪ್ಪಿಸಿ ತರುತ್ತೇನೆ... ದಯವಿಟ್ಟು ಮದುವೆಯಾಗು...

ಊಹೂಂ... ಒಪ್ಪಲೊಲ್ಲಳು ಕುವರಿ... ಮಗೂ ನಿನ್ನಿಂದಾಗಿ ನಿನ್ನ ತಂಗಿಯರಿಗೂ ಕಲ್ಯಾಣ ತಡವಾಗುತ್ತಿದೆ... ಅರ್ಥ ಮಾಡಿಕೋ ಮಗಳೇ ಎಂದರೆ ಅಪ್ಪಾ ಅವರಿಬ್ಬರಿಗೆ ಬೇಕಾದರೆ ಮದುವೆ ಮಾಡಿಸಿ... ನಾನಂತೂ ಇಡೀ ಆರ್ಯಾವರ್ತದಲ್ಲೇ ಎಲ್ಲಾ ಅರಸುಮಕ್ಕಳ ಹೆಡೆಮುರಿ ಕಟ್ಟಿದ ಅಂದಗಾರ ಶೂರನನ್ನೇ ವರಿಸುವುದು... ಎನ್ನುವ ಅವಳಿಗೇನು ಗೊತ್ತು ನನ್ನ ದುಗುಡ?

ಮೃದುವಾದ ಮಾತುಗಳೇ ಅವಳಿಗೆ ಅರ್ಥವಾಗದು... ಇನ್ನು ರಾಜನೀತಿಯ ಸುಳಿ ಹೇಗೆ ಅರ್ಥವಾಗಬೇಕು?

ಏನು ಈ ಆರ್ಯಧರಿತ್ರಿಯಲ್ಲಿ ಶೂರರಿಗೇನು ಕೊರತೆಯೇ? ನನ್ನ ತುಮುಲ ಅದಲ್ಲ. ಆ ಶೂರರೆಂದು ಕೊಂಡವರಿಗೆ ಇವಳನ್ನು ಕೊಡುವುದು ನನಗೇ ಇಷ್ಟವಿಲ್ಲವೆಂದು ಹೇಗೆ ಹೇಳಲಿ ಇವಳಿಗೆ?

ಇಡೀ ಆರ್ಯಾವರ್ತ ತಡಕಿದರೆ ನಿಜವಾದ ಪರಾಕ್ರಮಿಗಳು ಸಿಗುವುದು ಇಬ್ಬರೇ, ಒಬ್ಬ ಹಸ್ತಿನೆಯ ಸನ್ಯಾಸಿ ಭೀಷ್ಮ... ಮತ್ತೊಬ್ಬ ಸೌಭದ ಪುಂಡಾಟಿಕೆಯ ಗುಂಡ ಸಾಲ್ವ... ಭೀಷ್ಮ

ಪರಾಕ್ರಮಿ ಎಂಬುದರಲ್ಲಿ ಮರು ಮಾತೇ ಇಲ್ಲ. ಆದರೆ ಸ್ವತಃ ತಾನು ವಿವಾಹವಾಗಲಾರೆ ಎಂಬುದನ್ನು ಡಂಗುರಸಾರಿ ಹೇಳಿದ್ದಾನೆ...

ಇನ್ನು ನಾನು ಪ್ರಸ್ತಾವಿಸಿದರೆ ನನ್ನ ತಮ್ಮ ವಿಚಿತ್ರವೀರ್ಯನಿಗೆ ಧಾರೆ ಎರೆದುಕೊಡು ಎಂದರೆ... ಮೊದಲೇ ಮೂಲ ಸರಿಯಿಲ್ಲ ಎಂದು ಸುದ್ದಿ. ಅದನ್ನು ಆ ದೊಡ್ಡಸ್ತಿಕೆಯ ಮಹಾಪೀಠದಲ್ಲಿ ಹೇಳಲುಂಟೇ?

ದೊಡ್ಡಮನೆಯವರ ಸಹವಾಸ. ನಾವು ಅವರ ಸಾಮಂತರು. ಅವರು ಏನು ಹೇಳಿದರೂ ಕೇಳಬೇಕು ಕೊನೆಗೆ.

ಇನ್ನು ಸಾಲ್ವ ಸುಂದರ ಶೂರ ಎಲ್ಲ ಸರಿ. ಶತಾಪುಂಡು ಪೋಕರಿ... ಹೆಣ್ಣುಗಳ ಕಂಡರೆ ಮದಿರಾ ಪಾನಮತ್ತ ಮರ್ಕಟನಂತೇ. ಹೆಮ್ಮಕ್ಕಳ ಚಪಲ ಚೆನ್ನಿಗ... ಅವನದ್ದೂ ಮೂಲದ ವಿಚಾರ ಸ್ವಲ್ಪ ಚರ್ಚಾಸ್ಪದವೇ. ಈ ವಿಚಾರವನ್ನೆಲ್ಲ ಈ ಮಕ್ಕಳಲ್ಲಿ ಹೇಗೆ ಹೇಳಲಿ? ಎಂದೇ 'ಭುಜದಲಿ ಬಲುಪಿದ್ದವರು ಕಾದಿ ಗೆದ್ದು ವರಿಪುವುದು ಎನ್ನ ಕುಮಾರಿಯರ' ಎಂದು ಸುತ್ತೋಲೆ ಹೊರಡಿಸಿ ವಿವಾಹದ ವ್ಯವಸ್ಥೆ ಮಾಡಿಸಿದೆ. ಈ ಮಕ್ಕಳೇನೋ ವಿವಾಹದ ಸುದ್ದಿಕೇಳಿ ಸಂಭ್ರಮದಿಂದ ನಲಿಯುತ್ತಿದ್ದಾವೆ.

ಆದರೆ ಈ ಗುಟ್ಟು ಮಾತ್ರ ನನ್ನನ್ನೇ ತಿನ್ನುತ್ತಿದೆ. ಮಂತ್ರಿಯಲ್ಲಿ ಸುತ್ತಲಿನ ಹತ್ತೂರಿಗೆ ಸುತ್ತೋಲೆ ಕಳುಹುವಾಗ ಹೇಳಿದ ಮಾತು 'ಯಾವ ಕಾರಣಕ್ಕೂ ಹಸ್ತಿನೆಗೂ ಸೌಭಕ್ಕೂ ಸುದ್ದಿ ಮುಟ್ಟಿಸಕೂಡದು' ಎಂದು.

ಇಂದಿನಿಂದ ಸರಿಯಾಗಿ ಮೂರುದಿನಕ್ಕೆ ವಿವಾಹ. ಯಾರೆಲ್ಲ ಬರುತ್ತಾರೋ? ಹೇಗೆ ಕಾದುವರೋ? ಉಳಿಯುವವರು ಯಾರೋ? ವರಿಸುವವರು ಯಾರೋ? ಆಮಂತ್ರಣ ಕೊಡದ ವಿಚಾರಕ್ಕೇ ಕೆರಳಿ ಸಾಲ್ವ-ಭೀಷ್ಮರು ಬಂದರೆ? ವಿಶ್ವನಾಥಾ ನೀನೇ ಗತಿ.

ಎಂದು ಹೀಗೆ ಯೋಚಿಸುತ್ತಾ ಮುದುಕದೊರೆ ಆ ಮೆಟ್ಟಿಲುಗಳ ಮೇಲೇ ಒರಗಿದ. ದೂರದಲ್ಲೆಲ್ಲೋ ದೋಣಿಯ ಅಂಬಿಗರ ಆಲಾಪ ಕೇಳಿ ಬರುತ್ತಿತ್ತು. ಲೇ...ಲೇ...ಲೇ... ಹೋ... ಆ... ಯ್... ಈ ಜನಪದೀಯ ನಾದ ತರಂಗಗಳ ಇಂಪಿಗೆ ದೊರೆಗೆ ಜೊಂಪು ಹತ್ತಿದ್ದು ಗೊತ್ತಾಗಲೇ ಇಲ್ಲ .

'ಒಡೆಯಾ' ಯಾರೋ ಕೂಗಿದರು. ಬೆಚ್ಚಿಬಿದ್ದ ದೊರೆ.

ಅರೇ ನಿದ್ದೆ ಬಂತೇ? ಛೀ ಇದೇನು ಅಪಶಕುನ? ಅರ್ಘ್ಯ ಕೊಡಬೇಕೆಂದು ಭಾಗೀರಥಿಯ ಬಳಿ ಬಂದು ಈ ತ್ರಿಸಂಧ್ಯಾಕಾಲಕ್ಕೆ ನಿದ್ದೆಯೇ? ಈ ಮೂರುಸಂಜೆ ಕಾಲಕ್ಕೆ ನಿದ್ರಿಸಿದರೆ ವಂಶಕ್ಷಯವಂತೆ. ನನ್ನ ಬುದ್ಧಿಗೇನು ಬಂತು ಎಂದು ಅಲವತ್ತುಕೊಂಡ ದೊರೆ

ಅರ್ಘ್ಯ ಕೊಟ್ಟ ಶಾಸ್ತ್ರ ಮುಗಿಸಿ ಇನ್ನೇನು ಹೊರಡಬೇಕು ಅನ್ನುವಷ್ಟರಲ್ಲಿ ಜುಂ...ಯ್ಯನೆ ಬೀಸಿತು ಗಾಳಿ ದೊರೆಯ ಮುಖಕ್ಕೇ... ಥೂ... ಇದೇನಿದು ಹೆಣಸುಟ್ಟ ವಾಸನೆ... ಗಂಗಾಭವಾನೀ...

***

ಇಲ್ಲಿ ಕಾಶೀರಾಜನ ಸ್ಥಿತಿ ಆ ಕಾಲದ ಸ್ಥಿತಿ ಗತಿ ಒಮ್ಮೆ ಅವಲೋಕಿಸಬೇಕು

ನಾವು ನಮ್ಮದೇ ಸರಿಕಲ್ಪನೆಯಲ್ಲಿ... ಅದೇನೆಂದರೆ...

ಅತ್ತ ಮಹಾಶೂರನೂ ಅಲ್ಲದ ಇತ್ತ ನಿರ್ವೀರ್ಯನೂ ಅಲ್ಲದ ಒಬ್ಬಾತ ದೊರೆ ಪ್ರತಾಪಸೇನ. ಹೇಳಿಕೇಳಿ ಸಣ್ಣ ಅರಸೊತ್ತಿಗೆಯ ತುಂಡರಸ ಆತ. ಆ ಕಾಲಕ್ಕೆ ಕಾಶಿ ಸಾಂಸ್ಕೃತಿಕವಾಗಿ ಆಧ್ಯಾತ್ಮಿಕವಾಗಿ ಶೈಕ್ಷಣಿಕವಾಗಿ ವಿಸ್ತರಿಸಿತ್ತೇ ವಿನಃ ಅಧಿಕಾರಾತ್ಮಕವಾಗಿ ಈ ರಾಜ್ಯ ವಿಸ್ತರಿಸಿರಲಿಲ್ಲ . ಇದಕ್ಕೆ ಕಾರಣ ಏನೆಂದರೆ ಸಾಮಾನ್ಯವಾಗಿ ದಕ್ಷಿಣದ ಕಿಷ್ಕಿಂಧೆಯ ಈಚಿನ ರಾಜ್ಯಗಳನ್ನು ಹೊರತುಪಡಿಸಿ ಮತ್ತೆ ದಕ್ಷಿಣೋತ್ತರವಾಗಿ ಎಲ್ಲ ರಾಜ್ಯಗಳಲ್ಲೂ ಹಸ್ತಿನೆ ತನ್ನ ಪ್ರಭಾವ ಬೀರಿತ್ತು. ಹತ್ತಿರದ ಕುರು ಪಾಂಚಾಲ ಮಗಧ ಮದ್ರ ಇತ್ಯಾದಿಗಳಂತೂ ನತಮಸ್ತಕವಾಗಿದ್ದವು ಹಸ್ತಿನೆಗೆ.

ಹಸ್ತಿನೆಯ ಅದ್ಭುತ ಚರಿತ್ರೆ ಹಾಗಿತ್ತು ಬಿಡಿ... ಕೇಳಿ... ವಿವಸ್ವಂತ... ಮನು...ಇಲಾ... ಪುರೂರವ... ಆಯು... ನಹುಷ... ಯಯಾತಿಗಳಿಂದ ಮೊದಲ್ಗೊಂಡು ಮುಂದೆ ಹುಟ್ಟುವ ನಲವತ್ತು ತಲೆಮಾರಿನ ಚಕ್ರವರ್ತಿಗಳೂ ಹಸ್ತಿನೆಯನ್ನು ವಿಸ್ತರಿಸಿದವರೇ... ಹೀಗಾಗಿ ಅಲ್ಲಿದ್ದ ಸಂಪತ್ತು... ಕೋಶ... ರಕ್ಷಣೆ... ಗ್ರಾಮ ಸೀಮೆ ಜನಪದಗಳ ವಿಸ್ತೀರ್ಣ ಸ್ವತಃ ಹಸ್ತಿನೆಯ ಅರಸರಿಗೂ ಗೊತ್ತಿರಲಾರದು... ಅಷ್ಟೂ ವೈಭವದಿಂದ ಫಳಫಳಿಸುತ್ತಿತ್ತು ಹಸ್ತಿನೆ... ಹೀಗಾಗಿ ಇಡೀ ಆರ್ಯಾವರ್ತದಲ್ಲೇ ಶತಶತಮಾನಗಳ ನೇತೃತ್ವಪಡೆದ ವಂಶವದು. ಬಿಡಿ ಕಡೆಗೊಮ್ಮೆ ಹೆಣಸುಡುವವರೂ ಗತಿ ಇಲ್ಲದೆ ಗತಿಗೆಟ್ಟೇ ಹೋಯಿತು ಆ ಮಹಾಸಾಮ್ರಾಜ್ಯ...

ಏನೇ ಹೇಳಿ ಒಂದು ಹಸ್ತಿನೆ ಮತ್ತೊಂದು ಅಯೋಧ್ಯೆ ಈ ಎರಡು ಸಾಮ್ರಾಜ್ಯಗಳ ಮುಂದೆ ಈಜಿಪ್ಟ್... ರೋಮ್... ಬ್ಯಾಬಿಲೋನಿಯಾ ಇತ್ಯಾದಿ ಮಹಾಜನಪದಗಳನ್ನು ನಿವಾಳಿಸಬೇಕು... ಇಡೀ ಆರ್ಯಾವರ್ತದ ಕಣ್ಣುಗ್ಗಳಂತೆ ಅವೆರಡು...

ಇಲ್ಲಿ ಹೀಗಾಗಿ ಹಸ್ತಿನೆ ಒಂದು ಬಿಟ್ಟು ಮತ್ತೆಲ್ಲಾ ರಾಜ್ಯಗಳೂ ಅಷ್ಟೇ... ಆಟಕ್ಕುಂಟು ಲೆಕ್ಕಕಿಲ್ಲ... ಹೀಗಿರುವ ಹೊತ್ತಿಗೆ ಕಾಶಿದೊರೆಯ ಸಮಸ್ಯೆ ಕೇಳಿ...

***

ಪ್ರತಾಪಸೇನ ಮುದುಕ. ಇರುವುದು ಮೂರು ಬಂಗಾರದ ಗಿಣಿಗಳಂಥಾ ಕನ್ಯೆಯರು. ಮೊದಲೇ ಸೆರಗಿನಲ್ಲಿ ಕಟ್ಟಿಕೊಂಡ ಕೆಂಡದಂತೆ...

ಈ ನಡುವೆ ಈ ಕಾಶಿಯ ಅಧಿಕಾರಕ್ಕೂ ಹಾಗೇ ಈ ಮೂರು ಲಲನಾಮಣಿಗಳ ಸೌಂದರ್ಯ ಹರಿದು ಮುಕ್ಕಲೂ ಸುತ್ತಲಿನ ಹತ್ತೂರುಗಳ ಎಲ್ಲ ನರಿತೋಳಗಳು ಜೊಲ್ಲು ಸುರಿಸುತ್ತಾ ನಾ ಮುಂದು ತಾ ಮುಂದೆಂಬಂತೆ ಮೇಲೆ ಬೀಳಲು ಹವಣಿಸುತ್ತಿದ್ದವು...

ಈಗ ಹೇಳಿ ಏನು ಮಾಡಬೇಕು ಕಾಶೀದೊರೆ? ಭೀಷ್ಮನ ಸಹಾಯ ಯಾಚಿಸೋಣವೆಂದರೆ ಅವನೇನೋ ನಿಜ ಆರ್ಯರಕ್ತವೇ. ವೀರನೂ ಜ್ಞಾನಿಯೂ ವರ್ಚಸ್ವಿಯೂ ಹೌದು. ಅವನ ಮುಂದಿನ ಕುಲದ ಚರಿತ್ರೆಯೇ ಅನುಮಾನಾಸ್ಪದ.

ಇದಕ್ಕಿಂತಲೂ ಆತಂಕವೆಂದರೆ ಆತ ಹೇಗೂ ಮದುವೆಯಾಗಲಾರ. ಮುದುಕ ಶಂತನುವಿಗೆ ಮತ್ಸ್ಯಕನ್ಯೆಯೊಬ್ಬಳನ್ನು ಕಟ್ಟಿ ಹುಟ್ಟಿದ ಮಕ್ಕಳು ಇಬ್ಬರು. ಒಬ್ಬಾತ ಸತ್ತೇ ಹೋದನಂತೆ. ಮತ್ತೊಬ್ಬ ಗುಳಿಗೆ ತಿನ್ನುವ ಕೃಶದೇಹಿ. ಹೆಸರೇ ವಿಚಿತ್ರ... ವ್ಯಕ್ತಿಯೂ ಹಾಗೆ... ಭೀಷ್ಮನ ಸಹಾಯ ಯಾಚಿಸಿದ ತಪ್ಪಿಗೆ ಈ ಕಾಯಿಲೆಗೂಡಂತಿರುವ ವಿಚಿತ್ರಕ್ಕೇ ನನ್ನ ಮಕ್ಕಳನ್ನು ಕಟ್ಟೂ ಎಂದರೆ ಎಂಬ ಆತಂಕ ಕಾಶೀಶನಿಗೆ...

ಆ ಬೆಪ್ಪ ವಿಚಿತ್ರವೀರ್ಯನಿಗೆ ಯಾವ ಸುಖಕ್ಕಾಗಿ ನನ್ನ ಗಿಣಿಗಳನ್ನು ಮದುವೆ ಮಾಡಿಕೊಡಲೀ ಎಂದೇ ಕಳ್ಳತನದಿಂದ ಹಸ್ತಿನೆಗೆ ತಿಳಿಸದೇ ಗುಟ್ಟಾಗಿ ವಿವಾಹ ಇರಿಸಿಕೊಂಡಿದ್ದ ಪ್ರತಾಪಸೇನ.

***

ಇಲ್ಲಿ ಆತ ಗೈದ ಒಂದು ತಪ್ಪು ನಿರ್ಧಾರ ಇಡೀ ಭರತಭೂಮಿಯನ್ನೇ ಆಪೋಶನ ತೆಗೆದುಕೊಂಡಿತು ಮಿತ್ರರೇ... ಯೋಚಿಸಿ...

ಯಾರು ಬಲವಂತರೋ ಕಾದಿ ಗೆದ್ದು ವರಿಸಿ ಎಂದು ಡಂಗುರ ಸಾರಿದ್ದ ಭೂಪತಿ... ಅದರ ಬದಲಾಗಿ ಮಕ್ಕಳಿಗೇ ಅವಕಾಶಕೊಟ್ಟು ಸ್ವಯಂವರ ಮಾಡಿಸಿದ್ದಿದ್ದರೆ ಮಹಾಭಾರತ ಯುದ್ಧ ನಡೆಯುತ್ತಲೇ ಇರಲಿಲ್ಲ... ಆ ಕಾಲದಲ್ಲಿ ಬಹುವಾಗಿ ನಡೆಯುತ್ತಿದ್ದುದು

ಸ್ವಯಂವರ ಅಲ್ಲವೇ ಹೇಳಿ...? ಭೀಷ್ಮ ಬಂದರೂ ಆ ಮಕ್ಕಳ ಇಚ್ಛೆಗೆ ವಿರುದ್ಧವಾಗಿ ಏನೂ ಮಾಡುವಂತಿರಲಿಲ್ಲ... ಹೌದು ತಾನೇ...?

ಎಲ್ಲೋ ಈ ಮಕ್ಕಳು ಯಾರು ಅವರಿಗಿಷ್ಟವೋ ಅವರನ್ನು ವರಿಸಿ ಹೇಗೋ ಜೀವನ ಕಳೆಯುತ್ತಿದ್ದರು ಬಿಡಿ... ಈ ಅಜ್ಜ ಕಾಶಿದೊರೆಯ ಒಂದು ಹೆಡ್ಡತನದ ನಿರ್ಣಯವಿದೆಯಲ್ಲಾ

ಇಡೀ ಭಾರತಕ್ಕೇ ಅಲ್ಲ ಇಡೀ ವಿಶ್ವಕ್ಕೇ ಮಹಾಭಾರತವಾಗಿ ಓದುವಂಥಾ ಮಹಾಕಾವ್ಯದ ನಿರ್ಮಾಣಕ್ಕೆ ನಾಂದಿಯಾಯಿತು...

***

ಹೀಗೆ ದುಗುಡದಿಂದ ಭೂಪತಿ ಅರ್ಘ್ಯ ಕೊಡುವುದನ್ನೂ ಮರೆತು ಗಂಗೆಗೆ ಮುಖತಿರುಗಿಸಿ ಅರಮನೆಯತ್ತ ಹೊರಟ ಮೇಲೆ ಬಂದು ವಿಶ್ವನಾಥನ ದೇಗುಲದ ಮುಖಮಂಟಪಕ್ಕೇ ಚಾಚಿಕೊಂಡಿರುವ ಬಹುದೊಡ್ಡ ಶಿಲಾ ಸಭಾಂಗಣ ಪ್ರವೇಶಿಸಿ ಇನ್ನೇನು ಗರ್ಭಗೃಹದ ಹತ್ತಿರ ಬರಬೇಕು ಅನ್ನುವಷ್ಟರಲ್ಲಿ ಕತ್ತಲಾಗಿತ್ತು... ಕಾಶಿಯಪಂಡಿತರು ಒಳಗಿನಿಂದ ಏಕಶ್ರುತಿಯಲ್ಲಿ ಅತ್ಯುಚ್ಚ ಕಂಠದಲ್ಲಿ ಉಚ್ಚರಿಸುತ್ತಿದ್ದ ನಮಃ ಶಂಭವೇಚ ಮಯೋಭವೇಚ... ಕೇಳುತ್ತಾ ಸಾಗಿದ ಭೂಪತಿ ನಂದಿಮಂಟಪ ದಾಟುವಾಗ ಕಲ್ಲಿನ ಚಪ್ಪಡಿಗೆ ಬಲಗಾಲಿನ ಹೆಬ್ಬೆರಳು ಹೊಡೆದು ಮುಗ್ಗರಿಸಿಬಿದ್ದ...

ಅಯ್ಯಾ... ಒಡೆಯಾ ಎನ್ನುತ್ತಾ ಓಡಿ ಬಂದರು ಪಂಡಾಗಳು... ಎತ್ತಿ ಉಪಚರಿಸಿ ಕೂರಿಸಿದಾಗ ವಿಶ್ವನಾಥನ ಎಡಬದಿಯ ದೀಪ ಥೈಥೈಥೈ ಕುಣಿದು ನಂದಿಹೋದದ್ದು ಯಾರ ಗಮನಕ್ಕೂ ಬರಲಿಲ್ಲ...

ಆದರೆ ಕೆಳಗೆ ಹರಿಯುವ ಗಂಗೆಗೆ ಅರಿವಾಗಿ ಒಮ್ಮೆ ಬಿಕ್ಕಳಿಸಿದಳು... ಮೇಲೆ ಕೂತ ಚಂದ್ರಮ ಮುಂದಾಗುವ ವಿಪ್ಲವ ಎಣಿಸಿ ಮ್ಲಾನವದನನಾಗಿ ಮಂಕಾಗಿಹೋದ...

ಅಂತೂ ಇಂತೂ ಮಹಾಪೂಜೆ ಮುಗಿಸಿ ದೊರೆ ಕೆಡಕನ್ನೇ ಎಣಿಸುತ್ತಾ ಅರಮನೆಗೆ ಮರಳಿ ಪಲ್ಲಂಗದಲ್ಲಿ ಒರಗಿದ.

ತಲೆಯೊಳಗೆ ಜೇನುಹುಳ ಬಿಟ್ಟಂತೆ 'ವಿಶ್ವನಾಥಾ ಏನಿದು ಅಪಶಕುನಗಳ ಸರಮಾಲೆ? ನಾಳೆ ನಾಡಿದ್ದು ಏನಾಗಬಹುದು ಕಾಶಿಯಲ್ಲಿ? ಏನಾದರೂ ಹೆಚ್ಚುಕಮ್ಮಿಯಾದರೆ ನನ್ನ ಮುದ್ದಿನ ಮಕ್ಕಳ ಗತಿಯೇನು ತಂದೇ' ಎಂದು ಯೋಚಿಸುತ್ತಾ ನಡುಗಿ ನಲುಗಿ ಹೋದ ಮುದುಕ.

ಅಂತಃಪುರದ ಕಂದೀಲೊಂದು ಮಂದವಾಗಿ ಉರಿಯುತ್ತಿತ್ತು. ಅಲ್ಲೇ ಕಣ್ಣೆಳೆದು ಪಾಪ ದೊರೆ ಉಪವಾಸ ಮಲಗಿದ.

ಸರಿರಾತ್ರಿ ಕಳೆಯುವ ಕಾಲ... ಇಡೀ ಕಾಶಿ ಮಲಗಿತ್ತು. ಗಂಗಾ ತೀರದ ಆಚೆಗೊಂದು ದೂರದ ಮರದ ಮೇಲೆ ಗೂಬೆಗಳ ಹಿಂಡೊಂದು ವಿಕಾರವಾಗಿ ಕಿರುಚುತ್ತಿದ್ದವು.

ಅಷ್ಟರಲ್ಲಿ...

ಅಯ್ಯೋ... ಎಂದು ಕಿಟಾರನೆ ಕಿರುಚಿ ಪಲ್ಲಂಗದಿಂದ ಕೆಳಗೆ ಬಿದ್ದ ದೊರೆ. ಬೆಳಗಾಗಲು ಒಂದೆರಡು ಯಾಮ ಬಾಕಿ ಇತ್ತು... ಅತೀ ಘೋರ ಕನಸೊಂದು ಬಿದ್ದು ವಿಕಾರವಾಗಿ ಕೂಗುತ್ತಾ ಎಚ್ಚರಗೊಂಡಾಗ ನೆಲದ ಮೇಲೆ ನಡುಗುತ್ತಿದ್ದ ದೊರೆ.

ಓಡಿ ಬಂದ ಆಳು. 'ದೊರೇ ಏನಾಯ್ತು...?' ಎಂದು ಎಬ್ಬಿಸಿ ಕುಳ್ಳಿರಿಸಿ ನೀರು ಕುಡಿಸಿ ಗಾಳಿಹಾಕುತ್ತಾ ನಿಂತ. ದೊರೆಯ ಕೈ ಸನ್ನೆಯಿಂದಲೇ ಸೇವಕ ಹೊರನಡೆದ. ಆದರೆ ಇನ್ನೂ ದೊರೆಯ ನಡುಕ ಮಾತ್ರ ನಿಯಂತ್ರಣಕ್ಕೆ ಬರುತ್ತಿಲ್ಲ. ಹೇ ಭಾಗೀರಥೀ! ಏನು ಕಂಡೆ ನಾನು?

ಒಬ್ಬಾಕೆ ಹೆಣ್ಣುಮಗಳನ್ನು ಕೈಕಾಲು ಕಟ್ಟಿ ನಿಲ್ಲಿಸಿದ್ದಾರೆ. ಸುತ್ತಲೂ ಕಟ್ಟಿಗೆ ಜೋಡಿಸಿದ್ದಾರೆ. ಆ ಹೆಣ್ಣುಮಗಳು ಕಡುಗೆಂಪು ವಸ್ತ್ರ ಉಟ್ಟು ತಲೆಗೆದರಿಕೊಂಡು ಮುಖ ಕೆಳಗೆ ಹಾಕಿ ನಿಂತಿದ್ದಾಳೆ. ಯಾರಾಕೆ ಎಂದು ತಿಳಿಯುತ್ತಿಲ್ಲ . ಸುತ್ತಲೂ ಸತ್ಯವತೀ, ಭೀಷ್ಮ, ನಾನು, ಒಂದಿಬ್ಬರು ಕಿರಾತರು, ಗಡ್ಡಬಿಟ್ಟ ಅಘೋರಿಗಳು ಎಲ್ಲರೂ ಸೇರಿ ಕೇಕೆ ಹಾಕಿ ಕುಣಿಯುತ್ತಿದ್ದೇವೆ.

ನೋಡನೋಡುತ್ತಾ ನಾನೇ ಹೆಣಕ್ಕೆ ಬೆಂಕಿ ಇಟ್ಟಂತೆ ಆ ಕಟ್ಟಿಗೆರಾಶಿಯ ನಡುವಿನ ಹೆಣ್ಣಿಗೆ ಬೆಂಕಿ ಇಟ್ಟೇ ಬಿಟ್ಟೆ. ಆ ಹುಡುಗಿ ಕೂಗುತ್ತಾ 'ನಾನೇನು ಅಪರಾಧ ಮಾಡಿದ್ದೇನೆ? ಹೇಳಿ ಶಿಕ್ಷಿಸಿ' ಎನ್ನುತ್ತಿದ್ದಾಳೆ.

ಆಕೆಯ ಆರ್ತನಾದ ಹೆಚ್ಚಾಗುತ್ತಿದ್ದಂತೇ ಬೆಂಕಿಯೂ ವ್ಯಾಪಿಸಿ ಇನ್ನೇನು ದೇಹ ಕರಗಬೇಕು ಅನ್ನುವಷ್ಟರಲ್ಲಿ ಎಚ್ಚರಾದದ್ದಲ್ಲವೇ? ಗಡಗಡ ನಡುಗುತ್ತಿದ್ದ ದೊರೆ... ನಖಶಿಖಾಂತ ಬೆವತುಹೋದ.

ವಿಶ್ವನಾಥಾ ಇದೇನಿದು? ಒಲುಮೆಯ ಓದುಗ ಕಷ್ಟವಾಗುತ್ತಿದೆಯೇ? ಕುಲುಮೆಯ ಬೆಂಕಿಯಂತೆ ಸುಡುತ್ತಿದೆಯೇ ಪದ?

ಇತ್ತ ಅರಮನೆಯ ಇನ್ನೊಂದು ಮಗ್ಗುಲಿಗೆ ಇನ್ನೊಂದು ಜೀವವೂ ನಿದ್ದೆ ಬರದೇ ಹಂಸತೂಲಿಕಾತಲ್ಪದಲ್ಲಿ ಹೊರಳಾಡುತ್ತಿತ್ತು.

ಭಾವ ಮಾತ್ರ ಬೇರೆ. ಹರೆಯದ ಕಲ್ಪನಾಲೋಕವದು. ನಾಳೆ ನನ್ನ ಕೈ ಹಿಡಿಯುವ ಇನಿಯ ಯಾರೋ? ಹೇಗಿರುತ್ತಾನೋ? ಅಖಂಡ ಆರ್ಯಾವರ್ತವನ್ನು ಗೆದ್ದ ಆತನ ಬಾಳೆಮರದಂಥಾ ತೋಳುಗಳಲ್ಲಿ ಕರಗಿ ಮಧುರ ಹೊಂಗನಸುಗಳನ್ನು ಕಾಣುತ್ತಿದ್ದ ಆ ಚಿಗರೆಯ ಮರಿಯಾರು ಗೊತ್ತೇ ಮಿತ್ರ?

ಗಂಧರ್ವರ ಗೊಂಬೆ

ಹಿಮಾಚಲದ ರಂಭೆ

ಕಾಶೀರಾಜನ ಮುದ್ದಿನ ಗಿಣಿಯಂತಿರುವ ಚೆಲ್ಲಾಟದ

ಚಿಗರೆಯೇ ಈ ಅಂಬೆ...

ಶಸ್ತ್ರ ಶಾಸ್ತ್ರ ಎರಡನ್ನೂ ಕಲಿತ ಧೀರೆ

ಪಾದರಸದಷ್ಟು ಚುರುಕು... ಕಿಲಕಿಲ ನಗುತ್ತಾ ಎಲ್ಲರಲ್ಲೂ ಹರಟುತ್ತಾ ಒಂದು ಕೈಯಲ್ಲಿ ಜಡೆ ತಿರುಗಿಸುತ್ತಾ ಕಾಶಿಯ ಬೀದಿಗಳಲ್ಲಿ ಸುತ್ತಾಡುತ್ತಿದ್ದರೆ ಇಡೀ ಕಾಶಿಗೆ ಕಾಶಿಯೇ ಲಕಲಕವೆನುತಿತ್ತು. ಬಹು ಮಹತ್ವಾಕಾಂಕ್ಷಿ. ಒಳ್ಳೆಯ ವಿಷಯಗಳ ಬಗೆಗೆ ಆಸಕ್ತಿ ಇದು ಆಕೆಯ ಒಂದು ಮುಖ.

ಇನ್ನೊಂದು ಮುಖ – ಮಾಮರದ ಕುಡಿಗಳಂತಿದ್ದ ಇಬ್ಬರು ಮುದ್ದಾದ ತಂಗಿಯಂದಿರಿಗೆ ಅಮ್ಮ ಅಪ್ಪ ಗುರು ದಾಸಿ ಗೆಳತಿ ಎಲ್ಲವೂ ಅಂಬಕ್ಕನೇ... ಕೈಕಾಲಿಗೆ ನೂರು ದಾಸಿಯರಿದ್ದರೂ ಎಲ್ಲ ಕೆಲಸಕ್ಕೂ ಅಕ್ಕನೇ ಬೇಕು... ಅಕ್ಕಾ ಬೈತಲೆ ತೆಗೆದು ಹೂ ಮುಡಿಸೇ... ಅಕ್ಕಾ ಈ ಲಾವಣಿ ಹೇಗಿದೆ...? ಈ ಬಣ್ಣ ನನಗೊಪ್ಪುತ್ತದೆಯೇ...? ಅಕ್ಕಾ ಮುಖಕ್ಕೆ ಅಂಗರಾಗ ಹಚ್ಚೇ... ಅಕ್ಕಾ ಕೈಗೆ ಮದರಂಗಿ ಮೆತ್ತು... ಅಕ್ಕಾ ನನ್ನ ಕಾಲ್ಗೆಜ್ಜೆ ಎಲ್ಲಿ...? ಅಂಬಕ್ಕಾ ನನಗೆ ಬಳೆ ಬೇಕು... ಅಕ್ಕಾ ಹಾಡು ಹೇಳು... ಕಥೆ ಹೇಳು... ಅಕ್ಕಾ... ಓ... ಅಕ್ಕಾ... ಎಂದು ಅಂಬಾಲಿಕೆ ಅಂಬಿಕೆಯರು ಅಂಬೆಯ ಕಾಲಡಿ ಮುದ್ದಿನ ಬೆಕ್ಕಿನಮರಿಗಳಂತೇ ಸುತ್ತುತ್ತಿರುವುದನ್ನು ನೋಡಿ ಸ್ವತಃ ತಾಯಿ ಗಂಗೆಯ ಅಂತರಂಗವೇ ನಲಿದು ಕುಣಿದಾಡಿತ್ತು.

ಈ ಮೂರು ಲಲನಾಮಣಿಗಳಿಂದ ಇಡೀ ಹರಿಹರರ ಪದತಲದ ಕಾಶಿಯೇ ಮಂದಸ್ಮಿತದಿಂದ ನಸು ನಗುತ್ತಿತ್ತು... ಎಂದಿಗೂ ಗಂಭೀರವಾಗಿರುವ ಹಿಮವಂತನೂ ತಂಪಾಗಿ ನಗೆಯಾಡಿದ್ದ...

ಆದರೆ... ವಿಕಟ ಶನಿ ಮಾತ್ರ ವಿಶ್ವನಾಥನ ಶಿಖರವೇರಿ ಕೂತು ಕಟಕಟ ಹಲ್ಲುಗಡಿಯುತ್ತಿದ್ದ...

ಇನ್ನೇನು ಸೂರ್ಯಾಸ್ತಕ್ಕೆ ನಾಲ್ಕೈದು ಘಳಿಗೆ ಬಾಕಿ ಇರಬಹುದು... ಸಂಜೆಯ ಗಂಗಾರತಿಗಾಗಿ ಸರ್ವಸಿದ್ಧತೆಯಾಗಿದೆ... ಎಲ್ಲಾ ಬಂದಿರುವ ರಾಜ ಮುಕುಟವರ್ಧನರಿಗಾಗಿಯೇ ವಿಶೇಷವಾಗಿ ಗಂಗಾರತಿಯನ್ನು ಹಮ್ಮಿಕೊಂಡಿದ್ದಾರೆ ಅಪ್ಪಾಜಿ... ಹೀಗೆಂದುಕೊಂಡು ಕಾಶಿಯ ಅರಮನೆಯ ಮಾಳಿಗೆ ಮೇಲೇ ನಿಂತು ತಂಗಿಯಂದಿರ ಕೂಡಿ ಯೋಚಿಸುತ್ತಾ ನೋಡುತ್ತಿದ್ದಳು ಚೆಲುವೆ ಅಂಬೆ...

ಕೆಳಗೆ ಕಾಶಿಯ ನಾಲ್ಕು ದಿಕ್ಕಿನ ರಾಜಬೀದಿಗಳಲ್ಲಿ ರಾಜರುಗಳ ಪಥ ಸಂಚಲನವಾದಂತೆ ಅಬ್ಬರದ ಪ್ರವೇಶ ಆರಂಭವಾಯಿತು... ಕೊಂಬು... ಕಹಳೆ... ಡೋಲು... ಢಕ್ಕೆ... ಇತ್ಯಾದಿ ಶಬ್ದಾತಿಶಯ ಕಾಶಿಯಲ್ಲೇ ಪ್ರತಿಧ್ವನಿಯಾಗಿ ಮಾರ್ದನಿಸಿತು... ರಸ್ತೆಯ ಇಕ್ಕೆಲಗಳಲ್ಲಿ ಸೇರಿದ್ದ

ಕಾಶಿಯ ಅಪಾರ ಜನರಾಶಿ ಕಿರುಚಿ ಈ ರಾಜರುಗಳನ್ನು ಸ್ವಾಗತಿಸುವುದಕ್ಕೂ ಈ ರಾಜರುಗಳು ಠೀವಿಯಿಂದ ಮೀಸೆ ಹುರಿಗೊಳಿಸುತ್ತಾ ತಾವೇ ಜಗದ ಅಂದಗಾರ ಶೂರರೆಂಬಂತೆ ಬೀಗುತ್ತಾ ಬರುವುದೂ ನೋಡಲು ಬಹಳ ಚೋದ್ಯವಾಗಿತ್ತು... ಇದನ್ನೆಲ್ಲ ಮೇಲ್ಮಾಳಿಗೆ ಮೇಲೆ ನಿಂತು ರಾಜಪರಿವಾರ ವೀಕ್ಷಿಸುತ್ತಿತ್ತು...

...ಹುಶ್... ಪಿಸುಗುಟ್ಟಿದಳು ಅಂಬೆ ತಂಗಿಯಂದಿರಲ್ಲಿ... ನೋಡಿ ಆ ಬದಿಯ ಮಾಳಿಗೆಯಲ್ಲಿ ಇನ್ನೂ ಸೊಗಸಾಗಿ ಕಾಣಬಹುದು... ನಾವು ಮೂವರೇ ಹೋಗೋಣ... ಎಂದು ಮೆಲ್ಲನೆ ಯಾರಿಗೂ ಅರಿವಾಗದಂತೆ ತಂಗಿಯಂದಿರನ್ನು ಕರೆದು ಆ ಕಡೆಗೆ ಹೊರಟಳು ಅಂಬೆ...

ರಾಜರ ಆಗಮನ ಶುರುವಾಯಿತು ನೋಡೀ... ಕೆಲವರೇನೋ ಅಂದವಾಗಿದ್ದರು ಹೌದು ಆದರೆ ಗಾಂಭೀರ್ಯವಿರಲಿಲ್ಲ... ಪೆದ್ದುಪೆದ್ದಾಗಿದ್ದರು... ಇನ್ನು ಕೆಲವರು ಅತಿಗಾಂಭೀರ್ಯದ ಜಗದೇಕ ವೀರುಡು... ಆದರೆ ಚಂದವೆಂದು ಯಾವ ಬಾಯಲ್ಲಿ ಕರೆಯೋಣ ಹೇಳಿ...ಮಹಿಷಾಸುರ ಭಸ್ಮಾಸುರ ವಾಲಿ ಜಾಂಬವರನ್ನೆಲ್ಲ ಕುದಿಸಿ ಎರಕ ಹೊಯ್ದು ಮಾಡಿದ ಅದ್ಭುತ ಬಿಂಬಗಳಂತೆ ಇದ್ದರು...

ಇವರೆಲ್ಲರಿಗೂ ನಿಗದಿಯಾಗಿರುವ ಬಿಡದಿಗಳತ್ತ ತೆರಳುವಾಗ ಇತ್ತ ಅಂಬೆಗೇನೋ ಹೊಟ್ಟೆಯಲ್ಲಿ ಬೆಂಕಿ ಬಿದ್ದಂತೆ... ಆಶಾ ಗೋಪುರವೇ ಕುಸಿದು ಬಿದ್ದ ಅನುಭವ... ತಂಗಿಯರೇನೋ ಎಲ್ಲವುದಕ್ಕೂ ಸಂಭ್ರಮಿಸುತ್ತಿದ್ದರೆ... ಇವಳ ಕನಸಿನ ಆರ್ಯಪುತ್ರನನ್ನು ಕಾಣದೆ ಬಹಳ ತಳಮಳವಾಯಿತು... ಈ ಕಾರಣಕ್ಕೆ ಅರಮನೆಯಲ್ಲಿ ಇರಲಾಗಲೇ ಇಲ್ಲ ...ಯಾರಿಗೂ ಹೇಳದೇ ಹೊರಟೇ ಬಿಟ್ಟಳು ಹುಡುಗಿ... ಅರಮನೆಯ ಹಿಂಬಾಗಿಲಿನಿಂದ ಹೊರಟು ದಾಸಿಯರ ಬೀದಿ ದಾಟಿ ಅಲ್ಲೇ ಅನತಿದೂರವಿರುವ ಅಕ್ಕಸಾಲಿಗರ ಕೇರಿಯಿಂದ ಕೆಳಗಿಳಿದರೆ ಗಂಗಾಕಿನಾರೆಯ ಜೌಗು ಪ್ರದೇಶ... ಅಲ್ಲಿ ತಾಯಿ ಗಂಗಾವಾಹಿನಿ ಪ್ರಶಾಂತವಾಗಿ ಹರಿಯುತ್ತಾ ಇಕ್ಕೆಲಗಳಲ್ಲೂ ಚಾಚಿದ ವಿಶಾಲ ಕೃಷಿಭೂಮಿಗೆ ನೀರುಣಿಸುತ್ತಾ ಸಾಗುತ್ತಿದ್ದಳು...

ಮುಂದೆ ಸಣ್ಣಕಾನನದ ಮಧ್ಯೆ ಕಿರಿದಾದ ಹರಿವಿನಲ್ಲಿ ವೇಗವನ್ನು ವೃದ್ಧಿಗೊಳಿಸುತ್ತಾ ಇಳಿಜಾರಿನಲ್ಲಿ ಜಾರುತ್ತಿದ್ದಳು ಭಾಗೀರಥೀ... ಅರಮನೆಯಿಂದ ಹೊರಟ ಅಂಬೆ ಇದೇ ಮಾರ್ಗವಾಗಿ ಕ್ರಮಿಸುತ್ತಾ ಸಾಗುತ್ತಿದ್ದಳು... ಎಲ್ಲಿಗೆ ಎಂದೇನೂ ಇಲ್ಲ... ಸುಮ್ಮನೆ ಬೇಸರ ಕಳೆಯಲು... ಹೇಗೂ ಆ ಪರಿಸರವೆಲ್ಲ ಪರಿಚಯವಿರುವ ಹುಡುಗಿ ತಾನೇ...?

ಛೇ... ಇವರಲ್ಲಿ ಯಾರನ್ನು ವಿವಾಹವಾಗಲೀ... ಒಬ್ಬರೂ ಇಷ್ಟವಾಗುತ್ತಿಲ್ಲ ಮನಸ್ಸಿಗೆ... ಕಾದಿ ಗೆದ್ದವನ ಕೊರಳಿಗೇ ಮಾಲೆ ಹಾಕಬೇಕಾದ ಅನಿವಾರ್ಯ... ಇವರೆಲ್ಲ ಇಡೀ ಆರ್ಯದೇಶವನ್ನು ಬಡಿದು ಕೆಡಹುವ ಶೂರರೇ...? ಛೇ ಎಂಥಾ ಸಂದಿಗ್ಧವಿದು...? ನನ್ನ

ಕನಸಿನ ರಾಜಗುವರ ಒಬ್ಬನಾದರೂ ಬರಬಾರದೇ...? ಹೀಗೆ ಅಂಬೆಯ ಯೋಚನಾಲಹರಿ ಸಾಗುತಿತ್ತು... ಅಂಬೆಯೂ ಗಂಗೆಯೂ ಸಾಗುತ್ತಿದ್ದ ಕಾಲಕ್ಕೇ...

ಇತ್ತ ಕಾಶಿಯ ಹೊರವಲಯದಿಂದ ಹತ್ತಾರು ಮೈಲಿಗಳಷ್ಟು ಹಿಂದೆ ಶರವೇಗದಿಂದ ಬಿಳೀ ಅಶ್ವವೊಂದು ತನ್ನ ಸವಾರನನ್ನು ಹೊತ್ತು ಕಾಶಿಯತ್ತ ಮುಖಮಾಡಿ ನಾಗಾಲೋಟದಿಂದ ಧೂಳೆಬ್ಬಿಸುತ್ತಾ ಧಾವಿಸಿ ಬರುತಿತ್ತು... ಶರವೇಗದ ಕುದುರೆಯೂ ಬುಸುಗುಟ್ಟುತ್ತಿತ್ತು... ಸರದಾರನೂ ಹಲ್ಲುಗಡಿಯುತ್ತಾ ಸಿಟ್ಟಿನಿಂದ ಬುಸುಗುಟ್ಟುತ್ತಿದ್ದ...

ಮುದುಕ ಪ್ರತಾಪಸೇನಾ ನಿನ್ನ ತಿಥಿಯಿಂದು... ಈತ ಯಾರೆಂದು ಬಲ್ಲಿರೇನು...?

ಸೌಭದೇಶದ ಪ್ರತಾಪೀ... ಬ್ರಹ್ಮದತ್ತ ನಾಮಕ... ಶೌರ್ಯದಲ್ಲಿ ಕೇಸರಿ... ಕ್ರೌರ್ಯದಲ್ಲಿ ಕಾಡುಕಿರಾತ... ವಂಚನೆಯಲ್ಲಿ ಗುಳ್ಳೆನರಿ... ಹೆಮ್ಮಕ್ಕಳ ಮಾನಪ್ರಾಣ ಹೀರುವ ನೀಚಾತಿನೀಚ ಕೀಚಕ... ಚಪಲಚೆನ್ನಿಗ ರಾಯ... ಸೌಂದರ್ಯದಲ್ಲಿ ಮನ್ಮಥನೇ... ಸುರಸುಂದರಾಂಗ... ಶಿಶುಪಾಲನ ಪರಮಮಿತ್ರ... ಸಾಲ್ವ ಬಂದ ದಾರಿಬಿಡಿ... ಸರಿದು ನಿಲ್ಲಿ ಎಲ್ಲರೂ...

ಅರೇ ಸೂರ್ಯಾಸ್ತ ಸಮೀಪಿಸಿತಲ್ಲಾ... ಎಷ್ಟು ದೂರ ಬಂದೆ ನಾನು...? ಸಂಜೆಯ ಗಂಗಾರತಿಯ ಹೊತ್ತಿನಲ್ಲಿ ನಾನು ಅಲ್ಲಿರದಿದ್ದರೆ ಅಪ್ಪಾಜಿ ಆತಂಕಕ್ಕೆ ಎಡೆಮಾಡಿಕೊಟ್ಟಂತೆ... ಸರಿ ಬೇಗ ತಿರುಗಿ ಹೋಗೋಣ ಎಂದು ಅಂದುಕೊಂಡು ಮರಳುವ ಯೋಚನೆ ಮಾಡುತ್ತಾಳೆ ಅಂಬೆ...

ಪರಿಚಿತ ಪ್ರದೇಶವಾದ ಆ ಸ್ಥಳದಲ್ಲಿ ಸ್ವಲ್ಪ ಕಾಡು... ಸ್ವಲ್ಪ ಬಯಲು... ಮಧ್ಯೆ ಪುಟ್ಟ ಹಳ್ಳಿ... ಮೇಲೆ ಎತ್ತರದಲ್ಲಿ ಮಿರಿಮಿರಿ ಮಿಂಚುವ ಬೆಳ್ಳಿಬೆಟ್ಟಗಳು... ಕೆಂಬಣ್ಣದ ರವಿ...

ಚಂದ್ರಮೋಹಿನಿಯಂತಿರುವ ವೈಯಾರಿ ಗಂಗೆ... ಒಟ್ಟಿನಲ್ಲಿ ಈ ಕಾಲ ಮತ್ತು ಈ ಪ್ರದೇಶ ದುಷ್ಯಂತ ಶಕುಂತಲೆಯರಿಗೆ ಹೇಳಿ ಮಾಡಿಸಿದಂತಿತ್ತು ಪ್ರಣಯಕ್ಕೆ...

ಈ ಕಾಲುದಾರಿಯಲ್ಲೇ ಸಾಗಿ ಎಡಕ್ಕೆ ತಿರುಗಿದರೆ ಮೂರುರಸ್ತೆ ಕೂಡುವ ವೃತ್ತವೊಂದಿದೆ... ಅದರಲ್ಲಿ ಅನ್ಯರಾಜ್ಯದಿಂದ ಕಾಶಿಗೆ ಬರುವ ಹೆದ್ದಾರಿಯೊಂದು ಆ ವೃತ್ತವನ್ನು ಕೂಡುತ್ತದೆ...ಅಲ್ಲಿಂದ ಉಳಿದ ಎರಡು ರಸ್ತೆಗಳಲ್ಲಿ ಒಂದು ಕಾಶಿಯ ಪ್ರಧಾನ ರಾಜಬೀದಿಯನ್ನು ಸೇರುವ ರಸ್ತೆಯಾದರೆ ಇನ್ನೊಂದು ಗಂಗಾಸ್ನಾನಕ್ಕೆ ಬರುವ ಯಾತ್ರಾರ್ಥಿಗಳ ಅನುಕೂಲಕ್ಕಾಗಿ ನೇರ ಗಂಗಾಸ್ನಾನ ಘಟ್ಟಕ್ಕೇ ಕರೆದೊಯ್ಯುವ ರಸ್ತೆ...

ಅರಮನೆಗೆ ಹೋದರೆ ವಿಳಂಬವಾಗುವುದೆಂದು ನೇರ ಗಂಗಾ ತಟಾಕಕ್ಕೇ ಹೋಗುತ್ತೇನೆಂದು ಎಡಮಗ್ಗುಲಿಗೆ ಹೊರಳಿದಳು ಅಂಬೆ...

ಬುಸುಗುಟ್ಟುತ್ತಾ ಮೊದಲೇ ಕೆಂಪಾದ ಸಾಲ್ವ ಧಾವಿಸಿ ಬಂದು ಕಾಶಿಯ ರಾಜಬೀದಿಯತ್ತ ಹೊರಳಿದ... ಒಂದುಕ್ಷಣ... ಈ ಕಡೆಯಿಂದ ಅಂಬೆ...

ಆ ಕಡೆಯಿಂದ ಸಾಲ್ವ... ಇಬ್ಬರ ದೃಷ್ಟಿಯೂ ಸಂಧಿಸಿತು... ನೋಡೀ...

ಅಷ್ಟೇ... ಝುಂ ಎಂಬ ಭಾವ ಅವರಿಬ್ಬರಲ್ಲೂ...

ಇಬ್ಬರ ಕಣ್ಣೂ ಸಂಧಿಸಿತು... ಸಾಲ್ವನ ಕಣ್ಣಲ್ಲಿ ಮಿಂಚಿನ ಕಿಡಿ ಹಾರಿದಂತಾದರೆ ಅಂಬೆಯ ಮೊಗ ಲಜ್ಜೆಯಡರಿ ಕೆಂಪಾಗಿ ಹೋಯಿತು...

ಕನ್ಯೆ ನೆಲನೋಡುತ್ತಾ ಮರಳುವ ಹಾದಿಹಿಡಿದಾಗ...

ಸಾಲ್ವ : ಚೆಲುವೇ... ಈ ದಾರಿ ಕಾಶಿಯತ್ತ ಸಾಗುವುದೇ...? ಇದು ನಿನ್ನ ಊರೇ...?

ಅಂಬೆ : ...!!!

ಸಾಲ್ವ : ಓಹ ಸಿಂಧೂರೀ ನಿನ್ನಲ್ಲೇ ಕೇಳಿದ್ದು ನಾನು...

ಅಂಬೆ : ಹೂಂ...

ಸಾಲ್ವ : ಏನು ಈ ತಿಳಿಹೊತ್ತಿನಲ್ಲಿ ಈ ನಿರ್ಜನ ಪ್ರದೇಶಕ್ಕೆ ಬಂದೆ...? ನಾನು ಸಹಾಯ ಮಾಡಲೇ...?

ಅಂಬೆ ಬೇಡ ಎನ್ನುತ್ತಾ ಹೊರಟಳು.

ಸಾಲ್ವ : ಅರೇ ಸ್ವಲ್ಪ ಇರು ಬೆಡಗೀ... ನಾನೇನು ರಾಕ್ಷಸನೇ ಹೇಳು...? ಇದು ನಿನ್ನ ಊರಲ್ಲವೇ...? ಅತಿಥಿಗಳನ್ನು ಯಾರಾದರೂ ಹೀಗೆ ಮಾತನಾಡಿಸುತ್ತಾರೆಯೇ...? ಎಂದು ಮೆಲ್ಲ ಕುದುರೆಯಿಳಿದು ಸನಿಹ ಬಂದು ಕೇಳಿದ ದುರುಳ...

ಅಂಬೆ : ಅಪರಿಚಿತರ ಬಳಿ ನನಗೇನು ಮಾತು...?

ಸಾಲ್ವ : ...(ಅದನ್ನೇ ಕಾಯುತ್ತಿದ್ದ) ಚೆಲುವೇ...

ನನ್ನನೇನು ನಿಮ್ಮ ಗಂಗೆಯಲ್ಲಿ ಮೂಗು ಹಿಡಿದು ಮುಳುಗಲು ಬಂದ ಮುದುಕ ಎಂದುಕೊಂಡಿಯೇನು...? ಸೌಭದ ಅರಸ ಮಹಾಮಲ್ಲ ಸಾಲ್ವ ನಾನು... ಬ್ರಹ್ಮದತ್ತನೆಂಬ ನಾಮಾಂಕಿತ ಹೊಂದಿದ್ದೇನೆ... ಈ ಕಾಶಿಯ ಅಜ್ಜ ದೊರೆಯೊಬ್ಬ ಇದ್ದಾನಲ್ಲಾ... ಅವನಿಗೊಂದು ಗತಿಕಾಣಿಸಲು ಬಂದಿರುವೆ...

ಅಂಬೆ : ಮಹನೀಯ ಅವರೇನು ಮಾಡಿದರು ತಮಗೆ...? ಕಾಶಿಯ ದೊರೆಗಳು ಇಡೀ ಆರ್ಯಾವರ್ತದಲ್ಲೇ ಗೌರವಾನ್ವಿತರು...

ಸಾಲ್ವ : (ನಗುತ್ತಾ) ಬೆಡಗೀ ಸುಡು ನಿನ್ನ ಆರ್ಯಾವರ್ತವನ್ನು. ಒಬ್ಬ ಪ್ರತಾಪಿಯಾದ ವರ್ಚಸ್ವಿಯನ್ನು ತೋರು ನೋಡೋಣ ಈ ಆರ್ಯ ಭೂಮಿಯಲ್ಲಿ. ನೋಡು ಸುಂದರೀ... ಬದುಕಿದರೆ ನನ್ನಂತೆ ವೀರನಾಗಿ ಬದುಕಬೇಕು.

ಹಮ್ಮುಬಿಮ್ಮು ಕೊಚ್ಚಿಕೊಳ್ಳಲು ಪ್ರಾರಂಭಿಸಿದ ಹಾಲು ಮೊಗದ ಖಳ ಸಾಲ್ವ...

ಅಂಬೆ ತನ್ನಲ್ಲೇ ಯೋಚಿಸುತ್ತಾ ನಿಜವಲ್ಲವೇ ಈ ಮಾತು...? ಇದೇ ಕಾರಣದಿಂದ ತಾನೇ ನಾನು ಮನನೊಂದು ಅರಮನೆಯಿಂದ ಈ ಕಡೆಗೆ ಬಂದದಲ್ಲವೇ...? ಈತ ನಿಜಕ್ಕೂ ವೀರನಂತೇ ಕಾಣುತ್ತಿದ್ದಾನೆ... ಚೆಲುವ ಬೇರೆ... ಇರಲಿ...

ಓ ದೊರೆಯೇ... ಕಾಶಿಯ ಅರಸರೇನು ತಮಗೆ ವೈರಿಗಳೇ...? ಏಕೆ ಈ ಪರಿಯ ಕ್ರೋಧ...?

ರೊಟ್ಟಿ ಜಾರಿ ತುಪ್ಪಕ್ಕೇ ಬೀಳುವ ಸಂದರ್ಭ ಇದು ಎಂಬಂತೆ ಅರಿತು ಹೇಳಿದ ಸಾಲ್ವ ಸುಂದರೀ ಏನು ಹೇಳಲಿ ಹೇಳು...? ಈ ಆರ್ಯರೆಲ್ಲಾ ಸೇರಿ ಪ್ರತಿಭಾವಂತರಿಗೆ ಅನ್ಯಾಯ ಮಾಡುವುದನ್ನು ನೋಡಿ ಈ ಸಾಲ್ವ ಬಿಟ್ಟಾನೆಯೇ...? ಆರ್ಯರ ದಂಡೇ ಬರಲಿ ಎಲ್ಲವನ್ನೂ ಮಾರಿಗೆ ಬಲಿ ಕೊಡುವೆ ನೋಡು... ಏನು ತಿಳಿದಿದ್ದಾನೆ ಮುದುಕ...? ನೀನೇ ಹೇಳು... ಇಡೀ ಆರ್ಯಭೂಮಿಯ ಅರಸರಿಗೆಲ್ಲಾ ನಾಳೆ ನಿಮ್ಮಲ್ಲಿ ನಡೆಯುವ ಅದೇನೋ ಪಣವಂತೆ... ಸ್ಪರ್ಧೆಯಂತೆ... ಏನೋ ಕರ್ಮ... ಇದರ ಆಹ್ವಾನ ಹೋಗಿದೆ... ನನಗೆ ಮಾತ್ರ ಆಹ್ವಾನವಿಲ್ಲ... ನಾನೇನು ಈ ಮುದುಕನ ಮಾನಭಂಗ ಮಾಡಿದ್ದೇನೆಯೇ ಹೇಳು...? ಛೇ... ನನ್ನ ಬುದ್ಧಿಗೇನು ಬಂತು... ಇಷ್ಟರವರೆಗೆ ಬರೀ ಹುಡುಗೀ ಸುಂದರೀ ಎಂದೆಲ್ಲಾ ಮಾತಾಡಿದೆ...ನಿನ್ನ ಹೆಸರೇನೇ ಚೆಲುವೇ...? ಯಾರು ನೀನು...?

ತುಪ್ಪ ಸವರಿದ ಕಲಿಪುರುಷ...

ಅಂಬೆ... ಓ ಹೀಗೋ ವಿಷಯ... ಮಹನೀಯನೇ... ನಾನು ಅಂಬೆ... ಈ ಕಾಶಿಯರಸರ ಜ್ಯೇಷ್ಠ ಕುಮಾರಿ... ನೀವು ಹೇಗೂ ಬಂದಾಯಿತಲ್ಲ...

ನನ್ನ ತಂದೆಗೆ ಉದ್ದೇಶಪೂರ್ವಕವಾಗಿ ತಮ್ಮನ್ನು ಅವಮಾನಿಸುವ ಬಯಕೆ ಖಂಡಿತ ಇರಲಾರದು... ವಯಸ್ಸಾಗಿದೆ... ಹೀಗಾಗಿ ಏನೋ ಅಚಾತುರ್ಯ ನಡೆದುಹೋಗಿದೆ... ಮತ್ತೆ ನಾಳೆ ನಡೆಯುವುದು ಸ್ಪರ್ಧೆಯೇ ಹೊರತು ಸ್ವಯಂವರವಲ್ಲ... ಹೀಗಾಗಿ ಯಾವ ವಿಕ್ರಮಿಯೂ ಭಾಗವಹಿಸಬಹುದು... ನಾವು ಕಾಶಿಯವರು ದೊರೇ... ಯಾರೊಂದಿಗೂ ಅಸಭ್ಯವಾಗಿ ನಡೆದುಕೊಂಡವರಲ್ಲ... ನಡೆದುಕೊಳ್ಳುವುದೂ ಇಲ್ಲ...

ಪ್ರಬುದ್ಧತೆ ಮೆರೆದಳು ಅಂಬೆ...

ಈಗ ಈ ಸಾಲ್ವನಿಗೆ ಸ್ವರ್ಗಕ್ಕೆ ಮೂರೇ ಗೇಣು... ಆರ್ಯಾವರ್ತದ ಶೂರಆರ್ಯರ ಸಾಲಿನಲ್ಲಿ ಈ ಸಾಲ್ವನ ಹೆಸರಿರಲಿಲ್ಲ... ಕಾರಣ ಸಭ್ಯ ಆರ್ಯನಲ್ಲ ಆತ ಎಂಬ ವಿಚಾರ ಜನಜನಿತವಾಗಿತ್ತು... ಹೀಗಾಗಿ ಆರ್ಯರು ಯಾರೂ ಅವನನ್ನು ತಮ್ಮೊಂದಿಗೆ ಹತ್ತಿರ ಸೇರಿಸುತ್ತಿರಲಿಲ್ಲ... ಇದೇ ಅವಕಾಶ... ಒಂದು ಕಲ್ಲಿಗೆ ಎರಡು ಹಣ್ಣು... ಇಂತೆಣಿಸುತ್ತಾ ಉಸುರಿದ ಧೂರ್ತ...

ಓ ಚೆಂದುಳ್ಳಿ ಅಂಬೆಯೆಂಬ ರಂಭೆಯೇ... ಹೀಗೋ ವಿಚಾರ... ಯಾರಲ್ಲಿ ಸ್ಪರ್ಧೆಯೆಂದೇ...? ಈ ಆರ್ಯರೆಂಬ ನಿರ್ವೀರ್ಯರಲ್ಲಿಯೇ...? ಒಂದು ಕ್ಷಣದಲ್ಲಿ ಎಲ್ಲಾ ಕುರಿಗಳನ್ನು ಎಡಗೈಯಲ್ಲಿ ಹೊಸಕಿಹಾಕಿ ಬಿಡುತ್ತೇನೆ...

ಆದರೆ ಎಂಥಾ ಅದ್ಭುತ ನೋಡು... ನಾನೀಗ ಬರದೇ ಇದ್ದಿದ್ದರೆ ನಿನ್ನಂಥಾ ಅಪ್ಸರೆಯೊಬ್ಬಳು ಅನ್ಯಾಯವಾಗಿ ಆ ನರಹೇಡಿಗಳನ್ನು ಸೇರಬೇಕಿತ್ತಲ್ಲಾ...

ಬಿಡು... ಇನ್ನು ನೀನು ನನಗೇ ಸೇರಬೇಕಾದವಳು... ಕಾಶಿಯರಸನನ್ನಾದರೂ ಬಿಟ್ಟೇನು... ನಿನ್ನನ್ನು ಬಿಡುವ ಪ್ರಶ್ನೆಯೇ ಇಲ್ಲ ...

ಈಗ ಅಂಬೆ ಜಾರುತ್ತಾಳೆ ಮಿತ್ರರೇ... ಅಂದರೆ ಮಾನ ಬಿಡುತ್ತಾಳೆ ಎಂಬ ಅರ್ಥವಲ್ಲ... ಅವಳ ಆಸೆಯೂ ಹಿಂದೆ ಇದೇ ಆಗಿತ್ತಲ್ಲ... ಇವನೂ ಸುಂದರನಿದ್ದಾನೆ... ವೀರನಾಗಿದ್ದಾನೆ...

ಅನುರಾಗ ಹುಟ್ಟಲು ಇನ್ನೇನು ಬೇಕು ಹೇಳಿ... ಮೊದಲೇ ಮಾತಿನ ಮಲ್ಲ ಸಾಲ್ವ. ಸರಿಯಾಗಿ ಹಳ್ಳಕ್ಕಿಳಿಸಿಕೊಂಡ...

ಹೌದೇ ಆರ್ಯಪುತ್ರ... ಅಷ್ಟು ಶೂರರೇ ತಾವು...? ನಿಮ್ಮನ್ನು ನೋಡಿದೊಡನೆಯೇ ಅಂದುಕೊಂಡೆ...

ಸರಿ... ನಿಮಗೆ ನನ್ನಲ್ಲಿ ವಿಶ್ವಾಸವಿರುವುದೇ ಆದಲ್ಲಿ ನಾಳೆ ಬನ್ನಿ ತಾವು... ನೀವು ಎಲ್ಲರನ್ನು ಗೆದ್ದು ನನ್ನನ್ನು ವರಿಸಿ ಅಥವಾ ಗೆಲ್ಲದೇ ಹೋಗಿ...

ನನ್ನ ತಂಗಿಯರು ಏನೇ ಮಾಡಿಕೊಳ್ಳಲಿ... ನಾನಂತೂ ನಿಮ್ಮವಳೇ... ನಾಳೆ ಮದುವೆ ಮಂಟಪದಲ್ಲಿ ಸಿಗುತ್ತೇನೆ ಎನ್ನುತ್ತಾ ನಸುನಕ್ಕು ಚಿಗರೆಯಂತೆ ಹಾರಿ ಹೊರಟಳು ಅಂಬೆ...

ಈ ಮಹಾಮೂರ್ಖ ಸಾಲ್ವನನ್ನು ನಂಬಿ ಇದೊಂದೇ ಅವಳು ಇಡೀ ಜನುಮದಲ್ಲಿ ಮಾಡಿದ ಏಕೈಕ ತಪ್ಪು... ಇಷ್ಟಕ್ಕೇ ಅವಳನ್ನು ಜಾರಿಣಿ ಎಂದು ಕರೆಯುವುದು ನ್ಯಾಯವೇ ಓದುಗಮಿತ್ರ...?

ಸಾಲ್ವನೆಂಬ ತೋಳ ಗಹಗಹಿಸಿ ನಗುತ್ತಿತ್ತು... ಮೇಲೆ ಕೂತ ವಿಧಿಯೆಂಬ ಶನಿ ಬುಸುಗುಟ್ಟಿ ಆರ್ಭಟಿಸುತ್ತಿತ್ತು...

***

ಶಿವಶಿವಶಿವೋಹಂ...

ಜಯ್ ಗಂಗೇ ಮಾತಾ...

ಜಯ್ ಜಯ್ ಮಾತಾ...

ಪಾಪಿ ಜನೋಂಕಾ ಸಂಕಟ್

ಸಾಧು ಜನೋಂಕಾ ಸಂಕಟ್

ದೂರ್ ಕರೋ ಮಾತಾ...

ಜಯ್ ಗಂಗೇ ಮಾತಾ...

ಹೀಗೆ ಏ...ರು ಶ್ರುತಿಯಲ್ಲಿ ಪಂಡಾಗಳು ಗಂಗಾಮಾತೆಯ ಭಕ್ತಿಲಹರಿಗಳನ್ನು ಗಂಟಲು ಹರಿಯುವಂತೆ ಕೂಗುತ್ತಾ ಆಳೆತ್ತರದ ಆರತಿಗಳನ್ನು ಕೈಯಲ್ಲಿ ಹಿಡಿದು ನೆತ್ತಿಯಿಂದ ಮೇಲಕ್ಕೆ ಗಿರಗಿರನೆ ತಿರುಗಿಸುತ್ತಾ ಇರುವ ಕಾಲಕ್ಕೆ ಗಂಗಾಸೋಪಾನದ ಇಕ್ಕೆಲಗಳಲ್ಲಿ ನೆರೆದು ಸೇರಿದ್ದ ಲಕ್ಷಾಂತರ ಜನಕೋಟಿಗೆ ಗಂಗಾ ಭವಾನಿಯ ಕೇಸರಿಬಣ್ಣದ ಸೆರಗಿನಲ್ಲಿ ಆ ದೀಪಗಳ ಪ್ರತಿಫಲನವಾದಂತೆ... ಸೂರ್ಯಾಸ್ತದ ಆ ಆಗಸದಲ್ಲಿ ಏಕಾಏಕಿ ತಾರೆಗಳೆಲ್ಲಾ ಒಮ್ಮೆಲೇ ಥಳಕ್ಕನೆ ಮಿನುಗಿದಂತೆ... ಆ ನಸುಗತ್ತಲಿನ ವೇಳೆಗೆ ದಡದಲ್ಲಿದ್ದ ಭಕ್ತರು ಭಕ್ತಿಭಾವ ಪರವಶತೆಯಿಂದ ತೇಲಿ ಬಿಡುತ್ತಿದ್ದ ದೊನ್ನೆಯ ಹೂದೀಪಗಳನ್ನು ತಾಯಿ ಜಾಹ್ನವಿ ತನ್ನ ಸರ್ರ್... ಸರ್ರ್... ಸರ್ರ್... ಎಂಬ ಮಿತಿಯಾದ ವೇಗದಲ್ಲಿ ಎಳೆಯುತ್ತಾ ಸೆಳೆಸೆಳೆದು ಚಲಿಸುತ್ತಿದ್ದರೆ ಇಡೀ ಗಂಗಾವಾಹಿನಿಯೇ ದೀಪಗಳಿಂದ ಹೊಸೆದ ಸೀರೆಯನ್ನುಟ್ಟು ಬರುತ್ತಿರುವಳೋ ಎಂಬಂತೆ ಫಳ್... ಫಳ್... ಫಳ್... ಎಂದು ಪ್ರತಿಫಲಿಸುತ್ತಾ ಪ್ರಜ್ವಲಿಸುವ ದೀಪಗಂಗೆಯಲ್ಲಿ ಭಜಕ ಭಕ್ತಕೋಟಿ ಮಿಂದು ಪಾವನವಾಯ್ತು ...

ಹಾಗೇ ಭಾವೋನ್ಮಾದದ ಭಕ್ತರು ಗಂಗಾ ಮಯ್ಯಾಕೀ ಜಯ್ ಹೋ ಎಂದು ಭಕ್ತಿಯ ಪರಾಕಾಷ್ಠೆಯಿಂದ ಮಂತ್ರಘೋಷ ಮಾಡುತ್ತಿದ್ದರೆ ಎಂಥಾ ಕಡುಪಾಪಿಯೇ ಇರಲಿ ಎಂಥಾ ಕಟು ಹೃದಯವೇ ಇರಲಿ... ಅವೆಲ್ಲ ಆ ಭಾವೋತ್ಕರ್ಷದ ಭಾವಕ್ಕೆ ಕರಗಿ ನೀರಾಗಿ ಆದಿಶಂಕರರು ಹೇಳಿದ ನಿಸ್ಸಂಗತ್ವೇ ನಿರ್ಮೋಹತ್ವಂ ನಿಶ್ಚಲ ತತ್ವಂ ಚ... ಎನ್ನುವ ಮಾತಿನಂತೆ ಆ ಲಕ್ಷಾಂತರ ಮಂದಿಯ ಮಧ್ಯದಲ್ಲೂ ಒಬ್ಬಂಟಿಯ ಭಾವ ಬಂದು ಕಡುಪಾಪಿಯ ಕಣ್ಣಲ್ಲೂ ಧನ್ಯತೆಯ ಕಣ್ಣೀರು...

ದಕ್ಷಿಣಾಪಥ ಗಾಮಿನಿಯಾಗಿ ಸಂಕಲ್ಪಿಸಿ ಹಿಮಶೀತಲ ಭಾವಶೀಲಾಳಂತೆ ಮನೋಹಾರಿಣಿಯಾಗಿ ಹರಿಯುವ ಗಂಗಾಭವಾನಿಯ ಈ ಸಂಧ್ಯಾರತಿಯ ಕಾಲಕ್ಕೆ ಪೂರ್ವಾಭಿಮುಖವಾಗಿ ಗಂಗಾದಡದಲ್ಲಿ ಕಟ್ಟಿದ್ದ ಏರು ಅಟ್ಟಣಿಗೆಗಳಲ್ಲಿ ರಾಜ ಪರಿವಾರ ಕೂತಿತ್ತು...

ಪಶ್ಚಿಮಾಭಿಮುಖವಾಗಿ ಉದ್ದಕ್ಕೆ ಹಾಸಿದ್ದ ಪೀಠಗಳಲ್ಲಿ ಆಸೀನರಾಗಿದ್ದ ಸ್ಪರ್ಧಾಳು ದೊರೆಗಳ ಮುಖ ಕೆಂದಾವರೆ ಅರಳಿದಂತಿತ್ತು...

ಕಾರಣ ತಾಯಿಗಂಗೆಯಲ್ಲ...!!!

ಎದುರಿನ ಮೇಲಟ್ಟಣಿಗೆಯಲ್ಲಿ ಕೆನ್ನೈದಿಲೆಯಂತಿರುವ ಅಂಬೆ ಅಂಬಿಕೆ ಅಂಬಾಲಿಕೆಯರು ಆಗೊಮ್ಮೆ ಈಗೊಮ್ಮೆ ಈ ಕಡೆಗಾಗಿ ನೋಡುತ್ತಿದ್ದರೆ ನೋಡುತ್ತಿದ್ದ ದೊರೆಶ್ರೇಷ್ಠರ ಎದೆ ಗುಢುಂ ಎಂದು ಹೊಡೆದು ಹಾರಿಕೊಳ್ಳತೊಡಗಿತ್ತು...

ಪ್ರತಿಯೊಬ್ಬ ಅರಗುವರನೂ ಈ ಲಲನಾಮಣಿಗಳು ತನ್ನನ್ನು ಮಾತ್ರ ಕಾಣುತ್ತಿರುವರೇನೋ ಎಂಬಂತೆ ಮುಖವನ್ನು ಮಾರುತಿಯಂತೆ ದೀರ್ಘವಾಗಿಸಿ ಬಿಟ್ಟಬಾಯಿ ಬಿಟ್ಟಂತೆ ಕಣ್ಣರಳಿಸಿ ನೋಡುತ್ತಾ ಈ ಕನ್ಯೆಯರು ತನಗೇ ಮಾಲೆ ಹಾಕುತ್ತಿರುವ ಕನಸು... ಅಲ್ಲ ಮನೋವಿಲಾಸದ ಭ್ರಮೆಯಲ್ಲಿ ತೇಲುತ್ತಿದ್ದರು...

ಈ ಮದನರಿಗೆ ಮಾತೆಗಂಗೆಯ ಯಾವ ದರ್ಶನವೈಭವವೂ ಕಣ್ಣಿಗೆ ಕಾಣದಿದ್ದದ್ದು ಕಾಲಪುರುಷನ ಮೋಸ... ಅಲ್ಲಾ ವಿಪರ್ಯಾಸ...

ಈಚೆ ಮೂಲೆಯಲ್ಲಿ ಕೂತ ಮಹಾಮಳ್ಳ ಕಳ್ಳಸಾಲ್ವ ದೃಷ್ಟಿಯಿಂದಲೇ ಅಂಬೆಯತ್ತ ಸಂದೇಶಗಳನ್ನು ರವಾನಿಸುತ್ತಿದ್ದ...

ಈ ಸಂದೇಶಗಳು ಅಂಬೆಯಲ್ಲಿಗೆ ತಲುಪಿ ರಾಗಭಾವ ಮುಖವೇರಿ ಲಜ್ಜೆಯಡರಿ ಸಿಂಧೂರ ಕದಡಿ ಮೊಗ ಚಂದ್ರನ ಸಖಿ ತಾವರೆ ಅರಳಿದಂತೆ...

ಈ ತನ್ಮಧ್ಯೆ ಗಂಗೆಯ ಒಡಲಲ್ಲಿ ಲಾವಾರಸ ಉಕ್ಕುವ ಲಕ್ಷಣ ಗೋಚರಿಸುವಂತೆ ಭಾವಬಂದು ಮೇಲ್ಮೈ ಅಲೆಗಳು ತೀವ್ರವಾದದ್ದು ಯಾರ ಗಮನಕ್ಕೂ ಬರಲಿಲ್ಲ...

ಮಾತೆಗಂಗೆಯ ಈ ಉದ್ವೇಗಕ್ಕೆ ಕಾರಣವೇನು ಗೊತ್ತೇ...?

ಕಾಶಿಯಿಂದ ದಕ್ಷಿಣಕ್ಕೆ ಹೆಚ್ಚು ಕಡಿಮೆ ಅರವತ್ತು ಅರವತ್ತೈದು ಯೋಜನ ದೂರವಿರುವ ಹಸ್ತಿನೆಯಿಂದ ಕಾಶಿಯತ್ತ ಮುಖಮಾಡಿ ಗಂಗಾತರಳರಾದ ಆಚಾರ್ಯ ಭೀಷ್ಮರು ಹೊರಟಿದ್ದರು...

ಹಸ್ತಿನೆಯ ಕ್ರೂರ ವಿಧಿ ಈ ಆಚಾರ್ಯ ಭೀಷ್ಮರನ್ನು ಈ ಪ್ರಕರಣಕ್ಕೆ ಬಲಿಪಶುವಿನಂತೆ ಬಳಸಿಕೊಂಡದ್ದನ್ನು ನೋಡಿ ಹಸ್ತಿನಾವತೀ ಅರಮನೆಯ ಅಂತಃಪುರದ ಮೂಲೆಯ ಕತ್ತಲಿನಲ್ಲಿ ನಿಂತಿದ್ದ ಒಂದು ವಿಕಟಭಾವ ವಿಕೃತವಾಗಿ ನಕ್ಕಿತ್ತು...

ಆ ನಗುವಿಗೆ ಮೂಲೆಯ ಕಂದೀಲಿನ ಬಿಳಿ ಬೆಳಕೇ ಕಪ್ಪುಕರಿಯಾಗಿ ಹೋಗಿತ್ತು...

ಗಾಢ ಗಹನತೆಯ ಗೂಡೊಳಗೇ ಸಾಗುತ್ತಿದ್ದೇವೆ... ಏಕಮುಖ ವಿಮರ್ಶೆ ತೀರ ಎಳಸಾಗಬಹುದು... ಯಾವ ಪಾತ್ರವನ್ನೂ ಮುಟ್ಟುವ ಮೊದಲಿಗೆ ಹತ್ತಾರು ಬಾರಿ ಯೋಚಿಸುವ ಅನಿವಾರ್ಯತೆ ಇದೆ... ಇದೇ ಮನೋ ವೇಗದ ಗಮ್ಯವನ್ನು ಗಮನವಾಗಿಸಿ ಸಾಗುತ್ತೇನೆ...

ಹರ್ ಹರ್ ಹರ್ ಮಹಾದೇವ್...

ದಿಗಂತ ತೂತಾಗುವಂತೆ ಸಿಡಿದಿದೆ ಭಕ್ತರ ಘೋಷಿತ ಘೋಷ... ರಾಜ ಪರಿವಾರದ ವಿಶೇಷ ಪೂಜೆಗೆ ಅನುವಾಗಿದ್ದ ವಿಶ್ವನಾಥ... ಪ್ರಾತಃಕಾಲದ ಪೂಜೆಗೆ ಸನ್ನಿಹಿತವಾಗಿತ್ತು ಕಾಲ ಹಾಗೂ ಇಡೀ ಕಾಶಿ...

ಜನಸ್ತೋಮ ಅದಾಗಲೇ ಸೇರಿಯಾಗಿತ್ತು...

ಸರಿ ಪೂಜೆ ಮುಗಿಸಿ ದಂಡು... ಮೇಣಿಗೆ... ಸಾರೋಟು...

ಪಲ್ಲಕ್ಕಿ... ರಥ...

ಅಶ್ವದಳ...

ಗಜಪಡೆ... ಲಘುಸೈನಿಕ ಪಡೆ...

ವಿಪ್ರ ಋಷಿ ಸಾಧುಗಳು... ಮಂತ್ರಿ ಮಹೋದಯರು...ವಂದಿಮಾಗಧರು... ಊರ ಹಿರಿಯರು... ಪಂಡಿತಪಾಮರ ಸೇವಕ ಸಹಾಯಕ ಇತ್ಯಾದಿ ವರ್ಗಗಳನ್ನು ಸೇರಿಸಿ ಕಾಶೀಶ ಪ್ರತಾಪಸೇನನ ದಂಡು ಹೊರಟಿತು ಊರ ಹೊರವಲಯಕ್ಕೆ...

ಈಗ ಬನ್ನಿ... ಎರಡು ಮಾತಾಡಿ ಮುಂದೆ ಹೋಗೋಣ...

ಕಾಶಿಯರಸನ ಇಂಥದ್ದೊಂದು ಅವಿವೇಕದ ಹೇಳಿಕೆಯೊಂದು ಇರದಿದ್ದಲ್ಲಿ ಏನಾಗುತ್ತಿತ್ತು ಯೋಚಿಸಿ ಮಿತ್ರರೇ...

ಸ್ಪರ್ಧೆ ಎಂದರೇನೇ ಯುದ್ಧ ಆ ಕಾಲದಲ್ಲಿ ಹೌದೋ...?

ಈ ಯುದ್ಧಕ್ಕಾಗಿ ಸದಾ ಸಿದ್ಧರಿದ್ದರು ಆರ್ಯರು... ಅದು ಬಿಟ್ಟು ಬೇರೆ ಯಾವ ಸ್ಪರ್ಧೆ ಇತ್ತು ಹೇಳಿ ಆ ಕಾಲಘಟ್ಟದಲ್ಲಿ... ಎಲ್ಲೋ ಒಂದೆರೆಡು ಪ್ರಕರಣದಲ್ಲಿ ಶಿವಧನುವಿನ ಸ್ಪರ್ಧೆ ಮತ್ತೆ ಬಂದ ಮತ್ಸ್ಯಯಂತ್ರ ಸ್ಪರ್ಧೆಗಳು ತೋರುತ್ತದೆಯೇ ಹೊರತು ಬೇರೆಲ್ಲಿ ಕಾಣುತ್ತದೆ ಹೇಳಿ...?

ಯುದ್ಧ ಹೊರತು ಪಡಿಸಿದರೆ ಸ್ವಯಂವರಕ್ಕೋ ಗಾಂಧರ್ವ ವಿವಾಹಕ್ಕೋ ವಿಪುಲ ಅವಕಾಶವಿರಲಿಲ್ಲವೇ ಹೇಳಿ ಹೆಣ್ಣುಮಕ್ಕಳಿಗೆ ಆ ಪ್ರಾಗ್ವೇದ ಕಾಲದಲ್ಲಿ...?

ಇಲ್ಲಿ ಬಂದು ಸೇರಿದವರಲ್ಲಿ ಬಲಾಢ್ಯರು ಇದ್ದರೋ ಇಲ್ಲವೋ ಬೇರೆ ವಿಚಾರ... ಮುಂದೊಬ್ಬ ಅತಿಬಲಾಢ್ಯ ಖಂಡಿತ ಬರುವವನಿದ್ದ... ಈ ರೀತಿ ಭುಜದಲ್ಲಿ ಬಲವಿದ್ದವರು ಕಾದಿ ಗೆದ್ದು ವರಿಸಿ ನನ್ನ ಮಕ್ಕಳನ್ನು ಎಂಬ ಕೆಣಕುವ ಮಾತೊಂದು ಇಲ್ಲದಿದ್ದಲ್ಲಿ...

ವಿಚಾರಮಾಡಿ... ಏನು ಹಸ್ತಿನೆಗೆ ಹೆಣ್ಣುಗಳ ಬರಗಾಲವಿತ್ತೇ ಹೇಳಿ...? ಹೇಳಿ ಕೇಳಿ ಶತಶತಮಾನಗಳ ಸಂಪದ್ಭರಿತ ರಾಜವಂಶ... ಚಕ್ರವರ್ತಿಗಳು ಬೇರೆ... ಬೇಡ ಹಸ್ತಿನೆಯ ಹೆಣ್ಣು ಮಕ್ಕಳೇ ಬೇಡ... ಅಲ್ಲೇ ಹತ್ತಿರದ ಮದ್ರದೇಶ...

ಮುಂದೆ ಹುಟ್ಟಿದ ಪಾಂಡುವಿಗೆ ಅದ್ಭುತ ಮೋಹಿನಿಯೇ ಬೇಕೆಂದುಕೊಂಡು ಶಲ್ಯ ಸಹೋದರಿಯಾದ ಮಾದ್ರಿಯನ್ನು ಅದೇ ಮದ್ರದಿಂದಲ್ಲವೇ ತಂದದ್ದು... ಪರಮಸುಂದರಿಯರಿಗೇ ಹೆಸರಾದ ನಾಡದು... ಇಂದಿಗೂ ಕೂಡ...

ಮಾದ್ರಿಯ ಸೌಂದರ್ಯವಲ್ಲವೇ ಪಾಂಡುವಿನ ಅಂತ್ಯಕ್ಕೆ ಕಾರಣವಾದದ್ದು...?

ಭೀಷ್ಮರಿಗೆ ಮದ್ರ ಹತ್ತಿರವೋ...? ಕಾಶಿ ಹತ್ತಿರವೋ ತಣ್ಣಗೆ ಯೋಚಿಸಿ...

ಬರಿದೇ ಭೀಷ್ಮರನ್ನು ಜರಿದೇನು ಫಲ ಹೇಳಿ...?

ಕೆಣಕಿದ್ದು ಪ್ರತಾಪಸೇನ... ಅತಿಬಲವಂತನನ್ನು ದೂರವಿಟ್ಟು ಉಳಿದವರನ್ನು ಆಹ್ವಾನಿಸಿದಾಗ ಆದ ಅನಾಹುತವಿದು... ಯಾಕೆ ಈ ಮಾತು ಗೊತ್ತೇ...?

ಹಸ್ತಿನೆಯ ಅಂತಃಪುರದ ಮೂಲೆಯಲ್ಲಿ ಒಂದು ವಿಕಾರ ಭಾವ ನಗುತ್ತಿತ್ತು... ಈ ಮಾತಿನ ನಿಜಾರ್ಥದ ಅನಾವರಣ ಮುಂದೆ ಹೇಳುತ್ತೇನೆ... ಅಲ್ಲಿಯವರೆಗೆ ಮನದ ಒಂದು ಮೂಲೆಯಲ್ಲಿರಲಿ ಈ ಮಾತು...

ನನ್ನ ಈ ಕಥಾನಕದಲ್ಲಿ ಒಮ್ಮೆಯೂ ಅಂಬೆಯನ್ನು ನಡತೆಗೆಟ್ಟವಳೆಂದು ಎಲ್ಲೂ ಬಿಂಬಿಸಲಾರೆ... ಸಾಧ್ಯ ಇದ್ದಷ್ಟು ಮಟ್ಟಿಗೆ ಅವಳ ಪಾತ್ರಕ್ಕೆ ನ್ಯಾಯ ಒದಗಿಸುತ್ತೇನೆ... ವ್ಯಾಸಭಾರತದ ಮಿತಿಯಲ್ಲಿ... ಕೆಲವೊಮ್ಮೆ ಅದನ್ನೂ ಮೀರಿ...

ಹಾಗೇ ಭೀಷ್ಮರನ್ನೂ ಅನ್ಯಾಯವಾಗಿ ದೂಷಿಸಲಾರೆ... ಆ ಪಾತ್ರಕ್ಕೂ ನನ್ನ ಕೈಯಲ್ಲಿ ಸಾಧ್ಯವಿದ್ದಷ್ಟು ಖಂಡಿತ ನ್ಯಾಯ ಒದಗಿಸುತ್ತೇನೆ...

ಉಳಿದ ಪಾತ್ರಗಳು ನಗಣ್ಯ...

ಒಂದು ಪಾತ್ರವನ್ನಂತೂ ನೀವು ಕಂಡು ಕೇಳದ ಪೂರ್ತಿ ಚಿತ್ರಣವನ್ನೇ ಬಹಿರಂಗ ಗೊಳಿಸುತ್ತೇನೆ... ಇಲ್ಲಿ ಹಾಗಾದರೆ ಈ ದುರಂತಕ್ಕೆ ಕಾರಣರಾರು...? ಒಂದಂಶದಲ್ಲಿ ಪ್ರತಾಪಸೇನನೇ... ಹೌದು ಸಂದೇಹವೇ ಇಲ್ಲ.

ಆದರೆ... ಆತ ಮಾತ್ರ ಅಲ್ಲ... ಬಹು ಮುಖ್ಯವಾದ ಬೇರೆಯೇ ವಿಚಾರವಿದೆ ಇಲ್ಲಿ... ಅದೇ ಈ ಕಥಾನಕದ ಮುಖ್ಯ ತಿರುಳು... ಬಹಳ ಸ್ವಾರಸ್ಯವಿದೆ... ಈಗ ಹೇಳಿ ಕಥಾನಕದ ಸ್ವಾರಸ್ಯ ಹಾಳು ಮಾಡಲಾರೆ... ಮುಂದೆ ಹೇಳುತ್ತೇನೆ...

***

ಕಾಶೀಸಾಮ್ರಾಜ್ಯದ ಊರ ಹೊರವಲಯದ ಕೋಟೆಯ ಮಹಾದ್ವಾರದ ಹೊರಗೆ ವಿಶಾಲವಾದ ಮೈದಾನ... ಅದರ ಸುತ್ತ ಪೂರ್ಣ ಚಂದ್ರಾಕೃತಿಯಲ್ಲಿ ಅಂತರಂತರವಾಗಿ ಕಟ್ಟಿದ ಅಟ್ಟಣಿಗೆಯ ಕ್ರೀಡಾಂಗಣ... ಮಧ್ಯೆ ವಿಸ್ತೃತ ಬಯಲಿನಲ್ಲಿ ಸೇರಿದ ವೀರ ಕ್ಷತ್ರಿಯರ ಗುಂಪು...

ಆ ಬಯಲು ಕ್ರೀಡಾಂಗಣದ ಪಶ್ಚಿಮಭಾಗಕ್ಕೆ ಪ್ರವೇಶದ್ವಾರದ ಮೇಲೆ ಮದುವೆ ಮಂಟಪ ನಿರ್ಮಿಸಲಾಗಿತ್ತು... ಮೇಲಟ್ಟಣಿಗೆಯಲ್ಲಿ ರಾಜಕುವರಿಯರನ್ನು ಕೂಡಿಕೊಂಡ ರಾಜ ಪರಿವಾರ ಆಸೀನವಾಗಿತ್ತು. ಸುತ್ತಲೂ ಅಂತರಂತರದ ಅಟ್ಟಣಿಗೆಗಳಲ್ಲಿ ಲಕ್ಷಲಕ್ಷಾಂತರ ಜನಸಮೂಹ ಈ ಸ್ಪರ್ಧೆಯನ್ನು ವೀಕ್ಷಿಸಲು ಸೇರಿ ಕೂತಾಗಿತ್ತು.

ಸರಿ ನೂರಾರು ರಾಜಕುವರರು ತಮ್ಮ ತೋಳ್ಬಲ ತೋರಲು ಬಯಲು ಪ್ರವೇಶ ಮಾಡಿದರು. ಸ್ವಲ್ಪ ಹೊತ್ತು ನಡೆಯಿತು ದೊಂಬರಾಟ. ಕೋತಿ ಕುಣಿತದಂತೆ. ಯಾವುದೇ ಫಲಿತಾಂಶ ಬರದಿದ್ದರೂ ಕಾಶಿನಿವಾಸಿಗಳಿಗೆ ಮನೋರಂಜನೆ ಆದದ್ದಂತೂ ಸತ್ಯ.

ಈಗ ತಡೆಯಲಾಗಲಿಲ್ಲ ವೀರ ಸಾಲ್ವನಿಗೆ... ಎದ್ದು ಘರ್ಜಿಸಿದ...

ಥೂ... ಏನೋ ಜನ್ಮ ನಿಮ್ಮದೆಲ್ಲಾ...? ನಿಮ್ಮದೂ ಒಂದು ಪೌರುಷವೇ...? ಇದೂ ಒಂದು ಸ್ಪರ್ಧೆಯೇ...?

ಏಯ್ ಕೇಳು ಮುದುಕಾ. ನಿನ್ನ ಆಹ್ವಾನ ಪಡೆದು ಬಂದವನಲ್ಲ ನಾನು... ಹೀಗಾಗಿ ನಿನ್ನ ಯಾವ ಉಪಚಾರದ ಅಗತ್ಯವೂ ಇಲ್ಲ .

ಬಲವಿದ್ದವರಿಗೆ ಪಾರಿತೋಷಕ ತಾನೇ ನಿನ್ನ ಮಕ್ಕಳು? ಈ ಆರ್ಯದೇಶದ ಈ ನಾಯಿನರಿ ಹಿಂಡುಗಳೆನ್ನೆಲ್ಲಾ ಒತ್ತಟ್ಟಿಗಿಡು. ಆ ಕಡೆಯಲ್ಲಿ... ಈ ಕಡೆಯಿಂದ ನಾನೊಬ್ಬನೇ ಸೌಭದಧಿಪತಿ ಬ್ರಹ್ಮದತ್ತ. ನೋಡಿಯೇ ಬಿಡುತ್ತೇನೆ ಈ ಕುರಿಮಂದೆಯ ಪೌರುಷ... ಒಪ್ಪಿಗೆಯೇ...? ಸವಾಲೊಡ್ಡಿದ ಸಾಲ್ವ.

ತಲೆ ಗಿರ್ರನೆ ತಿರುಗಲಾರಂಭಿಸಿತು ಕಾಶಿಯ ದೊರೆಗೆ, ವಿಶ್ವನಾಥಾ ಏನು ಆಗಬಾರದು ಎಂದು ಎಣಿಸಿದೆನೋ ಅದೇ ಆಯಿತಲ್ಲ... ಈ ಶನಿ ಎಲ್ಲಿಂದ ವಕ್ಕರಿಸಿದ? ಸವಾಲು ಬೇರೆ ಹಾಕುತ್ತಿದ್ದಾನೆ. ನಿನ್ನಿಚ್ಛೆ ಶಿವನೇ ಎಂದ ದೊರೆ ನಿರ್ವಾಹವಿಲ್ಲದೇ ಅನುಮತಿ ಕೊಟ್ಟ.

ನಿಜಕ್ಕೂ ವೀರಾಗ್ರಣಿಯೇ ಹೌದು ಸಾಲ್ವ. ಸಮರವೊಂದು ನಡೆದೇ ಹೋಯಿತು. ಇಡೀ ಆರ್ಯಾವರ್ತದ ಅರಸುಮಕ್ಕಳ ಹೆಡೆಮುರಿ ಕಟ್ಟಿ ಅಡ್ಡಕೆಡೆದು ಮೆಟ್ಟಿ ಎದೆಯುಬ್ಬಿಸಿ ನಿಂತ.

ಇತ್ತ ಅಂಬೆಗೋ ಆನಂದಾತಿರೇಕದಲ್ಲಿ ಎಷ್ಟು ಹೊತ್ತಿಗೆ ಮಾಲೆ ಹಾಕುತ್ತೇನೋ ಎಂಬ ಭಾವ... ಇದನ್ನು ಗಮನಿಸಿ ಮತ್ತೂ ಉತ್ಸಾಹಭರಿತನಾದ ಸಾಲ್ವ ಗುಡುಗಿದ.

ಛೀ... ನೀವೆಲ್ಲಾ ಆರ್ಯರು ಗಂಡಸರೇನೋ...? ಯಾವ ಪುರುಷಾರ್ಥಕ್ಕೆ ನಿಮಗೆ ಶಸ್ತ್ರಾದಿಗಳು? ಮದುವೆ ಬೇರೆ ಕೇಡು ನಿಮಗೆ... ಹೆಣ್ಣು ಬೇಕೇ ನಿಮಗೆ ಶ್ವಾನಗಳೇ? ಹೀನಾಯವಾಗಿ ಜರಿದ ಸಾಲ್ವ ಮತ್ತೂ ಸುಮ್ಮನಿರಲಿಲ್ಲ...

ಕೇಳಿ ಕಾಶಿಯ ಜನಪದವೇ... ನಾನು ಸೌಭಾಧಿಪತಿ ಸಾಲ್ವ... ನಿಮ್ಮಲ್ಲಿ ನಿಜ ಆರ್ಯರಕ್ತಕ್ಕೆ ಜನಿಸಿದವರು ಯಾರಾದರೂ ಇದ್ದರೆ ಅಥವಾ ನಿಮ್ಮಲ್ಲಿ ನಿಜಪುರುಷರು ಯಾರಾದರೂ ಇದ್ದದ್ದೇ ಹೌದಾದರೆ ನನ್ನನ್ನು ಗೆದ್ದು ಈ ರಾಜಕುವರಿಯರನ್ನು ವರಿಸಿ...

ಕೆಟ್ಟು ಕೆಣಕಿದ ಖೂಳ ಸಾಲ್ವ...

ಇಡೀ ಕಾಶಿಯೇ ಅವಮಾನದಿಂದ ತಲೆ ತಗ್ಗಿಸಿತು... ಆ ಹೊತ್ತಿಗೆ ಗಡಗಡನೆ ನೆಲವದುರಿತು... ಕೋಟೆಯ ಬಾಗಿಲ ಬಳಿ ರಥವಿಳಿದು ನಡೆದುಕೊಂಡು ಬಂದನೊಬ್ಬ ಆಜಾನುಬಾಹು... ಮುಖ ಬೆಂಕಿಯ ಕೆಂಡದಂತೆ ನಿಗಿನಿಗಿಯಾಡುತ್ತಿತ್ತು... ದೈತ್ಯದೇಹಿಯಾದ ಸಾಕ್ಷಾತ್ ಯಜ್ಞೇಶ್ವರನಂತಿದ್ದ ಆ ವರ್ಚಸ್ವೀ ಯುವಕ ಗಜಪಾದದ ತನ್ನ ಹೆಜ್ಜೆಯಿಟ್ಟು ಇತ್ತ ಕಡೆ ಬರುತ್ತಿದ್ದರೆ ಇಡೀ ಕಾಶಿ ನಡುಗಿ ಹೋಯಿತು...

ದ್ವಾರಪಾಲ ಕೂಗಿಕೊಂಡ...

ಕೇಳೀ... ಆರ್ಯರ ಕುಲಕೇಸರೀ... ಪ್ರತಾಪದಲ್ಲಿ ನರಶಾರ್ದೂಲ... ಸಹಸ್ರ ಗಜಸಿಂಹ ತ್ರಾಣಿ... ಧೀಶಕ್ತಿಯ ಬ್ರಹ್ಮಾಂಡ ತೇಜಸ್ವೀ... ದೇವರಿಂದಲೇ ಭೀಷ್ಮನಾಮಕ ಅಭಿಧಾನ ಪಡೆದ ತ್ಯಾಗದ ಮೇರುಗಿರಿ ಶಂತನುಸೂನು... ಗಂಗಾತರಳ.. ಭರತಭೂಮಿಯ ವೀರಮಾರ್ತಾಂಡ.. ಹಸ್ತಿನಾವತಿಯ ಚಕ್ರೇಶ್ವರ... ದೇವವ್ರತ ಒಡೆಯರು ಚಿತ್ತೈಸುತ್ತಿದ್ದಾರೇ...

ವಿಶ್ವನಾಥ ಮೌನಿಯಾದ...

ಹಿಮವಂತ ಬೆವರಿ ನೀರಾದ...

ಮಂದಮಾರುತ ಬೆದರಿ ಸ್ತಬ್ಧನಾದ...

ಗಂಗೆ ಕಂಗೆಟ್ಟು ಹೋದಳು...

ಹಿಮಾಲಯದ ಗುಹಾಗಹ್ವರಗಳಲ್ಲಿ ಕುಳಿತು ನಿದ್ರಿಸಿದ್ದ ಬಾನಾಡಿಗಳೆಲ್ಲ ಹೆದರಿ ಪುರ್ರನೆ ಪುಟಪುಟನೆ ಹಾರಿಹೋದವು...

***

ಭೀಷ್ಮರ ಬಗೆಗಾಗಿನ ಕೆಲವು ಕುಹಕಗಳಿವೆ. ಅದಕ್ಕೆ ಭೀಷ್ಮರ ಅಭಿಮಾನಿಯಾದ ನಾನು ಭೀಷ್ಮರನ್ನು ಸಮರ್ಥಿಸಿಕೊಳ್ಳಬೇಕಾದ ಅಗತ್ಯ ನನ್ನ ಪಾಲಿಗೆ.

ಈಗ ಒಮ್ಮೆ ಹಸ್ತಿನೆಯತ್ತ ಸಾಗಿ ಮತ್ತೆ ಕಾಶಿಗೆ ಬಂದರೆ ಹೇಗೆ?

ಸರಿ... ಹೊರಟಾಯಿತು ಹಸ್ತಿನೆಗೆ... ಹಸ್ತಿನೆಯ ಮೂಡಣದಲ್ಲಿ ಬಾಲಭಾಸ್ಕರ ಬಿಕ್ಕುತ್ತಾ ತನ್ನ ಕಿರಣ ಬೀರಿದ್ದ... ಹಸ್ತಿನೆಯ ಕುರುಕ್ಷೇತ್ರದ ಬಯಲೇ ರುಧಿರದ ಹೊಳೆಯಾಗಿ ಹರಿಯುತ್ತಿರುವಾಗ ಈ ಅರುಣ ಕಿರಣಗಳು ಆ ರಕ್ತಾಂಬುಧಿಯ ಮೇಲೆ ಬಿದ್ದು ಪ್ರತಿಫಲನವಾದರೇ ಇಡೀ ಹಸ್ತಿನೆಯೇ ಕೆಂಪು ಕೆಂಪು. ಭಯಂಕರವಾಗಿದ್ದ ದೃಶ್ಯವದು. ಆ ಕೃಷ್ಣಾ ಎಚ್ಚರಾಯಿತು ಅಜ್ಜಯ್ಯನಿಗೆ. ಕಣ್ಣಿಗೆ ಸೂಜಿಯಂತೆ ಚುಚ್ಚುತ್ತಿವೆ ರವಿಯ ಕಿರಣಗಳು... ಕಣ್ಣು ಬಿಡಲಾಗುತ್ತಿಲ್ಲ... ಸಹಸ್ರ ಶರಗಳು ಚುಚ್ಚಿದರೂ ನೋವಾಗದ ಭೀಷ್ಮರಿಗೆ ಉದಯರವಿಯ ಕಿರಣಗಳು ಪ್ರಾಣಾಂತಿಕ ವೇದನೆ ಕೊಡುತ್ತಿದ್ದವು... ಅರೆರಾತ್ರಿಯಿಂದ ಕಾಶಿಯ ಗತಚರಿತ್ರೆ ಎಲ್ಲವೂ ನೆನಪಾಗುವ ಹೊತ್ತಿಗೆ ಬೆಳಗಾಗಿ ಎಚ್ಚರಾಗಿತ್ತು...

ಭಾಸ್ಕರಾ... ಅದೇಕೆ ದಿನವೂ ಬೆಳಗಾಗಿ ನನ್ನ ಪ್ರಾಣ ಹಿಂಡುವೆ ಹೇಳು... ಈ ರಾತ್ರಿಯಾದರೂ ನನ್ನ ಕೊನೆಯ ರಾತ್ರಿಯಾಗಬಹುದೆಂದು ಎಣ್ಣಿದರೆ ಪುನಃ ಬೆಳಗಾಗಿ ನನ್ನ ಚುಚ್ಚುವೆಯಾ ರವೀ...?

ಅಯ್ಯೋ ಇನ್ನೆಷ್ಟು ಹೆಣ ನೋಡಬೇಕು ನಾನು...? ಕಟ್ಟಿಬೆಳೆಸಿ ಕಂಬವಾಗಿ ಎತ್ತಿ ಹಿಡಿದ ಹಸ್ತಿನೆಯ ಗತಿ ಈಗ ಸ್ಮಶಾನದಂತೆ... ಅಯ್ಯೋ ಕೃಷ್ಣಾ ಕೌರವನೂ ಗತಿಸಿದನಂತೆ...

ಶ್ರೀಹರೀ ನಿನ್ನೆಣಿಕೆಯಂತೇ ನಾನು ಅನುಭವಿಸಲಿಕ್ಕೇ ಬಂದವನಲ್ಲವೇ...? ಬಿಡು ಅನುಭವಿಸಿಯೇ ತೀರುತ್ತೇನೆ... ಆದರೆ ಒಂದು ಹಸುವಿನ ಕಣ್ಣೀರಿಗೆ ಲಕ್ಷಾಂತರ ಪಾಪದ ಜೀವಿಗಳ ಮಾರಣವೇ ಮುರಾರೀ...? ಇದು ನ್ಯಾಯವೇ...?

ಸರಿ.. ಬೇಡಿಕೆ ಇಟ್ಟ ವಸುವಿನ ಮಡದಿಯೂ ಹೆಣ್ಣಲ್ಲವೇ ಹೇಳು... ಅವಳಿಗೇಕೆ ಆ ದುರ್ಬುದ್ಧಿ ಕೊಟ್ಟೆ ನೀನು...? ನಂತರ ಘಟಿಸಿದ ಘಟನೆಗಳಿಗೆಲ್ಲಾ ನನ್ನನ್ನೇ ಹೊಣೆಯಾಗಿಸಿ ಈಗ ಈ ಮಟ್ಟದ ರಕ್ತದೋಕುಳಿಯ ಮಧ್ಯೆ ನನ್ನನ್ನು ಜೀವಂತ ಶವವಾಗಿಸಿದೆಯಾ ಕೃಷ್ಣಾ...?

ನನ್ನನ್ನು ಕಾಶಿಗೆ ಕಳುಹಿಸಲು ಬಲವಂತ ಮಾಡಿದ್ದೂ ಹೆಣ್ಣಲ್ಲವೇ...ಈಗ ಎಲ್ಲರೂ ಸೇರಿ ಭೀಷ್ಮ ಅಂಬೆಗೆ ಅನ್ಯಾಯ ಮಾಡಿದ ಎಂದು ಪ್ರಶಸ್ತಿ ಕೊಟ್ಟಿರಲ್ಲವೇ...?

ನಗುತ್ತಾರೆ ಅಜ್ಜಯ್ಯ...

ಹಹಾ ಮಾಧವಾ... ಜೀವಿಗಳ ಭಾವನೆಗಳಲ್ಲಿ ಆಟವಾಡುತ್ತೀಯಾ...?

ಬಿಡು ಇನ್ನೇನು ಅರೆ ಕ್ಷಣ ಉಳಿದಿದೆ ನನಗೆ. ಯಾರಲ್ಲಿ ಸಮರ್ಥಿಸಲಿ? ನನ್ನ ಕಥೆ ಕೇಳಲು ಉಳಿದವರು ಯಾರು ಈ ರಣಧಾರಿಣಿಯಲ್ಲಿ?

ಹೌದು ಉಪರಿಚರ ವಸುವಾಗಿ ನಾನೆಡವಿದ್ದು ಹೌದೇ ಹೌದು. ಅಷ್ಟಕ್ಕೇ ಈ ಪರಿ ಹಿಂಸೆಯೇ? ನಂದಿನಿಯ ಒಂದು ಹನಿ ರಕ್ತಕ್ಕೆ ಕಾಶಿಯ ಗಂಗೆಯೂ ಹಸ್ತಿನೆಯ ಯಮುನೆಯೂ ಕೆಂಪಾಗಬೇಕಾಯಿತೇ ತಂದೇ?

ರೋದಿಸುತ್ತಾ ಮಲಗುವ ಮಕ್ಕಳಂತೆ ಅಲ್ಲೇ ಕಣ್ಣೀರಿನೊಂದಿಗೆ ಕಣ್ಣು ಮುಚ್ಚಿ ಹೋಯಿತು ಅಜ್ಜಯ್ಯನಿಗೆ. ಪುನಃ ಕಾಶಿಯ ಘಟನೆಗಳೆಲ್ಲಾ ಅನಾವರಣಗೊಂಡವು ಭೀಷ್ಮರ ಅಂತಃಪಟಲದಲ್ಲಿ...

***

ಗುಸು ಗುಸು ಪಿಸು ಪಿಸುನುಡಿ ಪ್ರಾರಂಭವಾಯಿತು ಕಾಶಿನಿವಾಸಿಗಳಲ್ಲಿ... ಇವರೇ ಗಂಗಾತನಯರಂತೆ... ಆಚಾರ್ಯ ಭೀಷ್ಮರಂತೆ...

ಇತ್ತ ಗಂಜಗಾಂಭೀರ್ಯದಿಂದ ಒಳಾಂಗಣ ಪ್ರವೇಶಿಸಿದ ಭೀಷ್ಮರು ನೇರ ಮದುವೆ ಮಂಟಪದ ಮೇಲ್ಮಾಳಿಗೆ ಏರಿಯೇ ಬಿಟ್ಟರು... ಉಸಿರು ಗಂಟಲಲ್ಲಿ ಸಿಕ್ಕಿಹಾಕಿಕೊಂಡಿತು ಪ್ರತಾಪಸೇನ ದೊರೆಗೆ...

ತೊದಲುತ್ತಾ ಬಬಬ ಬರಬೇಕು ಚಕ್ರೇಶ್ವರ... ಎನ್ನುತ್ತಾ ಅಡ್ಡಬಿದ್ದ...

ಭೀಷ್ಮರು ಆ ಗೌರವದ ಪ್ರಣಾಮಗಳನ್ನು ಸ್ವೀಕರಿಸಿ ತಾನೂ ಪ್ರಣಾಮ ಸಲ್ಲಿಸಿ ಬೇರಾವ ಭಾವನೆಗಳನ್ನೂ ತೋರದೆ ವಿಶಾಲ ಬಯಲಿಗೆ ಮುಖಮಾಡಿ ನಿಂತರು ಪುರುಷಸಿಂಹ...

ನೆರೆದಿದ್ದ ಅರಗುವರ ಎದೆಯಲ್ಲಿ ಡಬಡಬ.. ನೇರ ದೃಷ್ಟಿ... ಉನ್ನತ ಶಾರೀರ ಗಾಂಭೀರ್ಯ... ನಿಂತ ನಿಲುವಿನ ನೋಟದಲ್ಲೇ ಯಾರೂ ತಲೆ ಬಾಗಬೇಕು... ಹಾಗಿತ್ತು ಭೀಷ್ಮರ ನಿಂತ ನಿಲುವು... ಇಡೀ ಕಾಶಿಯ ಜನಪದ ಈ ಚಕ್ರೇಶ್ವರನಿಗೆ ತಲೆಬಾಗಿತು...

ಈಗ ಹೊರಟಿತು ಸಿಂಹನಾದ ಆಚಾರ್ಯರ ಬಾಯಿಯಿಂದ...

ನನ್ನ ಜನ್ಮದಾತೆಯಾದ ಮಾತೆಗಂಗೆಯು ಹರಿದು ಪಾವನವಾಗಿಸಿದ ಸ್ವರ್ಣಚರಿತ್ರೆಯ ಕಾಶಿಯ ಓ ಜನಪದವೇ ಗಂಗಾಕುವರ ದೇವವ್ರತ ಮಾಡುವ ಶ್ರದ್ಧೆಯ ಪ್ರಣಾಮಗಳನ್ನು ಸ್ವೀಕರಿಸಿ...

ಇದರೊಂದಿಗೇ ಪ್ರಭು ಪ್ರಾಣನಾಥನಾದ ವಿಭು ವಿಶ್ವನಾಥನನ್ನೂ...

ಜನುಮಕೊಟ್ಟು ತುತ್ತಿನ ಅಗುಳಿಟ್ಟು ಸಾಕಿದ ಅಬ್ಬೆ ಅವಿನಾಶಿ ಭಾಗೀರಥಿಯನ್ನೂ...

ನಿಂತ ನಿಲುವಲ್ಲೇ ಈ ನಾಡನ್ನು ಸದಾ ತಂಪಾಗಿಸಿ ಕಾಪಿಡುವ ಹಿಮವಂತನ್ನೂ... ಸೇರಿಸಿ ಇವರೆಲ್ಲರಿಗೂ ಈ ಭರತ ಭೂಮಿಯಲ್ಲೇ ಶ್ರೇಷ್ಠತೆ ಜ್ಯೇಷ್ಠತೆ ಕಾಯ್ದುಕೊಂಡ ಭಾರತ ಕುಲದ ಕುಲೋದ್ಧಾರಕನೂ... ಇಡೀ ಭಾರತವರ್ಷದ ಮಹಾಸೇನಾನಿಯೂ... ಯಜ್ಞೇಶ್ವರ ಸ್ವರೂಪಿಗಳಾದ ಭಾರ್ಗವಗೋತ್ರಜ ಪರಶುರಾಮರ ಪ್ರಿಯ ಶಿಷ್ಯನೂ... ಶಂತನು ಚಕ್ರವರ್ತಿಗಳ ಪ್ರಿಯ ಕುಮಾರನೂ ಸದಾ ದೇವಾನಾಂಪ್ರಿಯನಾದ ನಾನು ಆಚಾರ್ಯ ಭೀಷ್ಮ ಮನಸಾ ಭಕುತಿಯಿಂದ ತಲೆಬಾಗುತ್ತಿದ್ದೇನೆ...

ಕಂಚಿನಕಂಠದಲ್ಲಿ ಗಡುಸಾದ ಭೇರಿ ನಿನಾದದಂತೆ ಯಾವುದೇ ಅಡೆತಡೆಗಳಿಲ್ಲದೆ ಅಸ್ಖಲಿತ ಸಿಂಹಘರ್ಜನೆಯಂತೆ ಭೀಷ್ಮರು ಮಾತನಾಡುತ್ತಿದ್ದರೆ ಇಡಿ ಕಾಶಿಯೇ ತಲೆದೂಗಿತು... ವಿಶ್ವೇಶ್ವರ ನಕ್ಕ... ಹಿಮವಂತ ಭಲೇ ಎಂದ... ಗಂಗಾಭವಾನಿ ಮಗನನ್ನು ತಬ್ಬಿಕೊಳ್ಳಲು ಮಮತೆಯಿಂದ ಉಕ್ಕಿ ಹರಿದಳು...

ಎಲ್ಲರೂ ಭೂತದರ್ಶನವಾದಂತೆ ಬಿಡುಗಣ್ಣಿನಿಂದ ನೋಡುತ್ತಾ ಉಸಿರಾಡಲೂ ಧೈರ್ಯವಿಲ್ಲದೆ ನಿಂತು ಬಿಟ್ಟರು. ಕೂರಲೂ ಧೈರ್ಯವಿರಲಿಲ್ಲ ಅರಸು ಮಕ್ಕಳಿಗೆ.

ಈಗ ಭೀಷ್ಮರು ಸಿಡಿಲಿನಂತೆ ಗುಡುಗುತ್ತಾರೆ.

ಯಾರದು? ವಿಶ್ವವನ್ನೇ ಜ್ಞಾನದ ಪ್ರಭೆಯಿಂದ ಬೆಳಗಿಸಿದ ವೀರ ಆರ್ಯರ ಗಂಡುತನದ ಬಗ್ಗೆ ಪ್ರಶ್ನಿಸಿದ ಭಂಡನಾರು? ಎಲ್ಲಿದ್ದಾನೆ?

ಈಗ ಸಾಲ್ವ ಬಂದ ಎದುರಿಗೆ... ಬಂದು ಹೇಳಿದ...

ನಾನೇ ಹೇಳಿದ್ದು... ಇಲ್ಲೇ ಇದ್ದೇನೆ... ಏನೀಗ ? ಭಂಡ ನಿನ್ನಪ್ಪ.

ಕಾಲರುದ್ರ ಆರ್ಭಟಿಸಿದಂತಾಯಿತು ಒಮ್ಮೆ ಹಸ್ತಿನೆಯ ಇತಿಹಾಸದಲ್ಲೇ ಚಕ್ರವರ್ತಿಗಳಿಗೆ ಈ ರೀತಿಯ ಭಾಷೆಯೊಂದು ಪ್ರಯೋಗವಾಗಿರಲಿಲ್ಲ .

ಸಭೆಗೆ ಕೈ ಮುಗಿದು ವಿನಮ್ರವಾಗಿ ನಿಂತಿದ್ದ ಆಚಾರ್ಯ ಭೀಷ್ಮರು ಭಂಡ ನಿನ್ನಪ್ಪ ಎಂಬ ಮಾತು ಕೇಳಿ ಸ್ವಲ್ಪವೂ ವಿಚಲಿತರಾಗದೆ ಅದೇ ಗಜಗಾಂಭೀರ್ಯದಲ್ಲಿ ಮುಖ ತುಸು ಓರೆಯಾಗಿಸಿ ಕಿರುಗಣ್ಣಿನಿಂದ ಶಬ್ದ ಬಂದತ್ತ ಮುಖಮಾಡುತ್ತಾರೆ...

ಕಣ್ಣುಗಳಲ್ಲಿ ತಾತ್ಸಾರಭಾವ ಹೊರಹೊಮ್ಮಿತು... ಮುಖ ಗಂಟಾಗುತ್ತಾ ಸಾಗಿತು...

ಛೀ... ದಸ್ಯುಗಳ ರಕ್ತ ಹಂಚಿಕೊಂಡ ಕ್ಷತ್ರಿಯಮುಖವಾಡ ಧರಿಸಿದ ನೀಚನಲ್ಲವೇ ನೀನು? ನಿನ್ನ ಬಾಯಿಂದ ಬೇರಾವ ಮಾತು ಬರಲು ಸಾಧ್ಯ? ಬುದ್ಧಿಃ ಕರ್ಮಾನುಸಾರಿಣೀ ಎಂಬ ಮಾತಿನಂತೆ ನಿನ್ನ ಬುದ್ಧಿಯೇ ನಿನ್ನ ಚಾರಿತ್ರ್ಯ ತೋರುತ್ತಿದೆ ಶ್ವಾನವೇ...! ಹೇಗೂ ಪುನಃ ಸೌಭಕ್ಕೆ ನೀನು ಮರಳುವುದಿಲ್ಲ ಬಿಡು. ನಿನಗೆಲ್ಲಿಯ ಪೌರುಷ...? ನಿನ್ನದೂ ಒಂದು ಜನ್ಮವೇನೋ ಥೂ?

ಸಿಂಹವೊಂದು ಘರ್ಜಿಸಿದಂತಾಯಿತು ಕಾಶಿಗೆ. ಸೇರಿದವರಿಗೆಲ್ಲ ಗ್ರಹಣ ಬಡಿದಂತಾಯಿತು. ಜಿಂಕೆಮರಿಗಳಂತಿರುವ ರಾಜಕುವರಿಯರು ಗಡಗಡಿಸಿ ಹೋದರು...

ಈಗ ಸಾಲ್ವ ಸುಮ್ಮನಿರುತ್ತಾನೆಯೇ ಹೇಳಿ... ಮೊದಲೇ ಕೊಚ್ಚೆ...!!! ಕಲ್ಲು ಹಾಕಿದರೆ ಹಾಕಿದವರ ಮೈಮೋರೆಗಳ ಮೇಲೇ ಕೊಳಕು ತಾನೇ...??

ಇಲ್ಲೂ ಹಾಗೇ ಆಯಿತು... ಮತ್ತೂ ವಿಕೃತವಾಗಿ ಛೇಡಿಸುತ್ತಾನೆ...

ಹಹಹಾ... ಏನಂದೆ...? ನನ್ನದು ಬೆರಕೆಯ ರಕ್ತವೆಂದೆಯಾ ಶಂತನು ಪಿಂಡವೇ...?

ನಿನ್ನದು ಯಾವ ಶುದ್ಧ ಪರಂಪರೆಯೋ...? ನಿನ್ನಪ್ಪ ವರಿಸಿದ ಗಂಧವತಿಗೊಂದು ಆಕೆಯ ವಿವಾಹ ಪೂರ್ವದಲ್ಲಿ ನದೀತೀರದಲ್ಲಿ ಅನೈತಿಕವೊಂದು ಜನಿಸಿತಲ್ಲ... ಅದರ ಹಿನ್ನೆಲೆ ಏನೋ...?

ಅವಳನ್ನೇ ತಂದು ವಿವಾಹವಾದದ್ದಲ್ಲವೇ ನಿನ್ನಪ್ಪ?

ಈಗ ಈ ರಾಜಕುವರಿಯರನ್ನು ಯಾರಿಗೆ ಮಾರಲು ಕೊಂಡೊಯ್ಯುತ್ತಿರುವೆ...?

ನಿನಗಂತೂ ವಿವಾಹವಾಗುವ ಯೋಗವಿಲ್ಲ! ನಿನ್ನ ಪಾಲು ಪೂರ್ತಿ ನಿಜ ಭಂಡ ನಿನ್ನಪ್ಪನೇ ಅನುಭವಿಸಿ ಬಿಟ್ಟ. ಈಗ ಅವನಿಲ್ಲ ಬಿಡು... ಹಹಹಹಾ ಗೊತ್ತಾಯಿತು ಸನ್ಯಾಸಿಯೇ... ಹೆಣ್ಣುಗಳಿಲ್ಲದ ಹಸ್ತಿನೆಗೆ ಸನ್ಯಾಸಿಯೊಬ್ಬರು ಹೆಣ್ಣುಗಳನ್ನು ಕರೆದೊಯ್ಯಲು ಭೀಷಣ ಪ್ರತಿಜ್ಞೆಗೈದು ಬಂದಿದ್ದಾರೆ. ಯಾರು?

ಅವರೇ... ಓ ಇವರು ಭೀಷ್ಮರು... ಹೋ ದೊಡ್ಡ ಭರತ ವಂಶ... ಇವರೆಲ್ಲ ಶುದ್ಧಾರ್ಯ ರಕ್ತದವರು...

ಮದಿರೆಕುಡಿದ ಮರ್ಕಟನಂತೆ ಕುಣಿಕುಣಿದು ಫೂತ್ಕರಿಸಿ ಛೇಡಿಸಿದ ಸಾಲ್ವ...

ಇಡೀ ಕಾಶಿಯೇ ಬಿಳುಚಿಹೋಯಿತು ಈ ಮಾತಿಗೆ... ಏನೋ ಒಂದು ಮಹಾಪ್ರಳಯವೇ ಆಗುವುದೀಗ ಎಂಬ ನಿರ್ಧಾರಕ್ಕೆ ಬಂದವರಂತೆ ಬೆಪ್ಪಾಗಿ ನಿಂತರು ಸಭಿಕರೆಲ್ಲ...

ಈಗ ಭೀಷ್ಮರಿಗೆ ತಡೆಯಲಾಗಲೇ ಇಲ್ಲ... ನಖಶಿಖಾಂತ ಕ್ರೋಧದ ಜ್ವಾಲೆಯೊಂದು ಉರಿದುರಿದು ಜ್ವಲಜ್ವಲ ಪ್ರಜ್ವಲಿಸುವ ಯಜ್ಞೇಶನಾಗುತ್ತಾ ಕಾಲಕರಾಳ ಕಪಾಲಿಯಂತೆ ಆರ್ಭಟಿಸುತ್ತಾ ಲೋಹದ ತೊಲೆಯಂತಿರುವ ತನ್ನ ಕೈಗಳಿಂದ ಅಲ್ಲೇ ಅಟ್ಟಣಿಗೆಗೆ ಜೋಡಿಸಿದ್ದ ಮರದ ಭಾರೀಗಾತ್ರದ ದಿಂಡೊಂದನ್ನು ಎಳೆದು ಸೆಳೆದು ಕಿತ್ತು ಸಾಲ್ವನತ್ತ ಬಿಸುಟುತ್ತಾರೆ.

ತಪ್ಪಿಸಿಕೊಳ್ಳಲು ಯತ್ನಿಸಿದರೂ ದಿಂಡಿನ ಒಂದುಭಾಗ ತಲೆಗೆ ತಾಗಿ ಹಣೆಯೊಡೆದು ರಕ್ತಸ್ಫೋಟಿಸಿ ಆಕ್ರಂದಿಸುತ್ತಾ ಬಿದ್ದ ಸಾಲ್ವ.

ಈಗ ಕೆಳಗಿಳಿದು ಬಂದ ಭೀಷ್ಮರು ನೇರ ಸಾಲ್ವನ ಕುತ್ತಿಗೆ ಮೆಟ್ಟಿ ನಿಂತು ಹೇಳುತ್ತಾರೆ.

ಛೀ ಕೊಳಕು ಸೂಕರನೇ...!! ಇಡೀ ಭರತವರ್ಷಕ್ಕೇ ಅನಿಷ್ಟ ನೀನು...ನಿನ್ನ ಉಸಿರನ್ನು ಇಲ್ಲೇ ಹಿಸುಕಿದರೆ ನಿನ್ನನ್ನು ಉಳಿಸುವವರು ಯಾರಿದ್ದಾರೆ ಕರೆ? ತೆಗೆದುಕೋ ಶಸ್ತ್ರ... ಹೋರಾಡುವ ಮನಸ್ಸಿದೆಯೇ...? ಈ ಜನ್ಮದಲ್ಲೇ ನಿನ್ನಂಥಾ ನೀಚ ಜಂತುವಿನೊಂದಿಗೆ ಹೋರಾಡಲಿಲ್ಲ ನಾನು... ಎಂಜಲಲ್ಲಿ ಹುಟ್ಟಿದ ಹುಳ ನೀನು... ಹಸ್ತಿನೆಯ ಚರಿತ್ರೆ ಹೇಳುವಿಯಾ...? ನಿನ್ನ ಚರಿತ್ರೆ ನಾನು ಬರೆಯುತ್ತೇನೆ... ಏಳು... ಏಳೋ ದರಿದ್ರವೇ...!!

ಕಣ್ಣು ಬೀಗಿ ಉಸಿರು ನಿಂತು ಕೈಕಾಲು ಪಟಪಟ ನೆಲಕ್ಕೆ ಬಡಿಯುತ್ತಾ ಎರಡೂ ಕೈ ಮುಗಿಯುವ ಭಂಗಿಗೆ ಬಂದ ಸಾಲ್ವ...

ಈಗ... ಕಾಲು ತೆಗೆದು ಸಾಲ್ವನ ಎದೆ ಮೆಟ್ಟಿ ಗುಡುಗುತ್ತಾರೆ ಭೀಷ್ಮರು...

ಕೇಳಿ ಕಾಶಿ ನಿವಾಸಿಗಳೇ... ಆಹ್ವಾನಕೊಡದ ಸಾಮಂತರಾದ ಕಾಶಿಯರಸರಲ್ಲಿ ಮಾತನಾಡುವ ಅಗತ್ಯವೇ ಇಲ್ಲ... ಇಡೀ ಜನಪದಕ್ಕೆ ಅರಿವಾದರೆ ಸಾಕು...

ಹೋ ನೀವಲ್ಲವೇ ಕಾಶಿಯ ಕಣ್ಮಣಿಗಳಾದ ಕನ್ಯಾಮಣಿಗಳು...???

ಈ ಆಚಾರ್ಯ ಭೀಷ್ಮ ಹೇಳುವ ಮಾತನ್ನು ಗಮನವಿಟ್ಟು ಕೇಳಿ... ನಿಮ್ಮನ್ನು ಕೇವಲ ಪೌರುಷಕ್ಕೇ ಪಣವಾಗಿರಿಸಿದವ ನಿಮ್ಮ ತಂದೆ... ಇಲ್ಲಿ ಸರಿತಪ್ಪುಗಳ ವಿಮರ್ಶೆಗೆ ವ್ಯಕ್ತಿ ನಾನಲ್ಲ... ಸಮಯವೂ ಅಲ್ಲ... ಈ ಪಣವನ್ನೇ ಆಪೋಶನ ಗೈದಾಯಿತು ನಾನು... ಈ ಕೋಟೆಯ ಮಹಾದ್ವಾರದ ಬಳಿ ನನ್ನ ಸೂರ್ಯಲಾಂಛನದ ರಥವಿದೆ. ಹೋಗಿ ಹತ್ತಿಕೊಳ್ಳಿ... ತಡೆಯುವ ಗಂಡುವಂಶ ಯಾರಿದ್ದಾರೋ ನೋಡುತ್ತೇನೆ ಎಂದವನೇ ಎತ್ತಿ ತನ್ನ ಪಾದದಿಂದ ಸಾಲ್ವನ ಎದೆ ಮೆಟ್ಟಿಯೇಬಿಟ್ಟ... ಧಸಕ್ಕೆಂದ ಎದೆಯೊಳಗೆ ಮೂಳೆ ಮುರಿದ ಅನುಭವವಾಗಿ ಅಯ್ಯೋ ಅಂದ ಸಾಲ್ವ...

ಸೇರಿದ ಅರಗುವರರೆಲ್ಲ ಮೊಣಕಾಲೂರಿ ನಮಿಸಿ ತಮ್ಮ ಶರಣಾಗತಿ ತೋರಿದಾಗ ಕಾಶಿರಾಜನೂ ನಿಸ್ಸಹಾಯಕನಾಗಿ ನಿಂತ...

ಎಲೋ ಭೂಮಿಗೆ ಭಾರವಾದ ಅನಿಷ್ಟವೇ... ಹೆಣ್ಣೆಂದರೆ ಭೋಗಕ್ಕೇ ಎಂದು ತಿಳಿದ ಕಾಮಪಿಶಾಚಿ ನೀನು... ನನ್ನ ತಾಯಿಯ ಬಗ್ಗೆ ಮಾತಾಡಿದೆಯಲ್ಲಾ...

ಈ ಕ್ಷಣದಲ್ಲಿ ನಿನ್ನ ಭೂಮಿತಾಯಿಯ ಋಣ ನಾನು ತೀರಿಸುತ್ತೇನೆಂದರೆ ನನ್ನನ್ನು ಪ್ರಶ್ನಿಸುವವರು ಯಾರು? ಕೇಳು ನೀಚಹುಳವೇ...

ಇಂದಿನವರೆಗೆ ಹಸ್ತಿನೆಯ ಅರಸರು ಸೋತು ಬಿದ್ದವವನ್ನು ಕೊಲ್ಲಲಿಲ್ಲ... ನಿನಗೇನು ಗೊತ್ತು ಹಸ್ತಿನಾವತಿಯ ಘನತೆ... ಬಿಡು.. ನಿನಗೆ ಅರಿವಾಗಿ ಆಗಬೇಕಾದುದು ಏನೂ ಇಲ್ಲ ಭಂಡ ಗಾರ್ದಭರೂಪನೇ... ಇನ್ನು ನೀನು ಬದುಕಿದರೂ ಸತ್ತರೂ ಒಂದೇ... ಜೀವವಿರುವ ಶವ ನೀನು... ಸತ್ತಂತಿರುವ ನಿನ್ನ ಜೀವನಕ್ಕೆ ನನ್ನ ಹೆಸರೇ ಶಾಪವೂ ಹೌದು... ವರವೂ ಹೌದು... ನನ್ನ ಭಿಕ್ಷೆಯಲ್ಲಿ ಬದುಕಿಕೋ ಹೋಗು ಎಂದವರೇ ಭೀಷ್ಮರು ಎಡಗಾಲಲ್ಲಿ ಒದ್ದ ರಭಸಕ್ಕೆ ಹತ್ತು ಮಾರು ದೂರದಲ್ಲಿ ಬಿದ್ದ ಸಾಲ್ವ...

ಅವಮಾನದಿಂದ ಕೊತಕೊತ ಕುದ್ದುಹೋದ ಸಾಲ್ವ ಮೆಲ್ಲ ತಲೆಯೆತ್ತಿ ಅಂಬೆಯನ್ನು ನೋಡುತ್ತಾನೆ...

ಅಂಬೆಯ ಕಣ್ಣಲ್ಲಿ ಧಾರಾಕಾರ ನೀರು...

ಭೀಷ್ಮ ನಿಂತ ನಿಲುವಲ್ಲೇ ರಥ ತೋರಿದಾಗ ಅಯೋಮಯವಾಗಿ ತಂದೆಯನ್ನು ನೋಡುತ್ತಾರೆ...

ತಂದೆಯೂ ನಿಸ್ಸಹಾಯಕನಾಗಿ ಎರಡೂ ಕೈಯೆತ್ತಿ ಆಶೀರ್ವದಿಸುವಂತೆ ಸನ್ನೆ ಮಾಡಿದಾಗ ಬೆದರಿದ ಹರಿಣಗಳಂತೆ ಅಳುತ್ತಾ ರಥವೇರಿದರು ಮದುವಣಗಿತ್ತಿಯರು...

ಕೊನೆಯ ಬಾರಿಗೆ ತಂದೆಯ ಕಾಲಿಗೆ ನಮಸ್ಕರಿಸಲೂ ಅವಕಾಶ ಸಿಗದಿರುವುದು ವಿಧಿಯ ವಿಪರೀತ ಕುಹಕ ಅಲ್ಲವೇ ಮಿತ್ರರೇ...?

ಅಂಬೆ ತಿರುತಿರುಗಿ ಸಾಲ್ವನನ್ನೇ ನೋಡುತ್ತಾ ತಂಗಿಯಂದಿರೊಂದಿಗೆ ರಥ ಏರುತ್ತಾಳೆ...

ಇತ್ತ ಬೆದರಿ ಬಿಳುಚಿದ ಕಾಶೀವಾಸಿಗಳಿಗೆ ಇದೇನು ಸ್ಪರ್ಧೆಯೋ ವಿವಾಹವೋ ಕದನವೋ ಒಂದೂ ಅರಿವಾಗದೆ ಉಮ್ಮಳಿಸಿಬರುವ ದುಃಖದಿಂದ ಈ ತರುಣಿಯರನ್ನು ನೋಡುತ್ತಾರೆ...

ಹಿಮಗಂಗೆಯ ನೀರು ಮಾತ್ರ ಕಾದ ಸೀಸದಂತೆ ಕುದಿಯಲು ಪ್ರಾರಂಭಿಸಿತು...

ವಿಶ್ವನಾಥನ ಶಿಖರವೇರಿದ್ದ ವಿಧಿಯೆಂಬ ವಿಕಟ ಶನಿ ಸಂತೋಷದಿಂದ ಕುಣಿಕುಣಿದು ಹಸ್ತಿನೆಯತ್ತ ಮುಖ ಮಾಡಿದ...

***

ಆಹ್... ಅಯ್ಯೋ... ಎಂದು ಪಿತಾಮಹರು ಕೂಗಿದಾಗ ದೂರದಲ್ಲಿ ತೋಳನಾಯಿಗಳನ್ನು ಓಡಿಸಲು ಹರಸಾಹಸ ಪಡುತ್ತಿದ್ದ ಕಾವಲುಭಟ ಓಡಿಬಂದ...

ಬಂದು ನೋಡಿದರೇ ಭಯಾನಕಭೀಭತ್ಸ ದೃಶ್ಯ... ಎಂಟುಹತ್ತು ಆಳೆತ್ತರದ ರಣಹದ್ದುಗಳು ಶರಶಯ್ಯೆಯಲ್ಲಿ ಮಲಗಿದ್ದ ಪಿತಾಮಹರನ್ನು ಹೆಣವೆಂದು ಭ್ರಮಿಸಿ ಕುಕ್ಕಿ ತಿನ್ನಲು ತೊಡಗಿದ್ದವು...

ಓ ಜೀಯಾ...

ಅಯ್ಯೋ ಪಾಪಿಗಳೇ ಎಂದೆನುತ್ತಾ ಹುಶ್... ಹುಶ್ಶೆಂದು ಹದ್ದುಗಳನ್ನು ಗದರಿ ಹಾರಿಸಿಬಿಟ್ಟ...

ಒಡೆಯಾ... ನನ್ನ ದೇವ್ರೇ. ನೋವಾಯಿತೇ?

ಅಯ್ಯೋ ನಾನೆಂಥ ಪಾಪಿ ಹೇಳಿ. ತಮ್ಮನ್ನು ಹದ್ದುಗಳು ತಿನ್ನಲು ಬರುವಾಗಲೂ ನಾನೊಬ್ಬ ತೋಳಕಾಯಲು ಹೋಗಿದ್ದೆ. ತಪ್ಪಾಯ್ತು ಧಣೀ ಅಪರಾಧವಾಯ್ತು ನನ್ನಿಂದ.

ಕಣ್ಣೀರಿಳಿಸುತ್ತಾ ಹಲುಬಿದ ಕಾವಲುಗಾರ...

ನಗುತ್ತಾರೆ ಅಜ್ಜಯ್ಯ...!!!

ಹಹಾ... ಮಗೂ ನೀನತ್ತು ಏನು ಪ್ರಯೋಜನ ಹೇಳು ಕಂದಾ...? ಎಂಥೆಂಥಾ ಅಪರಾಧ ಮಾಡಿದವರೇ ತಿದ್ದಿಕೊಳ್ಳಲು ಅಹಂಕಾರಬಿಡದೆ ಸತ್ತು ಕೊಳೆತು ಬಿದ್ದಿದ್ದಾರೆ ನೋಡು ಸನಿಹದಲ್ಲಿ... ಅಗೋ ಸೈಂಧವ, ದುಃಶಾಸನ, ಕರ್ಣ, ಶಕುನಿ ಎಲ್ಲ ಪಾಪಿಗಳೇ... ಈಗ ನೋಡು ದುರ್ವಾಸನೆ ಬೀರುತ್ತಿದ್ದಾರೆ... ನೀನೇನು ಅಂಥಾ ಘೋರವೆಸಗಿದ್ದು ಹೇಳು...? ಮಗೂ ಇದು ನನ್ನ ವಿಧಿಯಪ್ಪಾ... ಹಿಂದೆಯೇ ನಾನು ನನ್ನಿಚ್ಛೆಯಂತೆ ಗತಿಸಿಹೋಗಿದ್ದರೆ ನನ್ನನ್ನು ಯಾರು ತಡೆಯುತ್ತಿದ್ದರು ಹೇಳು...? ಕಂದಾ... ಇದು ನಾನು ಕಾಣಲೇಬೇಕಾದ ದುರ್ವಿಧಿ ಕಣೋ... ಬಿಡು.. ಏನಾದರೂ ವಿಶೇಷವಿದೆಯೇ...?

ಓಹ್... ಸೂರ್ಯನ ಗತಿ ಭೂಮಂಡಲದ ಬಲಕ್ಕೆ ವಾಲಿದೆಯಲ್ಲಾ...

ಸರಿ... ಉತ್ತರಾಯಣ ಸನಿಹದಲ್ಲಿದೆ ಎಂದು ಅಂದುಕೊಳ್ಳುತ್ತೇನೆ ...

ಧನುರ್ಮಾಸ ದಿನ ಎಷ್ಟು ಕಳೆಯಿತು ಮಗೂ...?

ಈ ರಕ್ತ ಹೆಪ್ಪುಗಟ್ಟುವ ಛಳಿನೋಡಿದರೆ ಬಹಳ ದಿನ ಧನುರ್ಮಾಸ ಬಹಳ ಉಳಿದಂತೆ ಕಾಣದು... ಗೊತ್ತೇನು...??

ಅಜ್ಜಯ್ಯಾ ನನಗೂ ಸರೀ ಗೊತ್ತಿಲ್ಲ... ಹದಿನೈದೋ ಇಪ್ಪತ್ತೋ ಸಂದಿರಬೇಕು ದಿನ... ಮಕರ ರಾಶಿಗೆ ಸೂರ್ಯದೇವರು ಇನ್ನೇನು ಎಂಟುಹತ್ತು ದಿನಗಳಲ್ಲಿ ಬರಬಹುದು...

ಅಯ್ಯಾ ಒಂದು ವಿಶೇಷಸುದ್ದಿಯಿದೆ... ತಾವು ಆಗ ನಿದ್ರಿಸುತ್ತಿದ್ದೀರೆಂದು ಸುಮ್ಮನುಳಿದೆ...

ಆಂ... ಏನಪ್ಪಾ...??

ಇನ್ನೆಂಥಾ ವಿಶೇಷವೋ ಹಸ್ತಿನೆಯಲ್ಲಿ...?

ಹಸ್ತಿನೆ ಬಿಡು...!! ಇಡೀ ಆರ್ಯಾವರ್ತದ ಪೂರ್ತಿ ಕ್ಷತ್ರಿಯ ಸಂಕುಲವನ್ನೇ ಈ ರಣಧಾರುಣಿ ರಕ್ತಬಸಿದು ಕುಡಿದು ಬಾಯೊರಿಸಿಕೊಂಡಿದೆ...!!!!

ಈ ಮುದುಕನ ಶರೀರದಲ್ಲಿ ರಕ್ತವೇ ಇಲ್ಲ... ಹೀಗಾಗಿ ನಾನೊಬ್ಬ ಬದುಕಿದ್ದೇನೆ... ಹೇಳಪ್ಪಾ ಹೇಳು ಏನು ವಿಶೇಷವೋ...?

ಅಯ್ಯಾ... ಪಾಂಡವರೊಂದಿಗೆ ವಾಸುದೇವ ಕೃಷ್ಣದೇವರು ತಮ್ಮನ್ನು ನೋಡಲು ಬರುತ್ತಾರಂತೆ ಇಂದು... ಎಂದ ಭಟ

ಹರೀ...!! ಮುರಾರೀ ಬರುತ್ತೀಯಾ...? ಆಹಾ... ಬಾ... ಬಾರೋ ನನ್ನ ತಂದೇ...!! ನೀನು ಬರಬೇಕು ನಾನು ಈ ಹೆಣವೆಂಬ ಶರೀರ ತ್ಯಜಿಸಬೇಕು...!!!

ಓಹ್...ನಿಜಕ್ಕೂ ಇದೊಂದು ಸವಿಸುದ್ದಿಯೇ ..ಎಷ್ಟು ಹೊತ್ತಿಗೆ ಬರುತ್ತಾರಂತಪ್ಪಾ...?

ಜೀಯಾ ಈಗ ಪೂರ್ವಾಹ್ಣವಾಯಿತು... ಸಂಜೆ ಸೂರ್ಯಾಸ್ತಕ್ಕೆ ಐದಾರು ಘಳಿಗೆ ಬಾಕಿ ಇದ್ದಲ್ಲಿ ಬಂದಾರು ಒಡೆಯಾ... ಎಂದ ಭಟ

ಸರಿಯಪ್ಪಾ... ನನ್ನನ್ನು ಹದ್ದುಗಳು ತಿಂದರೂ ಚಿಂತಿಲ್ಲ... ಆದರೆ ಶ್ರೀಹರಿ ಬಂದಾಗ ಎಚ್ಚರವಿಲ್ಲದಿದ್ದರೆ ಸ್ವಲ್ಪ ಕರೆ ಮಗೂ... ಈಗ ಕಣ್ಮುಚ್ಚುತ್ತೇನೆ ಆಗದೇ ಮರೀ...?

ಅಯ್ಯೋ... ನಾನಿಲ್ಲೇ ಇರುತ್ತೇನೆ ಅಜ್ಜಯ್ಯಾ... ಕರೆಯುತ್ತೇನೆ... ತಾವು ವಿಶ್ರಮಿಸಿ...

ಹಹಹಹಾ... ವಿಶ್ರಾಂತಿ... ಈ ಮುದುಕನಿಗೆ...!!! ಹೆಣಗಳ ರಾಶಿಯ ಮೇಲೆ...!!! ಲೋಹದ ಸರಳುಗಳಿಂದ ಅಲಂಕರಿಸಿಕೊಂಡು...!!! ಹಹಹಹಾ...

ಅಲ್ಲೇ ಪಿತಾಮಹರು ಕಣ್ಮುಚ್ಚಿದಾಗ ಅಂತಃಚಕ್ಷುವಿಗೆ ಗತಕಾಲದ ಮಹರ್ಷಿ ವಸಿಷ್ಠರ ಆಶ್ರಮ ಅನಾವರಣಗೊಂಡಿತು...

***

ಛೀ... ದುರಹಂಕಾರಿ ವಸುಗಳೇ...!!! ಏನೆಂದು ಬಗೆದಿರೀ...? ಈ ಮಾತೆ ನಂದಿನಿಯನ್ನು ವಿಕಾರವಾಗಿ ಹೊಡೆದು ಹಿಂಸಿಸಿದಿರಲ್ಲಾ...

ಗೋವುಗಳ, ಮುನಿಗಳ ಆಕ್ರೋಶ ಅರಿವಾಗಬೇಕು ನಿಮಗೆ... ಮಾತೆ ನಂದಿನಿಯ ಮೈಯಿಂದ ಹರಿದ ಒಂದೊಂದು ಹನಿ ರಕ್ತಕ್ಕೂ ಮರುಪಾವತಿ ಮಾಡಿಸುತ್ತೇನೆ.

ಉಪರಿಚರ ವಸುವನ್ನು ಹೊರತು ಪಡಿಸಿ ಉಳಿದ ಏಳು ವಸುಗಳು ಗಮನವಿಟ್ಟು ಕೇಳಿ... ಪಿತೃ ಪಿತಾಮಹಾದಿಲೋಕಗಳ ಅಧಿಕಾರವನ್ನೂ ದೇವತೆಗಳ ಹವಿಸ್ಸನ್ನೂ ತಿಂದು ಕೊಬ್ಬಿದ ನಿಮಗೆ ಕೊಡುತ್ತಿರುವ ಶಾಪವಿದು...

ಏಳೂ ವಸುಗಳಿಗೆ ಇಂದಿನಿಂದ ಸ್ವರ್ಗಪ್ರವೇಶವಿಲ್ಲ... ಪಿತೃ ಲೋಕದಲ್ಲೂ ಸ್ಥಾನವಿಲ್ಲ...

ಕಾಲ ಅನುಮತಿಕೊಡುವವರೆಗೆ ಪಿಶಾಚಿಗಳಂತೆ ಪರಿಭ್ರಮಿಸಿ ನೀಚ ವಸುಗಳೇ...!!!

ಕಾಲಕೂಡಿ ಬಂದಾಗ ಮರ್ತ್ಯದಲ್ಲಿ ಮಾನುಷ ಜನ್ಮವೆತ್ತಿ ಅಕಾಲಮರಣ ಹೊಂದಿ ನಂತರ ಶಾಪವಿಮುಕ್ತರಾಗಿ ಮತ್ತೆ ನಾಕ ಸೇರಿಕೊಳ್ಳಿ...

ತೊಲಗಿ ಇಲ್ಲಿಂದ...!

ಮತ್ತೆ ಕಟಕಟ ಹಲ್ಲುಗಡಿಯುತ್ತಾ ವಸಿಷ್ಠರು ಆರ್ಭಟಿಸುತ್ತಾರೆ...

ನೀಚ ಉಪರಿಚರ ವಸುವೇ...!! ಅನವಶ್ಯಕವಾಗಿ ಮೂಕಪ್ರಾಣಿಯ ಮೇಲೆ ಕೈ ಮಾಡಿದೆಯಲ್ಲಾ? ಅದೂ ದೇವನಂದಿನಿ ಕಾಮಧೇನುವಿನ ಮೇಲೆ? ನಿನ್ನ ಪೌರುಷತ್ವದ ಬಗೆಗಿನ ದುರಭಿಮಾನವೇ? ಹೆಂಡತಿಯ ಮರಳುಮಾತಿಗೆ ಓಗೊಟ್ಟು ನನ್ನ ಮಗಳಂತಿರುವ ನಂದಿನಿಗೆ ಹಿಂಸೆ ಕೊಟ್ಟೆಯಲ್ಲಾ? ಈ ನಿನ್ನ ಬಿಗುಮಾನ ನಂಪುಸಕತ್ವದ ಮುಂದೆ ಶರಣಾಗಬೇಕು.

ಹೆಣ್ಣೊಬ್ಬಳ ವಿಕೃತ ಲಾಲಸೆಗಾಗಿ ನನ್ನ ಮಗುವನ್ನೇ ರಕ್ತಬರುವಂತೆ ಹೊಡೆದೆಯಾ ನೀಚ... ಮುಂಬರುವ ಇಡೀ ಜನುಮದಲ್ಲೇ ಯಾವ ಹೆಣ್ಣಿನ ಸಾಂಗತ್ಯವೂ ಸಿಗಬಾರದು ನಿನಗೆ. ಹೆಣ್ಣುಗಳ ಲಾಲಸೆಯ ವಿಷವರ್ತುಲದಲ್ಲಿ ಸಿಲುಕಿ ಸುಖವೆಲ್ಲಾ ಗಗನ ಕುಸುಮವಾಗಿ ಶಾಪಗ್ರಸ್ತನಾಗಿ ವಿಲವಿಲ ಒದ್ದಾಡಬೇಕು ನೀನು! ಲಕ್ಷಾಂತರ ಜೀವಿಗಳ ಹಸಿವೆಯನ್ನು ನೀಗಿಸುವ ಕಾಮಧೇನುವಿನಿಂದ ಹರಿದ ರಕ್ತಕ್ಕೆ ಪ್ರತಿಯಾಗಿ ನಿನ್ನ ಮೈಯಿಂದ ಹಾಗೂ ಕೈಯಿಂದ ರಕ್ತದ ಹೊಳೆಯನ್ನೇ ಹರಿಸುತ್ತೇನೆ...

ದುರಹಂಕಾರಿಯಾದ ಉಪರಿಚರನೇ ನಿನ್ನ ಹೆಂಡತಿ ಮಾತು ಕೇಳಿ ನನ್ನ ಆಶ್ರಮಕ್ಕೆ ಬಂದು ಹೇಳಿದರೂ ಕೇಳದೆ ನಂದಿನಿಯನ್ನು ಕದ್ದು ಶಿಕ್ಷೆಕೊಟ್ಟೆಯಲ್ಲಾ? ಗೋ ಶಿಕ್ಷಕರಿಗೊಂದು ಪಾಠವಾಗಬೇಕು ನೀನು...

ಅಷ್ಟು ಮಾಡದಿದ್ದರೆ ಬ್ರಹ್ಮರ್ಷಿ ವಸಿಷ್ಠನೇ ಅಲ್ಲ...!

ಇಗೋ ಮುಂದೆ ಭೂತಲದಲ್ಲಿ ಹುಟ್ಟಿ ನಾನು ಹಿಂದೆ ಹೇಳಿದ ಮಾತೆಲ್ಲಾ ಸತ್ಯವಾಗಿಸಿ ಬದುಕುತ್ತಾ ಕಣ್ಣೆದುರೇ ಸಾವಿದ್ದರೂ ಸಾವಿಗಾಗಿಯೇ ದೈಹಿಕವಾಗಿ ಭಾವನಾತ್ಮಕವಾಗಿ ಮಾನಸಿಕವಾಗಿ ಕ್ಷಣಕ್ಷಣ ಸಾಯಬೇಕು ನೀನು...!

ಇಡೀ ಜನ್ಮಪೂರ್ತಿ ಹೆಣ್ಣುಗಳೇ ನಿನ್ನನ್ನು ದಾರುಣವಾಗಿ ಒದ್ದಾಡಿಸಬೇಕು... ಸ್ತ್ರೀಸುಖ ನಿನಗೆ ಮರೀಚಿಕೆಯಾಗಬೇಕು...

ಇಷ್ಟು ಪೂರ್ತಿ ಅನುಭವಿಸಿ ನರಳಿ ನರಳಿ ಸತ್ತ ಮೇಲೆಯೇ ಪುನಃ ವಸುವಾಗಿ ನಾಕ ಪ್ರವೇಶ... ಹೋಗು ಅನುಭವಿಸು...

ಇದು ಬ್ರಹ್ಮಾಂಡದ ಅಧಿನಾಯಕನ ಸಾಕ್ಷಿಯಾಗಿ ಮಹರ್ಷಿ ವಸಿಷ್ಠ ಕೊಟ್ಟ ಶಾಪ ನಿನಗೆ...

ಹಾಳಾ...ಗಿ ಹೋಗು...!!!

***

ಹರೀ...!!

ನಮ್ಮಿಂದ ಕೆಟ್ಟಕೆಲಸವನ್ನೂ ಮಾಡಿಸಿ ಶಾಪವನ್ನೂ ಕೊಡಿಸಿ ನರಳಿಸಿ ಸಾಯಿಸಿ ಮತ್ತೆ ವರಕೊಡುತ್ತೀಯಲ್ಲಾ...

ಹಹಹಹಾ ನಕ್ಕರು ಅಜ್ಜಯ್ಯ...

***

ಮಿತ್ರರೇ... ಇದು ಭೀಷ್ಮ ಪಾತ್ರದ ಹಿನ್ನೆಲೆ... ಕಾಮಧೇನು ನಂದಿನಿಯ ವ್ಯಾಮೋಹಕ್ಕೆ ಒಳಗಾದ ದುರುಳೆ ವಸುಪತ್ನಿಯೊಬ್ಬಳು ಗಂಡನನ್ನು ಪ್ರಚೋದಿಸಿ ಹಠ ಹಿಡಿದಾಗ ಅಹಂಕಾರಭರಿತ ಆಕೆಯ ಪತಿ ಉಪರಿಚರವಸುವಿನಿಂದ ಆದ ಘೋರ ಅನ್ಯಾಯಕ್ಕೆ ಪ್ರತಿಯಾಗಿ ವಸಿಷ್ಠರ ಶಾಪಗ್ರಸ್ತ ಕುಮಾರದೇವವ್ರತನ ಜನನ... ಉಳಿದ ಏಳು ವಸುಗಳೂ ಗಂಗಾಕುಮಾರರಾಗಿ ಜನಿಸಿ ಗಂಗೆಯಿಂದಲೇ ಪ್ರಾಣಕಳೆದುಕೊಂಡು ಮರಳುತ್ತಾರೆ... ಉಪರಿಚರ ವಸುವೇ ಎಂಟನೆಯವನಾಗಿ ಹುಟ್ಟಿ ದೇವವ್ರತನಾಗುತ್ತಾನೆ...

ಇದು ಪೂರ್ವ ಹಿನ್ನೆಲೆ... ಇನ್ನೂ ಬಹಳಷ್ಟಿದೆ ಹೇಳಲು ಇಷ್ಟು ಸಾಕೆಂದುಕೊಂಡೆ...

***

ಶರವೇಗದಿಂದ ನಾಗಾಲೋಟದಲ್ಲಿ ದೌಡಾಯಿಸುತ್ತಿತ್ತು ಭರತವಂಶದ ಸ್ವರ್ಣರಥ... ಕಾಶಿಯನ್ನು ತೊರೆದು ಬಯಲು... ಜೌಗು... ಹಳ್ಳಿ... ಗುಡ್ಡ... ತಟ್ಟು... ತಿಟ್ಟು... ತಟಾಕ... ವನ... ಝುರಿ... ಪರ್ವತ... ಕಣಿವೆ... ಕಾಡು ಮೇಡುಗಳನ್ನು ದಾಟಿ ಓಡುತ್ತಿತ್ತು ರಥ. ಸಾರಥಿಯ ಹಿಂದೆ ಆಚಾರ್ಯ ಭೀಷ್ಮರು ಸಾರಥಿಗೆ ಮುಖಮಾಡಿ ಪದ್ಮಾಸನಹಾಕಿ ನೆಟ್ಟಗೆ ಕೂತು ಧ್ಯಾನಾಸಕ್ತರಾಗಿದ್ದರು... ಹಿಂದಿನ ಆಸನಗಳಲ್ಲಿ ಗಡಗಡಿಸುತ್ತಾ ಕೂತಿದ್ದರು ಕನ್ಯಾಮಣಿಗಳು... ಅಂಬಿಕೆ ಅಂಬಾಲಿಕೆಯರನ್ನು ಎರಡೂ ಕೈಯಿಂದ ಬಾಚಿ ತಬ್ಬಿ ಮಡಿಲಲ್ಲಿ ಮಲಗಿಸಿಕೊಂಡಿದ್ದಳು... ಅತ್ತೂ ಅತ್ತೂ ದಣಿವಾಗಿ ಅಲ್ಲೇ ಒರಗಿ ನಿದ್ರಿಸುತ್ತಿದ್ದರು ತಂಗಿಯಂದಿರು... ಅಕ್ಕ ಅಂಬೆ ಮಾತ್ರ ಭಯದಿಂದ ಕ್ಷಣಕ್ಷಣಕ್ಕೊಮ್ಮೆ ಭೀಷ್ಮರನ್ನು ನೋಡುತ್ತಾ ಆತಂಕದಿಂದ ಮುದುಡಿಕೂತಿದ್ದಳು... ಇನ್ನೆಲ್ಲಿ ಕಾಶಿಯ ಗಂಗೆ... ಬೀದಿ... ನಿತ್ಯಸಂಮೋಹನವಾದ ಜನ್ಮಭೂಮಿ...? ಇನ್ನು ನಾವು ಪುನಃ ಕಾಶಿಯನ್ನು ನೋಡುತ್ತೇವೆಯೇ...? ತಂದೆಯವರ ಆರೋಗ್ಯ ಗಮನಿಸುವವರಾರು...? ತಂದೆಯನ್ನು ಈ ಜನ್ಮದಲ್ಲಿ ಪುನಃ ನೋಡುತ್ತೇವೆಯೇ...? ಅಯ್ಯೋ ಇದೇನು ವಿಧಿ...?

ಈ ಪುಣ್ಯಾತ್ಮ ಯಾರು...?

ನಮ್ಮನ್ನು ಈತ ಮದುವೆಯಾಗುತ್ತಾನೆಯೇ...?

ಅಥವಾ...?

ನಮ್ಮ ಗತಿಯೇನು...?

ಈ ಪುಟ್ಟ ಕಂದಮ್ಮಗಳ ಪಾಡೇನು...? ನಾವೆತ್ತ ಸಾಗುತ್ತಿದ್ದೇವೆ...?? ಹಸ್ತಿನಾವತಿಯೆಂದರೆ ಸ್ವರ್ಗವಂತೆ...!

ಕೇಳೋಣವೆಂದರೆ ಭಯದಿಂದ ಹೃದಯವೇ ಬಾಯಿಗೆ ಬಂದಂತೆ...

ಈ ಪುಣ್ಯಾತ್ಮ ರಥ ಹತ್ತಿದ ಮೇಲೆ ಈ ತನಕ ತಿರುಗಿಯೂ ನೋಡಲಿಲ್ಲ...!

ಮಾರ್ಗಮಧ್ಯದ ವಿಶ್ರಾಂತಿಗಾಗಿ ಇಳಿದ ಹೊತ್ತಿನಲ್ಲೂ ದೂರ ಹೋಗಿ ಮುಖ ಎತ್ತಲೋ ಮಾಡಿ ಕೂತಿದ್ದ...

ಯಾಕೆ ಹೀಗೆ ಇವರು...?

ಎನ್ನುವ ಪ್ರಶ್ನೆಗಳ ಸುರಿಮಳೆ ಮನದಲ್ಲಿ ಏಳುತ್ತಿತ್ತು ಅಂಬೆಗೆ... ಹಿಂದಿನ ಹಾಗೂ ಮುಂದಾಗುವ ಘಟನೆಗಳ ಕಲ್ಪನೆ ಮಾಡಿಕೊಂಡು ಬಿಕ್ಕಿ ಬಿಕ್ಕಿ ಸೆರಗುಕಚ್ಚಿ ಅಳುತ್ತಿದ್ದಳು ಯುವತಿ...

ಅಳುವ ಶಬ್ದ ಹೊರಗೆ ಕೇಳಿಸಿದರೆ ಭೀಷ್ಮ ಏನು ಮಾಡುವನೋ ಎಂಬ ಭಯ...

ಹಾಗೇ ತಂಗಿಯಂದಿರನ್ನೂ ಸಮಾಧಾನಿಸಲು ಕಷ್ಟ... ವಿಶ್ವನಾಥಾ... ಎಂದುಕೊಳ್ಳುವಷ್ಟರಲ್ಲಿ...

ಅಪ್ಪಾಜೀ...

ಕಿಟಾರನೆ ಕಿರುಚಿದಳು ಅಂಬಾಲಿಕೆ ...ಎರಡೂ ಮಕ್ಕಳೂ ಗಡಗಡ ನಡುಗುತ್ತಿದ್ದವು... ಶ್... ಶು...!

ಸುಮ್ಮನಿರು ಪುಟ್ಟಮ್ಮಾ ಎಂದು ತಾಯಿಯಂತೆ ತಟ್ಟಿ ತಟ್ಟಿ ಅಲ್ಲೇ ಮಲಗಿಸಿದಳು ಅಂಬೆ...

ಸೀರೆಯೆಲ್ಲಾ ಕಣ್ಣೀರಲ್ಲಿ ಒದ್ದೆ...

ಇಷ್ಟೆಲ್ಲ ನಡೆದರೂ ಆಜನ್ಮ ಬ್ರಹ್ಮಚಾರಿ ಹಿಂದಿರುಗಿ ಮಕ್ಕಳೇ ಆತಂಕಗೊಳ್ಳದಿರಿ ಎಂಬ ಯಾವ ಮಾತನ್ನೂ ಆಡದೆ ಪರಮ ಖುಷಿಯಂತೆ ಕೂತದ್ದು ವಿಧಿಯ ವಿಡಂಬನೆಯೇ ಸರಿ...

ಅಷ್ಟರಲ್ಲಿ...

ದೂರದ ಬಯಲು ಪ್ರದೇಶವೊಂದು ಇಂದ್ರನ ಅಮರಾವತಿಯಂತೆ ಝಗ್ಗನೆ ಬೆಳಗಲು ಶುರುವಾಯಿತು...

ಬರಬರುತ್ತಾ ಆ ಪ್ರದೇಶವೆಲ್ಲ ಬೆಳಕಿನ ಧಾರೆಯಲ್ಲಿ ಪ್ರಜ್ವಲಿಸಿದಂತೆ...

ಎತ್ತರೆತ್ತರದ ಕಟ್ಟಡ ಸಂಕೀರ್ಣಗಳು...

ವಿಶಾಲ ಬೀದಿಗಳು...

ಓಹ್ ಇದೇನು ಸ್ವರ್ಣಲಂಕೆಯೇ...?

ಅಥವಾ ಕುಬೇರನ ಅಲಕಾವತಿಯೇ...?

ಬಾಲರವಿ ತನ್ನ ತರುಣಕಿರಣಗಳನ್ನು ಭವ್ಯಭೂಮಿಯ ಉತ್ತರಾಪಥದತ್ತ ಚಿಮ್ಮುವ ಪವಿತ್ರ ಮನೋಹರ ರಮಣೀಯ ಕಾಲಕ್ಕೆ ಭೂರಮೆ ಲಜ್ಜೆಯಿಂದ ತಲೆಬಾಗಿ ಸ್ವಾಗತಿಸಿದ

***

ಹಸ್ತಿನಾವತಿಯೆಂಬ ಭಾರತದ ಕೇಂದ್ರದ ಚರಿತ್ರೆಯನ್ನೇ ಸೂಕ್ಷ್ಮವಾಗಿ ಅವಲೋಕಿಸಿ ಮತ್ತೆ ಮುಂದೆ ಹೋಗೋಣ...

ಇದು ಮಹಾಭಾರತವಂಶ...!!!

ಈ ವಂಶದ ತಲೆಯಿಂದ ಹಿಡಿದು ಬುಡದವರೆಗೆ ಅವಲೋಕಿಸುತ್ತಾ ಸಾಗಿದಾಗ ಭರತಭೂಮಿಯ ಅಭಿವೃದ್ಧಿಯ ಪಥ ಕಂಡು ಮಹಾಕಾಲಚಕ್ರದ ಸುಳಿಯಲ್ಲಿ ಸಿಲುಕಿ ಉಸಿರುಗಟ್ಟಿದಂತಾದರೆ ನಾನು ಹೊಣೆಯಲ್ಲ...!!!

ಈ ಭವ್ಯ ವಂಶವಲ್ಲರಿಯನ್ನು ವಿವರಿಸುವುದೆಂದರೆ ವಿಸ್ತಾರವಾಗಿ ನೆಲೆನಿಂತ ಹಿಮಾಲಯದ ಮುಂದೆ ಸಣ್ಣ ಪತಂಗವೊಂದು ಪುರ್ರ್ರನೆ ಹಾರಿದಂತೆ...!!!

ಬನ್ನಿ... ಕೈ ಹಿಡಿದು

ಮೇಲೆ ಮೇಲೆ ಮೇ...ಲೆ ಕರೆದುಕೊಂಡು ಹೋಗುತ್ತಿದ್ದೇನೆ...

ನಾವೆಣಿಸದ ಅನಂತಶೂನ್ಯದಲ್ಲಿ ಸೇರಿದ್ದೇವೆ ಎಲ್ಲರೂ...!!!

ಒಮ್ಮೆ ಕಣ್ಣು ಮುಚ್ಚಿ ನಾನು ಹೇಳುವ ಭಾವಗಳನ್ನು ಮನದಲ್ಲೇ ಆ ಕಾಲಘಟ್ಟಕ್ಕೆ ಹೋಗಿ ಅನುಭವಿಸುತ್ತಾ ಕೆಳಗಿಳಿಯುತ್ತಾ ಬನ್ನಿ!

ಹೊರಡೋಣಾ..? ಇದು ಭರತವಂಶ.

00) ಪ್ರಜಾಪತಿ ಬ್ರಹ್ಮ, 01) ದಕ್ಷ ಪ್ರಜಾಪತಿ, 02) ವಿವಸ್ವಂತ, 03) ಮನು, 04) ಇಲಾ, 05) ಪುರೂರವ, 06) ಆಯು, 07) ನಹುಷ, 08) ಯಯಾತಿ, 09) ಪುರು, 10) ಜನಮೇಜಯ, 11) ಪ್ರಾಚಿನ್ವಂತ, 12) ಸಂಯಾತಿ, 13) ಅಹಂಪಾತಿ, 14) ಸಾರ್ವಭೌಮ, 15) ಜಯತ್ಸೇನ, 16) ಅರಾಚೀನ, 17) ಮಹಾಭೌಮ, 18) ಆಯುತನಾಯೀ, 19) ಅಕ್ರೋಧನ, 20) ದೇವಾತಿಥಿ, 21) ಋಚ, 22) ಋಕ್ಷ, 23) ಮತಿನಾರ, 24) ತಂಸು, 25) ಇಲಿನ, 26) ದುಷ್ಯಂತ 27) ಭರತ, 28) ಭುಮನ್ಯು, 29) ಸುಹೋತ್ರ, 30) ಹಸ್ತಿ, 31) ವಿಕುಂಠನ, 32) ಅಜಮೀಢ, 33) ಸಂವರಣ, 34) ಕುರು, 35) ವಿಡೂರಥ, 36) ಅರುಗ್ವಂತ, 37) ಪರೀಕ್ಷಿತ, 38) ಭೀಮಸೇನ, 39) ಪರ್ಯಶ್ರವಸ್ (ಪ್ರತೀಪ), 40) ಶಂತನು, 41) ವಿಚಿತ್ರವೀರ್ಯ (ಭೀಷ್ಮ), 42) ಪಾಂಡು (ಧೃತರಾಷ್ಟ್ರ ..ವಿದುರ), 43) ಅರ್ಜುನ (ಪಾಂಡವರು), 44) ಅಭಿಮನ್ಯು, 45) ಪರೀಕ್ಷಿತ, 46) ಜನಮೇಜಯ, 47) ಶತಾನೀಕ, 48) ಅಶ್ವಮೇಧ ದತ್ತ...

ಉಫ್...!!

ಕೆಳಗೆ ಬಂದ್ವಲ್ಲಾ...!!

ಈಗ ಸ್ವಲ್ಪ ವಿಶ್ರಮಿಸಿ...ಇದು ಭರತವಂಶ. ದುಷ್ಯಂತನ ಮಗ ಭರತನಿಂದಾಗಿ ಇಡೀ ವಂಶಕ್ಕೆ ಭರತವಂಶವೆಂದು ಹೆಸರು ಬಂತು. ಹಾಗೇ ನಮ್ಮ ಪ್ರೀತಿಯ ಈ ತಾಯ್ನೆಲಕ್ಕೂ ಭಾರತವೆಂಬ ಹೆಸರು ಬಂತು. ಈ ಎಲ್ಲಾ ರಾಜ, ರಾಜರ್ಷಿಗಳು, ಚಕ್ರೇಶ್ವರರು ಆಳಿದ್ದು ಹಸ್ತಿನೆಯನ್ನು. ಹಸ್ತಿಯೆಂಬ ರಾಜನಿಂದ ಈ ರಾಜ್ಯಕ್ಕೆ ಹಸ್ತಿನಾವತಿ ಎಂದು ಹೆಸರು ಬಂತು.

ಇಲ್ಲಿ ಕೆಲವೊಂದು ಉಪಶಾಖೆಗಳನ್ನು ಬಿಟ್ಟು ನೇರವಂಶವಾಹಿನಿ ತಿಳಿಸಿದ್ದೇನೆ ಮಹನೀಯರೇ ಗಮನಿಸಬೇಕು ತಾವು..

ಸರಿ ಈ ಹಸ್ತಿನೆ ಎಲ್ಲಿದೆ...? ಈಗಿನ ದೆಹಲಿಯೇ...?

ಈ ಮಹಾಸಾಮ್ರಾಜ್ಯದ ರಾಜಧಾನಿ ಉತ್ತರದ ಈಗಿನ ಮೀರಟ್‌ನಿಂದ ದೆಹಲಿವರೆಗಿನ ಬರೋಬ್ಬರಿ ಸುಮಾರು ನೂರು ಕಿಮೀ ದೂರದ ವಿಸ್ತರಿಸಿದ ರಾಜಧಾನಿಯೇ ಹಸ್ತಿನೆ.

ದೆಹಲಿ ನಂತರದ ಇಂದ್ರಪ್ರಸ್ಥವಾಯಿತು...

ಈಗ ಹೇಳಿ ಭಾರತ ಹಾವಾಡಿಗರ ದೇಶವೇ. ಕಜ್ಜಿಕೊಳಕು ಭಿಕ್ಷುಕರಿಂದ ತುಂಬಿದ ದೇಶವೇ.

ಸಿಂಧ್... ಸರಸ್ವತಿ ತೀರ... ಹರಪ್ಪಾ... ಮೆಹೆಂಜೋದಾರೋ... ಆರ್ಯಸಂಸ್ಕೃತಿಯ ಒಂದಿಷ್ಟು ಓದಿನ ನಂತರ ಈ ಮಹಾವಂಶವೃಕ್ಷದ ಹಸ್ತಿನೆ ಹೀಗಿದ್ದೀತು ಎಂಬ ಊಹೆ...

ಅಗೋ ಅಲ್ಲಿ ಧಿಗ್ಗನೆದ್ದು ಝುಗಮಗನೆ ಬೆಳಗುತ್ತಿರುವ ಸುಮಾರು ಅರವತ್ತು ಎಪ್ಪತ್ತು ಯೋಜನಗಳಷ್ಟು ವಿಸ್ತರಿಸಿದ ಈ ರಾಜಧಾನಿಯ ಹೆಸರೇ ಹಸ್ತಿನಾವತಿ. ಕುರು ಪಾಂಚಾಲ ಮದ್ರ ಮಗಧ ಮಾಳವ ಮುಂತಾದ ರಾಜ್ಯಗಳಿಂದ ಸುತ್ತುವರೆದು ತಲೆಯೆತ್ತಿ ನಿಂತ ಮಹಾಜನಪದವಿದು...

ಹಗಲಿನಲ್ಲಿ ಹೇಗೂ ಕಣ್ಣುಕುಕ್ಕುವ ಸಾಮ್ರಾಜ್ಯ ಇದು... ರಾತ್ರಿಯೂ ಇಡೀ ಹಸ್ತಿನೆ ಬೆಳಗುವ ಉದ್ದೇಶಕ್ಕೆ ಬೀದಿಬೀದಿಗಳಲ್ಲಿ ಸಾಲಾಗಿ ಸೂರ್ಯಕಾಂತ ಮಣಿಗಳನ್ನು ಜೋತಾಡಿಸಿ ಚಂದ್ರಬಿಂಬದ ತಂಗಿರಣವನ್ನು ಆ ಮಣಿಯ ಮೇಲೆ ಹಾಯಿಸಿ ಒಂದು ಮಣಿಯಿಂದ ಮತ್ತೊಂದು ಮಣಿಯ ಮೇಲೆ ಬೆಳಕು ಪ್ರತಿಫಲನವಾಗುವಂತೆ ವಿರುದ್ಧದಿಕ್ಕುಗಳಲ್ಲಿ ಕಂಬ ಹುಗಿದು ದಾರಿದೀಪದಂತೆ ಈ ಮಣಿಗಳನ್ನು ಜೋಡಿಸಿ ಇಡೀ ಹಸ್ತಿನೆಯೇ ಬೆಳ್ಳಗೆ ಬೆಳಗುವಂತೆ ಮಾಡಿದ್ದು ಆ ಕಾಲದ ಆರ್ಯರ ತಂತ್ರಜ್ಞಾನ... ಉತ್ತರದ ಹಿಮಖಂಡದಿಂದ ಜಾರಿ ಮಾತೆ ಗಂಗೆ ಇಳಿಜಾರಲ್ಲಿ ಬಳುಕುತ್ತಾ ಇಳಿದು ಹುಸಿಗೋಪದಲ್ಲಿ ಮೂತಿಮುರಿದು ಪೂರ್ವಕ್ಕೆ ತಿರುಗುವಾಗ...

* * *

ಗಂಧರ್ವಗಿರಿಯ ಉತ್ತುಂಗದಿಂ ಧುಮುಕಿ ದೇವಭೂಮಿಯ ಪಾದತೊಳೆದು ಮದ್ರಮಗಧದ ಮಧ್ಯದಲ್ಲಿ ಮದವೇರಿ ನರ್ತಿಸಿ ಶ್ರೀಕೃಷ್ಣಜನ್ಮಭೂಮಿಯನ್ನು ಚುಂಬಿಸಿ ಮತ್ತೆ ಮಾಳವದ ಮಾರ್ಗವಾಗಿ ಮುಖಮಾಡಿ ಬಂದಳು ಮುನಿಮಾನಸ ಹಂಸಿಣಿ ಯಮುನೆ...

ಈ ಮಧ್ಯದಲ್ಲಿ ಭೋರ್ಗರೆದು ಸಿಂಧುಕಣಿವೆಯಿಂದಲೇ ಹಾರಿಬಂದ ಬೊಮ್ಮನರಸಿ ಸರಸ್ವತಿ...

ಈ ಅಕ್ಕತಂಗಿಯರೆಲ್ಲ ಒಗ್ಗೂಡಿ ನಲಿನಲಿದು ಸೇರಿ ಸಾಗುವುದು ಪೂರ್ವ ರಂಗಸ್ಥಳವಾದ ವಂಗದ ವರುಣಸಾಗರನ ಸಂಗಮಕ್ಕೆ.

ಅದರಲ್ಲೂ ಹಸ್ತಿನೆಯಿಂದ ಮಾಳವದ ಮಾರ್ಗವಾಗಿ ತೆರಳುವ ಯಮುನೆಯ ಸೌಂದರ್ಯ ಅಪ್ರತಿಮ, ಅನೂಹ್ಯ. ಹಸ್ತಿನಾವತಿಯನ್ನು ಅರ್ಧಚಂದ್ರಾಕೃತಿಯಲ್ಲಿ ಬಳಸಿ ಯಮುನೆ ಹರಿಯುವ ಪರಿಯೇ ಚಂದ. ಯಾವುದೇ ಹುಚ್ಚು ಆವೇಗಗಳಿಲ್ಲ. ಪ್ರಾರಂಭದ ಕೆಚ್ಚೆಲ್ಲಾ ಕೊಚ್ಚಿಹೋಗಿ ಶಾಂತವಾಗಿ ವರ್ತಿಸುತ್ತಾಳೆ ಯಮುನೆ... ಮೋಹಕವಾಗಿ ನರ್ತಿಸುತ್ತಾಳೆ ಮಂದಗಮನೆ... ಈ ಮೋಹನಿಯ ಸಂಮೋಹಕ ರೂಪಕ್ಕಲ್ಲವೇ ಸೋತದ್ದು ಜಯದೇವ ಮೀರಾ ಮುಂತಾದವರು...?

ಈ ದೈವಾಂಶಸಂಭೂತ ನದಿಗಳ ಸ್ಪರ್ಶ ಹೊಂದಿ ಹಸ್ತಿನೆ ಸಹಸ್ರಾರು ವರುಷ ಇಡೀ ಆರ್ಯಾವರ್ತಕ್ಕೇ ಕೇಂದ್ರವಾಗಿ ಬೆಳಗಿತು.. ಇಂದಿಗೂ ಬೆಳಗುತ್ತಿದೆ...

ಈ ನದೀಮುಖಜ ಭೂಮಿಗಳ ಫಲವತ್ತತೆಯನ್ನು ಸಂಪೂರ್ಣವಾಗಿ ಬಳಸಿ ಎಂದೆಂದಿಗೂ ಅಳಿಸಲಾರದ ಚರಿತ್ರೆಯಾಯಿತು ಹಸ್ತಿನೆ...

ಆರ್ಯರ ಅಷ್ಟೂ ಸಮೃದ್ಧಿಯನ್ನು ಸಂಪೂರ್ಣವಾಗಿ ಬಳಸಿ ಬೆಳೆಯಿತು ಭರತವಂಶ. ಆರಣ್ಯಕವಾಗಿದ್ದ ಆರ್ಯ ಸಂಸ್ಕೃತಿ ನಾಗರಿಕವಾಗಿ ಬದಲಾಗಲು ಹಸ್ತಿನೆಯ ಕೊಡುಗೆ ಅಪಾರ.

ಬೃಹತ್ ಕಟ್ಟಡಸಂಕೀರ್ಣಗಳು, ವಿಸ್ತಾರ ಹೆದ್ದಾರಿಗಳು, ವಿಶಾಲಕೋಟೆ ಕೊತ್ತಲಗಳು, ಶತ್ರುಗಳೇ ಇಲ್ಲದಿದ್ದರೂ ಲಕ್ಷಾಂತರ ಸೈನಿಕ ಸಹಿತ ಸದಾ ಸನ್ನದ್ಧ ರಕ್ಷಣಾವ್ಯವಸ್ಥೆ, ರಮಣೀಯ ನಿಸರ್ಗದ ಹಸಿರುಸಿರ ತೊಡುಗೆಯುಟ್ಟ ಮೋಹಿನಿ ಭೂರಮೆ, ದೇಶದೇಶಾಂತರಗೊಂಡು ವಿದೇಶಗಳಿಗೂ ವಿಸ್ತರಿಸಿದ ವಾಣಿಜ್ಯಕ್ರಮಗಳಾದ ಬೆಳೆ... ಬೇಳೆ... ಕಾಳು... ಮುತ್ತು... ರತ್ನ ಇತ್ಯಾದಿಗಳು...

ಹೀಗೆ ಸಾಂಸ್ಕೃತಿಕವಾಗಿ ಜಾಗತಿಕವಾಗಿ ಸಾಹಿತ್ಯಕವಾಗಿ ವೈದಿಕವಾಗಿ ಚಾರಿತ್ರಿಕವಾಗಿ ಸಂಪದ್ಭರಿತವಾಗಿ ತನ್ನ ನೀತಿ ನಿಯಮ ರಾಷ್ಟ್ರ ಪ್ರಜ್ಞೆಯಿಂದ ಹೆಮ್ಮೆಯಿಂದ ತಲೆಯೆತ್ತಿ ಬೀಗಿತ್ತು ಮಹಾನಗರ ರಾಜಧಾನಿ ಹಸ್ತಿನಾವತಿ...

***

ಸರಿ... ಹಸ್ತಿನೆಗೆ ಬಂದಾಯ್ತು ಭೀಷ್ಮರು ಮತ್ತು ರಾಜಕುವರಿಯರು...

ರಥವಿಳಿದು ಆಚಾರ್ಯ ಭೀಷ್ಮರು ಭೂಮಿಗೊಮ್ಮೆ ಕೈಮುಟ್ಟಿ ಹಣೆಗೊತ್ತಿ ನಮಸ್ಕರಿಸಿ ಮೇಲೆ ನೋಡುತ್ತಾ ಅರೆಘಳಿಗೆ ಪ್ರಾರ್ಥಿಸಿ ನಂತರ ದ್ವಾರಪಾಲಕರಲ್ಲಿ ಸಂಜ್ಞೆ ಮಾಡಿದಾಗ ಹತ್ತಿಪ್ಪತ್ತು ದಾಸಿಯರು ಓಡೋಡಿಬಂದರು. ಅವರಲ್ಲಿ ಏನೋ ಎರಡು ಮಾತನ್ನು ಹೇಳಿ ತಮ್ಮ ಪಾಡಿಗೆ ತಾವು ಹೊರಟೇಬಿಟ್ಟರು.

ಈ ಹೆಣ್ಣುಮಕ್ಕಳ ಸ್ಥಿತಿ ಚಿಂತಾಜನಕವಾಗಿತ್ತು. ಸುತ್ತುವರೆದ ದಾಸಿಯರಲ್ಲಿ ಒಬ್ಬಾಕೆ ಮುಂದೆ ಬಂದು ಅಮ್ಮಾ ನನ್ನ ಹೆಸರು ಚಾರುನೇತ್ರೆ. ಬನ್ನಿ. ತಮ್ಮನ್ನು ರಾಣೀವಾಸಕ್ಕೆ ಕರೆತರಲು ಅಪ್ಪಣೆಯಾಗಿದೆ. ಪ್ರಯಾಣದಿಂದ ದಣಿದಿದ್ದೀರಿ ತಾಯೀ... ಹೊರಡೋಣಾ? ಎಂದಾಗ ಹೂಂ ಎಂದು ತಲೆಯಾಡಿಸಿ ಹೊರಟ ರಾಜಕುವರಿಯರಿಗೆ ಬೇರೆ ದಾರಿಯಾದರೂ ಏನಿತ್ತು ಹೇಳಿ?

ತಂಗಿಯರಿಬ್ಬರಿಗೂ ನಿದ್ದೆಗಣ್ಣು. ಕೈಹಿಡಿದು ನಡೆಸಿಕೊಂಡು ಹೋದತ್ತ ಕಾಲು ಹಾಕುತ್ತಿದ್ದರು. ಆದರೆ ಅಂಬೆ ಮಾತ್ರ ಭಯದಿಂದ ಎಲ್ಲ ಕಡೆಗೂ ಗಮನಿಸುತ್ತಾ ಅಬ್ಬಾ ಇದೆಂಥಾ ನಗರ!

ಈ ನಗರದ ಒಂದು ಬೀದಿಯೇ ಇಡೀ ನಮ್ಮ ಕಾಶಿಯಷ್ಟಿದೆ... ಇವರೇನು ಮನುಷ್ಯರೋ ಅಲ್ಲಾ ದೇವತೆಗಳೋ...? ಭಯಮಿಶ್ರಿತ ಆತಂಕವಾಗಿತ್ತು...

ದಾಸಿಯರೊಂದಿಗೆ ಅರಮನೆ ದ್ವಾರಪ್ರವೇಶಿಸಿದರೇ !

ಭವ್ಯವಾದ ಹಜಾರವದು... ಎಲ್ಲಿ ಎಷ್ಟು ಬಾಗಿಲುಗಳು...? ಪ್ರವೇಶವೆಲ್ಲಿ...? ನಿರ್ಗಮನವೆಲ್ಲಿ...? ಎಂಬುದೇ ಅರಿಯಲಾಗದಷ್ಟು ವಿಸ್ತೃತ ಸಂಭಾಂಗಣ...

ಸಂಭಾಗಣ ದಾಟಿ ಮೆಟ್ಟಿಲೇರಿ ನಾಲ್ಕಾರು ಅಂತರಗಳನ್ನು ದಾಟಿದಾಗ ರಾಣೀವಾಸದ ಅಂತಃಪುರ ಎದುರಾಯಿತು. ಎಲ್ಲಿ ನೋಡಿದರೂ ನಿರ್ಜನ ಪ್ರದೇಶ. ಅಂದವಾಗಿ ಸ್ವಚ್ಛವಾಗಿ ಭವ್ಯವಾಗಿಯೇನೋ ಇತ್ತು ರಾಜ ಮಹಲುಗಳು. ಆದರೆ ರಾಣೀವಾಸದಲ್ಲಿ ಕಾಶಿಯಲ್ಲಿದ್ದಂತೆ ಬಳೆಗಳ ನಾದ, ನಗುವಿನ ಕಿಲಕಿಲ, ಕಾಲ್ಗೆಜ್ಜೆಗಳ ನೂಪುರದನಿ, ಗುಸುಗುಸು, ಪಿಸುಪಿಸು, –ಊಹೂಂ ಹೆಂಗಸರಿರುವ ಲಕ್ಷಣವೇ ರಾಣಿಯರ ಅಂತಃಪುರದಲ್ಲಿರಲಿಲ್ಲ.

ಯಾಂತ್ರಿಕರಾದ ದಾಸಿಯರನ್ನು ಹೊರತುಪಡಿಸಿ ಇಡೀ ಅಂತಃಪುರದಲ್ಲೇ ಹೆಂಗಸರಿರಲಿಲ್ಲ. ಸರಿ ಈ ಮೂವರು ಗಡಗಡಿಸುತ್ತಾ ತಮಗೆ ನಿಯೋಜಿಸಿದ್ದ ಕೋಣೆಗಳನ್ನು ಸೇರಿ ಬಿಕ್ಕುತ್ತಾ ಕುಳಿತರು.

ಸಖಿ ಚಾರುನೇತ್ರೆ ಸಂತೈಸುತ್ತಾ 'ಅಮ್ಮಾ ಅಳಬೇಡಿ... ಪುಣ್ಯಾತ್ಮರು ನೀವು... ಮೇದಿನಿಯಲ್ಲೇ ಇಂಥಹಾ ಇನ್ನೊಂದಿರದ ಹಸ್ತಿನೆಗೆ ಬಂದಿದ್ದೀರಿ ನೀವು... ಆತಂಕ ಬೇಡ ತಾಯೀ... ನಿಮ್ಮ ಸ್ನಾನ ಊಟ ಫಲಾಹಾರದ ವ್ಯವಸ್ಥೆ ನಾನು ಮಾಡುತ್ತೇನೆ... ನಿಶ್ಚಿಂತರಾಗಿರಿ' ಎಂದು ಧೈರ್ಯ ತುಂಬಿದಾಗ ಸ್ವಲ್ಪ ಉಸಿರು ಬಂತು ಅಂಬೆಗೆ.

ಹೀಗೇ ನಾಲ್ಕಾರು ದಿನಗಳು ಕಳೆದವು... ಗೃಹಬಂಧಿನಿಯರಂತೆ ಯಾಂತ್ರಿಕವಾಗಿ ದಿನದೂಡುವ ಕಾಲಕ್ಕೆ ಮಧ್ಯದಲ್ಲಿ ನಡುವಯಸ್ಸು ದಾಟಿದ ಅರೆಗಪ್ಪು ಬಣ್ಣದ ಲಕ್ಷಣವಾಗಿರುವ ಹೆಂಗಸೊಬ್ಬರು ರಾಜಮಾತೆಯ ಪೋಷಾಕು ಧರಿಸಿ ಮೆಲ್ಲನೆ ಇವರಿರುವ ಸ್ಥಳಕ್ಕೆ ಬಂದಾಗ...

ಚಾರುನೇತ್ರೆ ಪಿಸುಗುಟ್ಟುತ್ತಾಳೆ 'ಶೂ ಎದ್ದು ನಿಲ್ಲೀ... ರಾಜಮಾತೆ ಸತ್ಯವತೀ ದೇವಿಯವರು ಬಂದಿದ್ದಾರೆ... ನಮಸ್ಕರಿಸಿ...'

ದಡದಡನೆ ಎದ್ದ ರಾಜಕುವರಿಯರು ನಮಸ್ಕರಿಸುತ್ತಾರೆ...

ಮೆಲ್ಲನೆ ಮೊಗವನ್ನೊಮ್ಮೆ ಎತ್ತಿ ನೆತ್ತಿಯನ್ನು ಆಘ್ರಾಣಿಸಿ ದೃಷ್ಟಿನಿವಾಳಿಸಿ ಲಟಕ್ಕನೆ ನೆಟ್ಟಿಗೆ ಮುರಿದು 'ಮಕ್ಕಳೇ... ಎಲ್ಲ ಕುಶಲವೇ? ವ್ಯವಸ್ಥೆಯಲ್ಲಾ ಸರಿಯಾಗಿದೆಯೇ?' ಎಂದು ಕೇಳಿದಾಗ ತಲೆ ಅಡಿಯಾಗಿಸಿ ಭೋರ್ಗರೆಸಿ ಬರುವ ಅಳು ಕಚ್ಚಿ ಹಿಡಿದು ಹೂಂ ಎಂದು ಬಿಕ್ಕುತ್ತಾರೆ ಮಕ್ಕಳು...

'ಸರಿ ವಿಶ್ರಮಿಸಿ' ಎಂದು ವ್ಯಾವಹಾರಿಕವಾಗಿ ನಕ್ಕು ನಡೆದೇ ಬಿಟ್ಟಳು ಸತ್ಯವತಿ... ನಂತರ ಮತ್ತೆ ಅದೇ ಕೋಣೆ.

***

ಹೀಗೇ ನಾಲ್ಕಾರು ದಿನ ಕಳೆಯುತ್ತಾ ಬಂತು. ಈ ಮಕ್ಕಳ ಕೋಣೆಯಿಂದ ನೇರ ಎದುರಿಗೆ ಮೇಲುಪ್ಪರಿಗೆಯಲ್ಲಿ ನಾಲ್ಕಾರು ಕೊಠಡಿಗಳು ಕಾಣುತ್ತಿದ್ದವು. ಅಲ್ಲಿ ಸದಾ ಸೈನಿಕರು ನಾಲ್ಕಾರು ವಯೋವೃದ್ಧರುಗಳು ಆತುರಾತುರವಾಗಿ ಓಡಾಡುತ್ತಿದ್ದರು.

ಅಂಬೆಗೆ ಸ್ವಲ್ಪ ಧೈರ್ಯ ಬಂದು ಬಾಗಿಲಸಂಧಿಯಲ್ಲಿ ಈ ಎಲ್ಲಾ ಚಟುವಟಿಕೆಗಳನ್ನು ಕುತೂಹಲದಿಂದ ನೋಡುತ್ತಾ ಮೆಲ್ಲ ಬಾಗಿಲು ತೆಗೆದು ಹೊರಬಂದಳು.

'ಶೂ ಅಮ್ಮಾ ಏಕೆ ಹೊರಬಂದಿರೀ...? ಹಾಗಲ್ಲಾ ಬರಬಾರದು' ಎಂದು ಕೂಗುತ್ತಾ ಬಂದಳು ಚಾರುನೇತ್ರೆ...

'ಇರು ಅಲ್ಲಿ ಆ ಉಪ್ಪರಿಗೆಯಲ್ಲಿ ಯಾರೋ ಗಡಿಬಿಡಿಯಿಂದ ಓಡಾಡುತ್ತಿದ್ದಾರಲ್ಲಾ ಏಕೆ...? ಬಹಳ ಹೊತ್ತಿನಿಂದ ಅಲ್ಲಿ ವಿಪರೀತವಾಗಿ ಖೆಮ್ಮುತ್ತಿರುವ ಸದ್ದು ಕೇಳುತ್ತಿದೆ... ಯಾರದು...? ಯಾರಿಗೆ ಏನಾಗಿದೆ...?'

'ತಾಯೀ.. ಒಳಬನ್ನಿ ಹೇಳುತ್ತೇನೆ.. ನೀವು ಹೊರಗಿದ್ದರೆ ನನ್ನ ಕೆಲಸ ಹೋದರೇನು ಗತಿ...? ರಾಜಮಾತೆಯವರ ಅಪ್ಪಣೆಯೇ ಹಾಗಿದೆ ತಾಯಿ. ಬನ್ನಿ...' ಎಂದು ಒಳಗೆಳೆದು ಕರೆತರುತ್ತಾಳೆ ಚಾರು...

'ನೋಡಿಯಮ್ಮಾ ಅಲ್ಲಿ ಮೇಲೆ ಕಾಣುತ್ತಿರುವುದು ಯುವರಾಜರ ಕೊಠಡಿ...!'

'ಆಂ...ಯುವರಾಜರೇ ಅಂದರೇ ಭೀಷ್ಮರೇ' ಎಂದಳು ಅಂಬಿಕೆ...?

'ಅಲ್ಲ ಪುಟ್ಟಮ್ಮಾ ಈ ದೇಶದ ಯುವರಾಜರು ವಿಚಿತ್ರವೀರ್ಯ ಭೂಪತಿಗಳು... ಅವರಿಗೆ ಮೊದಲಿನಿಂದಲೂ ಆರೋಗ್ಯ ಸರಿಯಿಲ್ಲ... ನಿನ್ನೆ ರಾತ್ರಿಯಿಂದ ಕೆಮ್ಮು ಉಲ್ಬಣವಾಗಿದೆ... ರಾಜವೈದ್ಯರು ಬಹಳ ಪ್ರಯತ್ನಿಸಿ ಈಗ ಸ್ವಲ್ಪ ನಿಯಂತ್ರಣಕ್ಕೆ ಬಂದಿದೆ...' ಎಂದಳು ದಾಸೀ...

ಈಗ ಅಂಬೆ ಹೇಳುತ್ತಾಳೆ 'ಚಾರೂ... ಸಖೀ ನನಗೊಂದು ಸಹಾಯ ಬೇಕು ನಿನ್ನಿಂದ... ಈ ಭೀಷ್ಮರು ಯಾರು...? ರಾಜಮಾತೆಯವರಿಗೂ ಅವರಿಗೂ ಏನು ಸಂಬಂಧ...? ಈ ಕೆಮ್ಮಿನ ಯುವರಾಜ ಯಾರು...? ನಮ್ಮನ್ನು ಏಕೆ ಕರೆತಂದಿದ್ದಾರೆ...? ಹೇಳು ಗೆಳತೀ' ಎಂದು ಕೈ ಹಿಡಿದು ಗೋಗರೆದು ಮುಗ್ಧತೆಯಿಂದ ಕೇಳುವ ಹೊತ್ತಿಗೆ ಚಾರುನೇತ್ರೆಗೂ ಕರುಳು ಚುರುಕ್ಕೆಂದಿತು...

'ಪುಟ್ಟಮ್ಮಾ ಬಹಳ ನನಗೂ ಗೊತ್ತಿಲ್ಲ... ನಿಮ್ಮನ್ನೆಲ್ಲ ವರಿಸುವುದಕ್ಕಾಗಿಯೇ ಕರೆತರಲಾಗಿದೆ ಎಂಬುದಷ್ಟೇ ಗೊತ್ತು ತಾಯಿ... ಬೇರೇನೂ ಗೊತ್ತಿಲ್ಲ...'

ಅಬ್ಬ...! ಮೂರೂ ಯುವತಿಯರ ಮೊಗದಲ್ಲಿ ಒಮ್ಮೆ ಭದ್ರತಾಭಾವ...

ಮದುವೆ ಎಂಬ ಈ ಮೂರು ಅಕ್ಷರಗಳಲ್ಲಿ ಏನೇ ಆಗಲಿ ಹೇಗೇ ಆಗಲಿ ಒಂದು ಪಾವಿತ್ರ್ಯವಿದೆ... ಒಂದು ರಕ್ಷಣೆ ಇದೆ ಹೆಣ್ಣಿಗೆ... ಒಂದು ಗೌರವವಿದೆ ಇಡೀ ದೇಶದಲ್ಲಿ... ಹೀಗಾಗಿ ನಮ್ಮ ಗತಿ ಏನೋ? ನಾವ್ಯಾರ ದಾಸಿಯಾಗಿರಬೇಕೋ ಎನ್ನುವ ಆತಂಕದಲ್ಲಿದ್ದ ಯುವತಿಯರಿಗೆ ಮದುವೆ ಎಂಬ ಶಬ್ದವೇ ಅತ್ಯಂತ ಆಪ್ಯಾಯಮಾನವಾಯಿತು...

ಅಂಬಿಕೆ ಅಂಬಾಲಿಕೆಯರ ಮೊಗ ಮಗದೊಮ್ಮೆ ಕೆಂಪಡರಿ ಪ್ರಕಾಶಿಸಿದರೆ ಅಂಬೆಯ ಮೊಗ ಮಾತ್ರ ಕುತೂಹಲದ ಗಣಿ... ಸಾವಿರ ಪ್ರಶ್ನೆ ಕೇಳುತ್ತಿದ್ದವು ಕಣ್ಣುಗಳು...

'ಚಾರೂ ಮದುವೆ ಎಂದೆಯಲ್ಲಾ ಯಾರು ಆ ಭೀಷ್ಮರೇ ನಮ್ಮನ್ನು ವಿವಾಹವಾಗುತ್ತಾರಾ...? ಹೇಳೇ...'

'ಅಯ್ಯೋ... ಶ್... ಅಮ್ಮಾ ಮೆಲ್ಲಗೆ ಮಾತಾಡಿ... ಯಾರಾದರೂ ಕೇಳಿದರೆ ಅಪಾರ್ಥ ಮಾಡಿಕೊಂಡಾರು... ತಾಯೀ ಆಚಾರ್ಯರು ಆಜೀವ ಪರ್ಯಂತರ ಬ್ರಹ್ಮಚಾರಿಯಂತೆ...

ದೇವರಲ್ಲೇ ವರಪಡೆದವರಂತೆ... ಅವರು ಜೀವನದಲ್ಲೇ ವಿವಾಹವಾಗಲಾರರಂತೆ... ನಾನು ತಿಳಿದ ಪ್ರಕಾರ ನಮ್ಮ ಯುವರಾಜರ ವಿವಾಹಕ್ಕಾಗಿ ನಿಮ್ಮನ್ನು ಕರೆತರಲಾಗಿದೆಯಂತೆ... ಮತ್ತೆ ಹೆಚ್ಚಿಗೇನೂ ಕೇಳದಿರಿ ತಾಯೀ... ನನಗೇನೂ ಗೊತ್ತಿಲ್ಲ...' ಎಂದು ಜಾರಿಕೊಂಡಳು...

ಅಂಬೆಗೆ ಒಮ್ಮೆ ಮಿಂಚು ಹೊಡೆದಂತಾಗಿ ಏನು ಹೇಳಬೇಕೋ ಗೊತ್ತಾಗದೆ ದಿಙ್ಮೂಢವಾಗಿ ನಿಶ್ಚಲವಾಗಿ ನಿಂತು ಬಿಟ್ಟಳು...

ಸರಿ... ಸಂಜೆ ಒಮ್ಮೆ ಹೊರಗಿನ ಉದ್ಯಾನವನಗಳತ್ತ ಮುಖಮಾಡಿದ ಕಿಟಕಿಗಳಲ್ಲಿ ನಿಂತು ತಲೆಬಾಚಿಕೊಳ್ಳುತ್ತಾ ಇರುವಾಗ ಕೆಳಗೆ ಉದ್ಯಾನವನದ ಮೂಲೆಯಲ್ಲಿ ರಾಜಮಾತೆ ಕೂತು ಆಚಾರ್ಯರ್ು ಭೀಷ್ಮರಲ್ಲಿ ಏನೋ ಗಹನವಾಗಿ ಹೇಳುತ್ತಿದ್ದುದು ಕಂಡು ಬಂತು ಅಂಬೆಗೆ... ದೂರವಿದ್ದ ಕಾರಣ ಮಾತುಗಳು ಕೇಳುತ್ತಿರಲಿಲ್ಲ...

ರಾಜಮಾತೆ ತಿಳಿಸಿ ಹೇಳುವಂತೆಯೂ ಅದಕ್ಕೆ ಪ್ರತಿಯಾಗಿ ಭೀಷ್ಮರು ಕೈ ಮುಗಿದು ತಲೆಯಾಡಿಸುತ್ತಿದ್ದು ಕಂಡು ಬಂತು... ನಂತರ ರಾಜಮಾತೆಯೂ ಆಚಾರ್ಯರ್ೂ ಏನೋ ದುಗುಡದಿಂದ ಅರಮನೆಯ ಒಳಗೆ ಹೋಗುವುದನ್ನು ಕಂಡು ಅಂಬೆಗೆ ಏನಾಗುತ್ತಿದೆ ಎಂಬ ಭಾವ ಬಂದು ಮೈಯೊಮ್ಮೆ ನಡುಗಿ ಹೋಯಿತು... ಮನದ ಮೂಲೆಯಲ್ಲಿ ಯಾವುದೋ ಅನುಮಾನ... ಆತಂಕ ಬೇರೂರಿತ್ತು ಬೆಳಗ್ಗಿನಿಂದಲೇ...

ರಾಜಮಾತೆಯವರಿಗೆ ಇಬ್ಬರು ಗಂಡುಮಕ್ಕಳಂತೆ...

ಒಬ್ಬಾತನನ್ನು ಗಂಧರ್ವ ಹೊಡೆದುಕೊಂದನಂತೆ...

ಮತ್ತೊಬ್ಬರು ಈ ಯುವರಾಜರು ಚಿಕ್ಕಂದಿನಿಂದಲೂ ಪರಾಕ್ರಮಿಯಾದರೂ ಸದಾ ಏನೋ ರೋಗವಂತೆ... ಇಷ್ಟೆಲ್ಲಾ ವಿವರಗಳನ್ನು ಹೇಗೋ ಸಖಿಯರಿಂದ ಕೇಳಿ ಪಡೆದಿದ್ದಳು ಅಂಬೆ...

ಹೀಗೇ ಸಾವಿರ ಯೋಚನೆಗಳಲ್ಲಿ ತಲೆ ಸಹಸ್ರ ಹೋಳಾದಂತಾಗುವಾಗ

'ತಾಯೀ...'

ನಡುಬಗ್ಗಿಸಿ ನಿಂತಿದ್ದ ದೂತನೊಬ್ಬ...

'ರಾಜಮಾತೆಯವರ ಅಪ್ಪಣೆಯಾಗಿದೆ... ತತ್ಕ್ಷಣದಲ್ಲಿ ತಾವು ಮೂವರೂ ರಾಜಮಾತೆಯವರ ಅಂತಃಪುರಕ್ಕೆ ಚಿತ್ತೈಸಬೇಕೆಂತೆ.... ಒಪ್ಪಿಗೆಯೇ ತಾಯೀ...?'

ನಗುಬಂತು ಅಂಬೆಗೆ... ಈಗ ಒಪ್ಪಿಗೆ ಕೇಳುತ್ತಾನೆ ದೂತ...

ಕಣ್ಣುಗಳಲ್ಲಿ ವಿಷಾದವೊಂದು ಹರಿದು ಹೋಯಿತು...

'ಸರೀ ಬರುತ್ತೇವೆ...'

ಇದು ಪರೀಕ್ಷಾ ಕಾಲ ಅಂಬೆಗೆ...

ಹಸ್ತಿನೆಯ ನಗರದೇವತೆಗೆ...

ಭಾರತವರ್ಷದ ಮಹಾಸೇನಾನಿ ಭೀಷ್ಮ ಪಿತಾಮಹರಿಗೆ...

***

ಕಲ್ಪಿಸಿ ಲೇಖಿಸುವ ನನಗೂ ಪರೀಕ್ಷಾಕಾಲವೇ...!!

ಕಾರಣ... ಅಂಬೆಯನ್ನು ವ್ಯಾಸರು ಅಸ್ಪಷ್ಟ ಜಾರಿಣಿಯಂತೆ ಬಿಂಬಿಸಿದರೆ ಗದುಗಿನ ನಾರಣಪ್ಪ ಮೆಲ್ಲನೆ ಜಾರಿಕೊಂಡ... ಪಂಪ ರನ್ನ ಮುಂತಾದ ಖ್ಯಾತನಾಮರ ಕೈಯಲ್ಲಿ ಅಂಬೆ ಮಾನವಂತಳೆಂಬುದು ನಿರೂಪಿತವಾಗಲೇ ಇಲ್ಲ...

ಹಾಗಾದರೆ ನಾನು ಈ ಪ್ರವಾಹದ ವಿರುದ್ಧ ಈಸಲೇ...?

ಓ ಅಡ್ಡಿಲ್ಲ...!!!

ಕೈಕಾಲು ಸೋತರೆ ಮುಳುಗುವುದು ನಾನು ತಾನೇ...?!!!

ನನಗದು ಅಡ್ಡಿಲ್ಲ...

ನನ್ನೀ ಕಾರ್ಯದ ಉದ್ದೇಶವೇ ಅಂಬೆ ಮಾನವಂತಳೆಂಬುದನ್ನು ನಿರೂಪಿಸುವುದು...

ಅದೊಂದು ರೀತಿಯ ಆತ್ಮತೃಪ್ತಿಗೆ ಅಷ್ಟೇ...

ಜೀವಫಲವೀಯುವುದು ಮಮ ಮಾಧವನಿಗೆ ಸೇರಿದ್ದು...

***

'ಬನ್ನಿ ಅರಗುವರಿಯರೇ... ನಮ್ಮ ಹಸ್ತಿನೆಯನ್ನು ಬೆಳಗಲು ಎತ್ತರೆತ್ತರದ ಉತ್ತರದಿಂದ ತೇಲಿಬಂದ ಗಂಗಾದೀಪಗಳು ನೀವು... ಬನ್ನಿ ಆಸೀನರಾಗಿ...

ನಮ್ಮ ಅರಮನೆಯ ಕಟ್ಟಳೆಗಳಲ್ಲಿ ತೊಂದರೆಯಾಯಿತೇ...? ಉಪಚಾರಗಳಲ್ಲಿ ಏನಾದರೂ ಅಪಚಾರವಾಯಿತೇ...?'

ಹೀಗೆ ಭೀಷ್ಮರು ಅಂಬಾದಿಯರನ್ನು ವಿನಯದಿ ವಿಚಾರಿಸಿದಾಗ ತರುಣಿಯರಿಗೆ ಎಲ್ಲಿಲ್ಲದ ಆಶ್ಚರ್ಯ...!

ಇವರೇನಾ ನಾವು ಮೊನ್ನೆ ನೋಡಿದ ವ್ಯಕ್ತಿ? ಅಥವಾ ಇದರಲ್ಲೇನಾದರೂ ಸಂಚಿದೆಯೇ?

ಅಷ್ಟರಲ್ಲಿ ಭೀಷ್ಮರೇ ಮತ್ತೆ ತೊಡಗುತ್ತಾರೆ...

'ಓ ಭಗಿನಿಯರೇ! ಇಷ್ಟರಲ್ಲಿ ನನ್ನ ಪರಿಚಯ ನಿಮಗಾಗಿರಬಹುದು... ಇದು ನನ್ನ ವಂಶದ ಅಧಿಕಾರದ ಪಿತೃಜನ್ಮಭೂಮಿ... ನಾನು ಈ ಹಸ್ತಿನೆಯ ಸೇವಕ... ಇಲ್ಲಿ ನನ್ನ ಪಾತ್ರ ಇಷ್ಟೇ... ಕಾಶಿಯರಸನ ವಿಷಯದಲ್ಲಿ ಯಾವುದೋ ರಾಜತಾಂತ್ರಿಕ ವಿಷಯಬಾಹುಳ್ಯಕ್ಕೆ ಕಟ್ಟು ಬಿದ್ದು ನಾನು ನಿಮ್ಮ ವಿವಾಹವೆಂಬ ಸ್ಪರ್ಧೆಯಲ್ಲಿ ಕಠಿಣವಾಗಿ ವರ್ತಿಸಬೇಕಾಯಿತು ಮಾತೆಯರೇ... ಅನ್ಯಥಾ ಭಾವಿಸದಿರಿ...'

ಮಿಂಚಿನ ಸಂಚಾರ ರಾಜಗುವರಿಯರ ಎದೆಯಲ್ಲಿ...

ಈ ಪ್ರಬುದ್ಧ ಭಾಷಾಪಾಂಡಿತ್ಯಕ್ಕೆ ನಾದಕ್ಕೆ ತಲೆದೂಗುವ ನಾಗನಂತೆ ಹೂಂ ಗುಟ್ಟಲು ಪ್ರಾರಂಭಿಸಿದರು ತಂಗಿಯರು... ಅಂಬೆಗೇನೋ ಕಸಿವಿಸಿ...

'ಓ ಹಸ್ತಿನೆಯ ಭವಿಷ್ಯದ ಭರವಸೆಗಳೇ...'

ಉಗುಳುನುಂಗಿ ಸತ್ಯವತಿಯನ್ನು ನೋಡಿದರು ಭೀಷ್ಮರು... ನಾಲಗೆ ತಡವರಿಸಲು ಪ್ರಾರಂಭಿಸಿತು... ಸತ್ಯವತಿ ಕಣ್ಣಲ್ಲೇ ಸನ್ನೆ ಮಾಡಿ ಮುಂದುವರಿಸು ಎಂದು ಗದರಿದಂತಾಯಿತು...

'ಓ ಗಂಗಾಭವಾನಿಯ ಕಣ್ಮಣಿಗಳೇ... ನನ್ನ ಮಾತೆ ಸತ್ಯವತೀ ದೇವಿಯವರ ಅಪ್ಪಣೆಯಂತೆ ನಿಮ್ಮನ್ನು ಕರೆತರಲಾಯಿತು... ಕಾರಣ... ಹಸ್ತಿನೆಯ ಉತ್ತರಭವಿಷ್ಯಕ್ಕೆ ಉಳಿದಿರುವುದು ಸದ್ಯಕ್ಕೆ ಒಂದೇ ಒಂದು ಆಶಾಕಿರಣ ಮಾತ್ರ...

ಅದುವೇ ನನ್ನ ಅನುಜ ವಿಚಿತ್ರವೀರ್ಯ... ಆತ ಶೂರನೂ ಸುಂದರನೂ ಹೌದು...'

ಎಂದು ತಗ್ಗಿದ ದನಿಯಲ್ಲಿ ಹೇಳುವಾಗ ಅಂಬೆಯ ಮುಖದಲ್ಲೊಂದು ವೇದನೆಯ ಕಿರುನಗು ಜಾರಿಹೋಯಿತು...

'ಓ ತಂಗಿಯಂದಿರೇ... ಸಹಸ್ರ ಸಹಸ್ರಮಾನಗಳಷ್ಟು ಇತಿಹಾಸವಿರುವ ನಮ್ಮ ಭವ್ಯ ಭರತವಂಶ ಉಳಿದು ಬದುಕಿ ಬಾಳಬೇಕು ಎನ್ನುವ ಕಾರಣಕ್ಕೆ ನಿಮ್ಮನ್ನು ಕರೆತರಲಾಗಿದೆ. ತಮ್ಮ ವಿಚಿತ್ರವೀರ್ಯನ ಕೈ ಹಿಡಿದು ಆಗರ್ಭ ಶ್ರೀಮಂತವಾಗಿರುವ ಹಸ್ತಿನೆಯ ಪಟ್ಟಕ್ಕೆ ಪಟ್ಟದರಸಿಯರಾಗಿ ಭರತವಂಶಕ್ಕೆ ಆದರ್ಶಸೊಸೆಯರಾಗಿ ಬರಲು ತಮ್ಮ ಅನುಮತಿ ಇದೆಯೇ ಕಾಶೀಕುವರಿಯರೇ...?'

ಈ ವೇದನಾದದಂತೆ ಬಂದ ಸ್ಫುಟಮಾತುಗಳಿಗೆ ವಶೀಭೂತರಾಗಿ ಮರುಮಾತಾಡದೇ ಹೂಂ ಎಂದು ಒಪ್ಪಿಬಿಟ್ಟರು ಅಂಬಿಕೆ ಅಂಬಾಲಿಕೆಯರು...!

ಆ ಮಕ್ಕಳಿಬ್ಬರಿಗೆ ತಮ್ಮ ಜೀವನ ಪಾವನವಾಯಿತು ಎಂದು ಅನಿಸಿ ಧನ್ಯತಾಭಾವ ಮೊಗವೇರಿ ಮಿಂಚತೊಡಗಿತು...

***

ಒಲುಮೆಯ ಓದುಗ... ಒಂದು ಸೂಕ್ಷ್ಮ ಗಮನಿಸಬೇಕು ತಾವು...

ಮುಂದೆ ಆ ಮಕ್ಕಳಿಬ್ಬರ ಭವಿಷ್ಯವೂ ಸುಖಮಯವಾಗಿರಲಿಲ್ಲ ಎಂಬುದು ಭವಿಷ್ಯದ ಕಠೋರಸತ್ಯ...

ಇನ್ನು ಈಗ ಕೇಳಿ ಬಂಧುಭಗಿನಿಯರೇ...

ಆರ್ಯನಾರಿ ಅಂಬೆಯ ಸರಿಯಾದ ಪರಿಚಯ ಈಗ ತಮಗೆ ಆಗಬಹುದೇನೋ... ಪ್ರಯತ್ನಿಸಿ...

ತನ್ನ ಬದುಕಿಗಾಗಿ ಒಂದು ತಾತ್ವಿಕ ನಿಲುವಿನ ಅಗತ್ಯ ಅಗತ್ಯಬೇಕಾಗಿತ್ತು ಅಂಬೆಗೆ...

ಅದೂ ಆ ಕಾಲದ ಅಂತಃಪುರವಾಸಿಯಾದ ಹೆಣ್ಣೊಬ್ಬಳು ಗಟ್ಟಿಯಾಗಿ ನಿಂತು ಈ ರೀತಿಯ ಮಾತುಗಳನ್ನು ಹೇಳಿದ್ದು ನನಗೆ ತಿಳಿದಂತೆ ಚರಿತ್ರೆಯಲ್ಲೇ ಮೊದಲು...

ಮತ್ತೆಲ್ಲಾ ಕಡೆ ಅಸಹಾಯಕತೆಯ ದಾಳವಾಗಿದ್ದೇ ಹೆಚ್ಚು ಭಾರತನಾರಿ...

ಅದು ಅಹಲ್ಯೆ ಸೀತೆ ಸಾವಿತ್ರಿ ಮಂಡೋದರೀ ಪಾಂಚಾಲಿ ಮಾಧವೀ... ಮೊನ್ನೆ ಮೊನ್ನೆಯ ಪದ್ಮಾವತಿಯ ತನಕ ಯಾರೇ ಇರಲಿ...

ಎಲ್ಲಾ ಕಡೆಯಲ್ಲೂ ಪರಿಸ್ಥಿತಿ ಕೈಮೀರಿದಾಗ ನಿಸ್ಸಹಾಯಕಳಾದದ್ದು ಭಾರತನಾರಿಯೇ...

ಎಲ್ಲಿ ಮಾಧವನ ಪ್ರವೇಶವಾಯಿತೋ ಅಲ್ಲಿಗೆ ಸಿಂಧೂನಾಗರೀಕತೆಯ ಬಯಲಲ್ಲಿ ಮಹಿಳೆಯರ ಬದುಕಿಗೊಂದಿಷ್ಟು ತಂಗಾಳಿಯ ಆಶಾಕಿರಣ ಬೀಸತೊಡಗಿದ್ದೂ ಸತ್ಯ...

ಈಗ ಅಂಬೆ ಎದ್ದು ನಿಂತು ಮಾತನಾಡಲು ತೊಡಗುತ್ತಾಳೆ...

'ಓ ತೇಜೋರೂಪಿ ಗಂಗಾತರಳರಾದ ಆಚಾರ್ಯರೇ... ಮಾತೇ ಸತ್ಯವತೀ ದೇವಿಯವರೇ...

ತಮ್ಮ ಪದಕಮಲಗಳಲ್ಲಿ ಪ್ರತಾಪಸೇನ ಭೂಪತಿಗಳ ಜ್ಯೇಷ್ಠಕುವರಿಯಾದ ನಾನು ಅಂಬೆ ಶಿರಬಾಗಿ ನಮಿಸಿದ್ದೇನೆ... ಅನುಮತಿ ಇತ್ತಲ್ಲಿ ಎರಡು ಮಾತಿದೆ. ಅಪ್ಪಣೆಯೇ?'

'ಹೇಳಮ್ಮಾ ಹೇಳು ತಾಯೀ...' ಎಂದರು ಭೀಷ್ಮರು.

'ಹಿರಿಯರೇ, ನಿಮ್ಮ ಮುಂದಿರುವ ಈ ಕಾಶಿಗುವರಿ ಹುಟ್ಟಿ ಹದಿನೆಂಟು ಕಳೆಯಿತಷ್ಟೇ...

ಹೀಗಾಗಿ ಸನ್ನಿಧಾನದ ಮುಂದೆ ಯಾವ ಮಾತು ಆಡಬೇಕು, ಯಾವ ಮಾತು ಆಡಬಾರದು ಎಂಬ ಅರಿವು ಬಾರದೇ ತಪ್ಪಾಡಿದರೆ ಬಾಲಭಾಷೆ ಎಂದು ತಿಳಿದು ಮನ್ನಿಸಿಬಿಡಿ...

ಅಪ್ಪಾಜಿ ನಮ್ಮನ್ನು ಅಕ್ಕರೆಯೊಂದಿಗೆ ಶಿಕ್ಷಣ ಕೊಟ್ಟು ಬೆಳಗಿದ್ದಾರೆ... ಆದರೆ ಲೋಕ ವ್ಯವಹಾರದ ಅನುಭವ ನಮಗೆ ಕಡಿಮೆ... ಅದೂ ನಿಮ್ಮಂಥವರ ಮುಂದೆ ಮಾತು ಬಿಡಿ... ಎದುರು ನಿಂತದ್ದೇ ಇಲ್ಲ... ಆದರೀಗ ಮಾತಾಡಲೇಬೇಕಾಗಿದೆ...

ನನ್ನ ತಂಗಿಯರು ಇನ್ನೂ ಮಕ್ಕಳು.. ಈ ತನಕ ಅವರ ಎಲ್ಲಾ ಬೇಕುಬೇಡಗಳನ್ನು ನಾನೇ ನಿಂತು ಪೂರೈಸುತ್ತಿದ್ದೆ...

(ಬಿಕ್ಕಿ ಒತ್ತಿಹಿಡಿದರು ತಂಗಿಯರು ಅಕ್ಕನನ್ನು... ಅಂಬೆಯ ದನಿಯೂ ಗದ್ಗದಿತವಾಯಿತು...)

ಆದರೀಗ ತಾಯಿ ಗಂಗೆಯ ಅನುಗ್ರಹ ವಿಶೇಷದಿಂದ ಈ ಭರತಕುಲ ಅವರ ಭವಿಷ್ಯಕ್ಕೆ ಆಸರೆಯಾಗಿದೆ...

ನನ್ನ ತಂಗಿಯರು ಈ ಅಮೋಘ ಹಸ್ತಿನೆಗೆ ಸೊಸೆಯರಾಗಿ ಬರುವುದು ಇಡೀ ಕಾಶಿಯೇ ಮಾಡಿದ ಪುಣ್ಯ... ಹೀಗಾಗಿ ನಾನು ಇವರಿಬ್ಬರ ವಿಷಯದಲ್ಲಿ ಈಗ ನಿರಾಳವಾಗಿದ್ದೇನೆ...

ಮತ್ತೆ ಈಗ ಉಳಿದಿರುವುದು ನನ್ನ ವಿಚಾರ ಮಾತ್ರ...'

ಭೀಷ್ಮರು ಬಹಳ ತನ್ಮಯತೆ ಹಾಗೂ ಕುತೂಹಲದಿಂದ ಅಂಬೆಯ ಮಾತು ಆಲಿಸುತ್ತಿದ್ದರು... ಸತ್ಯವತಿಯ ಮುಖದಲ್ಲೇನೋ ಸಣ್ಣ ಕೊಂಕಿನ ಎಳೆ ಮುಂಗುರುಳಂತೆ ಹಾರುತ್ತಿತ್ತು...

'ಹಿರಿಯ ರಾಜರ್ಷಿಗಳೇ...

ಗಂಗೆಯ ಮಡಿಲಲ್ಲಿ ಬೆಳೆದ ನಮಗೆ ನಮ್ಮ ಹಿರಿಯರು ಹೇಳಿಕೊಟ್ಟದ್ದು ಎರಡೇ...

ಒಂದು ಮಾನ... ಇನ್ನೊಂದು ಇಡೀ ಆರ್ಯಕುಲದ ಮೇಲಿನ ಅಭಿಮಾನ... ಈ ಮಾನ ಅಭಿಮಾನಗಳೇ ನಮ್ಮನ್ನಿಂದು ಇಲ್ಲಿಗೆ ತಂದು ನಿಲ್ಲಿಸಿವೆ... ನಾನು ಹುಟ್ಟಿನಿಂದಲೇ ವೀರ ಕ್ಷತ್ರಿಯಾಣಿಯಾಗಬೇಕೆಂದು ಬಯಸಿದವಳು... ನನ್ನಯ್ಯ ನನ್ನನ್ನು ಹಾಗೇ ಬೆಳೆಸಿದ್ದರು ಕೂಡ...

ಆದರೆ ಕಾಶೀನಗರ ಪರಮಧಾರ್ಮಿಕ ಹಾಗೂ ಶೈಕ್ಷಣಿಕ ಕೇಂದ್ರವಾಗಿ ಅನಾದಿಯಿಂದಲೂ ಬೆಳಗಿ ಬಂದುದರಿಂದಲೋ ಏನೋ ಕಾಶಿಗೆ ಪರಕೀಯರ ಆಕ್ರಮಣ ...ಯುದ್ಧ ಇವೆಲ್ಲ ಬಹಳ ಕಡಿಮೆ..ಹೊಡೆದಾಟ ಬಡಿದಾಟವೆಲ್ಲಾ ಇಲ್ಲವೆಂದೇ ಹೇಳಬೇಕು... ಅದೇನಿದ್ದರೂ ಧರ್ಮಭೂಮಿ... ದೇವಭೂಮಿ... ಜ್ಞಾನಗಾಮಿ...

ಹೀಗಾಗಿ ಮಹತ್ವಾಕಾಂಕ್ಷಿಯಾಗಿದ್ದ ನನಗೆ ಕಾಶಿ ಸರಿಯಾದ ವೇದಿಕೆಯಲ್ಲ... ನಾನು ಕಲಿತ ಶಸ್ತ್ರವಿದ್ಯೆಗಳಿಂದ ಈ ನಾಡಿನಲ್ಲಿ ಹೆಣ್ಣಾದ ನಾನು ಸಾಧಿಸುವುದಕ್ಕೇನೂ ಇಲ್ಲವೆಂಬ ಭಾವ ಬಲಿಯುತ್ತಾ ಬೇರೊಂದು ಭಾವದೆಡೆಗೆ ಯೋಚಿಸಲು ಪ್ರೇರಣೆಯಾಯಿತು...

ನನ್ನ ಮನದ ಭಾವನೆಗಳಿಗೆ ಅನುಗುಣವಾಗಿ ಕೊನೇಪಕ್ಷ ಇಡೀ ಆರ್ಯ ಭೂಮಿಯಲ್ಲೇ ಅತ್ಯಧಿಕ ಬಲಶಾಲಿಯಾದ ವೀರಾಗ್ರಣಿಯ ಮನೆಯನ್ನು ನಾನು ವಧುವಾಗಿ ಸೇರಬೇಕೆಂಬ ನನ್ನ ದೃಢಭಾವನೆಯೇ ಅಪ್ಪಾಜಿಯವರನ್ನು ಈ ಸ್ಪರ್ಧೆಯ ಆಯೋಜನೆಗೆ ಅನಿವಾರ್ಯವಾಗಿಸಿತು...

ತನ್ಮಧ್ಯದಲ್ಲಿ ಸ್ಪರ್ಧೆಗಾಗಿ ಕಾಶಿಯತ್ತ ಪಾದಬೆಳೆಸಿದ್ದ ಸೌಭದಧಿಪತಿ ವೀರ ಸಾಲ್ವಭೂಪತಿಯನ್ನು ನನ್ನತ್ತ ಸೆಳೆದು ಭೇಟಿಮಾಡಿಸಿತು ವಿಧಿ...

ಅವನ ಧೀರೋದಾತ್ತ ನಡೆ ನುಡಿ ಕೃತಿಗಳು ಅವನಲ್ಲಿ ನನಗೆ ಅನುರಾಗ ಬರಿಸಿದ್ದವು...

ಸಮಾನವಾಗಿ ಆತನೂ ಅದೇ ಭಾವದಲ್ಲಿದ್ದ...

ಕಾಶಿಯತ್ತ ಬಂದಿರುವ ಅನೇಕ ಕ್ಷತ್ರಿಯರನ್ನು ಕಂಡು ಭ್ರಮನಿರಸನವಾಗಿದ್ದ ನನಗೆ ವಿಶ್ವನಾಥನೇ ಈತನನ್ನು ನನ್ನತ್ತ ಕಳುಹಿಸಿದಂತೆ ಭಾಸವಾಗಿತ್ತು...

ಸ್ಪರ್ಧೆಯಲ್ಲಿ ಎಲ್ಲರನ್ನೂ ಗೆದ್ದೇ ಗೆಲ್ಲುವುದಾಗಿ ಆತ ಭರವಸೆ ಕೊಟ್ಟ... ನೀನು ಗೆದ್ದದ್ದೇ ಆದಲ್ಲಿ ನಾನೂ ನಿನ್ನವಳೇ ಎಂದು ನಾನೂ ಅನುರಾಗದ ಮಾತು ಕೊಟ್ಟೆ...

ನಂತರದಲ್ಲಿ ನಡೆದ ಸ್ಪರ್ಧೆರೂಪವಾದ ಯುದ್ಧದಲ್ಲಿ ತಮ್ಮ ಪ್ರವೇಶ ಆಗುವವರೆಗೆ ಆತ ಎಲ್ಲರಲ್ಲೂ ಆತ ಕಾದಿ ಗೆದ್ದಿದ್ದ ಕೂಡ... ನಂತರ ನಡೆದ ಬೆಳವಣಿಗೆಗಳು ತಮ್ಮ ಅವಗಾಹನೆಗೇ ನಿಲುಕಿದ್ದಲ್ಲವೇ ಆಚಾರ್ಯಶ್ರೇಷ್ಠ...

ಈ ಎಲ್ಲಾ ಬೆಳವಣಿಗೆಗಳ ನಡುವೆ ನಮ್ಮ ಮೇಲೆ ನಾನಾರೀತಿಯ ಭಾವನೆಗಳ ವರ್ಷಾಘಾತವೇ ನಡೆದು ಹೋಯಿತು... ನಾವು ಎಣಿಸಿದ್ದು ಕಾದಿ ಗೆದ್ದ ತಾವೇ ನಮ್ಮನ್ನು ವರಿಸುತ್ತೀರಿ ಎಂದು...

ಈಗ... ತಾವೇ ನಮ್ಮನ್ನು ವರಿಸುವುದಾದಲ್ಲಿ ಈ ಯಾವ ಮಾತೂ ಬರುತ್ತಿರಲಿಲ್ಲ...

ಕಾರಣ ಇಷ್ಟೇ... ಕಾದಿ ಗೆದ್ದವರು ನೀವು... ನಿಮ್ಮ ಸ್ವತ್ತು ನಾವು...

ನೀವು ಗೆದ್ದು ತಂದ ಕನ್ಯೆಯರನ್ನು ಬೇರೆಯವರಿಗೆ ಹಸ್ತಾಂತರಿಸುವುದಕ್ಕೆ ಯಾವ ನೈತಿಕತೆ ಇದೆ ಎಂದು ನಾನು ಕೇಳಲಾರೆ ಮಹಾತ್ಮರೇ...!!!

ಆದರೆ ಇದು ಹೀಗೆಯೇ ಅಂತಾಗಿದ್ದರೆ ಅಪ್ಪಾಜಿ ಸುತ್ತೋಲೆಯನ್ನು ಬೇರೆಯೇ ರೀತಿಯಲ್ಲಿ ಲೇಖಿಸಬೇಕಾಗಿತ್ತು ತಾನೇ...?

ಭುಜದಲ್ಲಿ ಬಲುಪಿದ್ದ ವರನ ಪಾಲಕರು ಕಾದಿ ಗೆದ್ದು ತಮ್ಮ ವರಗೆ ಧಾರೆ ಎರೆವುದು ಎನ್ನ ಕನ್ಯೆಯರ... ಎಂದು ಬರೆಸಬೇಕಿತ್ತು...

ಅದೆಲ್ಲಾ ಹಾಗಾಗದೆ ಈ ಸನ್ನಿವೇಶದಲ್ಲಿ ಬಂದು ನಿಂತಿದ್ದೇವೆ ನಾವು...

ಹಿರಿಯರೇ... ಈ ಕಾಲಕ್ಕೆ ಅಂಬೆಯ ವಿನಂತಿ ತಮ್ಮಲ್ಲಿ... ನನ್ನ ತಂಗಿಯರು ತಮ್ಮ ಅನುಜನನ್ನು ವಿವಾಹವಾಗಲಿ... ಒಳಿತಾಯಿತು...

ಆದರೆ ಮನಮೆಚ್ಚಿದ ಸಾಲ್ವನ ಅರಸಿಯಾಗಬೇಕೆಂದಿರುವ ನಾನು ನಿಮ್ಮ ಅನುಜನನ್ನು ನಿರಾಕರಿಸಿ ಇನಿಯನೂರಾದ ಸೌಭನಗರದತ್ತ ನನ್ನನ್ನು ಕಳುಹಿಕೊಡೀ ಎಂದು ತಮ್ಮಲ್ಲಿ ವಿನಯದಿಂದ ಯಾಚಿಸಿದರೆ ತಪ್ಪಾಗುತ್ತದೆಯೇ ಮಹನೀಯ...?'

ಅಯಾಚಿತವಾಗಿ ಕಣ್ಣಲ್ಲಿ ನೀರಿನ ಧಾರೆ ಹರಿಯುತ್ತಿದ್ದರೂ ಅರಿವಾಗದೆ ಮಾತಾಡಿದಳು ಅಂಬೆ...

ಆಚಾರ್ಯ ಭೀಷ್ಮರಿಗೆ ಕಣ್ಣುಕತ್ತಲೆ ಬಂದಂತೆ...

ಸತ್ಯವತಿಯ ಮುಖಮಾತ್ರ ನಿಗಿನಿಗಿ ಕೆಂಡದಂತೆ...

ಅರಸೊತ್ತಿಗೆಯ ಮೂಲ ದರ್ಪಕ್ಕೇ ಘಾಸಿಯಾಗಿತ್ತು.

ಅತ್ತ ಅವಳನ್ನೂ ಕಾಣಲಾಗದೆ ಇತ್ತ ಅಂಬೆಯನ್ನೂ ನೋಡಲಾಗದೆ ವಿಲವಿಲ ಒದ್ದಾಡುತ್ತಾರೆ ಭೀಷ್ಮರು... ಶ್ರೀಹರೀ ಇದೇನು ಪರೀಕ್ಷೆಯಪ್ಪಾ ಇದು?

ಭೀಷ್ಮರು ಅಂಬೆಯಲ್ಲಿ ಹೀಗೆ ಹೇಳುತ್ತಾರೆ...

'ಮಗಳೇ...ಇದೇನಮ್ಮಾ ಹೀಗೆ ಹೇಳಿದೆ ನೀನು... ನನ್ನ ಕಲ್ಪನೆಯಲ್ಲೂ ಇರದ ತೋರದ ಭಾವವಿದು... ಛೇ ಏನೆಂದೇ...!! ಆ ಧೂರ್ತ ಸೌಭದ ಮತಿಹೀನ ಸಾಲ್ವನಲ್ಲಿ ನಿನ್ನ ಅನುರಾಗವೇ ತಾಯೀ...! ಗಂಗಾಭವಾನೀ...!! ಇದೇನು ತಾಯೀ ನಿನ್ನ ಲೀಲೇ...

ನಿನ್ನ ಮಡಿಲಮಕ್ಕಳನ್ನು ಈ ರೀತಿ ಹಾದಿ ತಪ್ಪಿಸುವುದೇ ನೀನು...? ನ್ಯಾಯವೇ ಇದು...? ಈ ಮಗುವಿಗಂತೂ ಬುದ್ಧಿ ಇಲ್ಲ. ಪಾತಕನಾಶಿನಿಯಾದ ನೀನು ಸರಿದಾರಿ

ತೋರಬಹುದಿತ್ತಲ್ಲವೇ...? ಛೇ! ಮಗೂ... ನಿನ್ನೆಲ್ಲಾ ಮಾತುಗಳನ್ನೂ ತಾಳ್ಮೆಯಿಂದ ಕೇಳಿ ಶ್ರೀಹರೀ ಎಂದು ಕೂಗಿ ಕರೆದದ್ದು ನನ್ನ ಪಾಪಪ್ರಜ್ಞೆಯಿಂದಲ್ಲ ಮಗಳೇ...

ಮರಿಹರಿಣದಂತಿರುವ ನೀನು ಆಯ್ಕೆ ಮಾಡಿಕೊಂಡ ಸಾಲ್ವನೆಂಬ ತೋಳದ ಹೆಸರು ಹೇಳಿದಾಗ ಹಿರಿಯನೆಂಬ ಪ್ರಜ್ಞೆಯಲ್ಲಿ ಅಂತರಾಳದಲ್ಲಿ ನೋವಿನಿಂದ ಹೊರಟ ಧ್ವನಿಯದು.. ಒಂದು ನೆನಪಿಡು ನೀನು... ಈ ಭರತವಂಶಕ್ಕೆ ಮೂರನೆಯವರಿಂದ ನೈತಿಕತೆಯ ಪಾಠ ಹೇಳಿಸಿಕೊಳ್ಳುವ ಸಮಯ ಈವರೆಗೆ ಬಂದದ್ದಿಲ್ಲ...

ಏನೆಂದೆ ತಾಯೀ... ನಾನು ನಿಮ್ಮನ್ನು ತಂದು ಬೇರೆಯವರಿಗೆ ಹಸ್ತಾಂತರಿಸುವುದಕ್ಕೆ ಏನು ನೈತಿಕತೆ ಇದೆಯೆಂದು ನೀನು ಕೇಳಲಾರೆ ಅಲ್ಲವೇ. ನನಗರ್ಥವಾಗುತ್ತದೆ ಮಗಳೇ...

ಇಗೋ ನನ್ನ ಪ್ರಶ್ನೆಗೂ ಉತ್ತರಿಸಬೇಕಾಗುತ್ತದೆ ನೀನು... ಕೇಳೂ...

ಮಗೂ ನೀನು ಸಾಲ್ವನಲ್ಲಿ ಅನುರಾಗ ಹೊಂದಿರುವ ವಿಚಾರ ವಿವಾಹಪೂರ್ವದ ವಿಚಾರ ತಾನೇ...? ಅದನ್ನು ನಿನ್ನ ಜನಕನಲ್ಲಿ ತಿಳಿಸಿದ್ದೆಯಾ...? ಈ ವಿಚಾರ ಅವನಿಗೆ ಅರಿವಿತ್ತೇ...?' ಹೀಗೆ ಆಚಾರ್ಯ ಭೀಷ್ಮರು ಸಾಕ್ಷಾತ್ ಬ್ರಹ್ಮಚರ್ಯದ ಭಾಸ್ಕರನಂತೆ ಪ್ರಜ್ವಲಿಸುತ್ತಾ ನಿಧಾನಕ್ಕೆ ಒಂದೊಂದಾಗಿ ಪ್ರಶ್ನೆ ಕೇಳುವಾಗ ಥರಥರಿಸಿ ಹೋದಳು ಅಂಬೆ...

'ಇಲ್ಲ ಆಚಾರ್ಯರೇ... ಆ ವಿಚಾರ ನನ್ನ ಜನಕರಿಗೆ ತಿಳಿಯದು... ಹೇಳುವ ಅವಕಾಶವೇ ಸಿಗಲಿಲ್ಲ...'

ನಗುತ್ತಾರೆ ಭೀಷ್ಮರು ವ್ಯಥೆಯಿಂದ...

'ತಾಯೀ ಇದು ಆರ್ಯಾವರ್ತ ನೆನಪಿದೆಯೇ ನಿನಗೆ...? ಇಲ್ಲಿ ಹೆಣ್ಣುಮಕ್ಕಳಿಗೆ ವಿವಾಹದ ವಿಚಾರದಲ್ಲಿ ಯಾವ ವಿಭಾಗದಲ್ಲಿ ಸ್ವಾತಂತ್ರ್ಯ ಹರಣವಾಗಿದೆ ಹೇಳು...? ನೀನು ಈ ವಿಚಾರದಲ್ಲಿ ಸ್ವತಂತ್ರಳಾಗಿದ್ದೆ ತಾನೇ... ಮತ್ತೇಕೆ ಹೇಳಲಿಲ್ಲ... ಕನ್ಯೆಯರ ಮನದಿಚ್ಛೆಯ ವರನನ್ನು ವರಿಸಲು ಸ್ವಯಂವರದಂಥಾ ಒಂದು ಅದ್ಭುತ ವ್ಯವಸ್ಥೆ ಇಲ್ಲಿ ಬಿಟ್ಟರೆ ಜಗದ ಯಾವ ಭಾಗದಲ್ಲೂ ಇಲ್ಲ... ಕಾಶಿಯಲ್ಲಿ ನಿನ್ನ ಜನಕನೂ ಕೂಡಾ ಈ ಸ್ಪರ್ಧೆಯನ್ನು ಕೇವಲ ನಿನ್ನ ಇಚ್ಛೆಯಂತೆ ತಾನೇ ಇರಿಸಿಕೊಂಡದ್ದು... ಸ್ಪರ್ಧೆಯೋ ಸ್ವಯಂವರವೋ ಯಾವುದೇ ಇದ್ದರೂ ನಿನ್ನ ಇಚ್ಛಾಸ್ವಾತಂತ್ರ್ಯದ ನೆರಳಿನಲ್ಲೇ ಆಗಬೇಕಿತ್ತು ತಾನೇ? ಯಾರಾದರೂ ಬಂದು ಕಾಶಿಯರಸನಲ್ಲಿ ಸ್ವಯಂವರ ಏರ್ಪಡಿಸುವುದು ಬೇಡವೆಂದು ಹೇಳಿದ್ದರೇ ಹೇಳು? ಸರಿ ನೀನು ಸಾಲ್ವನನ್ನು ಇಚ್ಛಿಸುವ ನನಗೆ ಹೇಗೆ ಗೊತ್ತಾಗಬೇಕು ಹೇಳು? ಆ ವಿಚಾರ ನಿನ್ನ ತಂದೆಯಲ್ಲಾದರೂ ಹೇಳಬಹುದಿತ್ತು ನೀನು... ಅಥವಾ ಆ ಕ್ಷಣದಲ್ಲಿ ನನ್ನಲ್ಲೇ ಹೇಳಿದ್ದರೂ ಈ ಸ್ಥಿತಿ ಖಂಡಿತ ಬರುತ್ತಿರಲಿಲ್ಲ ತಾಯಿ...

ನೋಡು ಮಗಳೇ... ಸ್ಪರ್ಧೆ ಇರಿಸಿದ್ದು ನಿನ್ನ ಜನಕ... ಅದು ಸ್ಪರ್ಧೆಯೇ ಹೊರತು ಸ್ವಯಂವರವಲ್ಲ... ಒಂದು ವೇಳೆ ನಿನ್ನ ಸ್ವಯಂವರ ನಡೆಯುವುದಾಗಿದ್ದಲ್ಲಿ ನೀನು ಇಚ್ಛಿಸಿದ ವರನೊಡನೆ ನಿನ್ನನ್ನು ವರಿಸಗೊಡದೇ ಬಲವಂತದಿಂದ ಎಳೆದು ತಂದಿದ್ದರೆ ನೈತಿಕತೆ ಪಾತ ಖಂಡಿತ ಸರಿ...

ಮಗೂ... ನಿನ್ನ ತಂದೆ ಬಲವಿದ್ದವರಲ್ಲಿ ಪಣವಾಗಿರಿಸಿದ್ದು ನಿಮ್ಮೆಲ್ಲರನ್ನು. ಅದೂ ಚಕ್ರವರ್ತಿ ಪೀಠವಾದ ಹಸ್ತಿನೆಗೆ ಆಹ್ವಾನ ಕೊಡದೆ...

ಏನು ಮಾಡಬೇಕು ಹೇಳು ನಾವು?

ನಮ್ಮ ಸಾಮಂತರೋ ಮಾಂಡಲಿಕರೋ ಪ್ರಧಾನಪೀಠಕ್ಕೆ ಅರಿವಾಗದಂತೆ ಎಲ್ಲೋ ಒಂದು ಕಡೆ ಕೂಡುತ್ತಾರೆಂದರೆ ಆಗ ಪ್ರಧಾನ ಅರಸೊತ್ತಿಗೆ ಪೀಠ ಅಪಾಯದಲ್ಲಿದೆ ಎಂದರ್ಥ. ಹಾಗೇ ಕೂಡಿದವರೆಲ್ಲಾ ಮಹಾಪೀಠದ ವಿರುದ್ಧ ಷಡ್ಯಂತ್ರ ರೂಪಿಸುತ್ತಿದ್ದಾರೆ ಎಂಬರ್ಥ ತಾನೇ?

ನೋಡು ಮಗಳೇ, ನಾನು ಮೊದಲೇ ಹೇಳಿದ ಮಾತು ನೆನಪಿದೆಯೇ. ನಾನು ಹಸ್ತಿನೆಯ ಸೇವಕ. ಈ ಆಚಾರ್ಯ ಭೀಷ್ಮ ಈ ಜನ್ಮದಲ್ಲಿ ಮದುವೆಯಾಗಲಾರ. ಹಸ್ತಿನೆಯ ಪೀಠಪದವಿ ಏರಲಾರ ಎಂಬ ವಿಚಾರ ಇಡೀ ಜಗತ್ತಿಗೇ ಗೊತ್ತು. ಹೋಗಿ ಕೇಳು ನಿನ್ನ ಜನಕನಲ್ಲಿ, ಅವನಿಗೂ ಅರಿವಿಲ್ಲವೇ ಎಂದು? ಈ ಭೀಷ್ಮನೆಂಬ ಅಭಿಧಾನ ನಾಕದ ಸುಮಸರೆಲ್ಲ ಸೇರಿ ನನಗೆ ದಯಪಾಲಿಸಿದ್ದು ನಾಲ್ಕುಗೋಡೆಯ ಮಧ್ಯದಲ್ಲಲ್ಲ... ಬ್ರಹ್ಮಾಂಡದ ಬಯಲುಮಧ್ಯದಲ್ಲಿ...

ಈ ವಿಚಾರ ನಿನಗೆ ಅರಿವಿಲ್ಲದಿರುವುದೂ... ನೀವೆಲ್ಲಾ ನಾನೇ ನಿಮ್ಮನ್ನು ವರಿಸುತ್ತೇನೆ ಅಂದುಕೊಂಡದ್ದು ಅದು ನಿಮ್ಮ ಬಾಲ್ಯದ ಬಾಲಿಶತನ ತಾಯಿ...

ಈ ಹಂತದಲ್ಲಿ ಈ ನನ್ನ ರಾಜಪೀಠದ ಯಜಮಾನಿ ನನ್ನ ಚಿಕ್ಕಮ್ಮ ಸತ್ಯವತೀದೇವಿಯವರು ಆರ್ಯಾವರ್ತದ ಮೂಲೆಯಲ್ಲೊಂದು ನಮ್ಮ ಅಧಿಕಾರದ ವಿರುದ್ಧವಾಗಿ ಈ ರೀತಿಯ ಸಂಚೊಂದು ನಡೆಯುತ್ತಿದೆ... ಹೋಗಿ ಪ್ರಶ್ನಿಸು...

ಹಾಗೇ ಕುವರಿಯರನ್ನು ನಿನ್ನ ತಮ್ಮನಿಗಾಗಿ ವರಿಸುವುದಕ್ಕೆ ಕರೆದು ತಾ ಎಂದು ಆಜ್ಞಾಪಿಸಿದ್ದರಿಂದಲೇ ನಾನು ಕಾಶಿಯತ್ತ ಬರಬೇಕಾಯಿತು...

ನಮ್ಮ ಘನ ರಾಜಪೀಠವನ್ನು ಮೊದಲು ಅವಮಾನಿಸಿದ್ದು ಯಾರು ಹೇಳು...?

ಈ ಕಾರಣಕ್ಕೇ ಪ್ರತಾಪಸೇನನನ್ನು ಪ್ರಶ್ನಿಸಲೆಂದೇ ಬಿರುಸಾಗಿ ಬಂದೆ... ಅಲ್ಲೂ ನಾನು ತಾಳ್ಮೆ ಕಳೆದುಕೊಂಡಿರಲಿಲ್ಲ ನಾನು...

ನನ್ನ ವ್ಯಗ್ರತೆಗೆ ಮೂಲಕಾರಣವೇ ಆ ನೀಚ ಸಾಲ್ವ...

ಮೊದಲೇ ಕುಲಹೀನ... ಧರ್ಮಹೀನ... ಆಚಾರಹೀನ... ಮತಿಹೀನ...

ಅವನೊಂದು ಇಡೀ ಆರ್ಯಭೂಮಿಗೇ ಕೊಳಕು ಕಳಂಕ...

ಅವನಿಂದಾಗಿ ಪವಿತ್ರಭರತಭೂಮಿಗೇ ಅವಮಾನ...

ಆ ದುರುಳ ನಾಲ್ಕು ಸೈನಿಕರನ್ನು ಬಡಿದು ಆರ್ಯಾವರ್ತದ ಗಂಡುತನದ ಬಗ್ಗೆ ಎದೆಯುಬ್ಬಿಸಿ ಮಾತಾಡಿದಾಗ ನಾನೊಬ್ಬ ಕ್ಷತ್ರಿಯನ ನೆಲೆಯಲ್ಲಿ ಅವನ ಅಹಂಕಾರ ಮೆಟ್ಟಿದ್ದು ಸತ್ಯ...

ಈಗ ಹೇಳು ತಾಯೀ... ನನಗೇನು ಕನಸು ಬಿದ್ದಿತ್ತೇ ಹೇಳು... ನಿಮ್ಮೊಳಗೆ ಈ ರೀತಿಯ ಪ್ರಕರಣವೊಂದು ಏರ್ಪಟ್ಟಿದೇ ಎಂದು...?

ಸರಿ ಪ್ರತಾಪಸೇನನಾದರೂ ಹೇಳಬಹುದಿತ್ತೆಂದು ಅಂದುಕೊಳ್ಳೋಣವೇ... ಅವನಿಗೂ ಈ ವಿಚಾರ ಅರಿವೇ ಇಲ್ಲ...

ಈಗ ನಮ್ಮ ನೈತಿಕತೆಯ ಬಗ್ಗೆ ದನಿಯೇ ತಾಯೀ...? ಕೇಳೂ...

ನಿನ್ನ ಮನ ನೋಯಿಸುವುದಕ್ಕಾಗಿ ಹೇಳುತ್ತಿಲ್ಲ ಮಗಳೇ...ಅನ್ಯಥಾ ಭಾವಿಸದಿರು...

ಹೆಣ್ಣು ಮಕ್ಕಳ ಮಾನಪ್ರಾಣ ರಕ್ಷಣೆ ಅದು ಈ ನಾಡಿನ ಗಂಡುಗಲಿಗಳ ಕರ್ತವ್ಯ ತಾಯಿ...

ಒಂದೇ ಪ್ರಶ್ನೆ... ಸ್ಪರ್ಧೆ ಏರ್ಪಡಿಸುವ ಅನಿವಾರ್ಯವೇನಿತ್ತು ಹೇಳು ನಿನ್ನ ಜನಕನಿಗೆ...??

ಸ್ವಯಂವರವೆಂದಾದರೆ ಇದಾವುದೂ ರಗಳೆಯೇ ಇರುತ್ತಿರಲಿಲ್ಲ... ಹೌದು ತಾನೇ...? ಸರಿ. ಆಯಿತು ಸ್ಪರ್ಧೆಯೇ ನಡೆಯಲಿ ಬಿಡು...ಏನೋ ಒಂದು ಸ್ಪಷ್ಟ ಫಲಿತಾಂಶ ದೊರಕುತ್ತದೆ ಅಂದುಕೊಂಡರೇ...

ತಾಯೀ... ವಿವಾಹಪೂರ್ವದಲ್ಲಿ ಮಾನವಂತ ಸುಕೋಮಲೆಯೊಬ್ಬಳು ನಿಯೋಜಿತವಾಗಿರುವ ಅನಿವಾರ್ಯ ಸ್ಪರ್ಧೆಯ ಮುನ್ನಾದಿನ ಕಾಣದ ಕೇಳದ ಪುರುಷನ ಬಣ್ಣದ ಮಾತುಗಳಿಗೆ ಮರುಳಾಗಿ ಸ್ವತಃ ತನ್ನ ತಂದೆಯ ಆದೇಶವನ್ನೇ ಧಿಕ್ಕರಿಸಿ ಸ್ಪರ್ಧೆಯ ನಿಯಮಗಳೆಲ್ಲವನ್ನೂ ಗಾಳಿಗೆ ತೂರಿ ಪರಪುರುಷನಲ್ಲಿ ಅನುರಕ್ತಳಾಗುವುದು ಯಾವ ರೀತಿಯ ನೈತಿಕತೆ ಎಂದು ನಾನೂ ಕೇಳಲಾರೆ ತಾಯಿ...

ನಿನ್ನ ತಂದೆಯ ಸ್ಪರ್ಧೆಯ ನಿಯಮ ಉಲ್ಲಂಘಿಸಿದ್ದು ನಾನೋ ನೀನೋ...?'

ಈಗ ಅಂಬೆ ಏನು ಹೇಳಬೇಕು... ಆಚಾರ್ಯರು ಹೇಳಿದ ಮಾತು ಬಹುವಾಗಿ ಘಾತಿಸಿತ್ತು... ಈ ರೀತಿಯಲ್ಲಿ ಯೋಚನೆಯೇ ಮಾಡಿರಲಿಲ್ಲ ಅವಳು... ಪಾಪದ ಚಿಗುರು ಮನಸ್ಸು ಇಷ್ಟು ಖಂಡಿತಾ ಮಾಗಿರಲಿಲ್ಲ...

ಕಣ್ಣುಕತ್ತಲೆ ಬಂದಂತಾಗಿ ಏನುಮಾಡುವುದೆಂದು ತಿಳಿಯದೇ ಅಲ್ಲೇ ಕಂಬಕ್ಕೆ ಆಂತುಕೊಂಡು ನಿಷ್ಚೇಷ್ಟಿತಳಾಗಿ ನಿಂತುಬಿಟ್ಟಳು.

ಬಾಲಿಕೆ ಅಂಬೆ... ಇರಲಿ ಬಿಡು ಮಗಳೇ... ದುಃಖಿಸಬೇಡ... ಈ ಭೀಷ್ಮನಿದ್ದಾನೆ ನಿನ್ನ ಪಾಲಿಗೆ ನಿನ್ನ ರಕ್ಷಣೆಕೊಡುವ ಸೈನಿಕನಾಗಿ... ಅಂಜದಿರು ಮಗೂ...

ಏನೇ ಆಗಲಿ... ಆದದ್ದಕ್ಕೆ ದುಃಖಿಸದಿರು... ನೀನು ಮಾನವಂತ ಹೆಣ್ಣುಮಗಳು ತಾಯೀ... ನೀನು ಎಲ್ಲಾ ಸತ್ಯವನ್ನೂ ಧೈರ್ಯವಾಗಿ ಹೇಳಿಕೊಂಡೆ ನೋಡು.. ಅದನ್ನು ಮೆಚ್ಚುತ್ತೇನೆ ನಾನು... ಈಗ ನೀನು ಹಸ್ತಿನೆಯ ಮಗಳು... ಹೀಗಾಗಿ ನಿನ್ನ ಜವಾಬ್ದಾರಿ ನನ್ನ ಹೆಗಲಮೇಲಿದೆ... ಯೋಚಿಸಬೇಡ ಮಗಳೇ... ನೀನು ಯಾರನ್ನು ಇಷ್ಟಪಟ್ಟಿದ್ದೀಯೋ ಅದು ನಿನ್ನ ವೈಯಕ್ತಿಕ ವಿಚಾರ... ಸ್ವಯಂವರರೀತ್ಯಾ ಆ ವಿಚಾರವನ್ನು ಯಾರೂ ಪ್ರಶ್ನಿಸುವಂತಿಲ್ಲ... ಮುಂದೆ ಆ ದುರುಳ ಸಾಲ್ವ ನಿನ್ನ ಕೈಹಿಡಿದಮೇಲೆ ಯೋಗ್ಯ ಕ್ಷತ್ರಿಯನಾಗಬಾರದೆಂದು ನಿಯಮವಿದೆಯೇ ಹೇಳು...? ಹಾಗೆಯೇ ಆಗಲೆಂದು ಮನದಾಳದಿಂದ ತಾಯಿ ಗಂಗಾಭವಾನಿಯಲ್ಲಿ ಪ್ರಾರ್ಥಿಸುತ್ತಾನೆ ಈ ಗಂಗಾತರಳ ದೇವವ್ರತ... ಸರೀ ತಾಯೀ ನೀನು ಸೌಭಕ್ಕೆ ಹೊರಡಲು ಅನುವಾಗು...

ಯಾರಲ್ಲಿ...!! ಯಮುನಾತಟಾಕದ ಬ್ರಾಹ್ಮಣ ಅಗ್ರಹಾರದ ಮೊದಲನೇ ಮನೆಯ ಅಪ್ಪಯ್ಯ ದೀಕ್ಷಿತರನ್ನು ಬರಹೇಳಿ... ಕೂಡಲೇ...

ಎಂದು ಆಜ್ಞಾಪಿಸಿದರು ಆಚಾರ್ಯ ಭೀಷ್ಮರು...

***

ಒಂದು ರಥ... ನಾಲ್ವರು ಸೈನಿಕರು... ಹೊಳೆವ ಯಜ್ಞೇಶ್ವರನಂತಿರುವ ವಯೋವೃದ್ಧ ಅಪ್ಪಯ್ಯದೀಕ್ಷಿತರು... ಜೊತೆಗೆ ಅಂಬೆ... ಇಷ್ಟೂ ಜನರನ್ನು ಸೌಭಕ್ಕೆ ಕಳುಹಿಕೊಡುವ ವ್ಯವಸ್ಥೆ ಮಾಡುತ್ತಾರೆ ಭೀಷ್ಮರು...

'ಪೂಜ್ಯ ಸತ್ಯಸನಾತನಿಗಳೂ ಪರಮ ಜ್ಞಾನಿಗಳೂ ಆದ ಓ ಅಗ್ನಿಚಿತ್ ದೀಕ್ಷಿತರೇ ಇದೋ ಆಚಾರ್ಯ ಭೀಷ್ಮ ವಂದಿಸಿಕೊಂಡಿದ್ದಾನೆ... ಹರಸಿ ಪೂಜ್ಯರೇ...

ಮಹನೀಯರೇ...

ಈಕೆ ನಮ್ಮ ಹಸ್ತಿನೆಯ ಮಗಳು ಅಂಬೆ... ಸೌಭದ ಸಾಲ್ವನಲ್ಲಿ ಅನುರಕ್ತಳಾಗಿದ್ದಾಳೆ... ಪರಮಸುಂದರಿಯೂ ತರುಣಿಯೂ ಆದ ಈಕೆಯನ್ನು ಸರಿಯಾದ ರಕ್ಷಣೆ ಇಲ್ಲದೆ ಅಲ್ಲಿಗೆ ಕಳುಹಲಾಗದು...

ಈ ಕಾಲದಲ್ಲಿ ಯಾರನ್ನೂ ನಂಬುವಂತಿಲ್ಲ... ನಮ್ಮ ಸೈನಿಕರನ್ನೂ ಕೂಡ...

ಹೀಗಾಗಿ ಸರಿಯಾದ ರಕ್ಷಣೆ ದೊರಕಿಸಿಕೊಡುತ್ತೇನೆ... ಅವಳೊಂದಿಗೆ ಆಕೆಯ ತಂದೆಯಂತಿದ್ದು ತಾವು ಅವಳನ್ನು ಸೌಭಕ್ಕೆ ಬಿಟ್ಟುಬರಬಹುದೇ... ಈ ಸನ್ನಿವೇಶದಲ್ಲಿ ಬೇರಾರಲ್ಲೂ ನಂಬಿಕೆ ಬರುತ್ತಿಲ್ಲ ನನಗೆ... ತಾವು ಒಪ್ಪಿದಲ್ಲಿ ಈ ಮಗುವಿನ ಹಾಗೂ ನಮ್ಮ ಹಸ್ತಿನೆಯ ಘನತೆಯ ಪುಣ್ಯವಿಶೇಷವೆಂದು ಭಾವಿಸುತ್ತೇನೆ... ಆಗಬಹುದೇ ಪೂಜ್ಯರೇ...?'

ಹೀಗೆಂದು ಆಚಾರ್ಯರು ದೀಕ್ಷಿತರಲ್ಲಿ ಕೇಳಿದಾಗ

'ಅಪ್ಪಣೆ ಪ್ರಭುಗಳೇ... ಆಜ್ಞಾಪಿಸಿ. ತತ್‌ಕ್ಷಣದಲ್ಲಿ ಹೊರಡಲು ಸಿದ್ಧ ಆಚಾರ್ಯರೇ' ಎಂದರು ದೀಕ್ಷಿತರು...

ಸರಿ ಹೊರಟಿತು ಅಂಬಾ ಬಳಗ...

ಈ ನೋವಿನಲ್ಲೂ ಅಂಬೆಯ ಮನದಾಳದಲ್ಲಿ ಭೀಷ್ಮರ ಕುರಿತು ಅದೇನೋ ಅಭಿಮಾನ...

ಮತ್ತೆ ತನ್ನಿನಿಯನ ಇದಿರುಗಾಣುವುದಕ್ಕೆ ಹೋಗುವ ಸಂದರ್ಭ...

ಹಿರಿಯರೆಲ್ಲರಿಗೂ ನಮಿಸಿ ತಂಗಿಯಂದಿರನ್ನು ಬಾಚಿ ತಬ್ಬಿ ಮುದ್ದೂ ಮರೀ ಜಾಗೃತೆ ಎಂದು ಬಿಕ್ಕಳಿಸುತ್ತಾ ಅರೆ ದುಃಖದಿಂದ ಅರೆ ಸಂಭ್ರಮದ ಮಿಶ್ರಭಾವದಿಂದ ಹೊರಟಳು ಅಂಬೆ...

ಹರಿದ್ರಾಕುಂಕುಮ ಶೋಭಿತೆಯಾಗಿ ಕೈಯಲ್ಲಿ ತಾನೇ ಹೂವುಹಣ್ಣುಗಳನ್ನು ಹಿಡಿದು ಒಂದು ಕಾಲದಲ್ಲಿ ಹಿಮಾಲಯದ ರಂಭೇ ಗೊಂಬೇ ಎಂದು ಹೊಗಳಿದ ತನ್ನ ಮನದಿನಿಯ ಸಾಲ್ವನ ಮನೆಯೊಡತಿಯಾಗುವ ಹೊಂಗನಸು ಕಾಣುತ್ತಾ ಸೌಭದ ಅರಮನೆಯತ್ತ ಈ ಚೆಲುವೆ ಅಂಬೆ ಸಾಗುತ್ತಾಳೆ...

ದೂರ ಕ್ರಮಿಸಿ ಸೌಭದ ಬಾಗಿಲಿಗೆ ಬಂದು ರಾಜಸಭೆಯ ಬಾಗಿಲು ತಟ್ಟುತ್ತಾರೆ ದೀಕ್ಷಿತರು...

'ಒಡೆಯಾ ಯಾರೋ ಬಂದಿದ್ದಾರೆ' ಎಂದ ದೂತ...

ಹೋಹೋಹೋ... ಹಸ್ತಿನೆಯ ಚಕ್ರೇಶ್ವರ... ಮಹಾಕ್ಷತ್ರಿಯ... ಆಜೀವಬ್ರಹ್ಮಚಾರಿ... ಆಚಾರ್ಯ ಭೀಷ್ಮರ ನಲ್ಲೆ... ಪಟ್ಟದರಸಿ ಮನದನ್ನೆಯಾದ ಚಕ್ರೇಶ್ವರಿ ಅಂಬಾ ಮಾತೆಯವರು ಈ ಬಡವನ ಮನೆಗೆ... ಬರಬೇಕೂ ಬರಬೇಕೂ' ಎಂದು ನಂಜು ಕಾರಿದ ದುರುಳ ಸಾಲ್ವ...

'ಏನು ಬಾಣಂತನಕ್ಕೆ ಬಂದಿರೋ...? ಕಾಶಿಯರಸ ಸತ್ತನೇನು...?'

ತಲೆಮೇಲೆ ಗದೆಯಿಂದ ಘಾತಿಸಿದಂತೆ ಹೃದಯಕ್ಕೆ ಶೂಲದಿಂದ ಚುಚ್ಚಿದಂತೆ ಹೆಣ್ತನಕ್ಕೇ ಅಪಮಾನದ ಅಸ್ತ್ರದಿಂದ ಇರಿದಂತಾಗಿ ಭೂಮಿಬಿರಿದ ಅನುಭವದಿಂದ ಅಲ್ಲೇ ಕುಸಿದು ಬಿದ್ದಳು ತರುಣಿ ಅಂಬೇ... ವಿಶ್ವನಾಥಾ... ಚೆಂದುಳ್ಳಿ ಚೆಲುವೆಯೊಬ್ಬಳು ಹೊಂಗನಸ ಸಿಂಗರಿಸಿಕೊಂಡು ಭವಿಷ್ಯದ ಸುಮಧುರ ಭಾವನೆಗಳನ್ನೇ ನೆನೆಸುತ್ತಾ ಈ ತನಕದ ಕಷ್ಟ ದುಃಖ ದುಮ್ಮಾನಗಳನ್ನು ಸೆರಗಿನಲ್ಲಿ ಕಟ್ಟಿಕೊಂಡು ಕಡುಹೋರಾಟದ ಹಾದಿಯಲ್ಲಿ ಮಾನಪ್ರಾಣ ಉಳಿಸಿಕೊಂಡು ಇಲ್ಲಿಯವರೆಗೆ ಸಾಗಿ ಇನಿಯನ ಮುಂದೆ ಬಂದು ನಿಂತರೇ...

ಕಿವಿಗಪ್ಪಳಿಸಿದ ಮಾತಿನಿಂದ ಬೆಪ್ಪಾಗಿ ಹೋದಳು ಅಂಬೆ...

'ಗೆಳೆಯಾ... ಏನು ಹೇಳಿದೆ ನೀನು...? ಬ್ರಹ್ಮಚಾರಿಯ ಪಟ್ಟದರಸಿಯೇ...? ಇನಿಯನೇ ನಿನಗೀ ಮಾತು ಶೋಭೆಯೇ ಹೇಳು...?'

ಧಾರೆಕಂಬನಿಯೊಡಗೂಡಿ ಕೇಳುತ್ತಾಳೆ ಅಂಬೆ... 'ಹಿಮಾಲಯದ ಮಡಿಲಲ್ಲಿ ಚೆಲುವೇ... ರಂಭೇ...ಗೊಂಬೇ ಎಂದು ಹೇಳಿದ ಬಾಯಿ ನಿನ್ನದೇ ಹೌದೇ ಸೌಭಾಧಿಪ...?'

'ಥೂ... ಯಾವ ಸೀಮೆಯ ಇನಿಯನೇ ನಾನು...? ಪೂರ್ವದಲ್ಲಿ ನಡೆದ ವಿಚಾರ ಅದು ತಾರುಣ್ಯದ ಭ್ರಮೆ ಅಷ್ಟೇ... ಈಗ ನಿನ್ನ ಮುಂದಿರುವುದು ಪ್ರಬುದ್ಧ ಸಾಲ್ವ... ಏನು ನಿನ್ನ ಕಳ್ಳ ಬೆಕ್ಕಿನಾಟ ನನಗೆ ತಿಳಿಯದೇ...? ಏನು ಬಂದೆಯೋ ಅದನ್ನು ಅರುಹಿ ಆದಷ್ಟು ಬೇಗ ಇಲ್ಲಿಂದ ತೊಲಗು...'

ಗುಡುಗಿದ ನರಿಸಾಲ್ವ...

***

ಓದುಗರೇ ಇಲ್ಲಿ ಸಾಲ್ವನ ಕುರಿತು ಎರಡು ಮಾತಿದೆ...

ಹೆಚ್ಚೆನೂ ದೊಡ್ಡದಲ್ಲದ ಬಹಳ ಸುಂದರ ನಾಡದು... ಹತ್ತಾರು ಗ್ರಾಮದ ರಾಜ್ಯವದು...

ಇಲ್ಲಿರುವ ನೂರಾರು ಭಟರ ಮುಂದೆ ಸಾಲ್ವನೇ ದೊಡ್ಡ ವೀರ... ಅಳಿದೂರಿಗೆ ಉಳಿದವನೇ ಒಡೆಯ ಎಂಬ ಮಾತಂತೆ ಇವನದ್ದೇ ರಾಜ್ಯಭಾರ... ಹೇಳುವವರೂ ಕೇಳುವವರೂ ಯಾರಿಲ್ಲದ ಕಾರಣ ಇವನದ್ದೇ ಆಟ...

ಭೀಷ್ಮರು ಎಲ್ಲಿ ಇವನ ಅಹಂಕಾರ ಮೆಟ್ಟಿದರೋ ಬಾಲ ಸುಟ್ಟ ಬೆಕ್ಕಿನಂತಾದ ಸಾಲ್ವ... ಇಡೀ ಆರ್ಯಾವರ್ತದಲ್ಲೇ ಇವನ ಮಾನ ಪೂರ್ತಿ ಹರಾಜಾಗಿ ಮೂರುಕಾಸಿಗೂ ಬೆಲೆ ಇಲ್ಲದಂತಾಗಿ ಹೋದ ಸಾಲ್ವ...

ಈ ಉರಿ ಅವನ ಒಡಲಾಳದಲ್ಲಿ ಕುದಿಯುತ್ತಿತ್ತು... ಆದರೆ ಏನು ಮಾಡಲೂ ನಿರ್ವಾಹವಿಲ್ಲದೇ ಕೈ ಕೈ ಹಿಸುಕಿಕೊಳ್ಳುತ್ತಿದ್ದ... ಈ ಸಂದರ್ಭದಲ್ಲೇ ಅಂಬೆಯ ಪ್ರವೇಶವಾಯಿತು ನೋಡಿ...

ಪೆಟ್ಟಿನ ಉರಿ... ಭೀಷ್ಮರ ಮೇಲಿನ ದಳ್ಳುರಿಯೆಲ್ಲಾ ನಿಸ್ಸಹಾಯಕಳಾದ ಅಂಬೆಯ ಮೇಲೇ ಪ್ರಯೋಗಿಸಿಬಿಟ್ಟ...

ಒಟ್ಟಿನಲ್ಲಿ ದುರ್ದೈವಿ ಮಾತ್ರ ಅಂಬೆ...

***

ದೊರೆಯೇ... ಏನಾಯಿತೆಂದು ಈ ಪರಿಯಲ್ಲಿ ಗೋಳುಹೊಯ್ದು ಕೊಳ್ಳುತ್ತಿರುವೆ... ಅದನ್ನಾದರೂ ಹೇಳು... ಅಳುತ್ತಾ ಕೇಳಿದಳು ಅಂಬೆ...

ಅಯ್ಯೋ ಯಾವ ಬಾಯಲ್ಲಿ ಹೇಳಲೇ ಅದನ್ನು...? ನನಗೆ ಕಣ್ಣಿಗೆ ಕಟ್ಟಿದಂತಿದೆ... ನನಗಿಂತ ಸುಂದರನೂ ವೀರನೂ ಶೂರನೂ ಚಕ್ರವರ್ತಿಯೂ ಆದ ಮತ್ತೊಬ್ಬ ಬಂದ... ನೀನು ಅವನ ಹಿಂದೆ ಕುಣಿಯುತ್ತಾ ಹೋದೆ... ನಾನು ಗಾಯಗೊಂಡು ಕೆಳಗೆ ಬಿದ್ದಿದ್ದಾಗ ಈ ಕಣ್ಣೀರು ಎಲ್ಲಿ ಹೋಗಿತ್ತೇ...?

ಎಂದು ಘರ್ಜಿಸಿದ ಸಾಲ್ವ ಉರಿದುರಿದು...

ನನ್ನೊಡೆಯಾ... ಅದು ಹಾಗಲ್ಲ... ಆ ಸನ್ನಿವೇಶದಲ್ಲಿ ಗಂಡಾದ ನೀನೇ ಅಸಹಾಯಕನಾಗಿರುವಾಗ ಹೆಣ್ಣಾದ ನಾನು ಏನು ಮಾಡಲು ಸಾಧ್ಯ ಹೇಳು...? ನಾನೇನು ಇಚ್ಛೆ ಪಟ್ಟು ಹೋದನೇ ಹೇಳು ಆತನೊಂದಿಗೆ...? ಹೋಗಿ ರಥವೇರಿ ಕೂರಿ ಎಂದು ಆರ್ಭಟಿಸಿದಾಗ ನೀನಾಗಲೀ... ನನ್ನ ತಂದೆಯಾಗಲೀ... ಕಾಶಿಯ ಮಹಾಜನತೆಯಾಗಲೀ ಯಾರೂ ಪ್ರತಿರೋಧ ತೋರದಿರುವ ಹೊತ್ತಿನಲ್ಲಿ ಅವನೊಂದಿಗೆ ಹೋಗದೆ ಬೇರಾವ ದಾರಿಯಿತ್ತು ಹೇಳು...?

ಕೇಳು ನನ್ನಿನಿಯಾ... ಪರಿಸ್ಥಿತಿ ತಿಳಿಯಾದ ಮೇಲೆ ನನ್ನ ತಂಗಿಯಂದಿರಿಗೆ ಆಚಾರ್ಯರ ತಮ್ಮನಲ್ಲಿ ವಿವಾಹಮಾತುಕಥೆ ನಡೆಸಿ ನಂತರ ನನ್ನ ನಿನ್ನ ವಿಚಾರ ಭೀಷ್ಮರಲ್ಲಿ ತಿಳಿಸಿ ಅವರಿಂದ ಸೌಭಕ್ಕೆ ಸಕಲ ಗೌರವದಿಂದ ಕಳುಹಲ್ಪಟ್ಟವಳು ನಾನು...

ಇಂತಿದ್ದೂ ನನ್ನ ಮೇಲೆ ಅಪಾರ್ಥ ಬೇಡ ಗೆಳೆಯಾ..ಅಂದೂ ಇಂದೂ ಎಂದೆಂದೂ ನನ್ನ ಮನದೊಳಗಿರುವುದು ನೀನೊಬ್ಬನೇ ದೊರೇ...

ಹೀಗೆ ಬಿಕ್ಕಳಿಸಿ ಉಮ್ಮಳಿಸಿ ಬಹು ಪ್ರಯಾಸದಿಂದ ತನ್ನನ್ನು ತಾನು ಸಮರ್ಥನೆ ಮಾಡಿಕೊಳ್ಳುತ್ತಿದ್ದಳು ಅಂಬೆ...

ಛೀ... ಮಾನಬಿಟ್ಟವಳೇ... ಏನು ಮಾತಾಡುತ್ತೀಯೇ...? ಮಾನವಂತ ಹೆಣ್ಣುಗಳಿರುವ ನಾಡಿದು ಸೌಭ... ಅರಿವಿರಲಿ ನಿನಗೆ. ಅವನೊಂದಿಗೇ ರಥದಲ್ಲಿ ಚಕ್ಕಂದವಾಡುತ್ತಾ ತೆರಳಿ ಇಷ್ಟುದಿನ ಅವನೊಂದಿಗಿದ್ದು ಮಧುಚಂದ್ರವೆಲ್ಲ ಮುಗಿಸಿ ಈಗ ನನ್ನ ತಲೆ ಹಾಳುಮಾಡಲು ಬಂದಿರುವೆಯಾ ನೀಚ ಹೆಣ್ಣೇ. ನೀನಾಗಿ ಇಲ್ಲಿಂದ ತೊಲಗುತ್ತೀಯೋ ಅಥವಾ ಆಳುಮಕ್ಕಳ ಕೈಯಲ್ಲಿ ಕುತ್ತಿಗೆ ಹಿಡಿದು ಹೊರಗೆ ದಬ್ಬಿಸಲೋ?

ವೀರಕ್ಷತ್ರಿಯಾಣಿಯಾಗುವ ಬಯಕೆ ಹೊತ್ತು ಮಹತ್ವಾಕಾಂಕ್ಷಿಯಾದ ಹೆಣ್ಣೊಬ್ಬಳು ವಿಧಿಯ ಕ್ರೂರತೆ ಮುಂದೆ ನಿಸ್ಸಹಾಯಕಳಾಗಿ ನಿರ್ವಾಹವಿಲ್ಲದೇ ಪರಮಕಿರಾತ ನೀಚ ಸಾಲ್ವನ ಕಾಲಿಗೂ ಬೀಳುತ್ತಾಳೆ...

ಛೇ... ಓ ನನ್ನ ಪ್ರಾಣದೇವರೇ... ಕೇಳು. ಹೆತ್ತ ಜನಕಜನನಿಯರ ಮೇಲಾಣೆ... ತಾಯಿ ಗಂಗೆ ಸಾಕ್ಷಿ... ಪ್ರಭು ವಿಶ್ವನಾಥನ ಸಾಕ್ಷಿ... ನನ್ನ ಅಂತರಾತ್ಮದ ಸಾಕ್ಷಿಯಾಗಿ ಒಡೆಯಾ ನನ್ನ ಮನದೊಳಗಿರುವುದು ನೀನೇ... ನನ್ನ ಮೈಮನ ಏನಾದರೂ ಪರಕೀಯರ ಪಾಲೇ ಆಗಿದ್ದರೆ ಸಮಸ್ತ ಪತಿವ್ರತಾ ಸ್ತ್ರೀಕುಲವೇ ನನ್ನ ಬಹಿಷ್ಕರಿಸಲಿ... ನನ್ನ ನಂಬು ನನ್ನೊಡೆಯಾ ಎಂದು ನಿಂತಿದ್ದ ಕೀಚಕನ ಕಾಲಿಗೆರಗಿದಳು ನೋಡಿ ಕಾಶಿಯ ಮಗಳು ಅಂಬೆ...

ಥೂ... ಛೀ... ದರಿದ್ರದವಳೇ ಇನ್ನೊಂದು ಕ್ಷಣದಲ್ಲಿ ನೀನೇ ತೊಲಗದಿದ್ದಲ್ಲಿ ಹೆಣ್ಣೆಂಬುದನ್ನೂ ಮರೆತು ಕಡಿದು ಬಿಸುಟುವೆ ಮಾನಗೆಟ್ಟ ಜಾರಿಣೀ...

ಗಂಗಾಭವಾನೀ...!!!

ಅರೆಕ್ಷಣ ಮೂರ್ಛೆ ತಪ್ಪಿದಂತಾಗಿ ಕುಸಿದು ಬಿದ್ದ ಅಂಬೆಯನ್ನು ಅಪ್ಪಯ್ಯದೀಕ್ಷಿತರು ಸ್ವತಃ ಕಣ್ಣೀರಿಳಿಸುತ್ತಾ ಎಬ್ಬಿಸುತ್ತಾರೆ...

ತಾಯಿ... ಯಾರಲ್ಲಿ ಬಂದೆ ಮಗಳೇ. ಹೆಣ್ತನದ ಬಗೆಗೆ ಕಿಂಚಿತ್ತೂ ಗೌರವ ಆದರದ ಅರಿವಿರದ ಈ ಕಡುಪಾಪಿಯೊಂದಿಗೇ ನಿನ್ನ ಜೀವನವೇ... ಅದಾಗದು ಮಗೂ...

ತಪ್ಪಿದೆ ನೀನು... ತಪ್ಪಿಬಿದ್ದಾಯಿತು ಮಗಳೇ... ನಡಿ ಹೊರಡೋಣ ಇಲ್ಲಿಂದ...

ಹೀಗೆ ಅಪ್ಪಯ್ಯ ದೀಕ್ಷಿತರು ಎಚ್ಚರಿಸಿದಾಗ... ಸೋಲುತ್ತಾಳೆ ಅಂಬೆ... ಇಲ್ಲಿ ಮಾತ್ರವಲ್ಲ... ಇಲ್ಲಿಂದ ಮೊದಲಾಗಿ ಸೋಲಲು ಪ್ರಾರಂಭಿಸಿದ ಅಂಬೆ ಇಡೀ ಜನುಮದಲ್ಲೇ ಮತ್ತೆ ಗೆಲ್ಲುವುದಿಲ್ಲ...

ತನ್ನ ಬದುಕಿನೆದುರಿಗೇ ತಾನು ಸೋಲುತ್ತಾಳೆ...

ರಕ್ತ ಕಣ್ಣೀರು ಬರಿದಾಗುತ್ತಾ ಬಂತು ಅಂಬೆಗೆ...

ಏನು ಮಾಡಲಿ ವಿಶ್ವನಾಥಾ... ಈ ನೀಚನನ್ನು ನಂಬಿ ಬಂದೆನೇ... ಏನು ಹೇಳಲಿ?

ಇನ್ನು ಇವನ ಮುಖಾವಲೋಕನವೂ ನಿಷಿದ್ಧ. ಈತನಂತಿರುವ ಗಂಡು ಜಾತಿಗೇ ಧಿಕ್ಕಾರ... ಎನ್ನುತ್ತಾ ಸೆರಗಿನಲ್ಲಿ ಕಣ್ಣೊರೆಸುತ್ತಾ ಹೊರಟೇ ಬಿಟ್ಟಳು ಕಾಶಿಕುವರಿ ಸೌಭಾಗ್ಯವತಿ ಅಂಬೆ... ಇನ್ನೇಕೆ ಬದುಕಿರಬೇಕು...? ಜೀವಿತದಲ್ಲಿದ್ದು ಎಲ್ಲರಿಂದ ಮಾನಗೆಟ್ಟವಳು ಎಂದೆನಿಸಿ ಕೊಳ್ಳುವುದಕ್ಕಿಂತ ಸಾವೇ ಲೇಸು...

ಸರಿ... ಹಹಹಾ... ವಿಕಟಾಟ್ಟಹಾಸದಿಂದ ನಕ್ಕ ದುರುಳ ಸಾಲ್ವ... ಇನ್ನು ಮುಂದೆ ಈ ಕನ್ಯಾಕುಮಾರಿ ಎಲ್ಲಿಗೋ...? ಯಾರ ಜತೆ ಸ್ವಯಂವರವೋ...?

ಆ ಮಾತು ಹೊರಬರುತ್ತಿರುವ ಅಂಬೆಯ ಕಿವಿಗೆ ಕಾದ ಸೀಸ ಸುರಿದಂತೆ ಕೇಳಲು... ಹೊರಬಂದು ಛೇ ಇಷ್ಟು ಮಹತ್ವಾಕಾಂಕ್ಷಿಯಾಗಿ ಬದುಕಿ ಈಗ ಈ ನೀಚ ಶ್ವಾನದ ಮಾತಿಗೆ ಸಾಯುವುದೇ...? ಸಲ್ಲದು... ಈತ ನೀಚ ಹೌದು... ಭೀಷ್ಮರು ನೀಚರಲ್ಲವಲ್ಲ...

ಅವರಲ್ಲೇ ತನ್ನ ಕೊಚ್ಚಿ ಹೋಗುತ್ತಿರುವ ಬದುಕಿಗೊಂದು ನ್ಯಾಯ ಕೊಡಿಸಿ ಎಂದು ಕೇಳಿ ಮತ್ತೆ ಮುಂದಿನ ನಿರ್ಧಾರ...

ಸರಿ ಮತ್ತೆ ಮರಳಿ ಹಸ್ತಿನೆಗೆ...

ಒಟ್ಟಿನಲ್ಲಿ ಪ್ರತ್ಯಕ್ಷವಾಗಿ ಪ್ರತಾಪಸೇನ... ಸಾಲ್ವರ ಹಾಗೂ ಪರೋಕ್ಷವಾಗಿ ಆಚಾರ್ಯ ಭೀಷ್ಮರ ಕಾಲ್ಚೆಂಡಿನಾಟದಲ್ಲಿ ಚೆಂಡಾದಳು ಅಂಬೆ...!!!

ಬಸವಳಿದು ಬೆಂಡಾದಳು...!!!

ಹಸ್ತಿನೆಯ ರಾಜ ಸಭೆ... ಭೀಷ್ಮರೂ ಸೇರಿದಂತೆ ರಾಜಪ್ರಮುಖರೆಲ್ಲ ಸೇರಿದ್ದ ಕಾಲ...

ತರುಣಿ ಅಂಬೆ ನಡೆದು ನಡೆದು ಅರೆಜೀವದಂತಾಗಿ ಉಣ್ಣಲೂ ಇರದೆ ಉಡಲೂ ಇರದೆ ಭಿಕಾರಿಯಂತೆ ಕೂದಲು ಕೆದರಿಕೊಂಡು ಕಾಲೆದುಕೊಳ್ಳುತ್ತಾ ರಾಜಸಭೆ ಪ್ರವೇಶಿಸುತ್ತಾಳೆ...

ಕಾವಲು ಭಟ ಗದರಿದ...

ಛೀ ಹೋಗಾಚೆ ಕೊಳಕು...!!

ಊಟ ಬೇಕಾದರೆ ಉಗ್ರಾಣದ ಹಿಂದಿರುವ ಗೋಶಾಲೆ ಹತ್ತಿರ ಹೋಗಿ ಯಾರಲ್ಲಾದರೂ ಕೇಳು... ಕೊಡುತ್ತಾರೆ... ಹೋಗು... ಎಂದಾಗ

ನಿಸ್ತೇಜಕಣ್ಣುಗಳಲ್ಲಿ ಭಾವನಾರಹಿತ ದೃಷ್ಟಿಯಿಂದ ಎಲ್ಲೋ ನೋಡುತ್ತಾಳೆ ಅಂಬೆ...

ಭೀಷ್ಮರು...

ಯಾರದು...?

ಭಟ... ಗೊತ್ತಿಲ್ಲ ಜೀಯಾ... ಹುಚ್ಚಿಯಂತೆ ಕಾಣುತ್ತಿದ್ದಾಳೆ...!!

ಭೀಷ್ಮಪಿತಾಮಹ...

ಏನಂತೆ...?

ಭಟ... ಮಾತಾನಾಡುವುದಿಲ್ಲ ಧಣೀ...

ಭೀಷ್ಮರು... ಸರಿ ಇತ್ತ ಕಳುಹಿಸು...

ಅರೇ...!! ಅಂಬೆಯಲ್ಲವೇ ತಾಯೀ ನೀನು...? ಛೇ... ಸಾಲ್ವನಲ್ಲಿ ಹೋಗಲಿಲ್ಲವೇ ನೀನು...? ಬಹಳ ದಿನಗಳಾಯಿತಲ್ಲ ನಿನ್ನನ್ನು ಕಳುಹಿ ಕೊಟ್ಟು... ಏನಮ್ಮಾ ನಿನ್ನ ಅವಸ್ಥೆ ಇದು...? ಏನಾಯಿತು ಮಗಳೇ...?

ಅಂಬೆಯ ಕಣ್ಣಲ್ಲಿ ನೀರು ಬತ್ತಿಯಾಗಿತ್ತು... ಭಾವನೆಗಳೆಲ್ಲಾ ಸತ್ತು ಎಂದೋ ಸಮಾಧಿಯಾಗಿತ್ತು... ಆದರೂ ಮಾತಾಡುತ್ತಾಳೆ ಅಂಬೆ...!!!

ಆಚಾರ್ಯರೇ... ತಮ್ಮಿಂದ ಕಳುಲ್ಪಟ್ಟದ್ದೇನೋ ಹೌದು ನಾನು... ಆದರೆ ಸಾಲ್ವ ಮಾತ್ರ ನಿಮ್ಮನ್ನೇ ನೆಪವಾಗಿರಿಸಿ ನನ್ನ ಚಾರಿತ್ರ್ಯ ಶಂಕಿಸಿ ಇರಗೊಡದೆ ಹೊರದಬ್ಬಿದ...!! ಲೋಕವೆಲ್ಲಾ ನಾನು ಮಾನಬಿಟ್ಟವಳೆಂದು ಜರಿಯುತ್ತಿದೆ...!!

ಸಾಯಬೇಕೆಂದು ಮನಮಾಡಿರುವೆ...

ಆದರೆ ಅದಕ್ಕಿಂತ ಮುಂಚೆ ತಾವು ನಾನು ಮಾನಬಿಟ್ಟವಳಲ್ಲವೆಂದು ಮನ್ನಿಸಿ ನನ್ನ ಹೊಯ್ದಾಡುತ್ತಿರುವ ಬಾಳಬಂಡಿಗೆ ಹಸ್ತಿನೆಯನ್ನು ಆಸರೆಯಾಗಿಸಿ ಕೊಟ್ಟರೆ ಉಳಿಯುತ್ತೇನೆ ಪೂಜ್ಯರೇ... ಅದೇ ನನ್ನ ಹೆಣ್ಣಾಗಿರುವ ನನ್ನೀ ದೇಹಕ್ಕೆ ಜೀವನ್ಮುಕ್ತಿ...!!

ಆಚಾರ್ಯ ಭೀಷ್ಮರಿಗೆ ಅತೀವ ವ್ಯಥೆಯಾಗಿ ನೋವಿನಿಂದ ನುಡಿಯುತ್ತಾರೆ...

ಛೇ... ಮಗಳೇ... ಹೆಮ್ಮಕ್ಕಳ ಬದುಕು ಅತೀ ಸೂಕ್ಷ್ಮ... ಮಾನ ಎನ್ನುವ ತಳಹದಿಯಲ್ಲಿ ನಾವದನ್ನು ಕಾಪಾಡಿದರೆ ಅದು ನಮ್ಮನ್ನು ಕಾಪಾಡುತ್ತದೆ ಮಗೂ... ಇಲ್ಲಿ ನೀನು ಆ ಘನತೆ ಕಾಪಾಡಿಕೊಳ್ಳದ ಕಾರಣ ನಿನಗೀ ಅವಸ್ಥೆ ಬಂದಿದೆಯೇ ಹೊರತು ಭೀಷ್ಮನ ನೈತಿಕತೆ ಕಾರಣವಲ್ಲ ಮಗೂ... ಮತ್ತೆ ನಿನ್ನ ಬದುಕಿಗೆ ಈಗ ನಾನ್ಯಾವ ಆಸರೆ ನೀಡಲಿ ಹೇಳು...?

ಅಂದು ನಿನಗೆ ನನ್ನ ತಮ್ಮ ವಿಚಿತ್ರವೀರ್ಯನ ಕೈ ಹಿಡಿಯುವ ಅಪೂರ್ವಯೋಗವೊಂದನ್ನು ನಾನೇ ದಯಪಾಲಿಸಿದ್ದೆ ಹೌದು ತಾನೇ...?

ಆದರೆ ಈಗ ನಾನದನ್ನು ಪುನರುಚ್ಚರಿಸುವಂತಿಲ್ಲ... ಮತ್ತೆ ನಾನು ಹೇಗೂ ನಿನ್ನನ್ನು ವಿವಾಹ ಆಗುವಂತಿಲ್ಲ...

ಇನ್ನು ನಿನ್ನ ದಾರಿ ನಿನಗೆ...!! ಬೇಕಾದಲ್ಲಿ ಹೇಳು ಕಾಶಿಗೆ ನಿನ್ನನ್ನು ತಲುಪಿಸುವ ವ್ಯವಸ್ಥೆ ಮಾಡಬಲ್ಲೆ...

ಸಾವೋ ಬದುಕೋ ಏನಿದ್ದರೂ ಮಗಳೇ ವಿಧಿ ನಿರ್ಧರಿಸಿದಂತೆ... ನಾನಲ್ಲ...

ಇಷ್ಟಕ್ಕೆಲ್ಲ ಏನು ಕಾರಣ ಹೇಳು ತಾಯೀ...? ನೀನು ನಿನ್ನ ನೈತಿಕತೆ ಹಾಗೂ ಸಂಯಮ ಕಳೆದುಕೊಂಡದ್ದು ಅಷ್ಟೇ ಮಗೂ...

ಅಷ್ಟೇ...

ಆಗ...

...

...

ಕಡುಗಡಲು ಭೋರ್ಗರೆದಂತೆ...!!! ಸಪ್ತಸಾಗರ ಉಕ್ಕಿ ಹರಿದಂತೆ...!!!

ಅಗ್ನಿವರ್ಷ ಹಸ್ತಿನೆಯ ಮೇಲೆ ಉರಿದುರಿದು ಸುರಿದಂತೆ...!!!

ಕಾಲಾಗ್ನಿಗೆ ಬ್ರಹ್ಮಾಂಡವೇ ಚಟಚಟಿಸಿ ಧಗಧಗ ದಹಿಸಿದಂತೆ...!!!

ಮೇಲಾಕಾಶವೇ ಬಾಯ್ಬಿರಿದು ಭುವಿಯನ್ನು ಕೊಚ್ಚಿಸಿ ಹೋದಂತೆ...!!!

ಪ್ರಳಯ ಕಾಲದ ಮಹಾರುದ್ರನೇ ಸೃಷ್ಟಿಯನ್ನು ಆಪೋಶನ ಗೈಯಲು ಭೀಷಣವಾಗಿ ಬಂದು ನಿಂತಂತೆ...!!! ಸಿಡಿದು ಸ್ಫುರಿಸಿದ ಜ್ವಾಲಾಮುಖಿಯಾಗಿ ಕೆರಳಿ ಎದ್ದಳು ಆರ್ಯ ಕ್ಷತ್ರಿಯಾಣಿ ಮಾನಿನಿ

ಕ್ರುದ್ಧಿತ ಕಾಶಿನಿ

ಅಂಬೆ...

ಜ್ವಲ ಜ್ವಲಿತ ಬೆಂಕಿಯ ಚೆಂಡಾಗಿ ಭೀಷ್ಮರ ಗತಿಕಾಣಿಸಲು...!!!

'ಹೇಯ್ ದುರುಳ ದೇವವ್ರತ...'

ಒಮ್ಮೆ ಇಡೀ ಹಸ್ತಿನೆಗೇ ಉಸಿರುಗಟ್ಟಿ ಹೋದಂತಾಯಿತು... ಬಿಳುಚಿಹೋಯಿತು ರಾಜ ಸಭೆ...!!

'ಏನೆಂದೆ ದುರಂಹಕಾರೀ...? ಯಾರ ಬಗ್ಗೆ ಹೇಳುತ್ತಿರುವೆ...? ಈ ಅಂಬೆಯ ಬಗ್ಗೆ ತಾನೇ...? ನನ್ನ ನೈತಿಕತೆ ಸಂಯಮ ಮಾನದ ಬಗ್ಗೆ ನಿಮ್ಮೆಲ್ಲರ ಕುಹಕವೇ...? ಹೋಗಿ ಕೇಳು ಕಾಶಿಯ ಬೀದಿಬೀದಿಗಳಲ್ಲಿ... ಹೆಮ್ಮಕ್ಕಳ ಬದುಕು ತಾಯಿ ಗಂಗೆಗೆ ಸಮಾನ ಕಣೋ ಅಲ್ಲೀ... ಗಂಗಾಪುತ್ರನಾದ ನಿನಗೆ ಇದು ಅರಿವಾಗುತ್ತದೆ ಎಂದುಕೊಂಡೆ... ಸಾಲ್ವ ಕೊಳಕಾದರೇನು...? ನೀನೊಬ್ಬ ಸಂಭಾವಿತ ಎಂದುಕೊಂಡೆ ಕಣೋ... ಛೀ... ತಪ್ಪು ತಪ್ಪಾಯಿತು... ನಿನ್ನ ಇಡೀ ಬದುಕಿಗೇ ನನ್ನ ಛೀಮಾರಿ ಇದೆ...!! ಗಂಗಾತರಳನಾಡುವ ಮಾತೇ ಇದು...? ನಿನ್ನದೂ ಒಂದು ಬದುಕೇನೋ...? ಹೆಣ್ಣುಗಳ ಜೀವನದಲ್ಲಿ ರಾಜನೀತಿಯ ಆಟವಾಡುವ ನಿನಗೆ ಹೆಣ್ಣುಗಳ ಆಂತರ್ಯದ ದುಗುಡ ಹೇಗೋ ಅರ್ಥವಾಗಬೇಕು...? ಬರಡು ಭೂಮಿ ನೀನು... ಒಣಗಿದ ಮರ ನೀನು... ಕರಟಿದ ಕೊಳ್ಳಿ ನೀನು...

ಕೇಳು ಶಂತನು ಪುತ್ರ... ನಿನ್ನ ಹಸ್ತಿನೆಯ ಹೆಣ್ಣುಗಳಂತಲ್ಲ ಈ ಕಾಶಿನೀ... ನೈತಿಕತೆ ಬಿಡಲು... ಮಾನ ಬಿಡಲು ಏನು ಹಸ್ತಿನೆಯವರ ಉಂಬಳಿಯಲ್ಲ ಅದು...

ಹೋಗಿ ಸತ್ಯವತಿಯಲ್ಲಿ ಪ್ರಶ್ನಿಸು... ನೈತಿಕತೆ ಎಂದರೇನು ಎಂದು ಕೇಳು ಹೋಗು...'

ಒಳಗೆ ಕುಳಿತು ಹೊರಗಾಗುವ ಈ ಮಾತುಕಥೆಯನ್ನು ಆಲಿಸುತ್ತಿದ್ದ ಮಾತೆ ಸತ್ಯವತಿಗೆ ರಕ್ತ ಕುದ್ದು ಮುಖ ಕೆಂಪೇರಿ ಹೋಯಿತು...

'ಛೀ... ಈ ಪಾಪದ ಅಂಬೆಯ ಮಾನದ ವಿಚಾರ ಇಡೀ ನಾಡಿನ ನಾಲಗೆಗೆ ಬರುವಂತೆ ಮಾಡಿದವ ನೀನು...

ಸಾಲ್ವ ಧೂರ್ತನೋ ದುರುಳನೋ ಏನೋ ನನ್ನ ವಿಧಿ...!! ಹೇಗೋ ಸಹಿಸಿಕೊಂಡು ಬದುಕುತ್ತಿದ್ದೆ... ಆದರೆ ಅದನ್ನು ಚಿವುಟಿದವ ನೀನು ಭೀಷ್ಮ...!!

ನಿನ್ನ ದರ್ಪದ ಪರಿಧಿಯಲ್ಲಿ ನನ್ನ ಮಾನದ ಬಗ್ಗೆ ವಿಡಂಬನೆ ಅಲ್ಲಾ ನಿನ್ನದೂ...?

ಇಲ್ಲ... ಇಲ್ಲ... ಸಾಧ್ಯವೇ ಇಲ್ಲ... ಬಿಡುವುದೇ ಇಲ್ಲ ನಿನ್ನನ್ನು...!!

ನಿನ್ನ ಬದುಕಿಗೊಂದು ಗತಿ ಕಾಣಿಸದಿದ್ದರೆ ಗಂಗಾ ಭವಾನಿಯ ಮೇಲೆ ಆಣೆ...!!

ಇನ್ನು ಈ ಜನುಮದಲ್ಲಿ ಬೇರೆ ಮನೆಯ ಹೆಣ್ಣುಗಳ ಸುದ್ದಿಗೆ ಹೋಗಬಾರದು ನೀನು...!!

ನೀನಲ್ಲ... ನಿನ್ನ ಗತಿಕಂಡ ಗಂಡು ಸಂತತಿಯೇ ನಡುಗಿ ಹೋಗಬೇಕು...!!

ಏನು ಬಹು ಬಲಾಢ್ಯನಲ್ಲವೇ ನೀನು...? ಚಕ್ರವರ್ತಿ ಬೇರೆ...

ಮದವೇರಿದ ಆನೆಯಂತೆ ಹಸ್ತಿನಾವತಿಯ ರೀತಿನೀತಿಗಳಲ್ಲಾ...?

ನಿಮ್ಮನ್ನು ಕೇಳುವವರೇ ಇಲ್ಲ ತಾನೇ...?

ನೀವು ಮಾಡಿದ್ದೇ ರಾಜನೀತಿ...!!

ಆಡಿದ್ದೇ ಆರ್ಯಧರ್ಮ...!!

ನಿನಗೆ ಎದುರಾಡುವವರೂ ನಿನಗಿಂತ ಬಲಶಾಲಿಗಳೂ ಸುತ್ತೆಲ್ಲೂ ಇಲ್ಲದಿರಬಹುದು ಭೀಷ್ಮ...

ಆದರೆ ಜಗತ್ತಿನಲ್ಲೇ ಇಲ್ಲ ಎಂಬ ಅರ್ಥವಲ್ಲ...!! ಹೋಗುತ್ತೇನೆ...!! ಹುಡುಕುತ್ತೇನೆ...!! ಇಗೋ ನನ್ನ ಬದುಕಿನ ಆಸೆ ಬಯಕೆ ತಾರುಣ್ಯ ಸಜ್ಜನಿಕೆ ಇವೆಲ್ಲ ನನ್ನಪ್ಪ ಕೊಟ್ಟ ವರದಕ್ಷಿಣೆ ನಿನಗೆ...!! ಅಲ್ಲ... ನಾನು ಕೊಡುವ ಭಿಕ್ಷೆ ನಿನಗೆ...!!

ತೆಗೆದುಕೋ... ಸಂಭಾಳಿಸು ನೋಡುತ್ತೇನೆ...!!

ಇಕೋ ಹೊರಟೆ ನಾನು...

ನಿನ್ನ ಜೀವನಕ್ಕೇ ಕೊಳ್ಳಿ ಇಡದಿದ್ದರೆ ಕಾಶಿಗುವರಿ ಅಲ್ಲ...!!

ಗಂಗೆಯ ಮಗಳಲ್ಲ...!!

ಮಾನವಂತ ಅಂಬೆ ಸುಳ್ಳು...!!

ಆರ್ಯಾವರ್ತದ ಹೆಣ್ಣೇ ಅಲ್ಲ...!!'

ಹೀಗೆ ಕಾದ ಕೆಂಡ ಸುರಿದಂತೆ ಆಡುವ ಅಂಬೆಯ ಈ ಚುಚ್ಚುಮಾತಿಗೆ ಆಚಾರ್ಯ ಭೀಷ್ಮರು ಮೊದಲಬಾರಿ ನಲುಗಿ ನಡುಗಿ ಹೋಗುತ್ತಾರೆ...

'ಸರಿ ತಾಯೀ... ನಿನಗೇನು ಸರಿಯೆಂದು ಕಾಣುತ್ತದೋ ಅದನ್ನು ಮಾಡು ನೀನು...! ನನಗೇನು ಸತ್ಯ ಕಾಣುತ್ತದೋ ಅದನ್ನು ಆಚರಿಸುವವ ನಾನು...! ಹೋಗು ಮಗಳೇ...' ಎಂದು ಕೈಮುಗಿಯುತ್ತಾರೆ...

***

'ಶ್ರೀಹರೀ...' ಕಣ್ಣುಗಳಲ್ಲಿ ಗಂಗೆ ಧಾರೆಯಾಗಿ ಪ್ರವಹಿಸಲು ಪ್ರಾರಂಭವಾಯಿತು...

ಇದೇನು ಮಾಡಿಕೊಂಡೆ ನಾನು...?

ಕುಲದ ಅಂಧಹಿತ ಈ ಪರಿಯಲ್ಲಿ ನನ್ನನ್ನು ಪ್ರೇರೇಪಿಸಿತೇ...?

ಅಥವಾ ಸದಾ ಹಸ್ತಿನೆಯೇ ಆರ್ಯರ ಕಿರೀಟಪ್ರಾಯವಾಗಿ ಶೋಭಿಸಬೇಕೆಂಬ ದಾಹ ಹೆಚ್ಚಾಗಿ ಹೀಗಾಯಿತೇ...? ಈ ಹೆಣ್ಣಿನ ವಿಚಾರದಲ್ಲಿ ನಾನ್ಯಾಕೆ ಇಷ್ಟು ಕಠೋರನಾದೆ...?

ತಿಳಿಯುತ್ತಿಲ್ಲ ಪರಮಾತ್ಮ...!!

ಅದೃಶ್ಯವಾದದ್ದು ಏನೋ ಒಂದು ನನ್ನ ಮನೋಗತಿಗೆ ವಿರುದ್ಧವಾದದ್ದನ್ನು ನನ್ನಿಂದ ಮಾಡಿಸುತ್ತಿದೆ...

ಶಿವನೇ... ಅಳುತ್ತಿದ್ದರು ಭೀಷ್ಮರು...!!

ಆದರೆ ಯಾರು ಯಾರಿಂದ ಏನೇನೆಲ್ಲಾ ಮಾಡಿಸಬೇಕೋ ಅದೆಲ್ಲ ಮಾಡಿಮುಗಿಸಿ ನಕ್ಕಿತ್ತು ವಿಧಿ...!!

ಅಲ್ಲ ವಿಕಟಶನಿ...!!

***

ಮುಂದೆ ಈ ಅಂಬೆಯ ಛಲದ ಹೋರಾಟದ ಪರಿ ಮಾತ್ರ ನಿಜಕ್ಕೂ ಅದ್ಭುತ...

ಆ ಕಾಲ ಯೋಚಿಸಿ... ಈ ಕಾಲ ಯೋಚಿಸಿ...

ಈ ಕಾಲಘಟ್ಟದಲ್ಲೇ ಯಾರಿಗೂ ಶೋಷಿತ ಹೆಣ್ಣುಮಕ್ಕಳಿಗೆ ನ್ಯಾಯ ದೊರಕಿಸಲಾಗದ ಸ್ಥಿತಿಯಿದೆ.

ಆ ಪುರುಷಪ್ರಧಾನದ ಶೌರ್ಯ ಹಾಗೂ ಮನೆತನವೇ ಪ್ರಧಾನವಾಗಿದ್ದ ಅ ಕಾಲದಲ್ಲಿ ಅಂಬೆಗೆ ಯಾರಿಂದಲೇ ಅನ್ಯಾಯವಾಗಿರಲಿ ಆಕೆ ಇಡೀ ಪುರುಷವರ್ಗವೇ ಬೆಚ್ಚಿಬೀಳುವಂತೆ ಸಡ್ಡುಹೊಡೆದು ನಿಂತದ್ದಿದೆಯಲ್ಲಾ ಆ ಧೈರ್ಯಕ್ಕೆ ಮೆಚ್ಚಲೇಬೇಕು...

ಇನ್ನು ಕಥೆಯನ್ನು ಸೂಕ್ಷ್ಮವಾಗಿಸುತ್ತಾ ಸಾಗುತ್ತೇನೆ...

***

ಹುಟ್ಟಿ ಇಲ್ಲಿಯವರೆಗೆ ಅಂಬೆ ಎಷ್ಟು ವರ್ಷ ಕಳೆದಳೋ ಇಲ್ಲಿಂದ ಮುಂದೆ ಅದಕ್ಕಿಂತ ಹೆಚ್ಚು ವರ್ಷ ಕಳೆಯುತ್ತಾಳೆ...

ಆದರೆ ನಾನಿದನ್ನು ದೀರ್ಘವಾಗಿಸಲಾರೆ...

ಕಾರಣ ಕಥೆಯ ಮುಕ್ತಾಯ ಅತ್ಯಂತ ಭಯಾನಕ... ಭೀಭತ್ಸ...!!!

ನಾನು ಈಗ ಎಷ್ಟು ಉದ್ದ ಎಳೆದರೂ ಆ ಭಾಗವನ್ನು ಹೇಳಿದರೇ ಕಥೆಗೊಂದು ನಿರ್ಣಯ ಸಿಗುವುದು...

ಹೀಗಾಗಿ ಅಂಬಾಕಥಾನಕದ ಮುಕ್ತಾಯದ ಮೆಟ್ಟಿಲತ್ತ ಇಳಿಯುತ್ತಿದ್ದೇನೆ...

ಜಾರಬಹುದು ಮೆಟ್ಟಿಲು... !!!

ತಾವೂ ತುಸು ಸಾವರಿಸಿಕೊಂಡು ನನ್ನೊಂದಿಗೆ ಇಳಿಯಿರಿ....

***

ಶೈಖಾವತ್ಯ ಆ ಕಾಲದ ಅತ್ಯಂತ ಪ್ರಭಾವೀ ತಪಸ್ವೀ... ಅಲ್ಲಿಗೆ ಅಂಬೆ ತಲುಪಿ ತನ್ನ ಸ್ಥಿತಿ ತಿಳಿಸಿದರೂ ಕೆಲಸವಾಗದೇ ಇನ್ನು ಈ ಆರ್ಯರೆಲ್ಲರೂ ಭೀಷ್ಮ ಪಕ್ಷಪಾತಿಗಳೆಂದು ಕುದಿಯುತ್ತಾ ಕಾಡುಕಿರಾತ ಬೇಡ ಏಕಲವ್ಯನ ಮೊರೆಹೋಗುತ್ತಾಳೆ...

ಅಂಬೆ ತನ್ನ ಮಾನವನ್ನೇ ಪಣವಾಗಿರಿಸಿದರೂ ಕಾಡ ಬೇಡ ಏಕಲವ್ಯ ಭೀಷ್ಮರಲ್ಲಿ ಸೋಲೊಪ್ಪುತ್ತಾನೆ...

ಹೋರಾಟದ ಕೊನೆಯ ಹಂತಕ್ಕೆ ಭಾರ್ಗವರಾಮರು ಸಿಗುತ್ತಾರೆ ಅಂಬೆಗೆ...

ಪರಶುರಾಮರು ಆ ಕಾಲಕ್ಕೇ ರಕ್ತಕ್ರಾಂತಿ ಮಾಡಿ ಪ್ರಸಿದ್ಧರಾದವರು...

ಇವಳ ಮನಕರಗುವ ಕಥೆ ಕೇಳಿ ತನ್ನ ಶಿಷ್ಯ ಭೀಷ್ಮನಲ್ಲಿ ಹೇಳಿ ಇವಳಿಗೊಂದು ನ್ಯಾಯ ಕೊಡಿಸಲೇಬೇಕೆಂದು ಬಹಳ ಪ್ರಯತ್ನಿಸುತ್ತಾರೆ...

ಭೀಷ್ಮರು ಒಪ್ಪದಿದ್ದಾಗ ಕೆರಳಿದ ಪರಶುರಾಮರು ಭೀಷ್ಮರನ್ನು ಬಲದಿಂದ ಒಪ್ಪಿಸಲು ನೋಡುತ್ತಾರೆ...

ಕುರುಕ್ಷೇತ್ರದ ಭಾರೀ ಯುದ್ಧವೇ ಅದು...

ಬರೀ ಯುದ್ಧವೇ ವ್ಯಾಸಭಾರತದ ಏಳೆಂಟು ಪುಟ ತಿಂದುಬಿಟ್ಟಿದೆ...

ಇಲ್ಲೂ ಒಂದು ದೊಡ್ಡ ರಾಜಕೀಯ ನಡೆದು ಅರಸೊತ್ತಿಗೆಯ ದೊಡ್ಡತಲೆಗಳೆಲ್ಲಾ ಸೇರಿ ಈ ಮದಗಜಗಳ ವಿನಾಶಕಾರೀ ಹೋರಾಟ ನಿಲ್ಲಿಸಲು ಸಫಲರಾಗುತ್ತಾರೆ...

ಕೊನೆಗೂ ಅಂಬೆಗೆ ನ್ಯಾಯ ಸಿಗದಿದ್ದಾಗ... ಛೇ ಏತಕ್ಕಾಗಿ ಹುಟ್ಟಿದೆ ನಾನು...? ನನ್ನ ಬಾಳನ್ನು ಸರ್ವನಾಶ ಮಾಡಿದ ಭೀಷ್ಮನ ಒಂದು ಕೂದಲೂ ಕೊಂಕಿಸಲು ಸಾಧ್ಯವಾಗದೇ ಹೋಯಿತೇ...? ಈ ದೇಶದಲ್ಲಿ ಹೆಣ್ಣಿಗೊಂದು ಇಂಥಾ ದುರ್ಗತಿ ಬಂದರೆ ಯಾರಿಂದಲೂ ಏನೂ ಮಾಡಲು ಸಾಧ್ಯವಿಲ್ಲವೇ...?

ಅರೇ ಭೀಷ್ಮ...

ಅದೇನು ನಿನ್ನಲ್ಲಿರುವುದು...? ಅಧಿಕಾರ... ಬಲ... ವರ್ಚಸ್ಸು... ಪ್ರಾಯ... ಹಿನ್ನೆಲೆ... ಇಷ್ಟು ಮಾತ್ರ ತಾನೇ...?

ಅದಾವುದೂ ನನ್ನಲ್ಲಿಲ್ಲ...

ಹೀಗಾಗಿ ಯಾರೂ ನನ್ನ ಸಂಕಲ್ಪವಾದ ಭೀಷ್ಮ ನಾಶಕ್ಕೆ ಒದಗಿಬರಲಿಲ್ಲ...

ಸರಿ... ಅಡ್ಡಿಲ್ಲ...

ಈ ಅಂಬೆ ತನ್ನ ಸಾವಿಗೆ ಎಂದೋ ತೆರೆದುಕೊಂಡವಳು...

ಅದರ ಚಿಂತೆ ಅಲ್ಲ...

ನನ್ನ ಚಿಂತೆ ಈ ಜನ್ಮದಲ್ಲಿ ಭೀಷ್ಮನಾಶ ನನ್ನಿಂದ ಸಾಧ್ಯವೇ...?

ಏಕೆ ಸಾಧ್ಯವಿಲ್ಲ...?

ಅದೆಷ್ಟೇ ಬಲಶಾಲಿಯಾಗಿರಲಿ ಭೀಷ್ಮ... ವಿಶ್ವನಾಥನಂತೂ ಖಂಡಿತ ಅಲ್ಲವಲ್ಲ...

ಆ ಭೀಷ್ಮನಿಗೂ ಒಂದು ಅಂತ್ಯವಿರಲೇ ಬೇಕು ತಾನೇ...? ಇವನ ಅಂತ್ಯಕ್ಕೆ ಬೇರಾರಲ್ಲಿ ಬೇಡಿಕೊಂಡರೂ ಉಪಯೋಗವಿಲ್ಲ...

ಹೂಂ... ಸರಿ ಗಾಂಗೇಯನೇ...

ನಿನ್ನನ್ನು ನೀನು ಎಷ್ಟೇ ರಕ್ಷಿಸಿಕೋ...

ಈ ಜನುಮದಲ್ಲಿ ಸಾಧ್ಯವಾಗದಿದ್ದರೆ ಬೇಡ... ಸತ್ತು ಪಿಶಾಚಿಯಾಗಿ ನಿನ್ನ ರಕ್ತ ಹೀರಿ ಕೊಲ್ಲುತ್ತೇನೆ!! ಖಂಡಿತಾ ಬಿಡಲಾರೆ ಭೀಷ್ಮ...

ಎಂದು ಮನದಲ್ಲೇ ಹಲ್ಲುಗಡಿಯುತ್ತಾ ಅಂದುಕೊಂಡು ಏನು ಮಾಡಿದಳು ಗೊತ್ತೇ...?

ನಲವತ್ತರ ತರುಣಿ ಅಂಬೆ...!!!

ಭೀಷ್ಮ ನಾಶದ ಸಂಕಲ್ಪಧಾರಿಣಿಯಾಗಿ ಎಷ್ಟು ಕಡೆ ತೀರ್ಥಸ್ನಾನ ಮಾಡಿದಳು... ಏನೇನೆಲ್ಲಾ ವ್ರತ ಮಾಡಿದಳು ಎಂಬ ದೀರ್ಘ ಮಾಹಿತಿಯೇ ಇದೆ...

ಬಿಡಿ ನಾನದನ್ನು ಉಲ್ಲೇಖಿಸುವುದಿಲ್ಲ...

ಕೊನೆಗೆ ಯಮುನಾ ತೀರದಲ್ಲಿ ತನ್ನದೇ ಆಶ್ರಮ ಕಟ್ಟಿ ತಪಸ್ಸು ಆಚರಿಸುತ್ತಾಳೆ ನೋಡಿ... ಆ ತಪದ ಬೆಂಕಿಗೆ ಯಮುನೆಯ ನೀರು ಬಿಸಿಯಾಯಿತು...

ಅದೇನು ಕೆಚ್ಚು...? ಅದೇನು ಛಲ...?

ಆಗ ವಿಶ್ವನಾಥ ಪ್ರತ್ಯಕ್ಷ ಆಗಲೇಬೇಕಾಯಿತು...

ಮಗಳೇ ಈ ಜನ್ಮದಲ್ಲಿ ನೀನೆಷ್ಟೇ ಹೋರಾಡಿದರೂ ಭೀಷ್ಮನಾಶ ನಿನ್ನಿಂದ ಆಗದು...

ಮುಂದೆ ಪಾಂಚಾಲದ ಅರಸು ದ್ರುಪದನ ಮಗಳಾಗಿ ಹುಟ್ಟಿ ಮತ್ತೆ ಮಗನಾಗಿ ಶಿಖಂಡಿಯೆಂದು ಕರೆಸಿಕೊಂಡು ಹೆಣ್ಣೂ ಅಲ್ಲದ ಗಂಡೂ ಆಗದ ಉಭಯಲಿಂಗಿಯಾಗಿ ನಿನ್ನಿಂದ ಭೀಷ್ಮರ ವಧೆ ಆಗಲಿದೆ ಮಗಳೇ...

ಮುಂದೆ ಕಾರ್ತಿಕೇಯನಿಂದ ಕೊಡಲ್ಪಡುವ ಹಾರವೊಂದು ಈ ಜನುಮಕ್ಕೂ ಮರುಜನ್ಮಕ್ಕೂ ಸಾಕ್ಷಿಯಾಗಿ ನಿನಗೆ ಹಾಗೂ ನಿನ್ನ ಭೀಷ್ಮನಾಶಕ್ಕೆ ಅದು ಅತ್ಯಂತ ಸಹಕಾರಿಯಾಗಲಿದೆ...!!

ಹೀಗೆ ವರ ಪಡೆದ ಅಂಬೆ ಪರಶಿವನಲ್ಲಿ ಹೇಳಿದ ಮಾತೇನು ಗೊತ್ತೇ...?

ವಿಶ್ವನಾಥನೇ ಹೊರಟೆ... !!

ಎಲ್ಲಿಗೆ ಮಗೂ ಎಂದು ಶಿವ ಕೇಳಿದರೆ ಸಾವನ್ನು ಮದುವೆಯಾಗಲು...!!!

***

ಭೀಷ್ಮರ ಏಕಾಂತ ಭವನವದು...

ಸಂಧ್ಯೆಗೆ ಅರ್ಘ್ಯ ಕೊಟ್ಟು ಬಂದು ಸೇವಕ ಕೊಟ್ಟ ಸಕ್ತುಮಧುವನ್ನು ಮೊಸರೊಂದಿಗೆ ಸೇವಿಸಲು ಹೊರಟರೆ ಅದೇಕೋ ಮೊಸರೆಲ್ಲಾ ರುಧಿರಮಾಂಸದಂತೆ ಕಂಡು ವಾಕರಿಕೆ ಬಂದಂತಾಗಿ ಬೆಚ್ಚಿಬಿದ್ದರು ಪಿತಾಮಹ...

ಹಂಸತಲ್ಪದಲ್ಲಿ ಹಾಗೇ ಒರಗಿದರೆ ಏನೇನೋ ಕೆಡುಕಿನ ಯೋಚನೆಗಳು...

ಏನೆಲ್ಲಾ ಆಗಿ ಹೋಯಿತು...!!

ಮೊದಲು ಚಿತ್ರಾಂಗದ ಸತ್ತ...!!

ಈಗ ಇತ್ತೀಚಿಗೆ ಮೊನ್ನೆ ವಿಚಿತ್ರವೀರ್ಯ ಕೊನೆಯುಸಿರೆಳೆದ...!!

ಮುಂದೆ ಹಸ್ತಿನೆ ಆಳುವ ಕುಡಿಗಳೇ ವಂಶದಲ್ಲಿಲ್ಲವೆಂದು ಅಂಬಿಕೆ ಅಂಬಾಲಿಕೆಯರಿಗೆ ವ್ಯಾಸರಿಂದ ನಿಯೋಗಮಾಡಿಸಿ ಹೀಗಾದರೂ ವಂಶ ಬೆಳಗಲೀ ಎಂದು ಯೋಚಿಸಿದರೇ...?

ಮಾಧವಾ...

ಹುಟ್ಟಿದ ಮಕ್ಕಳು ಹೀಗಾದವೇಕೆ...?

ಅರಿವಾಗುವುದಿಲ್ಲ ತಂದೆ...!!

ಒಂದು ಮಗು ಹುಟ್ಟು ಕುರುಡು...!!

ಇನ್ನೊಂದು ಕಾಯಿಲೆಯ ಗೂಡು...!! ಬಿಳುಚಿ ರಕ್ತವೇ ಇಲ್ಲದಂತಿದೆ ಮಗು...!!

ಶ್ರೀಹರೀ...!! ಭರತವಂಶದ ಬೆವರಿನಿಂದ ಕಟ್ಟಿಸಿ ಬೆಳೆದು ಬಾಳಿದ ಹಸ್ತಿನೆ ನನ್ನ ಕಣ್ಣೆದುರಿಗೇ ಬರಿದಾಗಬೇಕೇ ಮಾಧವ...? ನಿನ್ನಿಚ್ಛೆ...!!

ಎಂದು ಬಿಸಿಯುಸಿರು ಹೊರಚೆಲ್ಲಿದರು ಪಿತಾಮಹರು... ಮನದ ಮೂಲೆಯಲ್ಲಿ ಆತಂಕ ಮಡುಗಟ್ಟಿತ್ತು... ಅದೂ ಕಳೆದಾರು ವಾರಗಳಿಂದ ಮೇಲಿಂದ ಮೇಲೆ ಅಪಶಕುನ...!! ದುಃಸ್ವಪ್ನಗಳ ಸರಮಾಲೆ...!! ಅರಮನೆ ತುಂಬಾ ಬಾವಲಿಗಳು ಗೂಡು ಕಟ್ಟಿವೆ...!!

ಮೊನ್ನೆ ರಾಜಗೋಪುರದ ಸ್ವರ್ಣಶಿಖರದ ಮೇಲೆ ಗೂಬೆಗಳು ಕೂತು ಕಿರುಚುತ್ತಿದ್ದವಂತೆ...!!

ನಂತರ ಆಸ್ಥಾನ ಪುರೋಹಿತರನ್ನು ಬರಹೇಳಿ ಶಾಂತಿ ಮಾಡಿದ್ದಾಯಿತು... ಮನ ವೇದನೆಯಿಂದ ಹೊಯ್ದಾಡುತ್ತಿದೆ...!!! ಯಾಕೆ ಏನು ಎಂಬ ಅರಿವಾಗುತ್ತಿಲ್ಲ...!!

ಹೃದಯ ಡಬಡಬ ಒಂದೇ ಸವನೆ ಹೊಡೆದುಕೊಳ್ಳಲು ಪ್ರಾರಂಭಿಸಿತು ಪಿತಾಮಹರಿಗೆ...!!

ಇಲ್ಲ... ಏನೋ ಒಂದು ಆಗಲಿದೆ...!! ಅದಕ್ಕೇ ಹೀಗೆ...!! ಪರಮಾತ್ಮಾ...!!

ಎನ್ನುವಷ್ಟರಲ್ಲಿ...!!

ಒಡೆಯಾ...

ಯಾರದೂ...ಅಂದರು ಪಿತಾಮಹ...

ನಾನು ದೊರೇ... ಸೇವಕ...

ಏನಪ್ಪಾ ಏನು ಬಂದೆ ಮರೀ...?

ಧಣೀ ಇಲ್ಲೇ ಸಮೀಪ ಕುರುಕ್ಷೇತ್ರದ ವಿಸ್ತಾರ ಬಯಲೊಳಗೆ ಸಾವಿರಾರು ನರಿ ಕಾಗೆ ಗೂಬೆ ತೋಳಗಳು ಒತ್ತಟ್ಟಿಗೆ ಸೇರಿ ವಿಕಾರವಾಗಿ ಕಿರುಚುತ್ತಿದ್ದಾವಂತೆ...!!!

ಪ್ರಭೂ ಅಲ್ಲೇ ಪಕ್ಕದ ತೀರ್ಥಸ್ನಾನದ ಬಲುದೊಡ್ಡ ಸರೋವರವಿದೆಯಲ್ಲಾ... (ವೈಶಂಪಾಯನ)

ಒಡೆಯಾ ಅದರ ನೀರು ಪೂರ್ತಿ ಕೆಂಬಣ್ಣ ಆಗಿ ಒಳಗಿಂದ ಗುಳುಗುಳು ಎನ್ನುವ ಶಬ್ದ ಕೇಳುವುದಂತೆ...!!

ಅದೇನೆಂದು ಇಳಿದು ನೋಡಿದರೆ ಮಾಂಸದ ತುಂಡುಗಳೆಲ್ಲಾ ಮೇಲೆ ನೀರಿನಲ್ಲಿ ತೇಲುತ್ತಿತ್ತಂತೆ ಧಣೀ...!!

ಸಾತ್ವಿಕರೆಲ್ಲಾ ಮದಿರಾಸಕ್ತರಾಗಿ ಕುಡಿದು ಕುಣಿಯುತ್ತಿದ್ದಾರಂತೆ ಹಸ್ತಿನೆಯ ರಾಜಬೀದಿಯಲ್ಲಿ...!!

ಇನ್ನೂ ಏನೇನೋ ಕೆಟ್ಟ ಸುದ್ದಿಗಳಿಂದ ಇಡೀ ಹಸ್ತಿನೆಯೇ ಧೃತಿಗೆಟ್ಟಿದೆ ದೊರೇ...!!

ಭಗವಂತಾ...!!!

ಹಣ್ಣಾಗಲು ಹೊರಟಿದ್ದ ಪಿತಾಮಹರ ಮನ ಥರಥರನೆ ಕಂಪಿಸುತ್ತಿತ್ತು...!!

ಮತ್ತೊಬ್ಬ ಬಂದ...

ಬುದ್ಧೀ ನಾನು ದನಗಾಹೀ...

ಏನಪ್ಪಾ...?

ಉಗುಳು ನುಂಗುತ್ತಾ ತೊದಲಿದ ದನಗಾಹೀ...

ಬುದ್ಧೀ...

ಅದು ಅದು ಯಮುನೆಯ ಆಚೆಕಡೆ ಇರುವ ಕುರು ಪಾಂಚಾಲ ಹಸ್ತಿನೆ ಮೂರೂ ಕೂಡುವ ಗಡಿಪ್ರದೇಶವಿದೆಯಲ್ಲ ದೊರೆ. ಬರೀ ಮುಳ್ಳು ಕಂಟಿಗಳು. ಕಲ್ಲು ಮರಬು ಕೂಡಿದ ಬಂಜರು ಪ್ರದೇಶವಿದೆಯಲ್ಲ ಬುದ್ಧೀ. ಅಲ್ಲಿ ಕುರಿ ದನ ಮೇಯಿಸುತ್ತಿದ್ದೆ.

ಅಲ್ಲಿ...!!

ಏನಪ್ಪಾ... ಏನಾಯ್ತು...?

ಬುದ್ಧೀ.. ಆ ಜಾಗದಲ್ಲಿ ಭಯಂಕರ ಸ್ತ್ರೀ ಆಕೃತಿಯೊಂದು ತಲೆಬಿಚ್ಚಿ ಕೂತಿದೆ...!! ಆ ಹೆಂಗಸಿನ ಸುತ್ತ ಭಯಂಕರವಾದ ಆಳೆತ್ತರದ ಹತ್ತಾರು ರಣಹದ್ದುಗಳು ಕೂತಿವೆ...!!!!!

ಗೊರಗೊರ ಶಬ್ದ ಬರುತ್ತಿದೆ ಬಾಯಲ್ಲಿ...!! ಭಯಂಕರವಾಗಿದೆ ಪ್ರಭೂ...!! ಆದರೂ ಹತ್ತಿರ ಹೋಗಿ ನೋಡಿದರೆ ತಮ್ಮ ಹೆಸರೇಳಿ ಕೂಗುತ್ತೆ ಒಡೆಯಾ... ಭೀಷ್ಮಾ ಬಾರೋ ಮದುವೆಯಾಗೋಣ ಬಾರೋ... ಎನ್ನುತ್ತಿದೆ ಒಡೆಯಾ...!! ಭಯವಾಗಿ ಒಡೋಡಿ ಬಂದೆ...

ಶ್ರೀಹರೀ...

ಅರೆಪ್ರಜ್ಞಾವಸ್ಥೆಯಲ್ಲಿ ಕುಸಿದುಬಿದ್ದರು ಪಿತಾಮಹ...

ಬಿದ್ದ ರಭಸಕ್ಕೆ ಉರಿಯುತ್ತಿದ್ದ ದ್ವಾರದ ನಂದಾದೀಪವೊಂದು ಕವುಚಿಬಿತ್ತು...

ಮೇಲ್ಮಾಳಿಗೆಯಲ್ಲಿ ಈ ಎಲ್ಲಾ ವಿದ್ಯಮಾನಗಳನ್ನು ಕತ್ತಲೆಯ ಸೆರಗಿನಲ್ಲಿ ನಿಂತು ಮುಸುಕುಧಾರೀ ವ್ಯಕ್ತಿಯೊಂದು ನೋಡಿ ಬೀರಿದ ಕೃತ್ರಿಮ ನಗುವೊಂದು ಕತ್ತಲಲ್ಲಿ ಕರಗಿ ಪರಿಸ್ಥಿತಿ ಮತ್ತೂ ಭೀಷಣವಾಯಿತು. ಇಡೀ ಭುವನವೆಲ್ಲಾ ಕಾರ್ಮೋಡ ಆವರಿಸಿತು. ಎಲ್ಲೆಡೆ ಕೋಲ್ಮಿಂಚು ಸಿಡಿಲು ಇತ್ಯಾದಿ ಬಡಿದು ಇಡೀ ಲೋಕವೇ ಹೊತ್ತಿ ಉರಿಯುವುದೇ ಎಂಬ ಭಾವ ಬರುತ್ತಿತ್ತು...

ರೊಂಯ್ಯನೆ ಗಾಳಿ ಬೀಸುವ ಹೊತ್ತಿಗೆ ಚಟಚಟ ಗುಡುಗಿಗೆ ಹಸ್ತಿನೆಯ ಸುತ್ತಿನ ಕಾಡಿಗೆ ಕಾಡ್ಗಿಚ್ಚು ತಾಗಿ ಧಗಧಗ ಉರಿಯುವ ನೋಟ ನೋಡಿದವರ ಎದೆ ಝಲ್ಲೆನಿಸುತಿತ್ತು...

ಇತ್ತ... ಈ ಕಡೆ ಮಹರ್ಷಿ ವಸಿಷ್ಠ ಆಶ್ರಮವದು... ರಾತ್ರಿ ಹತ್ತಿಕೊಂಡಿತ್ತು ಅಷ್ಟೇ...

ಸಂಜೆಯ ಅಗ್ನಿಹೋತ್ರ ಮುಗಿದು ಎಲ್ಲಾ ಆಶ್ರಮವಾಸಿಗಳು ಸಕ್ತುವಿನ ಹಿಟ್ಟು ಕ್ಷೀರದಧಿಯೊಂದಿಗೆ ಸೇವಿಸಿ ಇನ್ನೇನು ಮಲಗಲು ತಯಾರಿ ನಡೆಸಿದ್ದರು...

ವಾತಾವರಣದಲ್ಲಿ ನಡೆಯುತ್ತಿರುವ ಭಾರೀ ಕೋಲಾಹಲವು ಆ ಆಶ್ರಮದ ಪರಿಧಿಯಲ್ಲೂ ಆತಂಕ ಬೀಸಿತ್ತು...

ಈ ಕಡೆಯಿಂದ ಸಪ್ತರ್ಷಿಗಳ ಸಮೂಹ ವಸಿಷ್ಠರ ಆಶ್ರಮದತ್ತ ಧಾವಿಸಿ ಓಡಿ ಬರುತ್ತಿತ್ತು...

ನಾಕದ ಸುಮನಸರೂ ತಳಾತಳದ ಅಸುರ ಪಿಶಾಚರೂ ಗಂಧರ್ವ ಯಕ್ಷಾದಿಗಳೂ ಸರ್ವರ ಗಮನವೂ ಭೂಲೋಕದತ್ತ. ಆದರೆ ಇದ್ಯಾವುದರ ಗಮನವೂ ಆಶ್ರಮವಾಸಿಗಳ ಅರಿವಿಗೆ ಬಾರದೆ ಮಲಗುವ ತಯಾರಿಯಲ್ಲಿದ್ದರು. ಮಹರ್ಷಿ ವಸಿಷ್ಠರು ಮಾತ್ರ

ಯಾಗಶಾಲೆಯ ಅಗ್ನಿಹೋತ್ರ ಮಂಡಪದ ಹೊರಾಂಗಣದಲ್ಲಿ ಬ್ರಹ್ಮಾಸನ ಹಾಕಿ ಉಪವಿಷ್ಟರಾಗಿದ್ದು ಮೊಗ ಶೂನ್ಯದತ್ತ ಯೋಜಿಸಿ ಅರೆಗಣ್ಣು ಮುಚ್ಚಿ ಧ್ಯಾನಿಸುತ್ತಿದ್ದರು...

ಒಳಗೆ ಕುಂಡದಲ್ಲಿನ ಅಗ್ನಿಯೂ ಏಕೋ ವ್ಯಗ್ರನಾದಂತೆ ಕಂಡುಬಂದಿತ್ತು ಮಹರ್ಷಿಗಳಿಗೆ... ಮುಖದಲ್ಲಿ ಏನೋ ದುಗುಡ... ಆತಂಕ...

ಮಾತೆ ಅರುಂಧತಿ ಪಾಕಗೃಹದ ಕಾರ್ಯಮುಗಿಸಿ ಇನ್ನೇನು ಹೊರಡಬೇಕೂ ಅನ್ನುವಷ್ಟರಲ್ಲೀ... ಅಂಬಾ.... ಅದು ಕಾಮಧೇನು ನಂದಿನಿಯ ಆಕ್ರಂದನ...

ಹೌಹಾರಿತು ಆಶ್ರಮ... ಬೆಚ್ಚಿಬಿದ್ದರು ಮಾತೆ ಅರುಂಧತೀ... ವಸಿಷ್ಠರನ್ನು ಹೊರತುಪಡಿಸಿ ಆಶ್ರಮದ ಸರ್ವರೂ ಓಡೋಡಿಬಂದರು ಗೋಶಾಲೆಗೆ...

ಕಾರಣ ಇಷ್ಟೇ... ಯಾವತ್ತೂ ಕಾಮಧೇನು ನಂದಿನಿ ಕೂಗಿದ್ದೇ ಇಲ್ಲ...

ಜೀವಿಗಳ ಹಸಿವನ್ನು ನೀಗಿಸುವ ಹಸುವಾಗಿ ಭುವನ ಚತುರ್ದಶದ ಮಾತೆಯಾದ ತಾಯಿ ನಂದಿನಿ ಎಂದೂ ತನಗಾಗಿ ಅಥವಾ ಇನ್ನೊಬ್ಬರಿಗಾಗಿ ಕೂಗಿದ್ದೇ ಇಲ್ಲ... ಆ ಕೂಗಿಗೆ ಬೆಚ್ಚಿಬಿತ್ತು ಸತ್ಯಲೋಕ... ವೈಕುಂಠ... ಕೈಲಾಸ...!

ಮಾತೆ ಅರುಂಧತಿ ಓಡೋಡಿ ಬಂದು ನೋಡಿದರೇ...

ಗಣಗಣಗಣ ಹೊಡೆದಾಡುತ್ತಿತ್ತು ನಂದಿನಿಯ ಕುತ್ತಿಗೆ ಸ್ವರ್ಣ ಘಂಟೆ...!!

ಥೈಥೈಥೈ ಹುಚ್ಚು ಆವೇಶಬಂದಂತೆ ನಾಲ್ಕೂ ಕಾಲೆತ್ತಿ ಕುಣಿಯುತ್ತಿತ್ತು ಹಸು...!!

ಕಣ್ಣುಗಳಲ್ಲಿ ಧಾರಾಕಾರ ನೋವಿನ ಅಶ್ರುಧಾರೆ ಹರಿಯುತ್ತಿತ್ತು...!!

ಮಗಳೇ... ಏನಾಯಿತು ಬಂಗಾರೀ... ಆತಂಕದಿಂದ ಕುತ್ತಿಗೆ ತಡವಿ ನೀರು ಬೇಕಾ ಅಮ್ಮಾ...? ಹಸಿಹುಲ್ಲು ಹಾಕಲೇ...? ಮಧ್ಯಾಹ್ನದ ಹುತಶಿಷ್ಟ ಪಾಯಸಕ್ಕೆ ಹಿಂಡಿ ಬೆರೆಸಿ ಕೊಡಲೇ ಕಂದಾ...? ಯಾಕೆ ತಾಯೀ ಏನಾಯಿತು ನಿನಗೆ...? ಎಂದು ಆತಂಕದಿಂದ ಮೈದಡವಿ ಅರುಂಧತಿ ವಿಚಾರಿಸುವಾಗ ಸ್ವಚ್ಛ ಬಿಳೀಬಣ್ಣದ ಕಾಮಧೇನು ಮುಖ ಕೆಂಪಾಗಿ ತಲೆಯಾಡಿಸುತ್ತಿತ್ತು...!!!

ನೋಡ ನೋಡುತ್ತಾ ಅದರ ಆಕ್ರಂದನ ಹೆಚ್ಚಾಗಿ ಕುತ್ತಿಗೆ ಎಳೆದ ರಭಸಕ್ಕೆ ಹಗ್ಗ ಕಿತ್ತು ಬಂತು...!

ಕೂಡಲೇ ಕಾಮಧೇನು ನಂದಿನಿ ಯಾರ ಕೈಗೂ ಸಿಗದೆ ನೇರ ಯಾಗಶಾಲೆಯತ್ತ ಓಡಿಬಂದು ಒಳಗೆ ಕೂತ ವಸಿಷ್ಠರ ಎದುರಿಗೆ ಮಲಗಿ ಅಂಬಾ... ಎಂದು ಕೂಗಿ ರೋಧಿಸಿ ವಸಿಷ್ಠರ ತೊಡೆಯಮೇಲೆ ತನ್ನ ಮುಖ ಇಟ್ಟು ಅಳುತ್ತಾಳೆ...

ವಸಿಷ್ಠರ ಕಣ್ಣಲ್ಲೂ ಧಾರಾಕಾರ ನೀರು...!

ಮಗಳೇ... ನಾನೇನು ಮಾಡಲಿ...? ಈಗ ಅತ್ತು ಏನು ಪ್ರಯೋಜನ ಹೇಳು...? ವಿಧಿ... ಭಗವಂತಾ...? ಪರಮಾತ್ಮಾ...? ಏಕೆ ಆ ಪಾಪದ ಜೀವಗಳಿಗೆ ಹಿಂಸೆ ಕೊಡುವೆ ಹೇಳು...?

ಇಷ್ಟಕ್ಕೂ ಆ ಮಗು ಅಂಬೆಯೂ ಈ ಮುಗ್ಧ ಭೀಷ್ಮನೂ ಈ ಜನ್ಮದಲ್ಲಿ ಮಾಡಿದ ಅಪರಾಧವೇನು ದೇವನೇ...? ಕರ್ಮವು ಜನ್ಮಾಂತರಕ್ಕೂ ವ್ಯಾಪಿಸಿ ಇಷ್ಟು ಕ್ರೂರವಾಗುವುದು ನ್ಯಾಯವೇ ಭಗವನ್...?

ಈ ಜನ್ಮಾಂತರದ ಯಾನಕ್ಕೆ ಜೀವಿಗಳ ಕೈಯಲ್ಲೇ ಪಾಪಗಳನ್ನೂ ಮಾಡಿಸಿ ನಂತರ ಅವರೇ ಅನುಭವಿಸುತ್ತಾ ಒದ್ದಾಡುವ ಹಾಗೆ ಮಾಡುವ ಈ ಉಡುಗೊರೆ ಏಕೆ ಬ್ರಹ್ಮಾಂಡದ ಅನಿಯತ ಶಕ್ತಿಯೇ...?

ನಂದಿನಿಯ ಮೈದಡವಿ ಅಳುತ್ತಿದ್ದರು ಮಹರ್ಷಿಗಳು...

ಆಗ ಅಲ್ಲಿಗೆ ಸಪ್ತರ್ಷಿ ಪರಿಷತ್... ಹಾಗೂ ಮಹರ್ಷಿಗಳ ಕೂಟವೇ ಧಾವಿಸಿ ಬಂದು ನಮಿಸಿತು ವಸಿಷ್ಠರಿಗೆ...

ಬ್ರಹ್ಮರ್ಷಿಗಳೇ... ದಯವಿಟ್ಟು ಭೂಲೋಕದಲ್ಲಾಗುವ ಅನಾಹುತ ತಡೆಯಿರಿ...! ಈಗ ತಡೆಯದಿದ್ದರೆ ಮುಂದೆ ಮೇದಿನಿಯಲ್ಲಿ ಬಾವಿತೋಡಿದರೆ ನೀರು ಬಾರದು ಸ್ವಾಮೀ... ರಕ್ತವೇ ಬರುವುದು... ಲಕ್ಷಲಕ್ಷಾಂತರ ಹೆಣ ಬೀಳಲಿದೆ...

ಗಿಡ ಮರ ಪಕ್ಷಿ ಪ್ರಾಣಿಗಳಿಗೆ ನೀರಡಿಕೆಯಾದಲ್ಲಿ ರಕ್ತವೇ ಕುಡಿಯಬೇಕಾದ ಸಂದರ್ಭ ಬರಬಹುದು ಮುನೀಂದ್ರಾ...

ವಂಶವಂಶಗಳೇ ಹೊಡೆದಾಡಿ ನಿರ್ನಾಮ ಆಗುವ ಸಂದರ್ಭ ಬಂದಿದೆ...

ದಯವಿಟ್ಟು ತಡೆಯಿರಿ...! ಅದು ನಿಮ್ಮಿಂದ ಮಾತ್ರ ಸಾಧ್ಯ...!

ಇಲ್ಲಿ ನಿಮ್ಮ ಶಾಪದಿಂದಲೇ ಪ್ರಾರಂಭವಾದ ಈ ಪ್ರಕರಣಕ್ಕೆ ಸ್ವಾಮೀ ತಾವೇ ದಯವಿಟ್ಟು ಮಂಗಲವನ್ನೂ ಹಾಡಿಬಿಡಿ...! ಲೋಕಕಲ್ಯಾಣವಾಗಲಿ ಮಹರ್ಷಿಗಳೇ...!

ಎಂದು ಋಷಿ ಪರಿಷತ್ ವಸಿಷ್ಠರಲ್ಲಿ ಯಾಚಿಸುವಾಗ ಅಸಹಾಯಕರಾಗಿ ರೋದಿಸುತ್ತಾರೆ ವಸಿಷ್ಠರು...! ಅಯ್ಯೋ... ವಿಧಾತನೇ ಇದೇನು ಸಂಕಷ್ಟ...?

ಕೊಟ್ಟ ಶಾಪ ಮರಳಿ ಪಡೆಯಲು ನನ್ನಲ್ಲಿ ಸಾಮರ್ಥ್ಯವಿರುತ್ತಿದ್ದರೆ ಎಂದೋ ಆ ಮಗು

ದೇವವ್ರತ ತನ್ನ ತಂದೆಗಾಗಿ ಪ್ರತಿಜ್ಞೆಗೈಯುವ ಸಂದರ್ಭದಲ್ಲೇ ನಾನೂ ನನ್ನ ಶಾಪ ಮರಳಿ ಪಡೆಯುತ್ತಿದ್ದೆ...!!

ನನಗೇನು ರಕ್ತದಾಹವೇ ಹೇಳಿ...? ಈ ಮಗು ನಂದಿನಿ ಇಷ್ಟು ಅಳಬೇಕಾಗಿತ್ತೇ...?

ನಾವೀರ್ವರೂ ಆ ವಸುರೂಪೀ ಪರಮ ಭಾಗವತೋತ್ತಮ ಋಷಿಸದೃಶ ಭೀಷ್ಮನನ್ನು ಎಂದೋ ಕ್ಷಮಿಸಿಯಾಗಿತ್ತು, ಓ ಋಷಿ ಸಮೂಹವೇ...!

ಆದರೇನು ಮಾಡಲಿ ಹೇಳಿ...? ಈಗ ನಾನಲ್ಲ...! ಆ ತ್ರಿಮೂರ್ತಿಗಳೇ ಬಂದರೂ ಮರ್ತ್ಯದಲ್ಲಿ ಮುಂದೆ ಸಂಭವಿಸುವ ರುಧಿರದ ಮಳೆಯನ್ನು ತಪ್ಪಿಸಲಾಗದು...!

ಗದ್ದೆಬದಿಯ ಕೆಸರಂತೆ ಮಾಂಸದ ಮುದ್ದೆಯಾಗುತ್ತದೆ ಭೂಮಿ...!

ಏನೂ ಮಾಡಲು ಸಾಧ್ಯವಿಲ್ಲ...!

ನೋಡುತ್ತಾ ಅನುಭವಿಸುವುದೇ ಉಳಿದಿರುವ ಏಕೈಕ ಮಾರ್ಗ ಎಂದು ಹೇಳಿ ಸರ್ವರಿಗೂ ನಮಿಸಿ ಯಾಗಶಾಲೆಯ ಒಳಗೆ ನಡೆದು ಅಗ್ನಿಕುಂಡದ ಎದುರಿಗೆ ಯೋಗಾರೂಢರಾಗಿ ಕಣ್ಮುಚ್ಚಿ ಕುಳಿತೇ ಬಿಟ್ಟರು ಬ್ರಹ್ಮರ್ಷಿ ವಸಿಷ್ಠರು...! ಭಯದಿಂದ ಬೆಪ್ಪಾಗಿ ಹೋಯಿತು ಮೂರ್ಲೋಕ...!

***

ಇತ್ತ ಕೆಳಗೆ ಹಸ್ತಿನಾವತಿಯ ಗಡಿಪ್ರದೇಶ...!

ಬರೇ ಬಂಜರು ಭೂಮಿ... ಕಲ್ಲು ಗುಡ್ಡಗಳಿಂದ ಆವೃತವಾದ ಮುಳ್ಳುಕಂಟಿಗಳಿಂದ ಕೂಡಿದ ನಿರ್ಜನ ಪ್ರದೇಶವದು...!

ಓಡೋಡಿ ಬಂದರು ಪಿತಾಮಹರು...! ಹಿಂದೊಬ್ಬ ಸೇವಕ... ಆತನ ಕೈಯಲ್ಲೊಂದು ದಿವಟಿಗೆ ಮಾತ್ರ...!

ಅನತಿ ದೂರದಲ್ಲಿ ಆ ದಿವಟಿಗೆಯ ಬೆಳಕನ್ನೇ ಅನುಸರಿಸುತ್ತಾ ಬರುತ್ತಿತ್ತು ಮತ್ತೊಂದು ಮುಸುಕುಧಾರಿಯ ವೇಷ...

ಗಾಂಗೇಯರು ಬಂದು ನೋಡಿದರೇ... ಬಂದೆಯಾ ಭೀಷ್ಮಾ...?

ಆ ಒಡಕು ಕರ್ಕಶ ದನಿಗೇ ಪಿತಾಮಹರು ನಡುಗಿ ಹೋದರು...!!

ಬಾ... ಬಾರೋ ಇಲ್ಲೀ... ಹಹಹಾ ಹಹ್ಹಹ್ಹಾ...

ಗಡಗಡಿಸಿ ಕಂಪಿಸಿದರು ಗಂಗಾತನಯ...

ಆ ಸನ್ನಿವೇಶವೇ ಭಯಾನಕವಾಗಿತ್ತು...! ದೊಡ್ಡಕಟ್ಟಿಗೆ ರಾಶಿಗೆ ಸ್ಪರ್ಶಿಸಿದ ಬೆಂಕಿ ಧಗಧಗಿಸಿ ಎರಡಾಳೆತ್ತರಕ್ಕೆ ತನ್ನ ಕೆನ್ನಾಲಗೆ ಚಾಚಿ ಉರಿಯುತ್ತಿತ್ತು...!!

ಆದರ ಸುತ್ತ ಹೆಣ್ಣೊಬ್ಬಳು ತಲೆಗೆದರಿಕೊಂಡು ಬೆಂಕಿಗೆ ಕಟ್ಟಿಗೆ ಹಾಕುತ್ತಾ ಕಟಕಟನೆ ಹಲ್ಲುಗಡಿಯುತ್ತಾ ವಿಕಾರವಾಗಿ ನಗುತ್ತಾ ಕುಣಿಯುತ್ತಿದ್ದಳು...!!

ಥೈತ ತಾ ಧೀಂ...ಧೀಂ...ಧೀಂ...! ಹಹಹಹಹಹಹಹಹಾ...!!! ಇಮಾಂ ಕನ್ಯಾಂ ಪ್ರದಾಸ್ಯಾಮಿ ಭೂತಪ್ರೇತ ಪಿಶಾಚ ಸಹಿತ ದಾಹಾಗ್ನಿ ಸನ್ನಿಧೌ...!!!

ಮಂತ್ರ ತಾನೇ ಹೇಳುತ್ತಿದ್ದಳು...!

ಯಾ... ಯಾರ್... ಯಾರದೂ...?

ಉಗುಳು ನುಂಗುತ್ತಾ ತೊದಲಿದರು ಪಿತಾಮಹ...!

ಅರೇ...!

ಗೊತ್ತಾಗಲಿಲ್ಲವೇ ಭೀಷ್ಮಾ...!

ನೋಡೂ.. ನೋಡೋ ಇಲ್ಲೀ...!

ನಾ...ನೇ...

ಹಹಹಾ...

ಬೆಂಕಿಯ ಕೆಂಬೆಳಕಿಗೆ ಮುಖಮುಚ್ಚಿದ್ದ ತನ್ನ ಬಿಚ್ಚುಗೂದಲನ್ನು ಹಿಂದೆ ಸರಿಸಿ ಮುಖದೋರಿದಳು ಮುದುಕಿಯಾಗಲು ಹೊರಟ ತರುಣಿ ಅಂಬೆ...

ಮುಖ ಸುಕ್ಕುಗಟ್ಟಿ ಚರ್ಮ ಒಳಸೇರಿತ್ತು...

ಹಲ್ಲು ಒಂದೋ ಎರಡೋ ಕೆಟ್ಟು ಹೋಗಿದ್ದವು...

ಆ ಭೀಭತ್ಸ ದೃಶ್ಯ ನೋಡಿ ಹೃದಯಾಘಾತ ಆದವರಂತೆ ನೋವಿನಿಂದ

ಆ... ಮಾಧವಾ...!

ಎಂಬ ಶಬ್ದ ಪಿತಾಮಹರ ಬಾಯಿಂದ ಬಂತು...!

ಆ ಬೆಳಕಿಗೆ ಕಣ್ಣೆಲ್ಲಾ ಒಳಗುಳಿ ಸೇರಿದ್ದ ಅಂಬೆಯ ಮುಖ ಶಿವನ ಎದೆಮೆಟ್ಟಿನಿಂತ ಕಾಳಿಯ ಮುಖದಂತೆ ಕಂಡಿತು ಗಾಂಗೇಯರಿಗೆ...!

ಏನು ತಾಯೀ...?

ಏನು ಮಾಡಲು ಹೊರಟಿರುವೆ ಮಗಳೇ...?

ಮೆಲ್ಲಗೆ ಬಹು ವೇದನೆಯಿಂದ ಕೇಳುತ್ತಾರೆ ಪಿತಾಮಹ...!

ದೇವವ್ರತಾ... ಇಂದು ಕನ್ಯಾದಾನವೋ...!

ಅಗ್ನಿಗೇ ಈ ಕನ್ಯೆಯನ್ನು ದಾನ ಮಾಡಲಾಗುತ್ತಿದೆ...!

ಅಲ್ಲಲ್ಲಾ... ! ಈ ದೇಹದಹಿಸುವ ಅಗ್ನಿಗೇ ನಾನು ನನ್ನನ್ನೇ ದಾನ ಮಾಡಿಕೊಳ್ಳುತ್ತಿದ್ದೇನೆ ಭೀಷ್ಮಾ...!

ಸಾಕ್ಷಿಗಾಗಿ ನಿನ್ನನ್ನೇ ಕರೆದೆ...! ನೀನೇ ಪುರೋಹಿತ... ಹಹಾ...!

ರಕ್ತವೇ ಕಣ್ಣೀರಿನಂತೆ ಹರಿಯುತ್ತಿತ್ತು ಅಂಬೆಗೆ...!

ಇಂದೂ ಕಾಶಿಯ ಕನ್ಯೆಯಾಗಿಯೇ ಉಳಿದಿದ್ದೇನೆಂದರೇ ಅದು ನಿನ್ನದೇ ಕೊಡುಗೆ ಕಣೋ...!

ತಾಯಿಯ ಮುಖ ನೋಡಿದ ನೆನಪಿಲ್ಲ... ತಂದೆಯೂ ನಿನ್ನ ಪ್ರವೇಶದ ನಂತರ ಕಾಣಲಿಲ್ಲ... ಇದ್ದಾರೋ ಸತ್ತಿದ್ದಾರೋ ಗೊತ್ತಿಲ್ಲ... ಬಂಧು ಬಾಂಧವರು ಹತ್ತಿರ ಸೇರಿಸುತ್ತಿಲ್ಲ... ನನ್ನವರು ಯಾರೂ ಈ ಭೂಮಿಯಲ್ಲೇ ಇಲ್ಲ ಭೀಷ್ಮ... ನಾನೊಬ್ಬಳು ಪರಮ ಅದೃಷ್ಟವಂತ ಅನಾಥ ಪ್ರೇತಕನ್ಯೆ... ಹಹಹಾ...

ಅಂದು... ಭೀಷ್ಮಾ ನಿನಗೆ ಕೊಳ್ಳಿ ಇಡದಿದ್ದರೆ ನಾನು ಕಾಶಿಗುವರಿಯಲ್ಲ ಅಂದಿದ್ದೇನಲ್ಲವೇ...?

ಆದರೆ ಅದು ಈ ಜನ್ಮದಲ್ಲಿ ಸಾಧ್ಯವಾಗದ ಮಾತೆಂದು ಅರಿವಾಗಿದೆ ಭೀಷ್ಮ...!

ಹೀಗಾಗಿ ಬರುವ ಜನ್ಮಕ್ಕೆ ಆ ಸಿದ್ಧತೆ ಮಾಡಿಕೊಂಡಿದ್ದೇನೆ... ಈ ಕಾರಣಕ್ಕೆ ಈ ಅಂಬೆ ಕಾಶಿಗುವರಿ ತರುಣಿ ಅಂಬೆಯಾಗಿಯೇ ನಿರ್ಗಮಿಸಲು ಹೊರಟಾಯಿತು ಭೀಷ್ಮ...

ಅದೆಷ್ಟು ಬಲಾಢ್ಯನೋ ನೀನು...? ಭಲೇ...ಶಹಬ್ಬಾಸ್...! ಮೆಚ್ಚಿದೆ ಭೀಷ್ಮ ನಿನ್ನ ಪರಾಕ್ರಮ...! ಇದಕ್ಕೊಂದಿಷ್ಟು ಬಹುಮಾನಗಳನ್ನು ಕೊಡಲೇ...?

ಅದಕ್ಕೆ ಮೊದಲು ನಾನೇ ಸ್ವಯಂ ಅಗ್ನಿಗೆ ಆಹುತಿಯಾಗುವುದನ್ನು ನೀನು ಕಣ್ಣಾರೆ ಕಂಡು ಸಂಭ್ರಮಿಸಬೇಕು... ಇಗೋ... ಇಗೋ...!! ಭೀಷ್... ಮಾ...! ನಿನ್ನ ಕಣ್ಮುಂದೆಯೇ ಕಾಶಿಯಕನ್ಯೆ ಅಗ್ನಿವಿಷ್ಟರ ಅಲ್ಲಾ ಸ್ವಯಂ ಚಟ್ಟ ಏರುತ್ತಿದ್ದಾಳೆ... ಹಹಹಹ್ಹಹ್ಹಾ...

ಬೇಡಾ...! ಬೇಡ ಮಗಳೇ...! ದಮ್ಮಯ್ಯ ತಾಯೀ...! ಎಂದು ಬಿದ್ದು ಬಿದ್ದು ಹೊರಳಾಡಿ ಗೋಳಾಡಿದರು ಪಿತಾಮಹ...

ಅಷ್ಟೊತ್ತಿಗೆ ಬೆಂಕಿ ತನ್ನ ಕೆಲಸ ಆರಂಭಿಸಿಯಾಗಿತ್ತು... ಚಟಚಟಚಟ... ಆಹ್... ಇಗೋ ನೋಡು ಭೀಷ್ಮಾ... ನನ್ನ ಕಾಲ್ಗೆಜ್ಜೆ ತುಂಡಾಗಿ ಕರಗಿದೆ... ಪಾದಗಳು ಬೇಯುತ್ತಿವೆ... ಆಹ್... ಅಯ್ಯೋ...

ಗೆಜ್ಜೆಧರಿಸುವ ಹೆಣ್ಣು ಮಕ್ಕಳೇ ಹುಟ್ಟಬಾರದು ಹಸ್ತಿನೆಯ ಅರಮನೆಯಲ್ಲಿ... ಗೆಜ್ಜೆನಾದ ಎಂದಿಗೂ ಕೇಳದಿರಲಿ ನಿನ್ನ ದರಿದ್ರ ವಂಶದಲ್ಲಿ... ಪುಟ್ಟಪುಟ್ಟ ಪಾದಗಳಿಂದ ಓಡಾಡಿಕೊಂಡಿರುವ ಪುಟ್ಟ ಮಕ್ಕಳಲ್ಲಿ ಬಾಲ್ಯವೇ ಸಾಯಲೀ... ಹಾ... ಅಯ್ಯೋ..

ನನ್ನ ಸೀರೆ ಕರಗುತ್ತಿದೆ ಭೀಷ್ಮಾ... ಉರೀ ಉರೀ... ಅಯ್ಯೋ... ನಿನ್ನ ವಂಶದ ಮಾನವಂತ ಹೆಣ್ಣೊಬ್ಬಳಿಗೆ ತುಂಬಿದ ಸಭೆಯಲ್ಲಿ ತುಂಡು ವಸ್ತ್ರಕ್ಕೂ ಪರದಾಡುವಂತಾಗಿ ಮಾನವೇ ಮೂರು ಕಾಸಿಗೆ ಅಡವಿಟ್ಟು ಹೋಗಲೀ... ಅ... ಯ್ಯೋ...!

ತೊಡೇ... ಬೆಂದಿದೆ ಭೀಷ್ಮಾ...! ನಿನ್ನ ಮನೆಯಲ್ಲಿ ಹುಟ್ಟುವ ಮಕ್ಕಳು ಬಡಿದಾಡಿ ತೊಡೆ ಮುರಿದುಕೊಂಡು ಸತ್ತೇ... ಹೋಗಲೀ...! ಹಾ... ಅಯ್ಯೋ...!

ಅಮ್ಮಾ... ಹೊಟ್ಟೆಯುರಿಯುತ್ತಿದೆ ಭೀಷ್ಮಾ... ಉರಿ ತಾಳಲಾರೆ... ನನ್ನ ಗರ್ಭಚೀಲ ಬೆಂದೇ ಹೋಯಿತು ಪಾಪೀ...

ಅನುಭವಿಸಬೇಕು ನೀನು... ನಿನ್ನ ಮನೆಯ ಮುದ್ದು ಮುದ್ದು ಕಂದಮ್ಮಗಳು ವಿಕಾರವಾಗಿ ರಕ್ತಕಾರಿ ಸಾಯಲೀ... ನಿನ್ನ ವಂಶವೇ ನಿರ್ವಂಶವಾಗಲೀ...

ಅಯ್ಯೋ... ಅಯ್ಯಮ್ಮಾ... ಮದುವೆಯಾಗಿ ಮಗುವಿನ ತಾಯಾಗಿ ಹಾಯಾಗಿ ಎದೆಹಾಲು ಕುಡಿಸುವ ಕನಸು ಕಂಡಿದ್ದೆ ಕಣೋ...

ಹೇ ಭೀಷ್ಮ ಕೇಳಿಲ್ಲಿ... ನೋಡೋ... ನನ್ನೆದೇ ಕುದ್ದು ರಕ್ತ ಬಸಿಯುತ್ತಿದೆ...

ಅಯ್ಯೋ... ಆಹ್ ತಾಳಲಾರೇ... ಭೀಷ್ಮನೇ... ನಿನ್ನ ಅಭಿಮಾನದ ಅರಮನೆಯಲ್ಲಿ ಹುಟ್ಟುವ ಮಕ್ಕಳು ಹಾಲು ಕುಡಿಯುವ ಬದಲಾಗಿ ರಕ್ತ ಕುಡಿಯುವಂತಾಗಲೀ...

ಅಮ್ಮಾ...ಹಾ...ಹಾ... (ಅಂಬೆಯ ದನಿ ಸೊರಗುತ್ತಿದೆ)

ವಾಸನೆ ಬರುತ್ತಿದೆಯೇ ಭೀಷ್ಮಾ... ನನ್ನ ತಲೆಗೂದಲು ಸುಟ್ಟು ಹೋಗುತ್ತಿದೆ... ಬೋಳುಮಂಡೆ ಸುಡುತ್ತಿದೆ ಭೀಷ್ಮಾ... ಇಡೀ ನಿನ್ನ ಹಸ್ತಿನೆಯೇ ತಲೆಬಿಚ್ಚಿದ ವಿಧವೆಯರಿಂದ ತುಂಬಿ ತುಳುಕಾಡಲೀ... ಉರೀ... ಹಾ... ಅ... ಯ್ಯೋ...

ವಿಶ್ವಾನಾಥಾ... ಕಣ್ಣೂ... ಅಯ್ಯೋ ಕಣ್ಣು ಕರಗಿ ಹೋಯಿತು ಭೀಷ್ಮಾ...

ಇನ್ನೆಲ್ಲಿಂದ ಕಣ್ಣೀರು ಹಾಕಲಿ ನಾನು...?

ಉರೀ... ಹುಟ್ಟು ಕುರುಡರೇ ಜನಿಸಬೇಕು ನಿನ್ನರಮನೆಯಲ್ಲಿ... ಹಹಹಾ...

ವಂಶದ ಉನ್ನತಿಗಾಗಿ ಹೆಣ್ಣು ಮಕ್ಕಳನ್ನು ಬಲಿಕೊಟ್ಟೆಯಾ ಭೀಷ್ಮಾ...

ನಿನ್ನ ವಂಶದ ಕುಡಿಗಳೇ ಸಿಂಹಾಸನಕ್ಕಾಗಿ ಬಡಿದುಕೊಂಡು ಸಾಯಬೇಕು...

ಅದೆಲ್ಲವನ್ನೂ ನೀನು ಜೀವಂತ ಶವವಾಗಿ ನೋಡಬೇಕು ಭೀಷ್ಮಾ...

ಸರ್ವನಾಶವಾಗಲಿ ಭರತವಂಶ... ಹಾ... ಳಾ... ಗಿ ಹೋಗಲಿ ಹಸ್ತಿನಾವತಿ...

ಹೆಣಗಳ ರಾಶಿಯ ಮೇಲೆ ಕುಳಿತು ಇದೆಲ್ಲವನ್ನೂ ನೋಡಬೇಕು ಭೀಷ್ಮ...

ಇಚ್ಛಾಮರಣಿ ತಾನೇ ನೀನು...? ಅಯ್ಯೋ ಅಮ್ಮಾ...ಮ್ಮಾ... ಅನುಭವಿಸಲಿಕ್ಕಿದೆ ನಿನಗೆ... ಇಗೋ... ಮುಂದೆ ಇದೆ ಮಾರಿಯ ಬಲಿ...

ಹಾಳಾಗಿ ಹೋಗು ಭೀಷ್ಮಾ... ಭೀ ಭೀ ಭೀ... ಷ್... ಮ್ ಆ... ಗೊರ್ರ್... ರ್ರ್... ರ್ರ್... ಇನ್ನೂ ಏನೇನೋ ಹೇಳುತ್ತಿದ್ದಳು ಅಂಬೆ... ಅಷ್ಟರಲ್ಲಿ ಗಂಟಲು ಸುಟ್ಟು ಇಡೀ ದೇಹವೇ ಧಗಧಗಿಸುವ ಬೆಂಕಿಯಲ್ಲಿ ಕುಸಿದುಬಿದ್ದು

ಚಿರುಟಿ

ಕರಟಿ

ಕಮಟಿ

ಬೂದಿಯಾಗಿ

ಹಾ...ರಿ ಹೋಯಿತು...

'ಪ್ರಭೂ...' ಆಳು ಮಗ ಓಡಿ ಬಂದು ಕರೆದ... ಆದರೆ ಇತ್ತ ಪಿತಾಮಹರು ಪ್ರಜ್ಞೆತಪ್ಪಿ ಬಿದ್ದಿದ್ದರು...

ಹಿಂದಿನಿಂದ ಇವೆಲ್ಲಾ ವಿದ್ಯಮಾನಗಳನ್ನು ನೋಡುತ್ತಿದ್ದ ಮುಸುಕುಧಾರಿ ತನ್ನ ಮುಸುಕು ಸರಿಮಾಡಿಕೊಂಡು ಅರಮನೆಯತ್ತ ನಗುನಗುತ್ತಾ ಲಗುಬಗೆಯಿಂದ ಸಾಗಿತು...

ಆ ವಿಕೃತ ನಗು ಮಾತ್ರ ಮಸಣದ ಬೆಂಕಿಯ ಬೆಳಕಲ್ಲಿ ಲೀನವಾಗಿ ಹೋಯಿತು...

ಖುಷಿ... ಆ ಮುಸುಕಿಗೆ...

ಅದ್ಯಾರು ಗೊತ್ತೇ ಓದುಗ ಮಹನೀಯ...

ಇಡೀ ಆರ್ಯ ಕ್ಷತ್ರಿಯರ ಪ್ರಭುತ್ವವನ್ನೇ ಕೆಳಗುರುಳಿಸಿ ಕೇವಲ ಸ್ವಾರ್ಥ ಸ್ವಹಿತಾಸಕ್ತಿ ಬೆಳಸಲೋಸುಗ ಹಸ್ತಿನೆಗೆ ಎಡಗಾಲಿಟ್ಟು ಮನೆಯೊಳಗೆ ಬಂದ ಹಸ್ತಿನೆಯ ಮುದ್ದಿನ ಸೊಸೆ... ಅಲ್ಲ ಕಹಿ ಕಾರ್ಕೋಟಕ ನಂಜಿನ ವಿಷ...

ಇಲ್ಲ... ಮುಂದೆ ಹುಟ್ಟಿದ ಇಡೀ ಕುರುವಂಶವನ್ನೇ ನುಂಗಿ ನೀರು ಕುಡಿದ ರಕ್ತಪಿಶಾಚಿ...

ಮಾತೆ ಗಂಧವತೀ...

ಅಲ್ಲ ಯೋಜನಗಂಧೀ...

ಅದೂ ಅಲ್ಲ...!

ಜೀವನವೆಲ್ಲ ಸುಳ್ಳಲ್ಲೇ ಉಸಿರಾಡಿದ...!!

ಸತ್ಯವತೀ...

***

ಈಗ ನೇರ ಕುರುಕ್ಷೇತ್ರದ ರಣಧಾರುಣಿಗೆ...

'ಅಜ್ಜಯ್ಯಾ...' ಕರೆದ ದೂತ...

ಶರಶಯ್ಯೆಯಲ್ಲಿ ಮಲಗಿದ್ದ ಹಣ್ಣು ಹಣ್ಣು ಭೀಷ್ಮ ಪಿತಾಮಹರು ಮೆಲ್ಲಗೆ ಕಣ್ಣು ತೆರೆಯುತ್ತಾರೆ... ಥಗಿಸುವ ಸೂರ್ಯನ ಬಿಸಿಲಿಗೆ ಕಣ್ಣು ತೆರೆಯಲಾಗದೇ...

'ಮಗೂ ಇದೇನು ಇಷ್ಟು ಉರಿಯುತ್ತಾನೆ ಸೂರ್ಯ... ಉತ್ತರಾಯಣ ಬಂತೇ ಮಗೂ...?'

'ಹೌದು...ತಾತಾ' ಎಂದ ದೂತ...

'ಹೋ... ಏನು ಕರೆದೆಯಪ್ಪಾ ಮರೀ... ಇನ್ನೇನು ವಿಶೇಷವೋ ಕಂದಾ...'

'ಅಜ್ಜಯ್ಯಾ... ತಮ್ಮನ್ನು ಕಾಣಲು ಪಂಚ ಪಾಂಡವರೊಂದಿಗೆ ಶ್ರೀ ವಾಸುದೇವ ಕೃಷ್ಣ ದೇವರು ಬಂದಿದ್ದಾರೆ ದೊರೇ...!'

ಧಿಗ್ಗನೆ ಬೆಳಕಾಯಿತು ಪಿತಾಮಹರಿಗೆ...!

ಆಂ... ಅಳು ಕಟ್ಟೊಡೆಯಿತು ಹಣ್ಣುಹಣ್ಣು ಅಜ್ಜಯ್ಯರಿಗೆ...

'ಶ್ರೀಹರೀ... ಬಂದೆಯಾ ತಂದೇ...! ಹಾ...ಬಾರೋ ನನ್ನೊಡೆಯಾ...! ಬಾರೋ ಚಿನ್ನಾ...! ಈಗಲಾದರೂ ಈ ಮುದುಕನ ಕರುಣೆ ಬಂತೇನೋ ನನ್ನ ದೊರೇ...!'

ಗಳಗಳನೆ ಅಳುತ್ತಾ ಮಗುವಂತೆ ಕರೆದರು ಪಿತಾಮಹ

'ಬಾರೋ... ಏ ಕೃಷ್ಣಾ... ಬಾರೋ ಮರೀ...!'

ನಗು ನಗುತ್ತಾ ವಾಸುದೇವ ಬಂದ...!

ಬಂದ ಕೃಷ್ಣ ಆಚಾರ್ಯ ಭೀಷ್ಮರ ಕಾಲಿಗೆ ಎರಡೂ ಕೈ ಜೋಡಿಸಿ ನಮಿಸಿ ಮಲಗಿದ್ದ ಪಿತಾಮಹರನ್ನು ಆಲಂಗಿಸಿ ಮಂದಹಾಸದಿ ನಕ್ಕ...

ಆ ನಗುವಿಗೇ ಇಡೀ ಹಸ್ತಿನೆಗೆ ಪುನಃ ವಸಂತಾಗಮನವಾಯಿತು...!!

ನಗುತ್ತೀಯಾ ಕಳ್ಳಾ... ಎಂದು ಉಮ್ಮಳಿಸಿ ಬರುವ ದುಃಖ ಕಚ್ಚಿ ಕೇಳುತ್ತಾರೆ

ಭರತವರ್ಷದ ಮಹಾಸೇನಾನಿ...

ಅಮರ ಸಿಂಧೂ ಕಣಿವೆಯ ರಾಜರ್ಷಿ...
ಭಾಗವತಶ್ರೇಷ್ಠ...

ಶ್ರೀ ಭೀಷ್ಮಪಿತಾಮಹ...

ಆಗ ಉರಿಯುವ ಸೂರ್ಯನೂ ಬೆಳ್ಳಗೆ ಬೆಳಗುವ ಚಂದ್ರಮನಂತಾದ... ಮೇಲೆ ಆಗಸದಲ್ಲಿ ದೇವ ದಾನವ ಯಕ್ಷ ಗಂಧರ್ವ ಕಿನ್ನರ ಕಿಂಪುರುಷರ ಮೇಳವೇ ದಟ್ಟೈಸಿತು...

ಚೆಲ್ಲಲು ಕೈಯಲ್ಲಿ ಕೈ ತುಂಬಾ ಹೂವುಗಳು...

ಅಗೋ... ಅಗೋ...

ಅಲ್ಲಿ ಮೇಲಾಗಸದಿಂದ ಮೆಲ್ಲನೆ ಇಳಿಯುತ್ತಿದೆ ಶ್ವೇತಾಶ್ವ ಸಹಿತ ಪುಷ್ಪ ರಥ...
ಶುಭಂ...

***

ಕೊನೆ ಮಾತು

(ಗೆಳೆಯ ಅಭಿ ಮೃಗವಧೆ ಇವರ ಲೇಖನಿಯಿಂದ)

ಪ್ರೀತಿ–ಮೋಹದ ಮಧ್ಯೆ, ಅಹಂಕಾರ–ಸ್ವಾಭಿಮಾನದ ಮಧ್ಯೆ, ಸಮ–ವಿಷಮದ ನಡುವೆ, ಮೆಚ್ಚುಗೆ–ಹೊಗಳಿಕೆಗಳ ನಡುವೆ ಒಂದು ಸಣ್ಣದಾಗಿ ಕಂಡೂಕಾಣದ ಗೆರೆಯೊಂದಿದ್ದರೆ ಅದನ್ನು ನಿಷ್ಕಾಮವೆನ್ನಬಹುದೇನೋ!!

ಕಾಲವೊಂದೇ ನಿಷ್ಕಾಮದ ಸಮರ್ಪಕ ವ್ಯಾಖ್ಯೆ!

ಯುಗಾಂತರಗಳಲ್ಲಿ ಘಟಿಸಿದ್ದ ವ್ಯಕ್ತಿಗಳ ಬದುಕು ಕಾಲಕಾಲಕ್ಕೆ ಅಪ್ರತಿಮ ಕವಿಗಳ ಸಾಹಿತಿಗಳ ಕಲ್ಪನೆಗೂ ಜೀವನಶೈಲಿಗೂ ಪೂರ್ವಾಗ್ರಹಗಳಿಗೂ ಸಿಲುಕಿ ಪ್ರಕೃತವೋ ಸಂಸ್ಕೃತವೋ ಕೆಲವೊಮ್ಮೆ ವಿಕೃತವೂ ಆಗಿ ಹೊರಹೊಮ್ಮಿ ಇಡೀ ಪರಂಪರೆಗೆ ಅಡಿಪಾಯವನ್ನೂ ಅಲ್ಲಲ್ಲಿ ಸಡಿಲದೊರಗುಗಳನ್ನೂ ಹಾಕಿದೆ.

ವಿಶಾಲ ಅಡಿಪಾಯದ ಮಹತ್ತನ್ನು ಗುರುತಿಸಲಾಗದೆ ವಿಕೃತಿಗಳು ದೊರಗುಗಳನ್ನೇ ಎತ್ತಿ ಆಡಿಕೊಳ್ಳುವಾಗ ವಿದ್ಯೆಯುಳ್ಳ ಸಜ್ಜನರು ಅದನ್ನು ದೇಶಸುತ್ತಿ ಕೋಶ ಓದಿ ಹದನುಮಾಡುತ್ತಾರೆ... ವಿಷಯದ ಕುರಿತ ಅಧ್ಯಯನ ಮಾಡುವಾಗ ಪೂರ್ವತಯಾರಿ ಇರಬೇಕೇ ಹೊರತು ಪೂರ್ವಾಗ್ರಹ ಇರಬಾರದು. ಸಮಗ್ರವಾಗಿ ಅಭ್ಯಸಿಸಿದಾಗಲೇ ಸರ್ವಕಾಲಕ್ಕೂ ಪ್ರಸ್ತುತವೆನಿಸುವ ತಿಳಿವಿನ ಶೋಧನೆಯಾಗುವುದು.

ಭಾರತೀಯ ಪರಂಪರೆಯನ್ನು ಆಮೂಲಾಗ್ರವಾಗಿ ಚಿತ್ರಿಸಲು ಆ ನೆಲದ ಮಿಡಿತ, ಜನಪದದ ಮಾನಸಿಕತೆ ಮತ್ತು ಆ ಕಾಲದ ಪದ್ಧತಿಯೇನಿತ್ತು ಅನುವುದರ ಸ್ಪಷ್ಟ ಅರಿವು ಇರಬೇಕು.

ಇವೆಲ್ಲವನ್ನೂ ಪರಿಷ್ಕರಿಸಿ ಅಧ್ಯಯನಮಾಡಿದರೂ ಬರೆಯುವಾಗ ವಿಸ್ತಾರವಾಗದೆಯೂ ಸಂಕ್ಷೇಪವಾಗದಂತೆಯೂ ಹದವಾದ ಪಾಕದಲ್ಲೇ ಓದುಗನನ್ನು ತಲುಪಬೇಕಾಗುತ್ತದೆ.

ಒಲವಿನ ಬದುಕಿನ ಸವಾಲುಗಳನ್ನು ಎದುರಿಸಿಯೂ ಜೀವನ ಚೈತನ್ಯ ಸೂಸುವ ನಿಷಧದಲ್ಲೂ, ಹಮ್ಮು–ವಿರಹ–ಧರ್ಮಸೂಕ್ಷ್ಮ ದ ಹಂದರಗಳು ಕಾಶಿನಿಯಲ್ಲೂ,

ಮನುಷ್ಯತ್ವದ ಪರಿಪೂರ್ಣ ಬಿಂಬವೆನಿಸಿದ ಪರಮಾತ್ಮನ ದರ್ಶನ ಮಾಧವನಲ್ಲೂ ಕಣ್ಕಟ್ಟುವಂತೆ ಸೂರಾಲು ತಂತ್ರಿಗಳು ಯಶಸ್ವಿಯಾಗಿ ಚಿತ್ರಿಸಿದ್ದಾರೆ.

ಪ್ರತೀ ಸಂಚಿಕೆಯನ್ನು ಓದುವಾಗಲೂ ಒಂದು ಅಶ್ರುತುಂಬಿದ ಹೆಮ್ಮೆಯನ್ನೋ ರೋಮಾಂಚನವನ್ನೋ ನನಗಿತ್ತು ಭರತಭೂಮಿಯ ಕುರಿತ ಅಭಿಮಾನ ವರ್ಧಿಸುವಂತೆ ಮಾಡಿದ ಸೂರಾಲು ತಂತ್ರಿಗಳು ಸಜ್ಜನರಲ್ಲಿ ಅಗ್ರಗಣ್ಯರು...

ಅವರ ಬರಹಗಳನ್ನು ಆತ್ಮೀಯವಾಗಿ ಓದುವ ಎಲ್ಲರೂ ಕಾವ್ಯರಸಾಸ್ವಾದನೆಯ ಕುರಿತ ನನ್ನ ಅಭಿಪ್ರಾಯವನ್ನು ಒಪ್ಪುತ್ತಾರೆ.

ಸ್ನೇಹಜೀವಿ-ಓದುಗ-ಯಾತ್ರಿಕ-ಅಧ್ಯಾತ್ಮ ಸಾಧಕ-ನಿಗರ್ವಿ ಇಷ್ಟೆಲ್ಲ ಗುಣಗಳಿರುವ ಸೂರಾಲು ತಂತ್ರಿಗಳಿಂದ ಭಾರತೀಯ ಪರಂಪರೆಯ ಅಡಿಪಾಯವು ಸುಭದ್ರವಾಗಲಿ...

ಅವರ ಓದುಗ ಕೂಟ ಹೆಚ್ಚಲಿ.

ಸಹೃದಯಿ ಸಂಸ್ಕಾರಯುತ ಮನುಷ್ಯರು ನಮ್ಮ ನೆಲದಲ್ಲಿ ಮೂಡಲಿ...

ಸಮುದ್ರದಾಳದ ಮುತ್ತು ಭುವಿಯಾಳದ ರತ್ನಗಳು ಚಿನ್ನದೊಂದಿಗೆ ಬೆರೆತು ಹೊಳೆವ ಆಭರಣವಾಗುವಂತಹ ಪ್ರಕ್ರಿಯೆಯ ಉದಾಹರಣೆಯಾಗಿ ಈ ಪುಸ್ತಕವೂ ಗತದ ವೈಭವದ ಆಧುನಿಕ ಚಿತ್ರಣವಾಗಿಯೇ ಮೆರೆಯಲಿ...

ಪ್ರತಿಯೊಂದು ಅಕ್ಷರವೂ ಈ ಮಣ್ಣಿನ ಮಹತ್ತಿನೆಡೆಗೆ ಅಭಿಮಾನ ಮೂಡಿಸಲಿ ಎಂದು ಹಾರೈಸುವೆ...

ಮಧುಮತ್ಪಾರ್ಥಿವಂ ರಜಃ ||

-ಅಭಿನಂದನ ಭಟ್ ಮೃಗವಧೆ

ಸೂರಾಲು ದೇವಿಪ್ರಸಾದ ತಂತ್ರಿ

ಹುಟ್ಟಿದ್ದು ಉಡುಪಿ ಜಿಲ್ಲೆಯ ಚಾರಿತ್ರಿಕ ಸ್ಥಳವಾದ ಸೂರಾಲು ಎಂಬ ಪುಟ್ಟ ಹಳ್ಳಿಯಲ್ಲಿ.

ತಂದೆ ಜನಾರ್ದನ ಭಟ್, ತಂತ್ರಿಗಳು ಮತ್ತು ತಾಯಿ ಜಯಲಕ್ಷ್ಮಿ ಇವರ ಆರನೇ ಮಗನಾಗಿ 1976ರಲ್ಲಿ ಜನನ...

ಅಜ್ಜ ದಿ.ರಾಮಣ್ಣಭಟ್, ತಂತ್ರಿಗಳು ಸೂರಾಲು ಅರಮನೆಯ ಆಸ್ಥಾನ ವಿದ್ವಾಂಸರಾಗಿದ್ದವರು.

ಹೀಗಾಗಿ ಮನೆತನದ ಅಪರೂಪದ ಸಂಸ್ಕಾರಗಳು ಬಾಲ್ಯದಿಂದಲೇ ಹಿರಿಯರಿಂದ ಬಳುವಳಿಯಾಗಿ ಬಂದಿತ್ತು...

ನಂತರದ ಪ್ರಾಥಮಿಕ ಪ್ರೌಢ ಶಿಕ್ಷಣದ ತರುವಾಯ ವೇದ, ಸಾಹಿತ್ಯ, ಆಗಮ, ಜ್ಯೋತಿಷಗಳಿಗಾಗಿ ಶೃಂಗೇರಿ, ಕಾಂಚಿ, ಬೆಂಗಳೂರು, ಕೇರಳಗಳಲ್ಲಿ ಅನುಕ್ರಮವಾಗಿ ಅಧ್ಯಯನ...

ಚರಿತ್ರೆ, ಇತಿಹಾಸಗಳ ವಿಶೇಷ ಆಸಕ್ತಿಯ ಅಧ್ಯಯನ... ಸಂಗೀತ ಸಾಹಿತ್ಯದ ಒಲವು ಕೂಡ ಸಹಜವಾಗಿಯೇ ಬಂದಿರುವುದು...

ಹವ್ಯಾಸಗಳು: ಧಾರ್ಮಿಕ ಚಿಂತನೆ, ಉಪನ್ಯಾಸ, ತಾಳಮದ್ದಲೆ, ಸಂಗೀತ ಇತ್ಯಾದಿಗಳು...